ദി മോങ്ക് ഹു സോൾഡ് ഹിസ് ഫെറാറിയ്ക്ക് പ്രശംസ

ആനന്ദിപ്പിക്കുന്നതിനൊപ്പം മനം മയക്കുകയും ചെയ്യുന്ന കഥ. പൗലൊ കെയ്‌ലൊ, *ദി ആൽകെമിസ്റ്റിന്റെ* രചയിതാവ്.

ആശ്ചര്യമെന്നതിൽ കുറഞ്ഞ് മറ്റൊന്നും പറയാനില്ല. ഈ പുസ്തകം താങ്കളുടെ ജീവിതത്തെ അനുഗ്രഹിക്കും. *ചിക്കൻ സൂപ്പ് ഫോർ ദ സോളിന്റെ* സഹരചയിതാവ്.

പരിവർത്തനത്തിന്റെ അംഗീകൃതമായ ഉപകരണങ്ങളെ ജീവിതത്തിന്റെ ലളിതമായ തത്ത്വങ്ങളുമായി സംയോജിപ്പിക്കുന്ന അതിവിശിഷ്ടമായ കഥയാണ് റോബിൻ ശർമ്മ സൃഷ്ടിച്ചിട്ടുള്ളത്. *സിംപ്ളിഫൈ യുവർ ലൈഫിന്റെയും ഇന്നർ സിംപ്ളിസിറ്റിയുടേയും* രചയിതാവ് ഇലയ്‌ൻ സെന്റ് ജെയിംസ്.

വ്യക്തിപരമായ വളർച്ചയിലേയ്ക്കും പര്യാപ്തതയിലേയ്ക്കും സ്വകാര്യമായ സന്തോഷങ്ങളുടെയും മണ്ഡലത്തിലേയ്ക്കുള്ള രസകരവും അദ്ഭുതപ്പെടുത്തുന്നതും വിചിത്രവുമായ സാഹസമാണിത്. ഓരോ വ്യക്തിയുടേയും ജീവിതവളർച്ചയ്ക്കും പുരോഗതിയ്ക്കും ആവശ്യമായ അറിവിന്റെ നിധിയാണ് ഇതിലുള്ളത്. *മാക്സിമം അച്ചീവ്മെന്റിന്റെ* രചയിതാവ് ബ്രയൻ ട്രസി.

നമ്മുടെ ജീവിതത്തെ മാറ്റിമറയ്ക്കാനുള്ള പ്രധാനപ്പെട്ടൊരു സന്ദേശം റോബിൻ എസ്.ശർമ്മയ്ക്കുണ്ട്. അതികഠിനമായൊരു കാലത്ത് വ്യക്തപരമായ സഫലീകരണത്തിനു വേണ്ട ഒരെയൊരു സംഗ്രഹഗ്രന്ഥമാണ് അദ്ദേഹം എഴുതിയിട്ടുള്ളത്. *സക്സസ് മാസികയുടെ* പഴയ പ്രസാധകൻ.

ജീവിതത്തിന്റെ വലിയ ചോദ്യങ്ങളിലേയ്ക്ക് വെളിച്ചം വീശുന്നു. *ദി എഡ്മണ്ടൻ ജേർണൽ.*

ദി മോങ്ക് ഹു സോൾഡ് ഹിസ് ഫെറാറി ഉചിതവും പ്രയോജനപ്രദവുമാണ്. മത്സരത്തിൽ മറ്റുള്ളവർക്കൊപ്പം കിടപ്പിടിക്കാൻ അത് വായനക്കാരെ ശരിക്കും പ്രാപ്തരാക്കും. *ദി കിങ്സ്റ്റൺ വിഗ് സ്റ്റാൻഡേർഡ്*

അതിശയപ്പിക്കുന്ന പുസ്തകം. അടുത്ത ഒഗ് മൻഡീനൊവാണ് റോബിൻ ശർമ്മ. *സ്പീക്ക് & ഗ്രോ റിച്ചിന്റെ* രചയിതാവ് ഡോട്ടി വാൾട്ടേഴ്സ്.

എല്ലാവർക്കും പ്രയോജനപ്രദമാകുന്ന ലളിതമായ വിജ്ഞാനം............ *ദി കാൾഗറി ഹെറാൾഡ്.*

വ്യക്തിപരമായ വികാസത്തിനുള്ള *സമ്പന്നനായ ക്ഷുരകനെന്ന* ഈ പുസ്തകത്തെ തരംതരിക്കാം ....ദിനം പ്രതിയുള്ള ജീവിതത്തിൽ കൂടുതൽ നിയന്ത്രണവും പ്രയോജനവും സമനിലയുമുണ്ടാക്കാനുള്ള കാതലായ ആശയങ്ങളെ കുറിച്ച് ഉൾക്കാഴ്ചയുള്ള സന്ദേശങ്ങളാണിതിലുള്ളത്. *ഇൻവെസ്റ്റുമെന്റ് എക്സിക്യൂട്ടീവ്.*

.....ഒരു നിധി-ശരിയായ വിജയത്തിനും സന്തോഷത്തിനും വേണ്ട പ്രൗഢവും ശക്തവുമായ പ്രമാണസൂത്രം. കാലങ്ങളുടെ അറിവിനെ പിടിച്ച ടുക്കി പ്രക്ഷുബ്ധമായ കാലഘട്ടത്തിൽ അതിനെ പ്രാധാന്യവത്കരിച്ചിരിക്കുന്നു. എനിക്കതിനെ അടിച്ചമർത്താൻ കഴിയുന്നില്ല. *നെവർ ഫിയർ, നെവർ ക്വിറ്റ്* എന്നതിന്റെ രചയിതാവ് ജോ ടൈ.

ഒരാളുടെ കഴിവുകളിലേയ്ക്കെത്താനുള്ള ലളിതമായ നിയമങ്ങൾ. - *ദി ഹാലിഫാക്സ് ഡെയ്‌ലി ന്യൂസ്.*

ജീവിതത്തെ സമ്പന്നമാക്കാൻ കഴിവുള്ള പാഠങ്ങൾ പങ്കുവയ്ക്കുന്ന മനോഹരമായ കഥ.

*ദി അൾട്ടിമെറ്റ് പവറി*ന്റെ രചയിതാവ് കെൻ വെഗോറ്റ്സ്കി.

ആരുടെ ജീവിതത്തിന്റെ നിലവാരം ഉയർത്താൻ കഴിവുള്ള ലളിതവും അദ്ഭുതാവഹവുമായ ആശയങ്ങൾ വെളിപ്പെടുത്തുന്ന അതിമനോഹരമായി കട ഞ്ഞെടുത്ത ദൃഷ്ടാന്തകഥ. എന്റെയെല്ലാ രക്ഷിതാക്കൾക്കും ഈ പുസ്തക രത്നത്തെ ഞാൻ ശുപാർശ ചെയ്യുന്നു. *കാരറ്റ് കൺസൾട്ടിങ്ങ് ഇന്റർനാഷണലി*ന്റെ പ്രസിഡന്റ് ജോർജ് വില്യംസ്.

ആദ്ധ്യാത്മിക പാതയിലൂടെയുള്ള വ്യക്തിപരമായ സഫലീകരണമാണ് റോബിൻ ശർമ്മ നല്കുന്നത്. *ദി ഒട്ടാവ സിറ്റിസൺ.*

പുരാതനവും സമകാലികവുമായ പാണ്ഡിത്യത്തെ വായനക്കാരനു മനസ്സിലാകുന്ന രീതിയിൽ റോബിൻ ആവരണം ചെയ്തിരിക്കുന്നു. വ്യക്തിപരമായ നേട്ടങ്ങൾ കൈവരിക്കാനായി സ്വയം ചെയ്യാനുള്ള നടപടികൾക്ക് ഓരോ പടിയും പട്ടികവത്കരിച്ചിരി ക്കുന്നു. വിജയത്തിന്റെ രഹസ്യങ്ങളിൽ ശാരീരിക ക്ഷമതയും മനസ്സിന്റെ സമനിലയും ഉൾപ്പെടും. ലേസർ രശ്മി പോലെ ശക്തമാണ് റോബിന്റെ സന്ദേശം, അദ്ദേഹത്തിന്റെ വാക്കുകൾ മാന്ത്രികവും. *ദി ഹിന്ദു.*

ബിസ്സിനസ്സിലും ജീവിതത്തിലും നേതൃത്വപാടവം നല്കുന്നവരിൽ റോബിൻ ശർമ്മയ്ക്ക് ആശയവിനിമയത്തിലുള്ള അതിപ്രാവീണ്യം അദ്ദേഹത്തെ അഗ്രഗണ്യനാക്കുന്നു. *ദി ടൈംസ് ഓഫ് ഇന്ത്യ.*

എല്ലാവരും നേതാക്കന്മാരാണ്.........തൊഴിലിൽ പുതിയ നേതൃത്വപാടവം പ്രകടിപ്പിക്കുന്നവർ കൂടുതൽ ആദരവും തൊഴിലിന്റെ ക്രിയാത്മകമായ അനുഭവവും നേടും. ജീവിതത്തിന്റെ സമസ്ത രേഖകളെയും കോർത്തിണക്കുന്നതിൽ വിജയിക്കുന്നയൊരു വിശ്വാസിയാണ് റോബിൻ. വലിയ കായികതാരങ്ങളും ഹോളിവുഡിലെ പല പ്രശസ്തരും അദ്ദേഹത്തിന്റെ പുസ്തകത്തെ അംഗീകരിച്ചിട്ടുണ്ട്. *ദി ഇക്കണോമിക്ക് ടൈംസ്*

എംഡിമാരും സിനിമാതാരങ്ങളും മുതൽ വ്യവസ്ഥാപകരിലും കാര്യനിർവ്വാഹകരിലുംവരെ സ്വാധീനം ചെലുത്താൻ അദ്ദേഹത്തിന്റെ സമ്മേളനങ്ങൾക്ക് കഴിഞ്ഞിട്ടുണ്ട്. ദീപക് ചോപ്ര കുറച്ചുകൂടി ആദ്ധ്യാത്മികമായ എഴു

ത്തുകാരനാകുമ്പോൾ റോബിൻ കൂടുതൽ പ്രായോഗികവും തത്ത്വങ്ങളെ ലളിതവത്ക്കരിക്കാൻ നോക്കുന്ന വ്യക്തിയുമാണ്. *ദി ഇന്ത്യൻ എക്സ്പ്രസ്.*

അന്താരാഷ്ട്ര തലത്തിൽ ഏറ്റവും കൂടുതൽ വില്പന നേടുന്ന രചയിതാവാണിന്ന് റോബിൻ ശർമ്മ, അവഗണിക്കാൻ സാധിക്കാത്തയൊരു ശക്തി. *സിറ്റി ഇന്ത്യൻ എക്സ്പ്രസ്.*

ആസ്വാദ്യകരമായ വ്യക്തിയും, പുഞ്ചിരിക്കുന്ന മുഖവും വ്യക്തപരമായ യോജിപ്പും നിലനിർത്താനുള്ള കഴിവുള്ള റോബിൻ ശർമ്മ അംഗീകരിക്കാൻ ശ്രമിക്കുന്നുണ്ടെങ്കിലും വലിയൊരു പരിശീലന ഗുരുവായി അദ്ദേഹം മാറിയതെന്തു കൊണ്ടാണെന്ന് മനസ്സിലാക്കാൻ പ്രയാസമില്ല. *ദി ഫ്രീ പ്രസ്സ് ജേർണൽ.*

കൂടുതൽ സഫലീകൃതമായ ജീവിതത്തെ ഒന്നൊന്നായി സകലതിൽ നിന്നും വിട്ടുമാറുന്ന വിജയിയായ ഒരു അഭിഭാഷകന്റെ പ്രചോദനപരവും ലളിതവുമായ കഥയാണിത്. കൂടുതൽ അർത്ഥസമ്പൂർണ്ണതയുടെയും സന്തോഷത്തിന്റെയും സഫലീകരണത്തിന്റെയും മഹത്തായൊരു അറിവിനു വേണ്ടിയുള്ള ഒടുങ്ങാത്ത ആഗ്രഹമിതിലുണ്ട്. *ഡിഎൻഎ*

തന്റെയെല്ലാ പുസ്തകങ്ങളിലും റോബിൻ ശർമ്മ ഒരെ ക്രിയാത്മകമായ ഊർജ്ജത്തെയാണ് പ്രസരിപ്പിക്കുന്നത്. ബിസിനസ്സോടും സ്വാശ്രയത്തോടും വൈകാരിക ബന്ധമാണ് അദ്ദേഹം പുലർത്തുന്നത്.....സംഘടിതമായ സമ്മേളനങ്ങൾ നടത്തുമ്പോൾ പ്രത്യേകിച്ചും തന്റെ അനുഭവങ്ങൾ ധാരാളംപേരെ സഹായിച്ചിട്ടുണ്ടെന്ന് റോബിൻ ശർമ്മ സത്യത്തിൽ വിശ്വസിക്കുന്നു. *ദി ഏഷ്യൻ ഏജ്.*

ഇയാൾ ശുദ്ധനാണെന്ന ധാരണയോടെയല്ലാതെ റോബിനെ സന്ധിക്കുന്നയാർക്കും തിരിച്ചു വരാനാകില്ല. *ഡെക്കൻ ഹെറാൾഡ്.*

പഴയ ഇസ്രയേലി പ്രധാനമന്ത്രിയും നോബൽ സമ്മാന ജേതാവുമായ സൈമൺ പെരസ്, മൈക്കൽ യിവൊ, റിക്കി മാർട്ടിൻ എന്നിവർ പ്രശസ്ത സ്വാശ്രയത്വഗുരുവായ റോബിൻ ശർമ്മയുടെ പുസ്തകത്തെ അംഗീകരിച്ചിട്ടുണ്ട്. *വിജയ് ടൈംസ്.*

വായനക്കാരെ ശർമ്മ ബോധോദയത്തിലേയ്ക്ക് നയിക്കുന്നു. *ദി ക്രോണിക്കിൾ ഹെറാൾഡ്*

പ്രചോദനദായകരായായ പ്രഭാഷകരുടെ പരിഭ്രമണത്തിലെ ബഹുലമായ പേരാണ് അദ്ദേഹത്തിന്റേതെങ്കിലും ഗുരുവെന്ന് അറിയപ്പെടാൻ അദ്ദേഹം ആഗ്രഹിക്കുന്നില്ല. അതിൽ വിവേകമുണ്ട്. സംഘടിതമായ പരിശീലകനെന്ന നിലയിൽ അന്തരാഷ്ട്ര നിലവാരമുള്ള സംഘടനയുടെ സ്ഥാനം നിലനിർത്താൻ അദ്ദേഹത്തിന്റെ വീക്ഷണവും കഴിവുമാണ് ഭാരതീയനേതാക്കൾ തിരഞ്ഞെടുക്കുന്നത്. *ദി ന്യൂ ഇന്ത്യൻ എക്സ്പ്രസ്സ്.*

ലീഡർഷിപ്പ് വിസ്ഡം ഫ്രം ദി മോങ്ക് ഹു സോൾഡ് ഹിസ് ഫെറാറിക്കുള്ള അംഗീകാരം

ഈ വർഷത്തിലെ മികച്ച ബിസിനസ്സ് പുസ്തകങ്ങളിലൊന്ന *പ്രോഫിറ്റ് മാസിക.*

.....വളരെ വിജ്ഞാനപ്രദവും, വായിക്കാൻ ലളിതവും അങ്ങെയറ്റം പ്രയോജനപ്രദവും.. ഞങ്ങളുടെ കാര്യനിർവ്വാഹക സംഘത്തിലെ സകലർക്കും കൂടാതെ സ്റ്റോർ നടത്തിപ്പിക്കാർക്കു വരെ ഞങ്ങളിതിന്റെ പകർപ്പ് വിതരണം ചെയ്തു കഴിഞ്ഞു. അവരുടെ പ്രതികരണം വളരെ ക്രിയാത്മകമായിരുന്നു. *ഷോപ്പേഴ്സ് ഡ്രഗ് മാർട്ട് സി ഇ ഒഡേവിഡ് ബ്ലൂം.*

ഇന്നത്തെയേറ്റവും സമ്മർദ്ദദായകമായ നേതൃത്വപ്രശ്നങ്ങൾക്കുള്ള പരിഹാരം വളരെ വൃത്തിയോടെയും ലളിതമായും പ്രകടിപ്പിക്കാനുമുള്ള കഴിവ് റോബിൻ ശർമ്മയ്ക്കുണ്ട്. ബിസിനസ്സുകാർ വളരെയധികം ജൽപ്പനങ്ങൾ അഭിമുഖീകരിക്കേണ്ടി വരുന്ന ഇക്കാലത്ത് ഇത് ഉന്മേഷപ്രദമാണ്. *സെലസ്റിറിക് ലേണിംങ് സെന്റർ കാര്യനിർവ്വാഹകൻ അയൻ ടർണർ.*

അറിവിന്റെയും സാമാന്യബുദ്ധിയുടെയും സുവർണ്ണ നിധിയാണ് ഈ പുസ്തകം. *പാശ്ചാത്യ ഒൺടാറിയോ സർവകലാശാലയ്ക്ക് കീഴിലുള്ള റിച്ചാർഡ് ഐവെ ബിസിനസ്സ് സ്കൂളിലെ ഡീൻ ലാറി താപ്.*

ഏതൊരു ബിസിനസ്സ്കാരനെയും കൂടുതൽ ഫലപ്രദമായ ജീവിതം നയിക്കാൻ സഹായിക്കുന്ന ഏറ്റവും മികച്ച പുസ്തകം *ജിം ഓ നീൽ,കാര്യനിർവ്വഹണ മേധാവി, ജില്ലാ വിപണന വിഭാഗം, ലണ്ടൻ ലൈഫ്.*

ബിസിനസ്സിൽ സമനില പാലിക്കാനുള്ള വഴിയാണ് സന്യാസിമാർ കാണിച്ചു തരുന്നത്......ഈ പുസ്തകം പ്രവർത്തിക്കുന്നു........ *ദി ടൊറന്റോ സ്റ്റാർ.*

മികച്ച വില്പന നേടിയ പുസ്തങ്ങളുടെ പട്ടികയിൽ ഉയർന്ന സ്ഥാനം കൈവരിക്കാനുള്ള പ്രയാണമാണ് *ദി മോങ്ക് ഹു സോൾഡ് ഹിസ് ഫെറാറിയിൽ* നിന്നുള്ള നേതൃത്വ ജ്ഞാനത്തിന്റേത്. *ഇൻവെസ്റ്റ് മെന്റ് എക്സിക്യൂട്ടീവ്.*

വീക്ഷണമുള്ള നേതാവാക്കി നിങ്ങളുടെ കച്ചവടത്തെ മാറ്റത്തിന്റേതായ കാലത്ത് പിടിച്ചു നിൽക്കാവുന്ന ഉൾക്കാഴ്ച വായനക്കാരന് നൽകുകയെന്ന താണ് റോബിൻ ശർമ്മയുടെ ദൗത്യം. *സെയിൽസ് പ്രമോഷൻ മാസിക.*

പാശ്ചാത്യവും പൗരസ്ത്യരുമായ തത്ത്വചിന്തകരുടെ അറിവിനെ സംയോജിപ്പിച്ച് ശർമ്മ അതിനെ ബിസിനിസ്സ് ലോകത്ത് പ്രായോഗികമാക്കുന്നു. *ദി ലിബറൽ.*

അതിസങ്കീർണ്ണവും ദ്രുതഗതിയിൽ മാറ്റവും സംഭവിക്കുന്ന ലോകത്തെ പിരിമുറുക്കങ്ങൾ എങ്ങനെ കൈകാര്യം ചെയ്യാമെന്ന് പഴയകാല ഗുരുക്കൻമാരിൽ നിന്നുമുൾക്കൊണ്ട പാഠങ്ങൾ ശർമ്മ ഉപയുക്തമാക്കുന്നു. *ദി റെഡ് ഡിയർ അഡ്വക്കേറ്റ്.*

കുടുംബ വിജ്ഞാനം

ദി മങ്ക് ഹു സോൾഡ് ഹിസ് ഫെറാറിയിൽ നിന്നും

Family Wisdom

കുടുംബ വിജ്ഞാനം

ദി മങ്ക് ഹു സോൾഡ് ഹിസ് ഫെറാറിയിൽ നിന്നും

Family Wisdom

NOW IN MALAYALAM

റോബിൻ ശർമ്മ

ജയ്കോ പബ്ളിഷിങ്ങ് ഹൗസ്

അഹമ്മദാബാദ് ബാംഗ്ലൂർ ചെന്നൈ
ഡൽഹി ഹൈദരാബാദ് കൊൽക്കട്ട മുംബൈ

Published by Jaico Publishing House
A-2 Jash Chambers, 7-A Sir Phirozshah Mehta Road
Fort, Mumbai - 400 001
jaicopub@jaicobooks.com
www.jaicobooks.com

Published in arrangement with
HarperCollins Publishers Ltd
Toronto, Canada

FAMILY WISDOM FROM
THE MONK WHO SOLD HIS FERRARI
കുടുംബ വിജ്ഞാനം
ISBN 978-81-8495-111-0

മൊഴിമാറ്റം: ജിബു ജമാൽ

First Jaico Impression: 2010
Fourth Jaico Impression (New Cover): 2019

Printed by
Repro India Limited, Mumbai

എന്റെ അതിസമർത്ഥരായ മക്കൾ കോൾബിയ്ക്കും ബയൻക്കയ്ക്കും വേണ്ടി ഞാനീ പുസ്തകം സമർപ്പിക്കുന്നു. എന്റെ ജീവിതത്തിലെ മഹത്തായതും ബുദ്ധിയുള്ളതുമായ രണ്ട് അദ്ധ്യാപകരാണവർ. ഞാൻ നിങ്ങളെ വളരെയേറെ സ്നേഹിക്കുന്നു.

എന്റെ പ്രിയസുഹൃത്തും സഹപ്രവർത്തകനുമായ ജോർജ്ജ് വില്യംസിന് ഞാനീ പുസ്തകം സമർപ്പിക്കുന്നു. പല ജീവിതങ്ങളെ തൊട്ടറിഞ്ഞുവെങ്കിലും അദ്ദേഹം വളരെ നേരത്തെ നമ്മെ വിട്ടുപോയി.

അവസാനം, നിങ്ങളെന്ന വായനക്കാരന് ഞാനീ പുസ്തകം സമർപ്പിക്കുന്നു. വിവേകിയായ വ്യക്തിയും, മെച്ചപ്പെട്ടൊരു രക്ഷിതാവും മഹത്വപൂർണ്ണവും മികവുറ്റതുമായ ജീവിതം നയിക്കാൻ മക്കളെ പ്രാപ്തരാക്കുന്ന വ്യക്തികളായും മാറാൻ ഈ താളുകളിലെ പാഠങ്ങൾ നിങ്ങൾക്ക് പ്രചോദനമാകട്ടെ.

നൂറു വർഷങ്ങൾക്ക് ശേഷമെന്റെ ബാങ്ക് നിക്ഷേപമെത്രയെന്നത് കാര്യമാകില്ല. ഞാൻ ജീവിച്ചിരുന്ന വീടോ വാഹനമോയൊന്നും പ്രശ്നമാകില്ല. പക്ഷെയൊരു കുട്ടിയുടെ ജീവിതത്തിൽ പ്രധാനസ്ഥാനം നേടിയാൽ ഈ ലോകം വ്യത്യസ്തമാകും.

അജ്ഞാതനായ ഗ്രന്ഥകാരൻ

അവശേഷിക്കുന്ന ഹൃദയങ്ങളിൽ ജീവിക്കുകയെന്നാൽ
അമരത്വം നേടുകയെന്നാണ്

തോമസ് ക്യാംബെൽ

ഉള്ളടക്കം

കൃതജ്ഞത

ആദ്യമായി ദി മോങ്ക് ഹു സോൾഡ് ഹിസ് ഫെറാറി പരമ്പരയിൽപ്പെട്ട പുസ്തകം വായിച്ച് തങ്ങളുടെ ജീവിതത്തിൽ മാത്രമല്ല, മറ്റുള്ളവരുടെ ജീവിതത്തെയും സമ്പന്നമാക്കാനായി അതിലെ അറിവ് പ്രയോജനപ്പെത്താനുള്ള വിവേകം കാണിച്ച സകലർക്കും ഞാൻ നന്ദി പറയട്ടെ. ഞാൻ നൽകിയ പാഠങ്ങൾ നിങ്ങളുടെ ജീവിതയാത്രയിൽ എങ്ങനെ സഹായകമായിയെന്ന് അറിയുന്ന കത്തുകളെയും ഇമെയിലുകളേയും ഞാൻ സ്വാഗതം ചെയ്യുന്നു. മാറാനും വളരാനും പരിവർത്തനം ചെയ്യാനുള്ള നിങ്ങളുടെ ധൈര്യത്തെ ഞാൻ അംഗീകരിക്കുന്നു.

ഈ പുസ്തങ്ങളൊക്കെ എഴുതാൻ എനിക്ക് പിന്തുണയും പ്രോത്സാഹനവും പ്രചോദവും നൽകിയ ഹാർപ്പർ കോളിൻസിലെ സുഹൃത്തുക്കൾക്ക് എന്റെ പ്രത്യേക നന്ദി. ഐറിസ് ടുഫോൾമ്, ക്ലോഡ് പ്രിമ്യു, ജൂഡി ബ്രൺസെക്, ഡേവിഡ് മില്ലർ,ലോയിഡ് കെല്ലി,എന്റെ പ്രസിദ്ധീകരണ വിദഗ്ദ്ധ ഡോറി പോർട്ടർ, മാരി ക്യാംബെൽ, നീൽ എറിക്സൺ, പോളിൻ തോംപ്സൺ, പിന്നെ ഉൾക്കാഴ്ചയും പ്രാഗല്‌ഭ്യവും സൂഷ്മതയുള്ള ഗ്രന്ഥ പരിശോധകനായ നിക്കോൾ ലാങ്കോയിസിനോടുമുള്ള എന്റെ കടപ്പാട് ഞാൻ അറിയിക്കുന്നു.

ഉയർന്ന സമർപ്പണബോധത്തോടെ പ്രവർത്തിച്ച കാര്യനിർവ്വാഹക ആൻ ഗ്രീനിനെ ഈ പുസ്തകമെഴുതി കൊണ്ടിരിക്കുമ്പോൾ എന്റെ ദിനപര്യകളെ നന്നായി ക്രമീകരിച്ചതിന് പ്രശംസിച്ചേ പറ്റൂ. തന്റെ സന്ദേശത്തിനൊപ്പം ജീവിക്കുന്ന റിച്ചാർഡ് കാൾസൺ, ഈ ലോകത്ത് നിന്നും പിൻവാങ്ങി ഈ പുസ്തകമെഴുതാൻ അതിശയപ്പിക്കുന്ന പശ്ചാത്തലമൊരുക്കാൻ വേണ്ടി തന്റെ പുഴയോര വസതി വിട്ടു തന്ന മാൽക്കോം മക്കിലോപ്പിനും എന്റെ നന്ദി. ജെറി വെയ്നർ, എഡ് കാർസൺ, ലോറൺ ക്ലാർക്ക് എന്നിവർക്ക് എന്നെ പടുത്തുയർത്തുന്ന പ്രവാഹത്തിൽ നിലനിർത്തി തന്നതിന് നന്ദിയുണ്ട്. എന്റെ നേതൃ

ത്വപാടവ സന്ദേശങ്ങൾ നിങ്ങളുടെ സമ്മേളനങ്ങളിൽ പങ്കുവയ്ക്കാനുമുള്ള അവസരം നല്കുന്നതിനും നിങ്ങളുടെ സംരംഭത്തിന്റെ ആത്മാവായി സ്ഥിതി ചെയ്യുന്ന വ്യക്തികളെ തിരിച്ചറിയാനുള്ള വിവേകം കാണിക്കുന്നതിനും നന്ദി. ഒരു വെളിച്ചമായി വർത്തിച്ചതിന് ജിൽ ഹ്യൂലറ്റിന് ഹൃദയശൂന്യമായ നന്ദി. ശിവും ശശിവർമ്മയുമെന്ന എന്റെ രക്ഷകർത്താക്കൾക്ക് ഗാഢമായ നന്ദി. മികച്ച രക്ഷകർത്താക്കളായി മാതൃക കാണിച്ചതിനും എന്നിൽ വർഷിച്ച സ്നേഹത്തിനും അനുകമ്പയ്ക്കും പിന്തുണയ്ക്കും ആവശ്യമുള്ളപ്പോഴൊക്കെ പിന്തുണച്ച എന്റെ സഹോദരൻ സഞ്ജയനോടും സഹോദര പത്നി സൂസനോടും എനിക്ക് വലിയ കടപ്പാടുണ്ട്.

അവസാനമായി, ഇത്രയ്ക്കും സന്തോഷം നല്കിയതിന് എന്റെ രണ്ട് മക്കൾ കോൾബിയ്ക്കും ബയൻകയ്ക്കും നന്ദി.

എന്റെ മഹത്തായ തിരിച്ചറിവ്

നമ്മുടെ ശ്രേഷ്ഠമായ നിമിഷങ്ങളിൽ ദർശിക്കാറുള്ള സ്ഥിതിയിലെത്താൻ നമുക്ക് പൊതുവെ ഭയമാണ്.
എബ്രഹാം മാസ്‌ലോ

ജീവിതത്തിന്റെ ദുഃഖകരമായ അവസ്ഥ മരണത്തിലല്ല, മറിച്ച് ജീവിച്ചിരിക്കുമ്പോൾ ശരിയായി ജീവിതം നയിക്കാനുള്ള പരാജയത്തിലാണ്. നമ്മിലെ മനുഷ്യത്വത്തെ വെളിച്ചം പോലും കാണിക്കാതെ ജീവിതത്തെ ഗൗരവമില്ലാതെ വീക്ഷിക്കുന്നവരാണ് നമ്മളിൽ പലരും. ജീവിതാവസാനം എത്ര കളിപ്പാട്ടങ്ങൾ ശേഖരിച്ചുവെന്നതിലോ എത്ര പണമുണ്ടാക്കിയെന്നതിലൊ അല്ല കാര്യമെന്ന് ഞാൻ പഠിച്ചുകഴിഞ്ഞു. പ്രപഞ്ചത്തിന്റെ മൂല്യവർദ്ധനവിനായി എത്രത്തോളം കഴിവുകൾ നമ്മൾ പ്രയോജനപ്പെടുത്തിയെന്നതാണ് കാര്യം. നാം സ്വാധീനിച്ചിട്ടുള്ള ജീവിതങ്ങളും അവശേഷിപ്പിക്കുന്ന പൈതൃകവും ശരിക്കും പ്രാധാന്യമർഹിക്കുന്നു. മറ്റുള്ളവർക്കു വേണ്ടി ജീവിക്കുമ്പോഴാണ് നാം നമുക്കായി ജീവിക്കുന്നത് എന്ന് ടോൾസ്റ്റോയി മനോഹരമായി പരാമർശിക്കുന്നു.

വിവേകത്തിന്റെ ഈ ചെറുകണം കണ്ടുപിടിക്കാൻ ഞാൻ നാല്പതുവർഷമെടുത്തു. വിജയത്തിന് പിറകെ പായുന്നതിൽ കാര്യമില്ലെന്ന് മനസ്സിലാക്കാൻ 40 നീണ്ട വർഷങ്ങൾ. മറ്റുള്ളവരുടെ ജീവിതങ്ങളെ സമ്പുഷ്ടമാക്കാൻ ജീവിതം ചിലവഴിക്കുമ്പോൾ അപ്രതീക്ഷിതമായി അനിവാര്യതയോടെ ഒഴുകിയെത്തുന്ന ഉപോൽപ്പന്നമാണ് വിജയം. ജീവിക്കാനുള്ള നിർബന്ധബുദ്ധിയിൽ നിന്നും സേവിക്കാനുള്ള ആയുഷ്ക്കാല മനോഭാവത്തിലേക്ക് ശ്രദ്ധ

കേന്ദ്രീകരിക്കുന്നതോടെ നിങ്ങളുടെ നിലനില്പ്പിന് വിജയത്തിലേക്ക് പരിവർത്തനം ചെയ്യപ്പെടാതിരിക്കാനാവില്ല.

പത്രങ്ങളുടെയും ബിസിനസ്സ് മാസികകളുടെയും ആദ്യതാളുകളിൽ വരുന്ന രീതിയിലുള്ള പ്രൗഢഗംഭീരമായ അംഗവിക്ഷേപങ്ങളിലല്ല, പകരം അനുദിനം അനുവർത്തിക്കാൻ വിശേഷഭാഗ്യം സിദ്ധിച്ചിട്ടുള്ള ഉചിതവും അടിസ്ഥാനപരവുമായ പ്രവർത്തികളിലാണ് മനുഷ്യജീവിതത്തിന്റെ യഥാർത്ഥ സഫലീകരണം. അത് മനസ്സിലാക്കാൻ ജീവിതത്തിന്റെ പകുതി സമയം എനിക്ക് കാത്തിരിക്കേണ്ടി വന്നു. മാനവഹൃദയങ്ങളുടെ പ്രധാനമാർക്ഷദർശിയായ മദർ തെരേസ ഏറ്റവും മനോഹരമായിട്ടാണ് അത് പറഞ്ഞു വെച്ചത്: മഹത്തായ പ്രവൃത്തിയെന്നൊന്നില്ല, മഹത്തായ സ്നേഹത്തോടെ ചെയ്യുന്ന കൊച്ചുപ്രവൃത്തികളാണെല്ലാം. എന്റെ ജീവിതത്തിൽ വളരെ പണിപ്പെട്ടാണ് ഞാനിത് പഠിച്ചത്.

നിലനില്പ്പിനായുള്ള പ്രയത്നത്തിന്റെ തിരക്കിനിടയിൽ വളരെയടുത്ത കാലം വരെ ഞാൻ ജീവിതം നഷ്ടപ്പെടുത്തുകയായിരുന്നു. ജീവിതത്തിലെ വലിയ സന്തോഷങ്ങൾക്ക് പിറകിൽ പായുന്ന തിരക്കിൽ ചെറിയ സന്തോഷങ്ങൾ ഞാൻ വിട്ടുപോയി. പക്ഷേ, അത്തരം സൂക്ഷ്മമായ സന്തോഷങ്ങളാണ് ദിവസേന നമ്മുടെ ജീവിതത്തെ കൂട്ടിയിണക്കുന്നതെങ്കിലും അവ പലപ്പോഴും ശ്രദ്ധിക്കപ്പെടാറില്ല. അനുദിന പ്രവർത്തനങ്ങളുടെ പട്ടികകൾ അതിക്രമിക്കുകയും മനസ്സ് അമിതമായി പ്രവർത്തിച്ചു തുടങ്ങുകയും ചെയ്തപ്പോൾ എന്റെ ആത്മാവിന് പോഷണം നഷ്ടമായി. സത്യം തുറന്നു പറഞ്ഞാൽ, എന്റെ ജീവിതം പുറമെ വിജയം പ്രതിഫലിച്ചുവെങ്കിലും ആന്തരികമായി നോക്കിയാൽ ഞാൻ പൂർണ്ണമായും പാപ്പരായിരുന്നു.

നല്ല കാറും വീടും ഉദ്യോഗക്കയറ്റവുമൊക്കെ ലഭിച്ചാൽ സന്തോഷവുമൊപ്പം എത്തിക്കോളുമെന്ന പഴയകാല വീക്ഷണമായിരുന്നു എനിക്കും. ഹൃദയവിശാലതയും സ്വഭാവമഹിമയും കണക്കാക്കാതെ മടിശ്ശീലയുടെ കനവും ബാങ്ക് അക്കൗണ്ടിന്റെ മൂല്യവും നോക്കിയാണ് ഞാൻ മനുഷ്യരെ വിലയിരുത്തിയിരുന്നത്. ഞാനൊരു നല്ല വ്യക്തിയല്ലായിരുന്നുവെന്നു നിങ്ങൾ പറയുമ്പോൾ ജീവിതം എങ്ങനെ നയിക്കണമെന്നും അതിന്റെ യഥാർത്ഥ മൂല്യങ്ങളെക്കുറിച്ചും ഞാൻ അജ്ഞയായിരുന്നുവെന്ന് എനിക്ക് വേണമെങ്കിൽ വാദിക്കാം. ചിലപ്പോൾ ഞാൻ സമ്പർക്കം പുലർത്തിയിരുന്ന വ്യക്തികളും അത്തരക്കാരായിരിക്കാം. വ്യാപാരലോകത്ത് എനിക്ക് പരിചയമുള്ളവരെല്ലാം ഇതേ തത്ത്വദീക്ഷയുള്ളവരായിരുന്നു. ആശിക്കുന്ന കോണിലെ ഓഫീസ് മുറിയിലേക്കും ഹാംപ്ട

ൺസിലെ വേനൽക്കാല വസതിയിലേക്കും ഫ്രാൻസിലെ വർണ്ണശബളമായ ഹിമതാവളങ്ങളിലുമൊക്കെ നയിക്കുന്ന വിജയത്തിന്റെ ചവിട്ടുപടികൾ കയറുവാനായി ദിവസത്തിന്റെ ഏറ്റവും ശ്രേഷ്ഠമായ മണിക്കൂറുകൾ വിനിയോഗിക്കുന്നവരാണ് നമ്മൾ. പ്രശസ്തിയും അംഗീകാരവും ആദരവും നമ്മൾ ആഗ്രഹിക്കുന്നു. നമുക്ക് മലിനമായ സമ്പന്നതയാണ് ആവശ്യം. എല്ലാത്തിനുമുപരി നമ്മളെ ആവശ്യമുണ്ടെന്ന് വരുത്തുകയെന്നതാണ് നമ്മുടെ ആവശ്യം.

ഒരു അമ്മയാകാനും ഭാവിയിൽ ഒരു കുടുംബത്തെ കരുപിടിപ്പിക്കാനുമൊക്കെയുള്ള ആഗ്രഹമുണ്ടായിരുന്നെങ്കിലും എന്റെ സ്വകാര്യ നിമിഷങ്ങളിലെ സ്വപ്നങ്ങൾ *ഫോർബ്സ്* മാസികയിലോ, *ഫോർട്യൂണിലൊ* വരാൻ പോകുന്ന എന്റെ മുഖചിത്രത്തിനടിയിലായി വരുന്ന വാചകത്തെ ചുറ്റിപ്പറ്റിയായിരുന്നു.

കാതറീൻ ക്രൂസ്: നിയമങ്ങളെല്ലാം കാറ്റിൽ പറത്തി വിജയം കൊയ്തെടുത്ത സി‌ഇ.ഒ. കുട്ടികളോടൊപ്പം സംഘം ചേർന്നുള്ള വിനോദങ്ങളിൽ ആഹ്ലാദം കണ്ടെത്തുന്നതിനെക്കാൾ മിനുസമുള്ള മുഖത്താളിൽ എന്റെ ചിത്രമായിരുന്നു സ്വപ്നങ്ങളിലെല്ലാം. ജീവിതത്തിലെ ഏറ്റവും ശ്രേഷ്ഠമായ ദിനം ഇന്നായിരിക്കും, കോടീശ്വരിയുടെ മനസ്സും പോരാളിയുടെ ഹൃദയവും എനിക്കുണ്ട്. ഓഫീസിലേക്കുള്ള യാത്രാവേളകളിൽ ഞാനിത്തരം ദൃഢപ്രതിജ്ഞകളെടുക്കും. നിങ്ങളിപ്പോൾ തലകുലുക്കുന്നത് എനിക്ക് കാണാം. പക്ഷെ, അക്കാലത്ത് വിജയത്തിന് വേണ്ടി ഞാനെന്തും ചെയ്യാനൊരുക്കമായിരുന്നു. അന്നെനിക്ക് വിജയം അത്യന്താപേക്ഷിതമായിരുന്നു. ആളുകളെന്തെന്നോട് പറയാൻ പറഞ്ഞാലും ഞാൻ പറയും; എന്തു ചെയ്യാൻ പറഞ്ഞാലും ചെയ്യും. മാർഗ്ഗതടസ്സം സൃഷ്ടിക്കുന്നവരാരായാലും അവരുടെ കാലക്കേടാണ്. ഞാനവരുടെയൊക്കെ മെക്കിട്ട് കയറും. അന്നത്തെ ഞാനെന്ന വ്യക്തിയെക്കുറിച്ച് എനിക്ക് മതിപ്പുണ്ടായിരുന്നുവെന്ന് ഞാൻ പറയില്ല. അന്ന് ഞാനങ്ങനെയായിരുന്നുവെന്ന് നിങ്ങളോട് പറഞ്ഞുവെന്ന് മാത്രം. അന്നെന്റെ ഹൃദയത്തിന്റെ കാഠിന്യവും നിഷ്ക്കരുണയും ഉൽക്കർഷേച്ഛയും മുന്നേറാനുള്ള പ്രേരണയും ഒരു ന്യൂനതയായിരുന്നു. എനിക്ക് വേണ്ടി ഞാൻ സൃഷ്ടിച്ചെടുത്ത ലോകത്ത് നിലനിന്നു പോകാനുള്ള ശ്രമത്തിനിടയിൽ വൈകാരികമായ വശത്തെ ഞാൻ മൂടികളഞ്ഞു.

എന്റെ ജീവിതത്തെ നിർവചിച്ചിരുന്നത് എന്റെ ഉദ്യോഗമാണ്. ബിസിനസ്സിൽ വിജയത്തിന്റെ പരകോടി കാണുകയെന്നതാണ് എന്റെ നിയോഗമെന്ന് ഞാൻ വിശ്വസിച്ചു. എന്റെ ഓഫീസിന്റെ മതിലിൽ പതിച്ചിരുന്ന ഹെന്റി വാഡ്സ്‌വർത്ത് ലോങ്ങ്ഫെ

ലോവെന്ന മഹാനായ ഇംഗ്ലീഷ് കവിയുടെ വാക്കുകളിൽ ഇതെല്ലാം ഉൾക്കൊള്ളുന്നുണ്ടെന്നാണ് എന്റെ വിശ്വാസം. അതിങ്ങനെയാണ്:

ജീവിതത്തെ പുകൾപെറ്റതാക്കാമെന്ന്
മഹത് വ്യക്തികളുടെ ജീവിതം നമ്മളെ ഓർമ്മിപ്പിക്കുന്നു.
വിടചൊല്ലുമ്പോൾ സമയമാകുന്ന പൂഴിമണലിൽ
നമുക്കാ കാൽപ്പാടുകൾ അവശേഷിപ്പിക്കാം.

അഭ്യുദയകാംക്ഷികളായ ബിസിനസ്സ് അധ്യാപകന്മാരും ചുവടുറപ്പിച്ച വിദഗ്ദ്ധരുമൊക്കെ എപ്പോഴും വിളമ്പുന്ന ദോഷത്തരങ്ങളിൽ തേനൊലിപ്പിക്കുന്നവയാണ് പ്രഥമസ്ഥാനം ജനങ്ങൾക്ക്, നിങ്ങളെത്രത്തോളം അവരിൽ തല്പരനാണെന്ന് മനസ്സിലാകുന്നതുവരെ അവർ നിങ്ങളിൽ താല്പര്യം കാണിക്കില്ല എന്നതുമൊക്കെ. ആത്മാർത്ഥതയില്ലാത്ത ഇത്തരം ഭംഗിവാക്കുകൾ ഞാനും എം.ബി.എ. കോളേജിലെ എന്റെ സഹപാഠികളും പഠിച്ചെടുത്തു. എത്രപേരെ ചവിട്ടിതാഴ്ത്തേണ്ടി വന്നാലും സ്വന്തം ലക്ഷ്യങ്ങളും സ്വപ്നങ്ങളും ആഗ്രഹങ്ങളും നേടിയെടുക്കാനായി എന്തും ചെയ്യാനുള്ള ആസക്തി ഞങ്ങളിൽ അന്തർലീനമായിരുന്നു. തൊഴിൽപരമായ ഉന്നതിയ്ക്കും സത്യത്തിനും വേണ്ടിയുള്ള പരക്കംപാച്ചിലുകൾക്കിടയിൽ ഞങ്ങൾ ഞങ്ങളുടെ ആത്മാവിനെ ത്യജിച്ചു. സകലതും ഞങ്ങൾ തൊഴിലിനു വേണ്ടി സമർപ്പിച്ചു. ആദ്യകാലങ്ങളിൽ ശരിക്കും രസമായിരുന്നെങ്കിലും ഇപ്പോഴതു സമ്മതിക്കാൻ എനിക്ക് വൈമുഖ്യമുണ്ട്.

ക്ലാസിലെ ഏറ്റവും മിടുക്കനായ വിദ്യാർത്ഥിയെന്ന നിലയിൽ ഭൂഗോളത്തിലെ പരമശ്രേഷ്ഠമായ കമ്പനികളിൽ ജോലി കണ്ടെത്താൻ എനിക്ക് അവസരമുണ്ടായി. നിഷേധഭാവം എന്നിൽ ചെറുതായി പ്രകടമായിരുന്നതു കൊണ്ട് അത്തരം കമ്പനികളുടെ ആറക്കശമ്പള വാഗ്ദാനങ്ങൾ ഞാൻ നിരസിച്ചു. എന്റെ നടപടികൾ അമ്മയുടെ മനോവ്യഥ വർദ്ധിപ്പിച്ചു. എന്റെ സമനില തെറ്റിയെന്നുവരെ അവർ കരുതി.

അധികമാരും സഞ്ചരിക്കാത്ത പാതകൾ തെരഞ്ഞെടുക്കുന്ന ഒരു അദ്ധ്യാപകൻ എനിക്ക് പ്രിയപ്പെട്ടവരിലൊരാളായിരുന്നു. അദ്ദേഹത്തിന്റെ ഉപദേശം ഞാൻ ഓർക്കുന്നു: ഉദ്യോഗം തിരഞ്ഞെടുക്കുമ്പോൾ ഈ കമ്പനിയിൽ ജോലി ചെയ്യാൻ ഞാനിഷ്ടപ്പെടുമോയെന്ന് ചോദിക്കുന്നതിന് പകരം എനിക്ക് ഉടമയാകാൻ താല്പര്യമുള്ള കമ്പനിയാണോയിതെന്ന് ചോദിക്കുക. അവ

സാനം വലിയ പേരെടുക്കാത്ത സാമ്പത്തിക സേവനരംഗത്തെ ഒരു സ്ഥാപനത്തിലെ ഭരണനിർവ്വാഹക സ്ഥാനം ഞാനേറ്റെടുത്തു. ആ കമ്പനിക്ക് പ്രബലമായ വളർച്ചാ സാധ്യതയുണ്ടായിരുന്നു. തീരെ താല്പ്പര്യമില്ലാത്ത ഉദ്യോഗാർത്ഥിയെ ആകർഷിക്കാൻ വേണ്ടിയൊരിക്കലും ഓഹരി പങ്കാളിത്തത്തിന്റെ ശക്തി കുറച്ചു കാണിക്കരുത്.

ജീവിതത്തിലെ അടുത്ത കുറച്ച് വർഷങ്ങൾ ഞാൻ ചില വാക്കേണ്ട എഴുപതു നിലയുള്ള സ്ഫടികലോഹ മിശ്രിതത്താൽ നിർമ്മിതമായ കൂറ്റൻ ഓഫീസ് കെട്ടിടത്തിന്റെ ഭൂഗർ പാർക്കിങ്ങ് മേഖലയിലൂടെ എല്ലാ ദിവസവും രാവിലെ കൃത്യം അഞ്ചേകാലിന് എന്റെ കറുപ്പുനിറമുള്ള തിളങ്ങുന്ന മെഴ്സിഡസ് പായുമായിരുന്നു. പുതിയ തൊഴിലുടമ എനിക്ക് നല്കിയ ആദ്യത്തെ ആദായമായിരുന്നു കാറും. ഒരു കൈയ്യിൽ *ദി വാൾ സ്ട്രീറ്റ് ജേർണലിന്റെ* പുതിയ പതിപ്പും മറുകൈയ്യിൽ അമേരിക്കൻ ചീങ്കണ്ണിയുടെ ചർമ്മം കൊണ്ട് നിർമ്മിച്ച സ്യൂട്കേസുമായി ഞാൻ ലിഫ്റ്റ് സമുച്ചയത്തിലേക്ക് നീങ്ങും, അതിൽ അറുപത്തിരണ്ടാം നിലയിലെ എന്റെ ഓഫീസിലേയ്ക്ക്. അതായിരുന്നു എന്റെ ശരിയായ വീട്.

അവിടെയെത്തിക്കഴിഞ്ഞാൽ സന്ദേശങ്ങൾ പരിശോധിച്ച ശേഷം ആവശ്യമുള്ള ഫോൺ കോളുകൾ നടത്തും. അലങ്കോലപ്പെട്ട്, ഉത്കണ്ഠ നിറഞ്ഞ അടുത്ത പതിനാറോ പതിനെട്ടോ മണിക്കൂറുകൾ ചിലവാക്കേണ്ടത് അവിടെയാണ്. മുപ്പത്തിയഞ്ച് വയസ്സിന് മുമ്പ് ചുരുങ്ങിയ കാലയളവിൽ തന്നെ, ഡിവിഷണലിലേക്കും, പിന്നീട് സീനിയർ വൈസ് പ്രസിഡന്റ് തസ്തികയിലേക്കും എനിക്ക് സ്ഥാനകയറ്റം ലഭിച്ചു. ലോകം മുഴുവനും ബിസിനസ്സ് രംഗത്തെ അതികായന്മാർക്കൊപ്പം മുട്ടിയുരുമ്മി ഫസ്റ്റ്ക്ലാസ്സിൽ സഞ്ചരിക്കുന്ന ആനന്ദം ഞാൻ അനുഭവിച്ചറിഞ്ഞു. ശ്രേഷ്ഠമായ ഭോജനമന്ദിരങ്ങളിൽ ഭക്ഷണം കഴിക്കുകയും സമകാലികരിൽ അസൂയകൊണ്ട് വിറപ്പിക്കുന്ന ചില ഇടപാടുകൾ നടത്തുകയും ചെയ്തു. ആഢംബരസമൃദ്ധമായ ഒരു ഓഫീസ് കാലക്രമേണ എനിക്ക് ലഭിച്ചു. പ്രതീക്ഷിച്ചപോലെ ബഹിരാകാശത്തേയ്ക്ക് കുതിച്ചുയർന്ന ഓഹരി ഇടപാടുകളുടെ സഹായത്താൽ അവസാനം ഞാനാ ഹിമത്താവളവും സ്വന്തമാക്കി.

കുറച്ച് വർഷങ്ങൾക്ക് മുമ്പ് ബിസിനസ്സ് സ്കൂളിലെ ചില സഹപാഠികൾക്കൊപ്പം ബ്രേവ്ലൈഫ് ഡോട്ട് കോം എന്ന കമ്പ്യൂട്ടർ സ്ഥാപനം ഞാൻ സ്ഥാപിച്ചു. മൃഗീയമായ മാത്സര്യബുദ്ധി നില

നില്ക്കുന്ന ഈ കാലഘട്ടത്തിൽ തൊഴിലാളികളെ മികവുള്ളവരാക്കി മാറ്റാനുള്ള വിപ്ലവകരമായ ചില പുതിയ രീതികൾ പരിശീലിപ്പിക്കാൻ കമ്പനികളെ സഹായിക്കാൻ ഉദ്ദേശിച്ചിട്ടുള്ള ഉദ്യമമായിരുന്നു ബ്രേവ്ലൈഫ് ഡോട്ട് കോം. തുടക്കത്തിലൊരു രസത്തിന് വേണ്ടി തുടങ്ങിയതാണെങ്കിലും തത്ക്ഷണം അതൊരു വമ്പൻ വിജയമായി മാറി. മാസങ്ങൾക്കകം എല്ലാ പ്രമുഖ ബിസിനസ്സ് പ്രസിദ്ധീകരണങ്ങളിലും ഞങ്ങളുടെ അതുല്യമായ വിശേഷലക്ഷണങ്ങൾ സ്ഥാനം പിടിച്ചു. പൊതുമേഖലയിൽ നിക്ഷേപയോഗ്യമായ സംരംഭമാണ് ഞങ്ങളുടേതെന്ന ജ്യോതിഷികളുടെ പ്രവചനങ്ങളും ഭാഗ്യപരീക്ഷയ്ക്ക് മുതിരുന്ന മുതലാളിമാരും ഇരയെ വകവരുത്താനടുക്കുന്ന കഴുകനെപ്പോലെ ചുറ്റും കൂടിയതോടെ ഞങ്ങൾ സമ്പന്നരാകുമെന്ന് എനിക്കും പങ്കാളികൾക്കും തോന്നി തുടങ്ങി. സ്വകാര്യ നിമിഷങ്ങളിൽ ഞാൻ കണ്ടിരുന്ന സൗഭാഗ്യങ്ങളെല്ലാം ഒരുമിച്ചു വരികയാണ്. ഞാൻ സമ്പന്നനും പ്രസിദ്ധനും വാത്സല്യഭാജനവുമാകും. ലൗകീകപരമായി ഞാൻ ഗാഢമായി കൊതിച്ചിരുന്നതെല്ലാം എനിക്ക് സ്വന്തമാക്കാൻ സാധിക്കും. ഞാൻ നിർവ്വചിക്കുന്ന വ്യവസ്ഥയിൽ ജീവിക്കാനുള്ള നിവൃത്തി എനിക്കുണ്ടാകും. കൊടുമുടിയിലേക്കുള്ള യാത്രയിലാണ് ഞാൻ. ഞാൻ ആഗ്രഹിച്ചിരുന്ന ജീവിതം ഞാൻ ജീവിക്കാൻ പോകുന്നു. എന്നിട്ടും, സ്വപ്നസഫലീകരണത്തിന് അടുക്കലെത്തിയപ്പോഴാണ് വിചിത്രമായൊരു സാക്ഷാത്കാരത്തിൽപ്പെട്ട് എന്റെ കാലിടറിയത്. എന്റെ ഒഴുക്കിനെ തടസ്സപ്പെടുത്താൻ പ്രാപ്തമായ കാറ്റായിരുന്നു അത്. എത്രത്തോളം നിഷേധിക്കാൻ ശ്രമിച്ചാലും ഞാൻ പരിപൂർണ്ണമായും നികൃഷ്ടനായ മനുഷ്യനായിരുന്നു.

ഏഴു വർഷക്കാലമായി, വൈകാരികമായ യാതൊരു ബന്ധവുമില്ലാത്ത ഒരു വിവാഹബന്ധത്തിൽ ഞാൻ ഏർപ്പെട്ടിരുന്നു. ഞാനാദ്യം ജോലിയെടുത്തിരുന്ന കമ്പനി മികച്ച സേവനം കാഴ്ചവെയ്ക്കുന്ന എക്സിക്യൂട്ടീവുകളുടെ നേതൃത്വത്തിൽ പാടവം പരിഷ്കരിക്കാൻ വിജനമായ വനപ്രദേശങ്ങളിലേയ്ക്ക് വരുമായിരുന്നു. അവിടെവെച്ചാണ് ഞാനെന്റെ ഭർത്താവായ ജോൺക്രൂസിനെ കണ്ടുമുട്ടുന്നത്. മലനിരകളിൽ നിന്നും പ്രചോദനം തേടുന്ന പ്രയത്നശാലിയായ വ്യക്തിയായിരുന്നു ജോൺ. പാതിരാസമയത്ത്,

പാറയിടുക്കുകളെ അളക്കാനുള്ള ദൗത്യമാണ് ഞങ്ങൾക്ക് ലഭിച്ചത്. ജോണും ഞങ്ങളുടെ സംഘത്തിലാണ് ഏർപ്പെട്ടിരുന്നത്. എന്റെ നിർഭയത്തെയും ദൃഢനിശ്ചയത്തെയും അയാൾ പ്രശംസിച്ചു. അയാളുടെ സൗമ്യതയിലും ജീവിതത്തോടുള്ള കാഴ്ചപ്പാടിനോടും എനിക്ക് പെട്ടെന്ന് തന്നെ ആകർഷണീയതയും തോന്നി. ഞങ്ങൾ സ്നേഹത്തിലായി. എടുത്തുചാട്ടമില്ലാത്ത എന്റെ പതിവ് സ്വഭാവത്തിന് വിരുദ്ധമായി ആറാഴ്ചയ്ക്ക് ശേഷം ഞങ്ങൾ വിവാഹിതരായി.

കലർപ്പില്ലാത്ത നൻമയ്ക്കും സ്വഭാവ മഹിമയ്ക്കും അർഹിക്കുന്ന മൂല്യം കൊടുക്കാത്ത ഈ ലോകത്ത് ജോൺ ഒരു നല്ല മനുഷ്യനായിരുന്നു ആദ്യ വർഷങ്ങളിൽ നല്ലകാലമായിരുന്നുവെങ്കിലും കാലം ചെല്ലുന്തോറും അവഗണനയുടെ ശക്തിയാൽ ഞങ്ങളുടെ ബന്ധം തകരാൻ തുടങ്ങി. പ്രകൃതിയിലും പുറംലോകത്തിലുമായിരുന്നു അയാൾക്ക് കമ്പം. എനിക്കാണെങ്കിൽ മികച്ച ഭക്ഷണശാലകളിലും ബുദ്ധിശക്തിയുടെ മാറ്റുരയ്ക്കുന്ന ഫാഷൻ ഷോകളിലുമാണ് താത്പര്യം. മഹത്ഗ്രന്ഥങ്ങൾ ശേഖരിക്കുന്നതിലും പിറകിലെ നടുമുറ്റത്തിരുന്ന് മരത്തിൽ കൊത്തുപണി നടത്തുന്നതും ജോൺ ആസ്വദിച്ചു. ഞാനാണെങ്കിൽ ശ്രേഷ്ഠമായ വൈനുകൾ ശേഖരിക്കുന്നതിലും സുകുമാരകലകൾ ആസ്വദിക്കുന്നതിലും രസം കണ്ടെത്തി. പക്ഷേ ഈ വ്യത്യാസങ്ങളൊന്നുമല്ല ഞങ്ങളുടെ വിവാഹബന്ധം തകരാൻ കാരണമെന്ന് നിങ്ങളോട് പറഞ്ഞേ പറ്റൂ. കാരണം, ഞാനൊരിക്കലും ജോണിനൊപ്പം വീട്ടിലുണ്ടാകാറില്ലെന്നതായിരുന്നു യഥാർത്ഥ പ്രശ്നം.

രാത്രിയിൽ നടപ്പാതയിലേക്ക് നീങ്ങുമ്പോഴേയ്ക്കും ജോൺ ഉറങ്ങിക്കഴിയും. അയാൾ എഴുന്നേൽക്കുമ്പോഴേയ്ക്കും എന്റെ മെഴ്സിഡസ് ഓഫീസിലേയ്ക്കുള്ള വഴിയിൽ കുതിച്ചുകൊണ്ടിരിക്കുകയായിരിക്കും. ഒരേ മേൽക്കൂരയ്ക്ക് കീഴിലാണെങ്കിലും ഞങ്ങൾ വേർപ്പെട്ടാണ് ജീവിച്ചിരുന്നത്. ഒരു വ്യക്തി എന്ന നിലയിൽ എന്റെ മനസ്സിൽ മടുപ്പും ശൂന്യതയും നിറച്ചത് എന്നോടുള്ള ബന്ധമല്ലായിരുന്നു. നിത്യവുമുള്ള എന്റെ അസാന്നിധ്യം കാരണം ദുരിതമനുഭവിക്കുന്ന രണ്ടു മിടുക്കരായ കൊച്ചുകുട്ടികൾ ഞങ്ങൾക്കുണ്ടായിരുന്നു. ഓഫീസിൽ ചിലവഴിക്കുന്ന സമയത്തെക്കുറിച്ചൊന്നും അവർ പരാതിപ്പെട്ടില്ലെങ്കിലും അവരുടെ കണ്ണുകളിൽ നിരാശയുടെ പൂർണ്ണത പ്രകടമായിരുന്നു. *മോം* എന്ന് വിളിക്കുന്ന സ്ത്രീയോട് കുറച്ചുകൂടി ഊഷ്മളമായ ബന്ധം അവർ ഗഹനമായി ആഗ്രഹിക്കുന്നുണ്ടെന്ന് ഞാൻ മനസ്സിലാക്കി.

ഞങ്ങളുടെ മകനായ പോർട്ടറിന് ആറ് വയസ്സ് തികയുന്നതേയുള്ളു. മകൾ സരിതയ്ക്ക് മൂന്നും. ഇളംപ്രായമാണ് അവരുടെ വ്യക്തിത്വരൂപീകരണത്തിലും വികാസത്തിലും സുപ്രധാന പങ്കു വഹിക്കുന്നതെന്ന് എനിക്കറിയാം. ഈ ഘട്ടത്തിലാണ് മൃദുവായ ആത്മാവിൽ വാത്സല്യവും വിവേകവും കോരി ചൊരിയേണ്ടത്. അപ്പോഴാണ് മാതൃകയാക്കാവുന്ന സ്നേഹസമ്പന്നരും മുതിർ ന്നവരും അവരെ ചുറ്റിപ്പറ്റിയുണ്ടാവേണ്ടത്. ഇങ്ങനെയൊക്കെ അറിഞ്ഞിട്ടും അവരെ അകന്ന് കഴിയുന്ന മണിക്കൂറുകളോർത്ത് ഞാൻ പശ്ചാത്തപിക്കാറുണ്ടായിരുന്നെങ്കിലും വിശദീകരണമില്ലാത്ത ചില സാഹചര്യങ്ങളാൽ ഓഫീസിലെ അതിസങ്കീർണ്ണമായ ചുമതലകൾ എനിക്ക് നിയന്ത്രണാതീതമായിരുന്നു.

അവസരങ്ങളാൽ സൃഷ്ടിക്കപ്പെട്ട ജാലകങ്ങളുടെ പരമ്പരയെ കോർത്തിണക്കിയിട്ടുള്ള സമ്പൂർണ്ണതയാണ് ജീവിതമെന്ന് ബുദ്ധിമാനായ എന്റെ അച്ഛൻ പറയാറുണ്ടായിരുന്നു. പോർട്ടറിനും സരിതയ്ക്കും ഒരിക്കലെ ബാല്യമുണ്ടാകുകയുള്ളുവെന്നും ഇപ്പോഴാണവർക്ക് എന്റെ സാന്നിദ്ധ്യം ആവശ്യമുള്ളതെന്നുമൊക്കെ മനസ്സിലാക്കാനുള്ള സാമാന്യബോധവും ബുദ്ധിയും എനിക്കുണ്ടായിരുന്നു. അവരെ മൂല്യസജ്ജമാക്കാനുള്ള ഈ അവസരമൊരിക്കൽ നഷ്ടപ്പെടുത്തിയാൽ അവർ പക്വമതിയാകുമ്പോൾ ജീവിതത്തിനു വേണ്ട ധർമ്മനിഷ്ഠയും കാഴ്ചപ്പാടുകളും എന്നെന്നേക്കുമായി പൊയ്പ്പോകും. എന്റെ സാന്നിദ്ധ്യം അവർക്കേറ്റവും ആവശ്യമുള്ള സമയമാണിത്. അപ്പോഴത്തെ അസാന്നിദ്ധ്യത്തിന് എന്നോട് പൊറുക്കാൻ എനിക്ക് തന്നെ സാധിക്കാതെ വരും. അലങ്കോലപ്പെട്ടു കിടക്കുന്ന ജീവിതത്തിൽ നിന്ന് തെന്നിമാറി കൊണ്ട് മുൻഗണനകളെ പ്രതിഫലിപ്പിക്കാനുള്ള ധൈര്യം എനിക്കുണ്ടായില്ല. ദിവസേനയുള്ള ചിട്ടകളിൽ അവയെ ഉൾപ്പെടുത്താനുള്ള അറിവുമുണ്ടായിരുന്നില്ല. എത്ര ശ്രമിച്ചിട്ടും ജ്വലിക്കുന്ന തിരക്കുകളെ നിയന്ത്രിച്ച് ജീവിതം സമീകരിക്കാൻ എനിക്ക് സാധിച്ചില്ല. അഡ്രീനലിന്റെ തള്ളിപ്പും ദിനംപ്രതിയുള്ള കാര്യപരിപാടികളും പ്രാധാന്യബോധവുമില്ലാതായാൽ ജീവിതം ദുഷ്കരമാണെന്ന് എനിക്ക് തോന്നി. കുടുംബം തന്നെയാണ് പ്രധാനമെന്ന് പൊതുജനമദ്ധ്യത്തിൽ ഞാൻ വാദിച്ചാലും വസ്തുതകൾ തെളിയിക്കുന്നത് മറിച്ചാണ്. ഉദ്യോഗത്തിന്റെയും സമ്പന്നയാകാനുള്ള ആഗ്രഹത്തിന്റെയും മുമ്പിൽ ജോണും കുട്ടികളും രണ്ടാംസ്ഥാനത്തായിരുന്നുവെന്ന് തന്നെയാണ് തെളിവുകൾ ചൂണ്ടിക്കാട്ടുന്നത്.

എന്റെ ജീവിതത്തിലെ ഏറ്റവും മികച്ച മോശമായ അനുഭവം

ജീവിക്കാനുള്ള അവസരം ഇനിയും കിട്ടിയിരുന്നെങ്കിൽ, ഞാൻ കുറച്ചുകൂടി സുഖിച്ചേനെ. ഇത്തവണത്തെ യാത്രയെക്കാൾ ഞാൻ കൂടുതൽ ബാലിശമായിരിക്കും. ഞാൻ കൂടുതൽ മലകൾ കയറും, പുഴകളിൽ നീന്തും, അസ്തമനങ്ങൾ കാണും. സാങ്കല്പി കമായതിനെക്കാൾ ശരിയായ പ്രശ്നങ്ങളായിരിക്കും എനിക്ക് അധികവും. എന്റേതായ നിമിഷങ്ങൾ വീണ്ടും ലഭിച്ച് അവയെ ഉപയുക്തമാക്കാൻ കഴിഞ്ഞാൽ ഞാൻ കൂടുതൽ പ്രയോജനപ്പെ ടുത്തും. യഥാർത്ഥത്തിൽ ഒന്നിനു പിറകെ മറ്റൊന്നായി. അതു മാത്രം മതിയെനിക്ക്. ഞാൻ കൂടുതൽ ഡെയ്സി പൂക്കൾ പെറുക്കു കയും ചെയ്യും.

നാദൈൻ സ്റ്റെയർ, 89 വയസ്സ്

മിക്കവാറും ജനങ്ങൾ മരണംവരെ ജീവിതമെന്താണെന്ന് മനസ്സിലാക്കുകയില്ല. മരണവുമായി മുഖാമുഖം വരുമ്പോൾ ജീവിതത്തിലെ ആന്തരികമായ മൂല്യങ്ങളെക്കുറിച്ച് ഉണർവു ണ്ടാകുകയും മറ്റെല്ലാം നഷ്ടപ്പെട്ടു കഴിഞ്ഞുവെന്നു മനസ്സിലാ കുകയും ചെയ്യുന്നു. അത്തരത്തിൽ നോക്കിയാൽ ജീവിതം ക്രൂരമാണ്. പലപ്പോഴും ജീവിതത്തിന്റെ സമ്മാനങ്ങൾ അവസാനം വരെയും കാണാറില്ല. ഒരു ജീവിതകാലം മുഴുവൻ മുന്നിൽ ബാക്കി വരുന്ന ചെറുപ്പകാലത്ത് അതിനെ നീട്ടിവെയ്ക്കാനുള്ള പ്രവണത

നമ്മൾ പ്രകടിപ്പിക്കും. അടുത്ത തവണ ഞാൻ പ്രകൃതിയോടൊപ്പം കൂടുതൽ സമയം ചെലവഴിക്കും. ഞാൻ കൂടുതൽ ചിരിക്കും അല്ലെങ്കിൽ കൂടുതൽ സ്നേഹിക്കും. അടുത്ത വർഷം എന്റെ കുട്ടികളുമായി ഞാൻ കൂടുതൽ സമയം പങ്കിടും, മഹത്തായ സാഹിത്യസൃഷ്ടികൾ ഞാൻ വായിക്കും. അസ്തമനങ്ങൾ ആസ്വദിക്കുകയും മെച്ചപ്പെട്ട സൗഹൃദങ്ങൾ സൃഷ്ടിച്ചെടു ക്കുകയും ചെയ്യും. പക്ഷെ, ഇപ്പോളെനിക്ക് ചിലതൊക്കെ ചെയ്തു തീർക്കാനും ചില ആളുകളെ സന്ദർശിക്കാനുമുണ്ട്. നമ്മൾ ജീവിക്കുന്ന ഇന്നത്തെ കാലത്തെ സാധാരണ തടസ്സങ്ങളാണി തൊക്കെ. ദിവസങ്ങൾ ആഴ്ചകളാകുന്നതും ആഴ്ചകൾ മാസ ങ്ങളാകുന്നതും തിരിച്ചറിയുന്നതിന് മുമ്പ് ജീവിതം തീർന്നു പോയി ട്ടുണ്ടാകും. അതെനിക്ക് ശരിക്കും മനസ്സിലായിട്ടുണ്ട്. ഇതിലെ അറിവിന്റെ അംശം വ്യക്തമാണ്: *കൃത്യവിലോപങ്ങളിലൂടെയുള്ള ജീവിതം മതിയാക്കി ആസൂത്രണത്തിലൂടെ ജീവിക്കാൻ പഠിക്കുക.* തിരിച്ചു കളത്തിലേയ്ക്കിറങ്ങുക. ഏത് സമ്പുഷ്ടമായ യാഥാർ ത്ഥ്യത്തെ സൃഷ്ടിക്കാനുള്ള വിധിയാണ് നിങ്ങളുടെതെന്ന് മനസ്സ് പറയുന്നുവൊ അതിനുവേണ്ടിയുള്ള പ്രയത്നം തുടങ്ങുക. ഇന്ന് മരണശയ്യയിൽ കിടക്കുകയായിരുന്നുവെങ്കിൽ എങ്ങനെ ജീവിക്കു മായിരുന്നൊ അങ്ങനെ ജീവിക്കാൻ തുടങ്ങുക. അല്ലെങ്കിൽ, *മാർക്ക് ട്വെയിനിനെ* വ്യാഖ്യാനിച്ചാൽ സംസ്കാര ചടങ്ങുകൾക്കിടയിൽ നിങ്ങളുടെ ശവമഞ്ചം ചുമക്കുന്നയാൾ പ്പോലും നിങ്ങൾക്കുവേണ്ടി കരയുന്ന തരത്തിൽ ജീവിച്ചു തീർക്കുകയെന്ന് പറയാം.

നമ്മൾ ജീവിക്കുന്നത് വിചിത്രമായൊരു ലോകത്താണ്. പ്രപഞ്ചത്തിന് കുറുകെ നമുക്ക് അതീവ കൃത്യതയോടെ ഒരു മിസ്സൈൽ അയയ്ക്കാം. പക്ഷെ, തെരുവിലൂടെ നടന്ന് ഒരു പുതിയ അയൽവാസിയെ സന്ദർശിക്കാൻ പ്രയാസമാണ്. കുട്ടികളുമായി പങ്കുവെയ്ക്കുന്നതിനെക്കാൾ കൂടുതൽ സമയം നമ്മൾ ടെലി വിഷന് മുമ്പിൽ ചിലവിടുന്നു. ലോകത്തെ മാറ്റിമറയ്ക്കാൻ താല്പ ര്യപ്പെടുന്നുവെന്നു പറയുമ്പോഴും സ്വയം മാറാൻ നമ്മൾ തയ്യാറല്ല. അങ്ങനെ ജീവിതത്തിനുമേൽ സൂര്യൻ അസ്തമിക്കുമ്പോൾ

ചെറുതും ഗാഢവുമായൊരു പ്രതിഫലനത്തിന് നമ്മൾ സമയം അനുവദിക്കുന്നു. അനുഭവിക്കാമായിരുന്ന സന്തോഷങ്ങളു ടെയും സമ്മാനിക്കാമായിരുന്ന കാരുണ്യത്തിന്റെയും ആയി തീരാമായി രുന്നതിന്റെയുമൊക്കെ ഒരു അല്പദർശനം നമ്മളിലുണ്ടാകുന്നു. പക്ഷെ അപ്പോഴേക്കും വളരെ വൈകിയിരിക്കും. ജീവിതത്തിലേ യ്ക്ക് ഉണരുമ്പോഴേക്കും ശയിക്കാനുള്ള സമയമാകും. എനിക്കാ തിരിച്ചറിവ് നേരത്തെയുണ്ടായത് ഞാൻ നന്ദിപൂർവ്വം സ്മരിക്കുന്നു.

ബ്രേവ്ലൈഫ് ഡോട്ട് കോമിന്റെ വിജയത്തെക്കുറിച്ച് ഒരു ഉന്നതതല യോഗത്തിൽ സംസാരിക്കാൻ എനിക്ക് സാൻ ഫ്രാൻസി സ്കോയിലേക്ക് പോകേണ്ടി വന്നു. കഠിനമായ മഞ്ഞു വീഴ്ച്ചയിൽ നഗരവും ഭൂതലഗതാഗതവും സ്തംഭിച്ചതു കാരണം എനിക്ക് വിമാനം അവസാനനിമിഷമാണ് കിട്ടിയത്. ഒരു തരത്തിൽ വിമാന ത്തിൽ കയറിയശേഷം എന്റെ രണ്ട് ബിസിനസ്സ് പങ്കാളികളുമായി ഒന്നാം ക്ലാസ്സ് സീറ്റിൽ ഞാനിരുന്നു. പതിവിലും വ്യത്യസ്ത മായ നല്ലൊരു ഗ്ലാസ്സ് വൈനും കുടിച്ച് നടക്കാൻ പോകുന്ന വിഷയാവ തരണത്തെക്കുറിച്ചുള്ള ചർച്ചയിൽ ഞങ്ങൾ മുഴുകി. മുപ്പതു മിനിട്ടോളം ഞങ്ങൾ സംസാരിച്ചു. ദിവസം മുഴുവനും ഓഫീസിലെ ജോലിതിരക്കു കാരണം തളർന്നിരുന്നതുകൊണ്ട് ചർച്ചയിൽ നിന്നും പിൻവലിഞ്ഞ് ഞാൻ ഉറക്കത്തിലേക്ക് വഴുതിവീണു.

പെട്ടെന്ന് മൈക്കിലൂടെയുള്ള ക്യാപ്റ്റന്റെ ശബ്ദം എന്നെ ഉണർത്തി. യാത്രക്കാരുടെ ശ്രദ്ധയ്ക്ക്, നമ്മളിപ്പോൾ മോശമായ കാലാവസ്ഥയിലൂടൊണ് കടന്നുപോകുന്നത്. ഇനിയും കാലാ വസ്ഥ വഷളാകാനാണ് സാദ്ധ്യത. സീറ്റ് ബെൽറ്റുകൾ അരയിൽ അമർത്തി കെട്ടിയിട്ടുണ്ടെന്നും മുമ്പിലെ ട്രേ ലംബമായി വെച്ചിട്ടു ണ്ടെന്നും ഉറപ്പു വരുത്തുകയെന്ന പതിവ് നിർദ്ദേശം വന്നു. ശബ്ദം ശാന്തമാകാൻ ക്യാപ്റ്റൻ പരമാവധി ശ്രമിച്ചെങ്കിലും അതയാളെ ചതിച്ചു. കൈകാര്യം ചെയ്യാവുന്നതിനെക്കാൾ ഗൗരവമേറിയതെ ന്തെങ്കിലുമുണ്ടോയെന്ന് ഞാൻ വ്യാകുലപ്പെട്ടു. അയാളുടെ സംസാരം തുടർന്നപ്പോൾ എന്റെ ഹൃദയമിടിപ്പ് വേഗത്തിലായി. പ്രതികൂലമായ കാലാവസ്ഥ വിമാനത്തിന്റെ ഡെക്കിൽ ശരിക്കും വെല്ലുവിളി ഉയർത്തിയിരിക്കുകയാണ്. വീണ്ടും, ദയവായി സീറ്റ് ബൽറ്റുകൾ അമർത്തി കെട്ടുക, ഈ കൊടുങ്കാറ്റിനെക്കുറിച്ചുള്ള വിവരങ്ങൾ ലഭിക്കുന്തോറും ഞാൻ നിങ്ങളെ അറിയിച്ചുകൊണ്ടി രിക്കാം.

ക്യാബിനിലെ വിളക്കുകൾ അണയുന്നതും അടിയന്തിര പ്രകാശസംവിധാനങ്ങൾ പ്രവർത്തനസജ്ജമാകുന്നതും ഞാൻ അറിഞ്ഞു. വിമാനം വല്ലാതെ കുലുങ്ങാൻ തുടങ്ങി. പാത്രങ്ങൾ തറയിലേക്ക് വീണു. വിമാനത്തിന്റെ ഉലയൽ സഹിക്കാവുന്നതിലപ്പുറമായതോടെ എന്റെ ഉദരം അസ്വസ്ഥമായി. പങ്കാളിയായ ജാക്കിനെ ഞാൻ നോക്കി. ചെറുപ്പക്കാരനായ വാറൻ ബീറ്റിയെപ്പോലെയിരിക്കുന്ന അവന് എന്നെപ്പോലെ തന്നെ രണ്ടു മക്കളാണ്. പൊതുവെ സമ്മർദ്ദങ്ങൾക്ക് വഴങ്ങാത്ത അവനിൽ ഭയപ്പാട് വ്യക്തമായിരുന്നു. അവൻ ദീർഘമായി ശ്വാസോച്ഛ്വാസം നടത്താൻ തുടങ്ങി. എന്റെ കൈകളിൽ വിറയലോടെ പിടിച്ചുകൊണ്ട് അവൻ ഉരുവിട്ട വാക്കുകൾ ഞാനൊരിക്കലും മറക്കില്ല. കാതറിൻ, നമ്മൾ തകർച്ചയിലേക്കാണ് പോകുന്നതെന്ന് തോന്നുന്നു.

അടുത്ത കുറച്ച് നിമിഷങ്ങളിലെ എന്റെ മാനസികാവസ്ഥ വിവരിക്കാൻ പ്രയാസമാണ്. ജാക്ക് പറഞ്ഞത് ശരിയായിരുന്നുവെന്ന് എനിക്കറിയാം. അസാധാരണവും വിചിത്രവുമായ സ്വീകാര്യതയുടെയും സമാധാനത്തിന്റെയും ഉണർവ്വിന്റെ ബോധം എന്നിലുണ്ടായി. അയാളുടെ കൈകൾ കൂട്ടിപ്പിടിച്ച് ഞാൻ കണ്ണുകളടച്ചു. എന്നിട്ട് ഞാനെന്റെ മക്കളെപ്പറ്റി ചിന്തിച്ചു. മനസ്സിന്റെ ചിത്രശീലയിൽ പോർട്ടറുടെ പുഞ്ചിരി തൂകുന്ന മുഖം നൃത്തം ചെയ്തപ്പോൾ എന്റെ ഹൃദയം തളർന്നു. ഞങ്ങളുടെ പിന്നാമ്പുറത്ത് ജോൺ അവനുവേണ്ടി ഒരു ഏറുമാടം പണിതിരുന്നു. അതിലിരുന്ന് അവൻ പുഞ്ചിരിക്കുന്നത് ഞാൻ കണ്ടു. കടലക്കവെണ്ണയിൽ മുക്കിയ കാരറ്റ് കഷണം നുണഞ്ഞു കൊണ്ടാണ് അവനിരിക്കുന്നത് ഞാൻ കണ്ടു. മുതിരുമ്പോൾ അവനെയാ ലഘുഭക്ഷണം ഒരു അതിമാനുഷനാക്കുമെന്ന് അവൻ ഞങ്ങളോട് പറയാറുണ്ടായിരുന്നു. കുലുങ്ങിച്ചിരിച്ചുകൊണ്ട് അത്യുച്ചത്തിൽ നഴ്സറിപ്പാട്ടും പാടി സരിത കിടക്കയിൽ അങ്ങോട്ടുമിങ്ങോട്ടും ചാടിക്കളിക്കുന്നത് എനിക്ക് കാണാം. ബാർബിക്യുവിന് തൊട്ടുള്ള പിന്നാമ്പുറത്തെ പോർച്ചിലിരുന്ന് ജോൺ വിശ്രമിക്കുകയാണ്. എന്നെക്കാളിഷ്ടമാണ് തനിക്കവിടമെന്ന് അദ്ദേഹം തമാശയ്ക്ക് പറയാറുണ്ട്. മുകൾ ഭാഗത്തെ അരികുകളിലായി ചെറുനാരങ്ങയുടെ മുറിച്ച കഷണം വെച്ചിട്ടുള്ള ഐസ്പ്പോലെ തണുത്ത കൊറോണയും നുകർന്നിരി

ക്കുകയാണ് അവൻ. അതിനുശേഷം കുടുംബസമേതം ഞങ്ങൾ നാലുപേരും കൂടിയാകെ പോയിട്ടുള്ള അവധിക്കാലം ഞാൻ കണ്ടു. ഞങ്ങൾ കാനഡവരെ പോയി, റോക്കീസിൽ കൂടി യാത്ര ചെയ്തിട്ടുണ്ടായിരുന്നു. എന്നാലും വിമാനം തകരുന്നത് മുമ്പത്തെ കുറച്ച് നിമിഷങ്ങളിലുണ്ടായ നൂറുകണക്കിന് ചിന്തകളിൽ എന്നെപ്പറ്റിയോ എന്റെ വ്യാപാരത്തെപ്പറ്റിയോയുള്ള ചിന്തകൾ ഒരെണ്ണം പോലുമുണ്ടായിരുന്നില്ലയെന്നതാണ് രസകരം. ബുദ്ധിയുള്ളവർ നൂറ്റാണ്ടുകളായി പറഞ്ഞുവെച്ചിട്ടുള്ളത് സത്യമാണെന്ന് എനിക്ക് തോന്നുന്നു. *ജീവിതാവസാനം വലുതെന്ന് വിചാരിച്ച കാര്യങ്ങളൊക്കെ ചെറുതാണെന്നും ചെറുതും പ്രാധാന്യം കല്പിക്കാത്തതുമായ കാര്യങ്ങളാണ് ശരിക്കും പ്രാധാന്യമുള്ള വലിയ കാര്യങ്ങളെന്നും നിങ്ങൾ മനസ്സിലാക്കും.*

മരണത്തെ മുഖാമുഖം കണ്ടുമുട്ടിയ ജീവിതത്തിന്റെ അവസാനനിമിഷത്തിൽ ഞാനുണ്ടാക്കിയ പണത്തെക്കുറിച്ചോ ഓടിച്ചിരുന്ന കാറിനെക്കുറിച്ചോ ബിസിനസ്സ് കാർഡിൽ കൊത്തിവെച്ചിരുന്ന പദവിയെക്കുറിച്ചോ ഞാൻ ചിന്തിച്ചില്ല. ഞങ്ങളുടെ കമ്പനിയുണ്ടാക്കിയ ലാഭത്തിലേയ്ക്കോ ഞാൻ ആവരണം ചെയ്തിരുന്ന മാസികകളിലേയ്ക്കോ എന്റെ ചിന്തകൾ പോയില്ല. *എന്റെ ചിന്തകളെന്റെ കുടുംബത്തെക്കുറിച്ച് മാത്രമായിരുന്നു.* എത്രത്തോളം ഞാനവരെ സ്നേഹിച്ചിരുന്നുവെന്നും, എനിക്കവരെത്രത്തോളം നഷ്ടപ്പെടുമെന്നുമോർത്ത് അവർക്കുവേണ്ടി കൂടുതൽ സമയം വിനിയോഗിക്കാത്തതിൽ ഞാൻ അഗാധമായി പശ്ചാത്തപിച്ചു. ശവസംസ്കാരത്തിന് പോകുന്ന വാഹനത്തിന് പിറകിലായി വലിച്ചിഴച്ചുകൊണ്ടൊന്നുമുണ്ടാകില്ലെന്ന് എന്റെ അച്ഛൻ പറയാറുണ്ടായിരുന്നു. ജീവിതകാലത്ത് എന്തൊക്കെ നേടിയാലും അതൊന്നുമൊപ്പം കൊണ്ടുപോകാൻ സാധിക്കില്ലെന്നതായിരുന്നു അദ്ദേഹത്തിന്റെ ആശയമെന്ന് നിസ്സംശയം പറയാം. കൊണ്ടുപോകാവുന്നത് ഓർമ്മകൾ മാത്രമാണ്,ശരിക്കും വിലമതിക്കാവുന്ന ഓർമ്മകൾ. മരണത്തെ അഭിമുഖീകരിക്കേണ്ടി വന്നപ്പോൾ പരമമായ യാഥാർത്ഥ്യത്തിലേക്ക് ഞാനെത്തി: എന്റെ കുടുംബമാണ് ഏറ്റവും വലുത്.

ജീവന്റെ സമ്മാനം

വീരോചിതമായ പ്രവർത്തികളിൽ
വിശ്വസിക്കുന്നവർ വീരന്മാരെ സൃഷ്ടിക്കുന്നു.

ബെഞ്ചമിൻ ഡിസ്റേയ്‌ലി

ബോധം വന്നപ്പോൾ അത്യാഹിത മുറിയിലേയ്ക്ക് എന്നെയും കൊണ്ട് അലറിപ്പായുന്ന ഒരു സംഘം ആശുപത്രി ജീവനക്കാരെയാണ് കണ്ട ഓർമ്മയാണ് എനിക്കുള്ളത്. അബോധാവസ്ഥയിൽ നിന്നും ബോധത്തിലേയ്ക്കും തിരിച്ചുമുള്ള ഉലച്ചിലിനിടയിൽ ആരോ ഉറക്കെ പറയുന്നത് ഞാൻ കേട്ടു, അവൾ മരിച്ചുകൊണ്ടിരിക്കുകയാണ്. ജീവിതത്തിന്റെയെല്ലാ തുടിപ്പുകളും നഷ്ടപ്പെട്ടു കഴിഞ്ഞു. ഉടനെ ഇവരെ ഓപ്പറേഷൻ തീയേറ്ററിലേക്ക് എത്തിക്കുക.

ദൈവമേ, ഞാൻ ചിന്തിച്ചു. ഞാനിപ്പോൾ ഒരു വിമാനാപകടത്തിൽ നിന്നും രക്ഷപ്പെട്ടതെയുള്ളു. വസ്ത്രം രക്തത്തിൽ കുതിർന്നു കഴിഞ്ഞിരുന്നു. കൈകാലുകളിൽ സാരമായ പരിക്കുകളുണ്ട്. കുളിരും ക്രമരാഹിത്യവും എനിക്ക് അനുഭവപ്പെട്ടു. ജീവിതത്തിൽ ഒരിക്കലും തോന്നിയിട്ടില്ലാത്തത്ര ദാഹമെനിക്ക് തോന്നി. അപ്പോഴാണ് ഓപ്പറേഷൻ മേശയിൽവെച്ച് മരിച്ചുപോകുമെന്ന് ഞാൻ മനസ്സിലാക്കിയത്.

ഏത് നഗരത്തിലാണ് ഞാൻ വന്നുപെട്ടതെന്ന് എനിക്കറിയില്ല. ദുരന്തത്തെപ്പറ്റി എന്റെ കുടുംബക്കാരെ അറിയിച്ചോയൊവെന്നും എനിക്കറിയില്ല. എന്റെ രണ്ടു പങ്കാളികളും ജീവനോടെയിരുപ്പുണ്ടൊവെന്ന് ആർക്കറിയാം! പക്ഷെ പെട്ടെന്ന് ഭയം മാറി ഞാൻ ശാന്തയായി. ഏതോ കാരണത്താൽ ഞാൻ ജീവിക്കുമെന്ന് എനിക്ക് തോന്നി. പ്രപഞ്ചതത്ത്വങ്ങൾക്ക് അനുസൃത

മായി പ്രപഞ്ചം വ്യാപിക്കുമെന്നും സംഭവിക്കുന്നതെല്ലാത്തിനുമൊരു കാരണമുണ്ടെന്നും അന്നു മുതൽ ഞാൻ പഠിച്ചു. ജീവിതത്തിന്റെ അടുത്ത ഘട്ടത്തിലേയ്ക്ക് മുന്നേറാനുള്ള പാഠങ്ങൾ പഠിപ്പിക്കാനുള്ള ആശീർവാദത്തോടെയാണ് പരാജയങ്ങൾ അനിവാര്യമായി സംഭവിക്കുന്നത്. ജീവിതത്തിന്റെ ഊഷ്മാവിൽ വെന്തുരുകുകയും മഴയത്ത് നനഞ്ഞു കുതിരുകയും ചെയ്തത് കാരണം എനിക്ക് പ്രയോജനമെയുണ്ടായിട്ടുള്ളു. പ്രശസ്ത ഇംഗ്ലീഷ് കവിയായ ഹെൻറി വാഡ്സ് വർത്ത് ലോങ്ങ്ഫെലൊവിന്റെ നിരീക്ഷണം. ദുരന്തത്തെ ഞാൻ അതിജീവിക്കാനൊരു കാരണമുണ്ടെന്ന് എനിക്കറിയാം. പക്ഷേ അക്കാരണമെന്താണെന്നോ ഉൾക്കൊള്ളേണ്ട പാഠമെന്താണെന്നൊ എനിക്ക് മനസ്സിലായില്ല.

ഓപ്പറേഷൻ മുറിയിൽ പന്ത്രണ്ട് മണിക്കൂർ ചിലവാക്കിയ ശേഷം രോഗശാന്തിക്കായുള്ള കഠിനമായ പ്രയത്നത്തിന് ഞാൻ അത്യാഹിത വിഭാഗത്തിലേയ്ക്ക് കയറ്റിയയയ്ക്കപ്പെട്ടു. അടുത്ത ദിവസം രാവിലെ മനോഹരമായ രണ്ട് ശബ്ദങ്ങൾ കേട്ടാണ് ഞാൻ ഉണർന്നത്, മമ്മി, എഴുന്നേൽക്ക്, എഴുന്നേൽക്ക്. ഞങ്ങൾ നിങ്ങളെ സ്നേഹിക്കുന്നു. പോർട്ടറും സരിതയും മന്ത്രം പോലെയാണ് ആ വാക്കുകൾ ഉരുവിട്ടത്. പോർട്ടർ ക്യൂറിയസ് ജോർജിന്റെ ടി ഷർട്ടും സരിത ചെറിയ ചുവപ്പ് പുറംകുപ്പായവും ധരിച്ചു നില്ക്കുന്നത് ഞാൻ കണ്ടു. ആ വസ്ത്രം തന്നെ ധരിക്കണമെന്ന് അവളെപ്പോഴും നിർബന്ധം പിടിക്കുമായിരുന്നു. ഒരു വാക്കുപോലും മിണ്ടാനാകാതെ കവിളിൽക്കൂടി കണ്ണുനീർ പ്രവഹിച്ചുകൊണ്ട് ജോണും അവർക്കൊപ്പമുണ്ട്. അവരെന്നെ കെട്ടിപ്പിടിച്ചു. ഞങ്ങളെല്ലാവരും കരയാൻ തുടങ്ങി.

മാസങ്ങളോളം ആശുപത്രി കിടക്കയിൽ ഞാൻ ചിലവഴിച്ചു. വിമാനദുരന്തത്തിൽപ്പെട്ട് മരണമടഞ്ഞവരിൽ എന്റെ ബിസിനസ്സ് പങ്കാളികളായ ജാക്കും റോസുമുണ്ടായിരുന്നു. അവരുടെ മരണം എനിക്കൊരു തീരാനഷ്ടം തന്നെയായിരുന്നു. കഴിഞ്ഞ കുറെ വർഷങ്ങളായി ഞങ്ങളൊരുമിച്ചാണ് കഴിച്ചു കൂട്ടിയിരുന്നത്. അവരില്ലാതെ കമ്പനി നടത്തി കൊണ്ടുപോകാൻ എനിക്ക് താൽപര്യവുമുണ്ടായിരുന്നില്ല. എന്നെ സംബന്ധിച്ചിടത്തോളം ജാക്കും റോസും ബ്രേവ്ലൈഫ് ഡോട്ട് കോമിന്റെ സ്ഥാപക പങ്കാളികൾ മാത്രമല്ല, ആത്മാർത്ഥ സുഹൃത്തുക്കൾ കൂടിയായിരുന്നു. അപകടത്തിന്റെ കാരണം പൈലറ്റിന്റെ പിഴവാണെന്ന എഫ്.എ.എ. യുടെ

നിരീക്ഷണത്തിന്റെ പിറകെ അവകാശവാദങ്ങളുമായി വക്കീലന്മാർ വരാൻ തുടങ്ങി. പൂർവ്വസ്ഥിതിയിലായി വീട്ടിലെത്താനുള്ള ശ്രമത്തിനിടയിൽ ദുരന്തത്തിന്റെ അസുഖകരമായ ഓർമ്മകൾ മറയ്ക്കാൻ ഞാൻ പ്രതിജ്ഞയെടുത്തു. ജോണും മക്കളും എല്ലാ ദിവസവും വരുമായിരുന്നെങ്കിലും ഞാൻ മിക്കവാറും സമയവും രോഗശാന്തി ലഭിക്കാനുള്ള ശ്രമത്തിലായിരുന്നു. ശ്രദ്ധയും കാരുണ്യവും അനുകമ്പയും ചൊരിഞ്ഞ ആശുപത്രിയിലെ ഡോക്ടർമാരും നഴ്സുമാരും മാലാഖമാരെ പോലെയായിരുന്നു. ദിവസങ്ങൾ ചെല്ലുന്തോറും ഞാൻ ശക്തി പ്രാപിച്ചു. എന്റെ ഭാവി പ്രകാശമാനമാവാനും തുടങ്ങി. പക്ഷേ, ഒരു ദിവസം രാത്രി വിചിത്രമായൊരു സംഭവമുണ്ടായി.

സന്ദർശനസമയം കഴിഞ്ഞതിനാൽ ജോൺ മക്കളെയും കൂട്ടി തിരികെ പൊയ്ക്കഴിഞ്ഞിരുന്നു. ട്രീനാ പോളസിന്റെ *ഹോപ്പ് ഫോർ ദ ഫ്ളവേഴ്സ്* എന്ന പുസ്തകം ഞാൻ വായിക്കാൻ തുടങ്ങിയതെയുള്ളു. ആ പുസ്തകം വളരെ പ്രചോദനാത്മകവും ബോധദീപ്തവുമായിട്ടെനിക്ക് തോന്നി. കട്ടിലിനരികെ മേശപ്പുറത്തു നിന്നും ചൂടുചായയെടുക്കാൻ ഞാനാഞ്ഞപ്പോഴാണ് ദ്രുതഗതിയിൽ എന്റെ മുറിയുടെ ഇടനാഴിയിലൂടെ വൈദ്യുതിയിൽ പ്രവർത്തിക്കുന്ന ഒരു വീൽചെയറിൽ ആരൊ പാഞ്ഞുവരുന്നത് ഞാൻ കണ്ടത്.

അസമയത്ത് ആശുപത്രിയിലൂടെ ഇത്ര വേഗത്തിൽ പായുന്നത് ആരായിരിക്കുമെന്ന് എനിക്ക് അദ്ഭുതം തോന്നി. എങ്കിലും ഞാൻ വായനയിലേയ്ക്ക് ശ്രദ്ധ തിരിച്ചു. പ്രാധാന്യമർഹിക്കുന്ന വായനയെന്ന സ്വഭാവം ജോലിതിരക്കിനിടയിൽ ഞാൻ ഉപേക്ഷിച്ചിരുന്നുവെങ്കിലും വിമാനാപകടത്തിനുശേഷം ശരിക്കും പ്രയോജനപ്രദമാകുന്ന കാര്യങ്ങൾ മാത്രം ചെയ്യാൻ ഞാൻ ശപഥം ചെയ്തിരുന്നു. വിജ്ഞാനദായകമായ കൃതികൾ ദിവസവും വായിക്കുകയാണെന്നതാണ് അതിലൊന്ന്.

ദുരന്തം എന്നെ സംബന്ധിച്ചൊരു വെളിപ്പാടായിരുന്നു. ജീവിതത്തെ ശുദ്ധീകരിച്ച് മുൻഗണനകളെക്കുറിച്ച് പുനരവലോകനം നടത്താനുള്ള ഉണർത്തുവിളി. കുറെ വർഷങ്ങൾക്കുശേഷം ആശുപത്രി മുറിയുടെ ഏകാന്തതയിൽ എന്റെ സ്വഭാവത്തെക്കുറിച്ച് ഞാൻ ഗാഢമായി ചിന്തിച്ചു. ഒരു രക്ഷിതാവെന്ന നിലയിൽ, ഒരു പങ്കാളിയെന്ന നിലയിൽ, ഒരു മനുഷ്യജീവിയെന്ന നിലയിൽ എല്ലാം പ്രതിഫലിച്ചു. ജീവിക്കാൻ രണ്ടാമതൊരു അവസരം എനിക്ക് ലഭിച്ചിരിക്കുകയാണ്. ഇത്തവണ കൂടുതൽ വിവേകത്തോ

ടെയും മര്യാദയോടെയും ധർമ്മബോധത്തോടെയും ഞാൻ ജീവിക്കും. മഹത്തായ ജീവിതത്തിന്റെ അടിസ്ഥാന ഭാഗം തിരിച്ചു പിടിച്ച് ഞാനെന്റെ ജീവിതത്തെ ലളിതമാക്കും.

സർവ്വശ്രേഷ്ഠമായതെല്ലാം അരികിലുണ്ട്. മൂക്കിലൂടെ ശ്വസനം, കണ്ണുകളിൽ പ്രകാശം, പാദങ്ങളിൽ പുഷ്പം, കരങ്ങളിൽ ചുമതലകൾ, തൊട്ടു മുമ്പിലായി യുക്തിയും. നക്ഷത്രങ്ങളെ പിടിച്ചടക്കാൻ ശ്രമിക്കരുത്... ദിവസേനയുള്ള കടമകളും അന്നാന്നത്തെ അന്നവുമാണ് മധുരമായ കാര്യങ്ങളെന്ന് ഉറപ്പിച്ച ശേഷം ജീവിതത്തിലെ സാധാരണ പ്രവർത്തികൾ മാത്രം വരുന്നത് അനുസരിച്ച് ചെയ്യുക. റോബർട്ട് ലൂയിസ് സ്റ്റീവൻസൺ എഴുതി.

പുസ്തകത്തിലേയ്ക്ക് ശ്രദ്ധ കേന്ദ്രീകരിച്ചതും വീണ്ടും അതുതന്നെ സംഭവിച്ചു. വീൽചെയറിലെ ആ രൂപം വീണ്ടും എന്റെ മുറിക്കരികിലൂടെ കൂടുതൽ വേഗത്തിൽ പാഞ്ഞു. അദ്ഭുതമെന്നു പറയട്ടെ, ഇത്തവണ അയാൾ പാടുന്നുമുണ്ടായിരുന്നു. വർഷങ്ങളായി കേൾക്കാത്ത ആ ഗാനം ഞാൻ തിരിച്ചറിഞ്ഞു. കൊച്ചുകുട്ടിയായിരിക്കുമ്പോൾ അച്ഛനമ്മമാർ എനിക്ക് പാടി തരാറുണ്ടായിരുന്നു ഗാനം. വിചിത്രമായ ഈ സന്ദർശകന് അതിലെ വാക്കുകളെങ്ങനെ അറിയാമെന്ന് ഞാൻ അദ്ഭുതപ്പെട്ടു. അതാരാണെന്ന് കണ്ടുപിടിക്കണം. പക്ഷെ, അത് ഭയപ്പെടേണ്ട കാര്യമല്ലെ? തെരുവിൽനിന്നും ചാടിപ്പോന്ന ഏതെങ്കിലും ഭ്രാന്തനാണെങ്കിലോ? ജിജ്ഞാസ പിടിച്ചടക്കികൊണ്ട് കിടക്കയിൽ നിന്നുമെഴുന്നേറ്റ് ഞാൻ പതുക്കെ എന്റെ ചലനസഹായി മേൽ ചാടി പിടിച്ചു.

ആ ഭ്രാന്തനാരായിരുന്നുവെന്ന് അറിയാൻ ഞാൻ പതുക്കെ ഇടനാഴിയിലേക്ക് നീങ്ങി. പക്ഷേ, അവിടെയാരുമില്ലായിരുന്നു. ചെറുപ്പക്കാരികളായ രണ്ട് നഴ്സുമാർ യഥാസ്ഥാനങ്ങളിലിരുന്ന് ജോലി നോക്കുന്നതൊഴിച്ചാൽ ഇടനാഴി ശൂന്യമായിരുന്നു.

"ഹലോ." അതിലൂടെ പോകുമ്പോൾ ഞാൻ ഊഷ്മളതയോടെ പറഞ്ഞു.

ഹായ്, കാതറിൻ, കുഴപ്പമൊന്നുമില്ലല്ലോ. അവർ ചോദിച്ചു.

"ഇല്ല," ഞാൻ തുടർന്നു. "കുറച്ചു മുൻപ് ഇതിലെയാരോ വേഗത്തിൽ പോകുന്നത് കേട്ടു. അതാരാണെന്ന് ഞാൻ ആശ്ചര്യപ്പെടുകയായിരുന്നു. അത്ര വേഗത്തിൽപ്പോയത് എനിക്ക് ഇഷ്ടപ്പെട്ടില്ല. ആരെയെങ്കിലും തട്ടിയാലൊ? മാത്രമല്ല, അയാളെന്തിനാണ് പാടുന്നത്? ഇനി കാണുകയാണെങ്കിൽ വേഗത കുറയ്ക്കാൻ നിങ്ങൾ അയാളോട് പറയുക. കൂടാതെ കുറച്ച് സംഗീതപാഠങ്ങളെടുക്കാനും പറയണം." ഞാൻ പുഞ്ചിരിച്ചു.

"ഞങ്ങളാരെയും കണ്ടില്ലല്ലോ," നഴ്സുമാർ ഏകസ്വരത്തിൽ പറഞ്ഞു.

"നിങ്ങൾ കണ്ടില്ലേ?" ഞാൻ അന്ധാളിപ്പോടെ ചോദിച്ചു.

"ഇല്ല. ഞങ്ങൾ കണ്ടില്ല. കാതറിൻ ക്ഷമിക്കണം. ചിലപ്പോൾ നിങ്ങൾ വല്ല ദുഃസ്വപ്നവും കണ്ടതായിരിക്കും."

"അല്ല, അതൊരു സ്വപ്നമൊന്നുമല്ലായിരുന്നു. വൈദ്യുതിയുടെ വീൽചെയറിൽ ഒരു വിചിത്ര രൂപമാണ് ഇതിലൂടെ പാഞ്ഞത്. കുട്ടിയായിരിക്കുമ്പോൾ ഞാനിഷ്ടപ്പെട്ടിരുന്ന ഒരു പാട്ടാണ് അയാൾ പാടിയിരുന്നത്. വർഷങ്ങളായി ഞാനാ പാട്ട് കേട്ടിട്ടുമില്ല."

ഞാനെത്രത്തോളം ബാലിശമായിട്ടാണ് സംസാരിക്കുന്നതെന്ന് എനിക്ക് മനസ്സിലായി തുടങ്ങി. നഴ്സുമാർ ചിരിക്കാൻ തുടങ്ങി.

"നിങ്ങൾ ഞങ്ങളെ പരിഹസിക്കുകയല്ലെ?"

"അല്ല, ഞാൻ കാര്യമായിട്ടാണ് പറഞ്ഞത്. അയാളെ ഇനി കാണുകയാണെങ്കിൽ കുറച്ചുകൂടി ഉത്തരവാദിത്വത്തോടെ പെരുമാറാൻ പറയണം." ഞാൻ കർക്കശമായി പറഞ്ഞു.

"ശരി, കാതറിൻ. ഞങ്ങൾ പറയാം." അടക്കിപ്പിടിച്ച ചിരിയോടെ നഴ്സുമാരിലൊരാൾ മറുപടി പറഞ്ഞു.

തിരികെ മുറിയിലേക്ക് പോകുമ്പോൾ നിലത്ത് കിടന്നു തിളങ്ങിയിരുന്ന ഒരു ലോഹവസ്തു എന്റെ ശ്രദ്ധയിൽപ്പെട്ടു. ഞാനതെടുത്തു പ്രകാശത്തിൽ നോക്കി. എനിക്ക് വിശ്വസിക്കാനായില്ല. സുവർണ്ണനിറമുള്ള ഒരു ചിത്രശലഭം. ഞാൻ സ്തബ്ധയായി പോയി. വളരുമ്പോൾ സ്വതന്ത്രമായ ചിന്താശക്തിയോടെ സ്വന്തമായ ജീവിതം കരുപിടിപ്പിക്കണമെന്ന് ഓർമ്മപ്പെടുത്താൻ എന്റെ അച്ഛൻ എനിക്കും മൂത്ത സഹോദരൻ ജൂലിയനും ഇതുപോലൊരു ചിത്രശലഭത്തെ തന്നിട്ടുണ്ടായിരുന്നു. അദ്ദേഹത്തെ സംബന്ധിച്ചിടത്തോളം ചിത്രശലഭം സ്വാതന്ത്ര്യത്തിന്റെയും സ്വാശ്രയത്തിന്റെയും പ്രതീകമായിരുന്നു. ഈ ഗുണങ്ങൾകൊണ്ട് നിബിഢമായിരിക്കണം ഞങ്ങളുടെ ജീവിതമെന്ന് അദ്ദേഹം ആശിച്ചു. ഫെഡറൽ കോടതിയിൽ ജഡ്ജിയായി നിയമിതനായ ദിവസമാണ് ഞങ്ങൾക്ക് അദ്ദേഹം ആ സുവർണ്ണ ചിത്രശലഭങ്ങളെ സമ്മാനിച്ചത്. എനിക്ക് അച്ഛനെക്കുറിച്ച് അഭിമാനം തോന്നിയ ദിവസമായിരുന്നു അത്. ആ സ്ഥാനത്തെത്താൻ അദ്ദേഹം അക്ഷീണമായി പ്രവർത്തിച്ചു. വിജയത്തിന്റെ ഓരോ അംശവും അദ്ദേഹത്തിന് അർഹതപ്പെട്ടതു തന്നെയായിരുന്നു. വിനയവും സ്നേഹവും

അതീവ സത്യസന്ധതയുമുള്ള അത്രയും നല്ലൊരു മനുഷ്യനായിരുന്നു എന്റെ അച്ഛൻ.

പ്രത്യേകിച്ചും അച്ഛന്റെ മരണശേഷം ആ ചിത്രശലഭത്തെ ഞാൻ വീട്ടിൽ നിധിപോലെ കാത്തു സൂക്ഷിച്ചു. ജൂലിയൻ അതെന്തു ചെയ്തുവെന്ന് എനിക്കറിയില്ല. അവനെ എനിക്കറിയാവുന്നതു കൊണ്ട് ചിലപ്പോളത് വിറ്റു കാണും. അവനൊരു പ്രത്യേക സ്വഭാവക്കാരനായിരുന്നുവെന്നെനിക്ക് പറഞ്ഞെ പറ്റൂ. അവനെപ്പോലെയൊരുത്തനെ നിങ്ങളൊരിക്കലും കണ്ടിട്ടുണ്ടാകാൻ സാധ്യതയില്ല. അവനെയെങ്ങനെയാണ് വർണ്ണിക്കേണ്ടതെന്നുപോലും എനിക്കുറപ്പില്ല. അതെ, അവൻ മിടുക്കനും നിപുണനും വിവേകശൂന്യനും ഇണങ്ങാത്തവനുമാണെങ്കിലും അവനതിനെല്ലാം ഉപരിയായിരുന്നു.

ക്ലാസ്സിൽ വെച്ചേറ്റവും മിടുക്കനും അതേസമയം അധികപ്രസംഗിയുമായിരുന്നു അവൻ. സിനിമാതാരത്തെപ്പോലെയിരിക്കുന്നതുകൊണ്ട് സുന്ദരികളായ പെൺകുട്ടികളൊക്കെ അവനിൽ അനുരക്തരാകുമായിരുന്നു. സ്കൂൾ നൽകിയിരുന്ന എല്ലാ അംഗീകാരങ്ങളും അവനു തന്നെ ലഭിച്ചു. സർവ്വകലാശാലയിലെ മികച്ച കായികതാരവും അതുല്യനായ വിദ്യാർത്ഥിയും ചുറ്റിക്കറങ്ങുന്ന സ്വാഭാവശീലനുമാണെന്ന് അവൻ തെളിയിച്ചു. ചർച്ചകളിലൊക്കെ അവൻ ഭാസുരതയോടെ പങ്കെടുക്കും. മനുഷ്യന് ലഭിക്കുന്ന എല്ലാ കഴിവുകളും അവന് സിദ്ധിച്ചു. എല്ലാം അവന്റെ വ്യക്തിപ്രഭാവത്തിനും ബുദ്ധിശക്തിക്കും അതീതമായിരുന്നു. അപരിഹാര്യവും വിസ്മയകരവുമായ ഊർജ്ജവും പ്രകാശവും അവൻ ഉൾക്കൊണ്ടു. എല്ലാത്തിനുമുപരി അവന് നല്ലൊരു ഹൃദയമുണ്ടായിരുന്നു. അവനിലൊരു ധീരപുരുഷനെ ഞാൻ കണ്ടു. എനിക്ക് ജൂലിയനെ ഇഷ്ടമായിരുന്നു. വേനൽക്കാലത്ത് പുഴയോരത്തുള്ള കോട്ടേജിലും ശീതകാലത്ത് മഞ്ഞിൻതാഴ്വരകളിലുമായി ഞങ്ങൾ ഒരുമിച്ച് കളിച്ച് വളർന്നത് ഞാൻ ആസ്വദിച്ചു. മിക്കവാറും സമയം പ്രായോഗികമായി തമാശകളും ചിരിയുമായിട്ടാണ് ഞങ്ങൾ ചിലവഴിച്ചത്. ലളിതമായി പറഞ്ഞാൽ ജൂലിയൻ വിസ്മയാവഹമായ ഒരു മനുഷ്യൻ തന്നെയായിരുന്നു. എനിക്ക് അവന്റെത് ശരിക്കും ഒരു തീരാനഷ്ടമായിരുന്നു.

പ്രതീക്ഷിച്ചപോലെ ഹാർവാർഡിലെ ലോ കോളേജിൽ നിന്നും ജൂലിയൻ ഒന്നാംക്ലാസ്സോടെ ബിരുദമെടുത്തു. രാജ്യത്തെ മികച്ച നിയമ വ്യാപാര സ്ഥാപനങ്ങൾ അവന് വില പറയുന്നതിൽ മത്സരിച്ചു. ചുരുങ്ങിയ കാലയളവിൽതന്നെ കിട്ടാവുന്നതിൽ വെച്ചേറ്റവും ശ്രേഷ്ഠവും മിടുക്കനുമായ നിയമോപദേഷ്ടാവായി അവൻ

പേരെടുത്തു. ഏതു തരത്തിൽ നോക്കിയാലും അവന്റെ വിജയം ഹൃദയഹാരിയായിരുന്നു. മികവിന്റെ യഥാർത്ഥ അർത്ഥം ഉൾക്കൊണ്ടിരുന്ന എന്റെ അച്ഛൻ പ്രശംസയുടെ കാര്യത്തിലെന്നും പിശുക്കനായിരുന്നു. അദ്ദേഹംപോലും അവനെ കുറിച്ചെപ്പോഴും ഒരു ചിരിയോടെ പറയും. അവൻ ശരിക്കും നല്ലവനാണ്. ഒരു ദിവസം സുപ്രീം കോടതിവരെ അവൻ എത്തുമെന്ന് ഞാൻ പന്തയം വെയ്ക്കുന്നു. പഴയ ശിലാഖണ്ഡത്തിലെ ഒരു തുണ്ടാണവനെന്നേ എനിക്ക് പറയാനുള്ളൂ.

വർഷങ്ങളോളം ജൂലിയൻ തിളങ്ങി. രാജ്യത്തെ ഏറ്റവും മിടുക്കനും ശാഠ്യക്കാരനുമായ നിയമജ്ഞനായി അവൻ അംഗീകരിക്കപ്പെട്ടു. ഏഴക്ക വരുമാനം കൊണ്ട് ജീവിതത്തിൽ നേടാവുന്നതെല്ലാം അവൻ നേടി. പ്രസിദ്ധരും അംബാസഡർമാരും താമസിക്കുന്ന മേഖലയിൽ മനോഹരമായ രമ്യഹർമ്മവും അവൻ വാങ്ങി. കക്ഷികളിൽ നിന്നും കക്ഷികളിലേക്ക് രാജകീയ പ്രൗഢിയോടെ സഞ്ചരിക്കാൻ ജെറ്റ് വിമാനത്തിൽ അവൻ നിക്ഷേപിച്ചു. പ്രമാദമായ കേസ്സുകൾ വാദിക്കുമ്പോൾ ധരിക്കാനുള്ള സ്യൂട്ട് തയ്ക്കാൻ തയ്യൽക്കാരെ ഇറ്റലിയിൽ നിന്നും വിമാനത്തിൽ അവൻ കൊണ്ടു വരുമായിരുന്നു. സ്വകാര്യ ദ്വീപിൽ നിർവ്വാണയെന്ന പേരുള്ള വീട് സ്വന്തമാക്കുമ്പോൾ ജ്വലിക്കുന്ന തിരക്കിൽ നിന്നും രക്ഷപ്പെട്ട് നവോന്മേഷം വീണ്ടെടുക്കാനുള്ള സ്ഥലമായി അവനതിനെ കണ്ടിരിക്കണം. വിശാലമായ വീഥിയിൽ നിറുത്തിയിടുമായിരുന്ന തിളങ്ങുന്ന ചുവപ്പ് നിറമുള്ള ഫെറാറിയെയായിരുന്നു അവനേറ്റവും കൂടുതൽ വിലമതിച്ചിരുന്നത്. അർഹമായതല്ലെങ്കിലും പൊടുന്നനെയുള്ള വിജയത്തിന്റെ പാതയിൽ താനനുഭവിച്ചയെല്ലാ ത്യാഗങ്ങളും പ്രതിഫലമെന്നോണം അവൻ അതിനെ വികാരവായ്പ്പോടെ സൂക്ഷിച്ചു. അതിന് അവന് വലിയ സന്തോഷവുമായിരുന്നു.

നിയമരംഗത്തെ പൊടുന്നനെയുള്ള വളർച്ചയ്ക്കിടയിലും സുന്ദരിയായൊരു സ്ത്രീയെ എന്റെ സഹോദരൻ വിവാഹം കഴിച്ചു. അതിവിശിഷ്ടരായ ദമ്പതികൾക്ക് ആലിയെന്ന് പേരുള്ള സുന്ദരിയായ ഒരു മകളും ജനിച്ചു. അസാധാരണമായ മിടുക്കുള്ള ആ കൊച്ചു കുട്ടി എല്ലാവരെയും ആശ്ചര്യപ്പെടുത്തുമായിരുന്നു. കുറുമ്പുകാരിയായ അവൾ എപ്പോഴും ചിരിച്ചേ കണ്ടിട്ടുള്ളു. ആലിയോളം ചുറുചുറുക്കും സൗന്ദര്യവുമുള്ള മറ്റൊരു കുട്ടിയെ ഞാനിതു വരെ കണ്ടിട്ടില്ല.

മകളുടെ ജനനം ജൂലിയനെയാകെ മാറ്റിമറിച്ചു. നിയമജ്ഞനെന്ന നിലയിൽ അവൻ നന്നായി തന്നെ പ്രവർത്തിക്കുകയും

കോടതിയിലെ വൈദഗ്ദ്ധ്യം എന്നത്തേയുംപോലെ മൂർച്ചയോടെ നിലനിർത്തുകയും ചെയ്തു. മാത്സര്യത്തിന്റെ തീജ്വാലയെരിയുന്നതുകൊണ്ട് അത് അവനെ ആകാശത്തെ എത്തിപ്പിടിക്കാൻ പ്രേരിപ്പിച്ചു. പക്ഷെ, ദിവസം ചെല്ലുന്തോറും അവന്റെ മുൻഗണനകൾ മാറി തുടങ്ങി. ഒരു കുടുംബസ്ഥന്റെ ജീവിതത്തെ അവൻ ഇഷ്ടപ്പെടാൻ തുടങ്ങി. ഭാര്യയോടൊപ്പം പുറത്തുപോകാനും മകളോടൊപ്പം കളിക്കാനും വേണ്ടി അവൻ വെള്ളിയാഴ്ചകളിൽ അവധിയെടുത്തു. ഈ ഘട്ടത്തിലാണ് ഞാൻ അവനെ ഏറ്റവും സന്തോഷവാനായി കണ്ടിട്ടുള്ളത്.

സ്വതവെ സുന്ദരനും തികഞ്ഞ ശരീര പ്രകൃതിയുമുള്ള ജൂലിയന്റെ മുഖം തിളങ്ങുന്നത് കുടുംബത്തോടൊപ്പമിരിക്കുമ്പോഴായിരുന്നു. ആലിയോടൊപ്പം കളിക്കുമ്പോൾ അവന്റെ കണ്ണുകളിലെ പ്രകാശം കാണുമ്പോൾ എനിക്ക് തോന്നും അതിസങ്കീർണ്ണവും അനന്തമായ അനിശ്ചിതത്വവും നിറഞ്ഞ ഈ ലോകത്തിൽ നമ്മളെല്ലാം കൊതിക്കുന്ന ആന്തരികമായ സമാധാനം കണ്ടെത്തിയ മനുഷ്യനാണ് ഇവൻ. പ്രപഞ്ചത്തിന്റെ വാലറ്റത്തു മാത്രമുള്ള സ്നേഹം ജൂലിയന്റെ ചുറ്റുമുണ്ടായിരുന്നു. പക്ഷേ നമ്മൾ പ്രതീക്ഷിക്കാത്തതോ അർഹിക്കുന്നതോവായ രീതിയിൽ നമ്മെ പുറന്തള്ളുന്ന ഒരു രീതി ജീവിതത്തിനുണ്ട്. ജീവിതത്തിന്റെ ഉച്ചക്കോടിയിലെത്തുമ്പോഴാണ് നമ്മുടെ ഏറ്റവും വലിയ ദുരിതം തുടങ്ങുന്നത്. അത്തരം സന്ദർഭങ്ങളിൽ, പ്രിയപ്പെട്ടവരെയെല്ലാം ജീവിതം പറിച്ചെടുത്തശേഷം നമ്മൾ അന്ധകാരത്തിൽ നിന്നും അഗാധഗർത്തത്തെ അഭിമുഖീകരിക്കേണ്ടി വരും. അത്തരം വിരസമായ നിമിഷങ്ങളിലാണ് യഥാർത്ഥത്തിൽ നാമാരാണെന്നതിന്റെ ഒരു സൂചന നമുക്ക് ലഭിക്കുന്നത്. കൊടിയ വേദനയുടെ ആ സമയത്താണ് നമ്മുടെ യഥാർത്ഥ സ്വഭാവം വെളിപ്പെടുന്നത്. ആ കാലയളവുകളിലാണ് നമ്മുടെ സൂക്ഷ്മമായ ശക്തികളെ നാം സന്ധിക്കേണ്ടി വരുന്നത്. അധികം വൈകാതെ, ഒരിക്കലുമുണ്ടാകുമെന്ന് സങ്കൽപിക്കാനാകാത്ത ചില ശക്തികളെ അഭിമുഖീകരിക്കേണ്ട സാഹചര്യം ജൂലിയന് വന്നു ചേർന്നു.

ശരത്കാലത്തിലെ ഒരു അപരാഹ്നം. ആലിയുടെ കൂട്ടുകാരിയുടെ ജന്മദിനാഘോഷത്തിൽ പങ്കെടുക്കാനായി അവളെയും കൊണ്ട് ജൂലിയൻ പോകുകയാണ്. അപ്പോഴാണ് എതിർദിശയിൽ വരുന്ന

കാർ പാളി തന്റെ ഭാഗത്തേക്ക് വരുന്നത് അവന്റെ ശ്രദ്ധയിൽപ്പെട്ടത്. ആദ്യമതിൽ പിശകൊന്നും തോന്നിയില്ലെങ്കിലും ആ കാർ തങ്ങൾ സഞ്ചരിക്കുന്ന വാഹനത്തിനു നേരെ കുതിക്കുന്നത് കണ്ടപ്പോൾ ജൂലിയൻ അസ്വസ്ഥനായി. അടുത്ത കുറച്ച് നിമിഷങ്ങളിൽ സംഭവിച്ചത് ജൂലിയന്റെ ജീവിതത്തെയാകെ ഉലച്ചു. അപകടമുണ്ടാക്കിയ കാറിന്റെ ഡ്രൈവർ കൂട്ടുകാരോടൊപ്പം ദിവസം മുഴുവൻ മദ്യപിച്ചശേഷം ഓടിച്ചിരുന്ന കാറിന്റെ നിയന്ത്രണംവിട്ട് ജൂലിയന്റെ കാറിലേക്ക് നേരെ ഇടിച്ചു കയറുകയായിരുന്നു. നിസ്സാര പരിക്കുകളോടെ ജൂലിയൻ അദ്ഭുതകരമായി രക്ഷപ്പെട്ടു. സങ്കടകരമെന്നു പറയട്ടെ, ആലിയ്ക്ക് അത്രത്തോളം ഭാഗ്യമുണ്ടായിരുന്നില്ല. അപകടത്തിനിടയിൽ കാറിന്റെ ജനൽ പാളിയിൽ പോയിടിച്ച് അവളുടെ തലയ്ക്ക് ക്ഷതമേറ്റു. റോഡിന്റെ മദ്ധ്യത്തിൽ വൈദ്യ സഹായത്തിനായി കേഴുന്ന എന്റെ സഹോദരന്റെ മടിയിൽ കിടന്ന് അവർ മരിച്ചു. ആ തീരാനഷ്ടത്തിൽനിന്നും വിമുക്തനാകാൻ ജൂലിയന് സാധിച്ചില്ല. ദിവസം മുഴുവൻ പൂർണ്ണമായി വിനിയോഗിച്ചിരുന്ന ആ മനുഷ്യൻ മണിക്കൂറുകൾ ചിലവിടാൻ പോലും പ്രയാസപ്പെടുന്ന അവസ്ഥയിലെത്തി. അതെന്റെ ഹൃദയത്തെ തകർത്തുകളഞ്ഞു.

ദു:ഖത്തെ അഭിമുഖീകരിക്കാതിരിക്കാനുള്ള ശ്രമത്തിൽ ആകെ ആശയറ്റ് ജോലിയിൽ മുഴുകാൻ അവൻ ശ്രമിച്ചു തുടങ്ങി. പ്രൗഢി നിറഞ്ഞ ഓഫീസിലെ ചെറുകട്ടിലിൽ കിടന്നുറങ്ങി ആഴ്ചകളോളം അവൻ ചിലവഴിക്കും. ഭൂതകാല സ്മരണകൾ ഉണർത്തുന്ന ആരെയും കാണാൻ അവൻ കൂട്ടാക്കിയുമില്ല. അത്തരമൊരു ഇടുങ്ങിയ കാഴ്ചപ്പാട് ഔദ്യോഗിക ജീവിതത്തിൽ അവനെ വീണ്ടുമുയർത്തിയെങ്കിലും വ്യക്തിപരമായി അവൻ ജീർണ്ണിക്കുകയാണ് ചെയ്തത്. ഒരു സാധാരണ മനുഷ്യനും പോരാളിയും തമ്മിലുള്ള വ്യത്യാസത്തെക്കുറിച്ച് കാർലോസ് കാസ്റ്റിനെഡ എഴുതി, പോരാളി എല്ലാം വെല്ലുവിളിയായിട്ടെടുക്കുമ്പോൾ സാധാരണക്കാർ അതിനെ ഒന്നുകിൽ അനുഗ്രഹമായോ അല്ലെങ്കിൽ ശാപമായോ കാണുന്നു. ശപിക്കപ്പെട്ടവനായിട്ടാണ് ജൂലിയൻ സ്വയം കരുതിയിരുന്നതെന്ന് എനിക്ക് തോന്നുന്നു.

ഉദ്യോഗത്തോടുള്ള അമിതമായ ആസക്തിയും വൈകാരികമായ ദുർലഭ്യതയും അവനോടൊപ്പമുള്ള ജീവിതം ദുസ്സഹമാണെന്ന് പറഞ്ഞ് അവന്റെ സുന്ദരിയായ ഭാര്യ അവനെ ഉപേക്ഷിക്കാൻ തീരുമാനിച്ചു. ജൂലിയനെ അവന്റെ അവസ്ഥയിൽ നിന്നും മോചിതനാക്കാൻ അവൾക്കാകുന്നതെല്ലാം ചെയ്തിട്ടുണ്ടെന്ന് അവളെന്നോട് വിശ്വാസപൂർവ്വം പറഞ്ഞു. പക്ഷെ ഒന്നും

നടന്നില്ല. അതിനെക്കാൾ ആരിൽ നിന്നും യാതൊരു സഹായവും സ്വീകരിക്കാനുള്ള അവസ്ഥയിലല്ല താനെന്ന് ജൂലിയൻ വാക്കിലൂടെയും പ്രവർത്തിയിലൂടെയും തെളിയിക്കുകയും ചെയ്തു. അവന് ഏകാന്തമായിരിക്കണം. എല്ലാവരും അവരവരുടെ കാര്യം നോക്കി സഹതാപം കൊണ്ടു പോയി മറ്റുള്ളവരിൽ ചൊരിയട്ടെ എന്നുള്ള മനോഗതമായിരുന്നു അവന്റേത്.

ജൂലിയൻ അമിതമായി മദ്യപിക്കാനും വീണ്ടുവിചാരമില്ലാതെ ജീവിക്കാനും തുടങ്ങി. ഉറക്കം കുറഞ്ഞു. അമിതമായി ഭക്ഷിച്ചു. അടുപ്പമുള്ളവരെപോലും അകറ്റുന്ന വിധത്തിൽ പരുഷമായൊരു പുറംതോട് അവൻ സൃഷ്ടിച്ചെടുത്തു. ഒഴിവുസമയം കുറച്ചേയുള്ളുവായിരുന്നെങ്കിലും ആ സമയം അവൻ മെലിഞ്ഞിരിക്കുന്ന ഫാഷൻ മോഡലുകൾക്കൊപ്പവും, ഓഹരിദല്ലാളന്മാർക്കൊപ്പവും ചിലവിട്ടു. തന്നെ നശിപ്പിക്കുന്ന സംഘമെന്ന് തന്നെയാണ് അവൻ അവരെക്കുറിച്ച് പരാമർശിച്ചിരുന്നത്. ഈ ദിവസങ്ങളിലൊന്നും ഞങ്ങൾ തമ്മിലധികം കണ്ടുമുട്ടിയിരുന്നില്ല. എന്റെ ഫോൺ കോളുകൾ സ്വീകരിക്കാൻ പോലും അവൻ വിസമ്മതിച്ചു. അവൻ ഭയങ്കര കുഴപ്പത്തിലേക്കാണ് പോകുന്നതെന്ന് എനിക്ക് അറിയാമായിരുന്നു.

ഒരു ദിവസം നഗരത്തിൽ നിന്നും അകലെ ഒരു തെരുവിൽ വച്ച് ഞാൻ അവനെ കണ്ടു. നെറ്റിയിൽ നിന്നും വിയർപ്പുതുള്ളികളൊഴുകി, കടലാസ്സുകൾ കുത്തി നിറച്ച രണ്ടു പെട്ടികളുമായി അവൻ തിരക്കിട്ടു പോകുകയായിരുന്നു. അവന്റെ രൂപം കണ്ടിട്ട് എനിക്ക് വിശ്വസിക്കാനായില്ല. അതെന്നെ കരയിപ്പിച്ചു. ഒരിക്കൽ യുവത്വം തുളുമ്പിയിരുന്ന സുന്ദരമായ മുഖത്തിന് പകരം ആകെ ചുക്കിചുളിഞ്ഞ മുഖം. കണ്ണുകൾ അഗാധമായ ദുഃഖത്തെ വിളംബരം ചെയ്തു.

അവനെപ്പോഴും അഭിമാനം കൊണ്ടിരുന്ന കൊത്തിയെടുത്ത അവന്റെ ശരീരഘടന അമിത വണ്ണത്തിന് വഴിമാറി. ആകെ കൂനിയ ശരീരഘടന. അവന്റെ മുഖത്ത് ശാശ്വതമായി നിലനിന്നിരുന്ന വിലമതിക്കാനാവാത്ത പുഞ്ചിരി യാതൊരു അടയാളവും അവശേഷിപ്പിക്കാതെ മാഞ്ഞുപോയിരുന്നു. ഞാനേറ്റവും കൂടുതൽ ആരാധിക്കുകയും സ്നേഹിക്കുകയും ചെയ്തിരുന്ന എന്റെ സഹോദരൻ നരകയാതനകൾ അനുഭവിക്കുന്നത് കണ്ട് എനിക്ക് സങ്കടം തോന്നി.

കുറച്ച്മാസങ്ങൾക്ക് ശേഷം, ജൂലിയന്റെ നിയമപങ്കാളികളിൽ ഒരാൾ എന്നെ വിളിച്ചു. പ്രമാദമായ ഒരു സിവിൽ കേസ്സ്

വാദിച്ചു കൊണ്ടിരിക്കുമ്പോൾ കോടതി മുറിയിൽ വെച്ചവന് ഹൃദയാഘാതമുണ്ടായെന്നും അവൻ ആശുപത്രിയിലാണെന്നും അയാളെന്നെ അറിയിച്ചു. പക്ഷേ ജീവൻ രക്ഷപ്പെടുമെന്നയാൾ നന്ദിപൂർവ്വം എന്നോട് പറഞ്ഞു. പക്ഷേ, പതിവുപോലെ എല്ലാ സന്ദർശകരെയും – പ്രത്യേകിച്ച് കുടുംബക്കാരെ – ജൂലിയൻ വിലക്കിയിരിക്കുന്നുവെന്ന് സഹപ്രവർത്തകർ തറപ്പിച്ച് പറഞ്ഞു.

കുറച്ച് നേരത്തേക്കെങ്കിലും എനിക്ക് അവനെ കണ്ടു കൂടെ? ഞാൻ അഭ്യർത്ഥിച്ചു.

കാതറിൻ, അതിന് സാധിച്ചിരുന്നെങ്കിലെന്ന് തന്നെയാണ് എന്റെയും ആഗ്രഹം. പക്ഷെ ജൂലിയനെ അറിയാമല്ലോ. എല്ലാവരെയും മുറിക്ക് പുറത്താക്കി എപ്പോഴും വാതിലടച്ചിടാനാണ് അവൻ ആശുപത്രി അധികൃതരെ ചട്ടം കെട്ടിയിട്ടുള്ളത്. അദ്ദേഹത്തിന് വേണ്ടി സ്വകാര്യ ടെലിഫോൺ സ്ഥാപിച്ചാൽ കോടതി കയറ്റുമെന്ന്വരെ മുതിർന്ന ഒരു ഡോക്ടറെ അവൻ ഭീഷണിപ്പെടുത്തി.

അതാണ് ജൂലിയൻ. ഞാൻ ചിന്തിച്ചു. നല്ല കാലത്തും അവൻ നിയമത്തിനാണ് പ്രാധാന്യം കൊടുത്തിരുന്നത്.

പക്ഷെ, കാതറിൻ അറിയേണ്ട മറ്റൊരു സംഗതി കൂടിയുണ്ടെന്ന് എനിക്ക് തോന്നുന്നു. ശബ്ദം താഴ്ത്തി കൊണ്ട് അയാൾ തുടർന്നു. ജൂലിയൻ ഉദ്യോഗം വിടുകയാണെന്ന് പ്രഖ്യാപിച്ചു കഴിഞ്ഞു. എനിക്കത് വിശ്വസിക്കാൻ സാധിക്കുന്നില്ല. അദ്ദേഹം കമ്പനി വിടുകയാണ്. രാജിയും സമർപ്പിച്ച് കഴിഞ്ഞു.

നിങ്ങൾ തമാശ പറയുകയാണ്! അദ്ഭുതത്തോടെ ഞാൻ പറഞ്ഞു. എനിക്കെന്റെ കാതുകളെ വിശ്വസിക്കാനായില്ല. അവന്റെ അച്ഛനെപ്പോലെ നിയമം അവന്റെ രക്തത്തിലലിഞ്ഞതാണ്. അഞ്ചു വയസ്സുള്ളപ്പോൾ മുതലേ അവന് വക്കീലാകണമെന്നായിരുന്നു.

കാതറിൻ, കുറച്ചു നേരത്തേ അദ്ദേഹമെന്നോട് പറഞ്ഞത് ഞാൻ നിങ്ങളെ അറിയിച്ചുവെന്നേയുള്ളു. ജൂലിയന്റെ തീരുമാനത്തിൽ അയാൾക്കുണ്ടായ ആഘാതം പ്രകടമാക്കുന്ന ശൈലിയിൽ അയാൾ മറുപടി പറഞ്ഞു നിർത്തി.

ജൂലിയൻ വാക്കു പാലിച്ചു. ആഴ്ചകൾക്കകം ജൂലിയൻ നിയമഭാഗം ഉപേക്ഷിച്ചു. തന്റെ വീടും വിമാനവും സ്വകാര്യ ദ്വീപുമാകുന്ന സകല ഭൗതീക സ്വത്തുക്കളും അവൻ മാസങ്ങൾക്കകം വിറ്റു. അതാണെന്നെ കൂടുതൽ അമ്പരപ്പിച്ചത്. തന്റെ വിജയത്തിന്റെ പ്രതീകവും താനൊരിക്കലായിരുന്നുവെന്നതിന്റെ ബാക്കി പത്രവുമായിരുന്ന തന്റെ ചുവന്ന ഫെറാറി അവൻ കൈമാറ്റം ചെയ്തു. ജീവിതത്തിന്റെ അഗാധമായ അർത്ഥത്തെ തേടി ജൂലിയൻ ഇന്ത്യയിലേയ്ക്ക് പലായനം ചെയ്തുവെന്ന് അവന്റെയൊരു

സുഹൃത്തിൽ നിന്നും ഞാൻ പിന്നീട് മനസ്സിലാക്കി. മേൽവിലാസമോ ബന്ധപ്പെടാനൊരു നമ്പറോ കൊടുക്കാതെയാണ് അവൻ പോയത്. തിരിച്ചു വരുമോയെന്ന സൂചന പോലും ബാക്കിയില്ല.

നിങ്ങൾക്കെന്തു തോന്നുന്നു? ഞാൻ അവന്റെ കൂട്ടുകാരനോട് ചോദിച്ചു.

വിഖ്യാതനായ ജൂലിയൻ മാന്റിലിനെ ഞാനോ നിങ്ങളോ ഇനിയൊരിക്കലും കാണില്ലയെന്നാണ് എനിക്ക് തോന്നുന്നത്. പ്രശാന്തമായ മറുപടി പെട്ടെന്ന് വന്നു.

വർഷങ്ങൾ കടന്നുപോയി. ജൂലിയനെക്കുറിച്ചൊരു അറിവുമുണ്ടായില്ല. ഒരു കാർഡുപോലും ലഭിച്ചില്ല. ഒരു സഹോദരി ജീവിച്ചിരിക്കുന്നതിനെപ്പറ്റിയും തന്റെ മകളുടെ മരണത്തിന് മുമ്പ് താൻ നയിച്ചിരുന്ന ജീവിതത്തെപ്പറ്റിയും വകവെച്ചു കൊടുക്കാൻ വിസമ്മതിക്കുന്നതു പോലെയായിരുന്നു അവന്റെ തിരോധാനം. എനിക്കുമൊരു കുടുംബമൊക്കെയായി. ജോലിത്തിരക്കിനിടയിൽ ജൂലിയന്റെ അധഃപതനത്തിൽനിന്നും ഉൾക്കൊള്ളേണ്ട പാഠങ്ങൾ പഠിക്കാൻ ഞാൻ പരാജയപ്പെട്ടു. കാലം ചെല്ലുന്തോറും ജൂലിയനെക്കുറിച്ചുള്ള ഓർമ്മകൾ വിരളമായി. എങ്കിലും ജോണും കുട്ടികളും മുകൾനിലയിൽ കിടന്നുറങ്ങുമ്പോഴുള്ള സ്വകാര്യ നിമിഷങ്ങളിൽ എന്റെ സഹോദരൻ എവിടെയായിരിക്കുമെന്നും അവന് സുഖം തന്നെയായിരിക്കുമൊവെന്നുമൊക്കെ ആശങ്കപ്പെടാതിരിക്കാൻ എനിക്ക് സാധിച്ചില്ല. ചെറുപ്പത്തിൽ നൗകാശയത്തിൽ കിടന്ന് നീന്തിയിരുന്നതും ഞങ്ങൾ കൊച്ചു നൗക തുഴഞ്ഞിരുന്ന ചുട്ടുപൊള്ളുന്ന വേനൽക്കാല ദിനങ്ങളിലേയ്ക്കുമൊക്കെ എന്റെ മനസ്സ് ഒഴുകിപ്പോകുമായിരുന്നു. ജൂലിയന്റെ നർമ്മബോധവും ചെറിയൊരു പ്രകോപനം സൃഷ്ടിച്ചവരിൽപോലും അവനെ കോപിപ്പിച്ചിരുന്ന കുസൃതിത്തരങ്ങളും ഞാനോർക്കും. എല്ലാത്തിനുമുപരി അവന്റെ കണ്ണുകളിൽ സ്ഫുരിച്ചിരുന്ന കുസൃതിയുടെ തിളക്കം ഞാൻ മറക്കില്ല. പാരമ്പര്യശാസ്ത്രത്തിന്റെ അദ്ഭുതത്താൽ ആലിക്കും അതേ തിളക്കം സിദ്ധിച്ചിരുന്നു. ആ കൊച്ചു കുട്ടിയുടെ വിരഹം എനിക്ക് തീരാനഷ്ടമായി. ഞാനെന്റെ സഹോദരനെ കാണാനെത്രത്തോളം കൊതിക്കുന്നു.

ഒരു മുനി സന്ദർശനത്തിനായി വരുന്നു

ഒരാളുടെ സന്തോഷവും സങ്കടവും അയാൾ നേടിയിട്ടുള്ള പണത്തെയോ സ്വർണ്ണത്തെയോ ആശ്രയിച്ചല്ല. സുഖവും ദുഃഖവു മൊക്കെ അവന്റെ ആത്മാവിലാണ്. ബുദ്ധിമാന് എല്ലാ ദേശവും സ്വദേശമായി അനുഭവപ്പെടുന്നു. മഹത്തായ ആത്മാവിന് പ്രപഞ്ചം മുഴുവനും സ്വന്തം ഭവനമാണ്.

ഡെമോക്രാറ്റിസ്

ഞാനാണ് നിങ്ങളുടെ പുതിയ ഡോക്ടർ. ഇടനാഴിയുടെ ഇരുളടഞ്ഞ കോണിൽനിന്നും ഒരു ശബ്ദം മുഴങ്ങി. ഞാൻ നോക്കിയപ്പോൾ കണ്ട കാഴ്ച എന്നെ സ്തബ്ധയാക്കി. ഇടനാഴിയിലൂടെ പറന്നുപോയിരുന്ന വൈദ്യുതവാഹനത്തിൽ നിന്നും പ്രസരിപ്പുള്ള ഒരു ചെറുപ്പക്കാരൻ ഡോക്ടറുടെ കോട്ടും ധരിച്ച് ഇരുട്ടിൽനിന്നും എനിക്ക് നേരെ നടന്നു വരുന്നു. സാധാരണമായി ഡോക്ടർമാർ ഉപയോഗിക്കാറുള്ള സ്റ്റെതസ്കോപ്പ് കഴുത്തിൽ തൂങ്ങി കിടന്നിരുന്നെങ്കിലും അയാൾ ധരിച്ചിരുന്ന മറ്റെന്തോവാണ് എന്നെ അദ്ഭുതപ്പെടുത്തിയത്. ടിബറ്റൻ സന്യാസിമാർ സാധാരണയായി ധരിച്ച് കണ്ടിട്ടുള്ള തലവരെ മറയ്ക്കുന്ന തരത്തിലുള്ള ചുവപ്പ് മേലങ്കിയാണ് ആ ചെറുപ്പക്കാരന്റെ വേഷം. കൃത്യമായി മുറിച്ചെടുത്ത്, വളരെ മനോഹരമായി ഇഴയെടുത്ത ആ കുപ്പായത്തിന്റെ ഒഴുകിക്കിടക്കുന്ന അരികുകളിലൂടെ സങ്കീർണ്ണമായ തുന്നലുകളുണ്ടായിരുന്നു. മങ്ങിയ വെളിച്ചത്തിൽ ആളെ കാണാൻ ഇപ്പോഴും പ്രയാസമായിരുന്നെങ്കിലും അരികിലേയ്ക്ക് വരുന്തോറും അയാളിലെ

അസാമാന്യമായ യുവത്വവും മുഖകാന്തിയും ഞാൻ തിരിച്ചറിഞ്ഞു. ആ മുഖത്തുനിന്നും ക്രിയാത്മകമായ ഊർജ്ജവും ഓജസ്സും പ്രസരിച്ചു. ആ മനുഷ്യന്റെ പരിചിതമായ മുഖലക്ഷണത്തിൽ ഞാൻ അമ്പരന്നു.

ചെറുപുഷ്പങ്ങൾ കൊത്തിവെച്ചിരുന്ന മെതിയടികൾ ധരി ച്ചിരുന്ന ആ ചെറുപ്പക്കാരൻ യോഗ്യനും ശക്തനുമായി കാണപ്പെട്ടു. ആത്മവിശ്വാസത്തിന്റെയും ആന്തരികമായ സമാധാനത്തിന്റെയും ഒരു പ്രത്യേകഭാവം അയാൾ വഹിക്കുന്നുണ്ടായിരുന്നു. അധികം വൈകാതെ എനിക്ക് അയാളെ വ്യക്തമായി കാണാൻ സാധിച്ചു. അയാളുടെ ഇരുകണ്ണുകളും രത്നങ്ങൾപോലെ തിളങ്ങി. അതെന്നിലേയ്ക്ക് തുളഞ്ഞു കയറുന്നതായി തോന്നിയതോടെ ഇടനാഴിയിൽ ഞാൻ മരവിച്ചുനിന്നു.

"നിങ്ങളെന്ത് ഡോക്ടറാണ്?" ഞാൻ ആകാംക്ഷയോടെ ചോദിച്ചു. "പറയുന്നതു കൊണ്ടൊന്നും തോന്നരുത്. താങ്കൾ പരമ്പരാഗതമായ രൂപത്തിന് ചേരുന്നില്ലല്ലോ."

"മോശപ്പെട്ട..... ഒരു *കുടുംബ* ഡോക്ടർ." പൊടുന്നനെ മറുപടി വന്നു. ചെറുപ്പക്കാരന്റെ രൂപത്തിന്റെ ഏറിയ പങ്കും ഇടനാഴിയുടെ ഇരുണ്ട ഭാഗത്തായിരുന്നത് അയാൾക്ക് വലിയൊരു രഹസ്യഭാവം കൊടുത്തു.

മോശപ്പെട്ട ആഭിചാരക്രിയകൾ നടത്തുന്ന ഡോക്ടറെപ്പോലെയാണ് എനിക്ക് തോന്നുന്നത്. ചെറുചിരിയോടെ ഞാൻ പറഞ്ഞു. എന്നിട്ട്, സി.ഇ.ഒ.വിന്റെ ഏറ്റവും ആജ്ഞാശക്തിയുള്ള സ്വരത്തിൽ കൂട്ടിച്ചേർത്തു. "ശരി, എനിക്കൊരു കുടുംബ ഡോക്ടറുടെ ആവശ്യമില്ല... ചെറുപ്പക്കാരാ. വിമാനാപകടത്തിൽപ്പെട്ട് എനിക്ക് സാരമായി പരുക്കേറ്റു. ഈ ദിവസങ്ങളിൽ വിദഗ്ദ്ധരെ കാണാൻ മാത്രമെ ഞാൻ താല്പര്യപ്പെടുന്നുള്ളൂ. അതുകൊണ്ട്, ക്ഷമിക്കണം. എനിക്ക് താല്പര്യമില്ല. എനിക്ക് പഴയ ഡോക്ടർ തന്നെ മതി. പുതിയ ആൾ വേണ്ട. പിന്നെ, തുറന്നു പറഞ്ഞാൽ താങ്കളുടെ വേഷമെന്നെ ചെറിയ തോതിൽ അസ്വസ്ഥമാക്കുന്നു. താങ്കൾ ധരിച്ചിട്ടുള്ള സന്യാസിവേഷം ആളുകളിൽ ആത്മവിശ്വാസമുണ്ടാക്കുമെന്ന് തോന്നുന്നുണ്ടോ?"

"അതെന്നെ ശീതകാലത്ത് സംരക്ഷിക്കും." അയാൾ പുഞ്ചിരിയോടെ മറുപടി പറഞ്ഞു. "കൂടാതെ ഞാനാരാണെന്ന് ഓർമ്മപ്പെടുത്തുകയും ചെയ്യുന്നു." അയാൾ കൂട്ടിച്ചേർത്തു.

"അതാരായിരിക്കാം?" അയാളുടെ പ്രലോഭനത്തിൽ വീണ് ഞാൻ ഉറക്കെ ആശ്ചര്യപ്പെട്ടു.

"അതെക്കുറിച്ച് പിന്നീട് പറയാം. ഞാൻ താങ്കളെ രക്ഷിക്കാനാണ് വന്നതെന്ന് പറയാൻ ഇപ്പോഴെന്നെ അനുവദിക്കുക. എന്നിൽ സകല വിശ്വാസവും അർപ്പിക്കുകയും ചെയ്യുക. എന്റെ മനസ്സിൽ സദുദ്ദേശ്യങ്ങളെയുള്ളൂ."

"താങ്കളിൽ വിശ്വാസം അർപ്പിക്കാനൊ? നിങ്ങൾക്കെന്താ ഭ്രാന്തുണ്ടോ?" ഞാൻ മറുപടി പറഞ്ഞു. എനിക്ക് ദേഷ്യം വരാൻ തുടങ്ങി. "ഞാനെത്രത്തോളം അനുഭവിച്ചുവെന്നുള്ളതിനെക്കുറിച്ചെങ്കിലും ബോധമുണ്ടോ? ഞാൻ സഹിച്ച വേദനയെക്കുറിച്ച് നിങ്ങൾക്കറിയാമോ? എനിക്കാകെ വേണ്ടത് പഴയ ഡോക്ടറെയും കുറച്ചു വേദനസംഹാരികളും ശാന്തമായ ആശുപത്രി മുറിയുമാണ്. അല്ലാതെ മുനിവേഷം കെട്ടി വന്ന് എന്റെ പുതിയ ഡോക്ടറാണെന്നും പറഞ്ഞ് തന്നെ വിശ്വസിക്കണമെന്ന് യാചിക്കുന്ന കോമാളിയെയല്ല."

"നിങ്ങളോടെന്തെങ്കിലും ചെയ്യണമെന്ന് പറഞ്ഞ് ഞാൻ യാചിക്കുന്നില്ല." ചെറുപ്പക്കാരൻ സൗമ്യതയോടെ പ്രസ്താവിച്ചു. "താങ്കൾക്ക് സങ്കല്പിക്കാൻ പോലുമാകാത്ത പല തരത്തിലും എനിക്ക് സഹായിക്കാൻ കഴിയുമെന്ന് അറിയിച്ചുവെന്നെയുള്ളൂ. നിങ്ങളുടെ പഴയ ഡോക്ടർ ശരിക്കും നല്ലതു തന്നെയാണ്. യഥാർത്ഥത്തിൽ, അവരുടെ രംഗത്ത് അയാൾ തന്നെയാണ് ഏറ്റവും മികച്ചത് - അത് ശരീരത്തെയാണ് നേരെയാക്കേണ്ടതെന്നിരുന്നെങ്കിൽ."

"താങ്കൾ ഉദ്ദേശിച്ചതെന്താണ്?" വർദ്ധിച്ചു വരുന്ന മനഃക്ഷോഭത്തോടെ ഞാൻ ചോദിച്ചു.

"ശരിയാണ്, നിങ്ങളുടെ ഡോക്ടർ ശാരീരികമായ ആരോഗ്യം വീണ്ടെടുക്കാൻ സഹായിച്ചേക്കാം. പക്ഷെ അതിനെക്കാളുപരി ചിലതൊക്കെ ചെയ്തു തരാനാണ് ഞാൻ വന്നിട്ടുള്ളത്. അതോടൊപ്പം നിങ്ങളുടെ ജീവിതവും തിരികെ ലഭിക്കും." ഇനി പറയാനുള്ള വാക്കുകൾ തിരഞ്ഞെടുക്കുന്നതിൽ അതീവശ്രദ്ധ പുലർത്തുന്നുണ്ടെന്ന് തോന്നിപ്പിക്കുമാറ് അയാൾ ചിന്താമഗ്നനായി നിറുത്തി. കാഴ്ചയിലുള്ളതിനെക്കാൾ പ്രായം തോന്നിപ്പിക്കുന്ന അസാമാന്യശാന്തതയോടെ അയാൾ കൂട്ടിച്ചേർത്തു. "ജീവിതത്തിൽ - പ്രത്യേകിച്ചും കുടുംബപരമായി-താങ്കൾ സംഘർഷങ്ങൾ നേരിടേണ്ടി വരുന്നുണ്ടെന്ന് എനിക്കറിയാം. ശാരീരികമായ പ്രതിസന്ധി മാത്രമല്ല ആദ്ധ്യാത്മികമായൊന്നുകൂടി നിങ്ങൾ അനുഭവി

ക്കുന്നുണ്ടെന്ന് ഞാൻ മനസ്സിലാക്കുന്നു. അതുകൊണ്ടാണ് പഴയ കാല ജീവിതത്തിലെ വഴികളെപ്പറ്റി ചിന്തിക്കാനും മുൻഗണനകളെക്കുറിച്ച് പുനരാലോചിക്കാനും നിങ്ങൾ നിർബന്ധിതയാകുന്നത്. കുടുംബമെന്ന് പറഞ്ഞാൽ നിങ്ങൾക്കെല്ലാമാണെന്നും അധികം വൈകിപ്പോകുന്നതിന്മുമ്പ് അവർക്ക് കൂടുതൽ പരിഗണന നല്കി തുടങ്ങുവാൻ ആരൊ നിങ്ങളുടെയുള്ളിലിരുന്ന് മന്ത്രിക്കുന്നുണ്ടെന്നും എനിക്കറിയാം."

"അത് നിങ്ങൾക്കെങ്ങനെ അറിയാൻ സാധിച്ചു?" എന്നെപ്പറ്റി ധാരാളം അറിയാവുന്ന എന്റെ മുമ്പിൽ നിൽക്കുന്ന മനുഷ്യന്റെയടുത്ത് സുരക്ഷിതത്വബോധമുണ്ടെന്ന് വരുത്താൻ ശ്രമിച്ചുകൊണ്ട് ഞാൻ അടക്കം ചോദിച്ചു.

"എന്നെ വിശ്വസിക്കുക. നിങ്ങളെക്കുറിച്ച് അറിയേണ്ടതെല്ലാം എനിക്ക് നന്നായിട്ടറിയാം. നിങ്ങളെവിടെയാണ് വളർന്നുവന്നതെന്ന് എനിക്കറിയാം. ചോക്ലേറ്റ് ഐസ്ക്രീം കോരിവച്ചിട്ടുള്ള ആപ്പിളുകൊണ്ടുണ്ടാക്കിയ മധുരപലഹാരമാണ് നിങ്ങൾക്ക് ഏറ്റവും പ്രിയമെന്ന് എനിക്കറിയാം. ഏറ്റവും പ്രിയപ്പെട്ട ചലച്ചിത്രം *വാൾ സ്ട്രീറ്റാ*ണെന്നന്ന് അറിയാം. നിങ്ങൾക്ക് കയ്യിലൊരു മറുകുണ്ടെന്ന് വരെ എനിക്കറിയാം."

"നിർത്ത്" ഞാൻ ഇടക്ക് കയറി. "ആവശ്യത്തിനായി. എനിക്ക് നിങ്ങളുടെ ഉദ്ദേശ്യം മനസ്സിലായെന്ന് തോന്നുന്നു."

ഇയാളാരായിരിക്കാം? ഫോർമുല വൺ മത്സരസ്ഥലത്ത് മുൻപന്തിയിലുള്ളതുപോലെ ഇടനാഴിയിലൂടെ വീൽചെയറിൽ അങ്ങോട്ടുമിങ്ങോട്ടും ആദ്യം പാഞ്ഞു നടന്നു. അതിനുശേഷം എന്റെ കുടുബഡോക്ടറാകുന്നതിനെക്കുറിച്ചുള്ള ചില അസാധാരണ കഥകളും കൊണ്ടുവരുന്നു. ഇപ്പോഴെന്റെ വ്യക്തിപരമായ ജീവിതത്തെക്കുറിച്ചുള്ള വിശദാംശങ്ങൾ കിറുകൃത്യമായി ഉരുവിടുന്നു. എന്നിൽ ഉത്കണ്ഠ വർദ്ധിച്ചു. ചിലപ്പോളീ ചെറുപ്പക്കാരൻ അപകടകാരിയായേയ്ക്കാം.

"കേട്ടോളൂ, നിങ്ങളാരാണെന്നതിനെക്കുറിച്ച് എനിക്ക് യാതൊരു സൂചനയില്ല. അത് ഞാൻ കാര്യമാക്കുന്നുമില്ല." ഞാനൊരു നുണ പറഞ്ഞു. "ഞാൻ വേദനകൊണ്ട് തളർന്നിരിക്കുകയാണ്. എനിക്ക് വിശ്രമിക്കണം. അതുകൊണ്ട് താങ്കൾ വീൽ ചെയറിൽ കയറി ഇടനാഴിയിലൂടെ തിരികെ പോകണം. ഈ കൂടികാഴ്ചയെപ്പറ്റി നമുക്ക് മറക്കാം. അല്ലെങ്കിൽ...." എനിക്ക് ഉച്ചരിക്കാവുന്നതിൽ വെച്ചേറ്റവും കഠിനമായ ഭീഷണിയുടെ സ്വരത്തിൽ

ഞാൻ പറഞ്ഞു. "നഴ്സുമാരെക്കൊണ്ട് ഞാൻ സുരക്ഷാ ഉദ്യോഗസ്ഥരെ വിളിപ്പിക്കും."

ചെറുപ്പക്കാരൻ ശാന്തനായിതന്നെ നിലകൊണ്ടു. അയാളിൽ പരമമായ ആത്മവിശ്വാസം ദൃശ്യമായിരുന്നു. എന്നിട്ടയാൾ ചിരിക്കാൻ തുടങ്ങി. ആദ്യം അടക്കി ചിരിച്ചെങ്കിലും ഉടനെ തന്നെ അയാൾ ഉറക്കെ പൊട്ടിച്ചിരിക്കാൻ തുടങ്ങി.

"ഓ, കാതറിൻ നിനക്ക് നിന്നെതന്നെ കാണാൻ സാധിച്ചിരുന്നെങ്കിൽ... പുറംഭാഗത്ത് യാതൊരു മറയുമില്ലാതെ ചെറിയൊരു ആശുപത്രി കുപ്പായവുമിട്ടു നില്ക്കുന്ന നീ ഡോക്ടർ വേഷത്തിൽ വന്ന മുനിയെകണ്ട് ക്ഷോഭിക്കുന്നോ? ഞാനെന്നും നിന്റെ ധൈര്യത്തെ ഇഷ്ടപ്പെട്ടിരുന്നു. നിന്നെ ഭരിക്കാൻ ഇപ്പോഴും നീയാരെയും അനുവദിക്കുന്നില്ല. വർഷങ്ങളായിട്ടും നീ മാറിയിട്ടില്ലെന്നതിൽ ഞാൻ സന്തോഷിക്കുന്നു."

അയാൾക്ക് എന്റെ പേരറിയാം. ഇപ്പോൾ എനിക്ക് ശരിക്കും ഭയം തോന്നി. സഹായത്തിനായി നഴ്സുമാരുടെ അടുത്തേക്ക് ഞാൻ നടക്കാൻ തുടങ്ങി. പെട്ടെന്ന് ആ ചെറുപ്പക്കാരൻ ഒരു കൈയ്യുയർത്തി എന്റെ കരങ്ങളിൽ കടന്നു പിടിച്ചു. എന്നിട്ട് അതിനകത്തെന്തോ പെട്ടെന്ന് വെച്ചു.

"എന്റെയടുത്തുനിന്നും കടന്നു പോ." അരികിൽ ജോലി ചെയ്തിരുന്ന രണ്ടു നഴ്സുമാരുടെ ശ്രദ്ധ കിട്ടാനുള്ള ശ്രമത്തിൽ ഞാൻ അലറി.

"ശരി" ചെറുപ്പക്കാരൻ പിൻവാങ്ങി. "എനിക്കെന്റെ ചിത്രശലഭത്തെ തിരികെ തന്നാൽ മതി. ഞാൻ പൊയ്ക്കൊള്ളാം."

"നിങ്ങളുടെ ചിത്രശലഭമോ? നിങ്ങളെന്തിനെക്കുറിച്ചാണ് പറയുന്നത്? നിങ്ങൾക്ക് ശരിക്കും ഭ്രാന്താണ്." എന്റെ കൈയ്യിലിരിക്കുന്ന സാധനത്തിലേയ്ക്ക് നോക്കുന്നത്വരെ ഞാൻ അലറി.

"നിങ്ങൾക്കിത് എവിടെ നിന്നും കിട്ടി?" ശാന്തമാകാൻ തുടങ്ങിക്കൊണ്ട് ഞാൻ ചോദിച്ചു. "ചെറുപ്പത്തിൽ അത് എനിക്ക് എന്റെ അച്ഛൻ തന്നതാണ്." ഞാൻ സൗമ്യതയോടെ കൂട്ടിച്ചേർത്തു. "എനിക്കും സഹോദരൻ ജൂലിയനുംവേണ്ടി അത് അദ്ദേഹം പ്രത്യേകം നിർമ്മിച്ചതായിരുന്നു. അവ ശരിക്കും വിശിഷ്ടവും മൗലികമായ വസ്തുക്കളായിരുന്നു. സത്യം പറഞ്ഞാൽ, അതുപോലെ അവ രണ്ടെണ്ണം മാത്രമേ ഈ ലോകത്തുള്ളുവെന്നാണ് ഞാൻ കരുതിയിരുന്നത്. എനിക്ക് തെറ്റിപ്പോയെന്ന് തോന്നുന്നു."

“ലോകത്ത് അവ രണ്ടെണ്ണം തന്നെയെയുള്ളൂ.” സൗമ്യമായ മറുപടി വന്നു.

ഞാൻ അമ്പരന്നു. സുവർണ്ണ ചിത്രശലഭങ്ങൾ രണ്ടെ യുള്ളുവെങ്കിൽ അതിലൊരെണ്ണം എന്റെ വീട്ടിലുണ്ട്. മറ്റേത് ജൂലിയന്റെയടുത്ത്. പിന്നെ ഈ ആശുപത്രിയിലെ അപരിചിത നായ സന്ദർശകന് ഒരെണ്ണമെവിടെ നിന്നു ലഭിച്ചു. എനിക്ക് വീണ്ടും പേടി തോന്നി. ചിലപ്പോൾ ജൂലിയന് എന്തെങ്കിലും കുഴപ്പം പറ്റി കാണും.

“എന്റെ സഹോദരൻ ജൂലിയനെ അറിയാമൊ?” പ്രതീക്ഷ യോടെ ഞാൻ ചോദിച്ചു.

“നിങ്ങൾക്ക് സങ്കല്പ്പിക്കാവുന്നതിലും അധികം. ജൂലി യനും ഞാനും ഭയങ്കര അടുപ്പത്തിലാണെന്ന് നിങ്ങൾ പറയുമെ ന്നാണ് ഞാൻ കരുതിയത്.” പല്ലിളിച്ചു കൊണ്ടുള്ള അയാളുടെ മറുപടി വെളിപ്പെടുത്തിയതിനെക്കാൾ അധികം അയാൾക്ക് അറിയാമെന്ന് വ്യക്തമായിരുന്നു.

“അവനെവിടെ?” ഞാൻ ആകാംക്ഷയോടെ ചോദിച്ചു.

“ഇവിടെയുണ്ട്.” മറുപടി വന്നു. “ശരിക്കും ഇവിടെ ഈ ആശുപത്രിയിൽ തന്നെ.”

“നിങ്ങൾ കളിയാക്കുകയാണ്.” എന്റെ ഹൃദയമിടിപ്പ് വേഗത്തിലായി. എനിക്ക് ചെറിയ തളർച്ച തോന്നി. “എന്റെ സഹോദരനായ പ്രശസ്ത അഭിഭാഷകൻ, ദുരന്തങ്ങളിൽപ്പെട്ട് ജീവിതത്തിന്റെ താളം തെറ്റിയവൻ, സ്വയം കണ്ടെത്താനും തന്റെ ആത്മാവിനെ സംരക്ഷിക്കാനും വേണ്ടി, വർഷങ്ങൾക്ക് മുമ്പ് ഇന്ത്യയിലേക്ക് പുറപ്പെട്ടു പോയവൻ, അവൻ തിരികെ വന്ന് ഈ ആശുപത്രിയിൽ തന്നെയുണ്ടെന്നോ. അസാധ്യം.”

“എവിടെ?” അയാളുടെ കളിയാക്കലുകളിൽ തളർന്നു കൊണ്ട് ഞാൻ ചോദിച്ചു.

“ജൂലിയൻ നിങ്ങളുടെ മുന്നിൽ തന്നെയുണ്ട്. ജൂലിയൻ തിരികെ വന്നു കഴിഞ്ഞു. പണ്ടത്തെക്കാൾ മികവോടെയെന്ന്, ഞാൻ ചേർക്കുന്നു.” ആനന്ദനിർഭരനായി, ചെറിയൊരു നൃത്ത ചുവടോടെ ആ ചെറുപ്പക്കാരൻ മറുപടി പറഞ്ഞു.

“എന്നോട് ക്ഷമിക്കണം ഞാൻ ആത്മാർത്ഥമായി പറഞ്ഞു. നിങ്ങളുടെ ഉദ്ദേശ്യം നല്ലതാണെന്നെനിക്കറിയാം. എന്റെ അന്തർജ്ഞാനം നിങ്ങൾ നിരുപദ്രവകാരിയെന്നും പറയുന്നു. പക്ഷെ നിങ്ങളാരാണെന്നും എന്തുകൊണ്ട് ഇവിടെയെന്നും

അറിയാതിരുന്നാൽ എനിക്കത് നഷ്ടമാണ്. ജൂലിയനെവിടെയെന്ന് അറിയാമെങ്കിൽ അത് എനിക്ക് പറഞ്ഞ് തരാത്തതെന്താണ്?"

ആ ചെറുപ്പക്കാരൻ പുറകിലോട്ട് നീങ്ങിക്കൊണ്ട് കൈകളുയർത്തി പ്രാർത്ഥനയ്ക്കായി നില്ക്കുന്നതുപോലെ നിന്നു. പരസ്പരം അഭിവാദ്യം ചെയ്യുമ്പോൾ ഇന്ത്യക്കാർ അങ്ങനെ ചെയ്യുന്നത് ഞാൻ കണ്ടിട്ടുണ്ട്. അയാളങ്ങനെ നിന്നുകൊണ്ട് എന്റെ കണ്ണുകളുടെ ഗാഢതയിലേക്ക് നോക്കി. നിമിഷനേരത്തേയ്ക്ക് ശ്വാസോച്ഛ്വാസം കേൾക്കാമായിരുന്നുവെന്നതല്ലാതെ അയാളൊന്നും മിണ്ടിയില്ല. കവിളുകളിൽ കൂടി ഒരേയൊരു കണ്ണുനീർതുള്ളി ഒലിച്ചിറങ്ങി. എന്നിട്ട്, ആത്മസംയമനം വീണ്ടെടുത്ത് തന്റെ മൃദുലമായ കുപ്പായത്തിന്റെ കൈഭാഗമെടുത്ത് പതുക്കെ മുഖം തുടച്ചു. അവസാനത്തെ വിരാമത്തിനുശേഷം എന്റെ ചോദ്യത്തിന് അയാൾ ഉത്തരം പറഞ്ഞു.

"പ്രിയ സഹോദരി കാതറിൻ, ഞാൻ ജൂലിയനാണെന്നത് കൊണ്ടാണ്."

ആ ചെറുപ്പക്കാരൻ നിഴലുകളിൽ നിന്ന് പുറത്തേയ്ക്ക് നീങ്ങി. ആദ്യമായി അയാൾ പ്രകാശത്തിന് നേരെ നടന്നു. ശാരീരികമായ പരിവർത്തനം ശരിക്കും അദ്ഭുതാവഹമായിരുന്നെങ്കിലും ഞാൻ കേട്ടത് സത്യമാണെന്നതിൽ എനിക്ക് തെല്ലും സംശയം തോന്നിയില്ല. ഹിമാലയത്തിലേയ്ക്ക് ഏതോ അതിസാഹസികയാത്രയ്ക്ക് പോയ എന്റെ പ്രിയ സഹോദരൻ ജൂലിയൻ അവസാനം തിരികെ വന്നിരിക്കുന്നു.

മഹാനായ ജൂലിയൻ മാന്റിലിന്റെ അദ്ഭുതകരമായ യാത്ര

നിങ്ങളിൽ കുറച്ചു കാര്യങ്ങൾ പൂർത്തീകരിക്കുന്നവർ കുറച്ച് ത്യാഗങ്ങൾ സഹിക്കണം. കൂടുതലായി നേടുന്നവർ കൂടുതലായി ത്യജിക്കേണ്ടി വരും. ഉയരങ്ങൾ കൈവരിക്കുന്നവർ വളരെയധികം ത്യജിക്കണം.

ജയിംസ് അലൻ

വികാരങ്ങളെ നിയന്ത്രിക്കാൻ എനിക്ക് സാധിച്ചില്ല. ഒരേയൊരു സഹോദരനിൽ നിന്നും വേർപ്പെട്ടശേഷം കാലങ്ങൾ കഴിഞ്ഞ് അവന്റെ തിരിച്ചുവരവിൽ എന്റെ ഹൃദയം നിറഞ്ഞു തുളുമ്പി. അനിയന്ത്രിതമായി ഞാൻ വിങ്ങിപ്പൊട്ടി. സ്തുത്യർഹമായ ഈ പുനഃസമാഗമത്തിന്റെ ആദ്യ കുറെ നിമിഷങ്ങളിൽ കഴിഞ്ഞ ദശാബ്ദത്തെക്കാൾ കണ്ണുനീർ ഞാൻ പൊഴിച്ചു. കെട്ടിപ്പിടിച്ച് ചുംബനം നല്കുമ്പോൾ ജൂലിയന്റെ മാറ്റം എനിക്ക് വിശ്വസിക്കാനായില്ല. ഈ മഹാദ്ഭുതം അവനെങ്ങനെ സാധിച്ചു? അകലെയായിരുന്നപ്പോൾ അവൻ എന്തൊക്കെയാണ് അനുഭവിച്ചത്? എന്റെ കണക്കുകൂട്ടൽ പ്രകാരം അവൻ അമ്പതുകളുടെ അവസാനത്തിലായിരിക്കും. ഒടുവിലത്തെ പ്രാവശ്യം കാണുമ്പോൾ അവന് അതിനെക്കാൾ ഇരുപത് വയസ്സോളം കൂടുതലും തോന്നിച്ചിരുന്നു. അന്ന്, അവന്റെ ക്ഷീണിച്ച മുഖം സ്വന്തം ദുരിതങ്ങളുടെ വ്യാപ്തിയെയും സമനില തെറ്റിയ ജീവിതരീതികളെയും സാക്ഷ്യപ്പെടുത്തി. അവിശ്വസനീയമായ ഭാരക്കൂടുതലും

നിർത്താതെയുള്ള ചുമയും ശ്വസനം നടത്താനുള്ള ബുദ്ധിമുട്ടുമൊക്കെ അവനുണ്ടായിരുന്നു. പ്രായമായ ജൂലിയന് ഒരു അന്ത്യാഭിലാഷമുണ്ടെന്നും എല്ലാം അവസാനിപ്പിക്കാനുള്ള മാർഗ്ഗമെന്ന രീതിയിലാണ് അവൻ അത്യന്തം പരിശ്രമിക്കുന്നതെന്നും എനിക്ക് വ്യക്തമായി.

നേരെമറിച്ച്, എന്റെ മുമ്പിലുള്ള ജൂലിയൻ ഉൽകൃഷ്ടമായ ആരോഗ്യത്തിന്റെ ഉത്തമമാതൃകയായിരുന്നു. അവന്റെ ശരീരം ബലവത്തും സഹനശക്തി ഊർജ്ജസ്വലവുമാണ്. അവന്റെ മുഖം യുവത്വത്തിന്റെ പ്രസരിപ്പും സന്തോഷത്തിന്റെ ആധിക്യവും വിളംബരം ചെയ്തു. അതിനെക്കാൾ ശ്രദ്ധേയം അവിശ്വസനീയമായ അവന്റെ കണ്ണുകളായിരുന്നു. ആർക്കെങ്കിലും അവനെക്കുറിച്ച് സങ്കല്പിക്കാവുന്നതിലുമേറെ കാണുകയും പഠിക്കുകയും ചെയ്ത പക്വതയാർന്ന ആത്മാവാണ് ഈ ചെറുപ്പക്കാരനെന്ന് പറയുന്ന എന്തൊയൊന്ന് ആ കണ്ണുകളിലുണ്ടായിരുന്നു. ബുദ്ധിമാനും മര്യാദക്കാരനും ദയവുള്ളവനും പ്രാപഞ്ചികനുമായി അവൻ കാണപ്പെട്ടു. ഏറ്റവും വലിയ വ്യക്തിപരമായ പരാജയമെന്നത് ഒരാൾക്കാകാൻ കഴിവുള്ളതും അവനായിട്ടുള്ളതും തമ്മിലുള്ള വ്യത്യാസമാണ്. ആഷ്‌ലി മൊണ്ടാഗു നിരീക്ഷിച്ചു. വലിയ ശക്തിയുണ്ടെങ്കിലും ബൃഹത്തായ വിനയവും ഉൾക്കൊണ്ട് എന്റെ മുമ്പിൽ നില്ക്കുന്ന ഈ മനുഷ്യൻ അയാൾക്കാകാവുന്നതൊക്കെയായ ഒരാളായി കാണപ്പെട്ടു. എന്തുകൊണ്ടാണെനിക്ക് ഈ തോന്നലുണ്ടായതെന്ന് എനിക്ക് വിശദീകരിക്കാനാകില്ല. സ്വന്തം മഹത്വത്തിന്റെ പ്രത്യേക രൂപവുമായി ബന്ധം സ്ഥാപിച്ച മനുഷ്യന് മുമ്പിലാണ് നില്ക്കുന്നതെന്ന തോന്നലാണ് എനിക്കുണ്ടായത് എന്ന് മാത്രം ഞാൻ പറയട്ടെ.

“വിശ്വസിക്കാൻ പ്രയാസമാണെന്നെനിക്കറിയാം, കാതറിൻ. പക്ഷെ, ഇതു ശരിക്കും ഞാൻ തന്നെയാണ്. ദൈവമേ, നിന്നെ കാണാൻ സാധിച്ചത് തന്നെ വലിയൊരു കാര്യമാണ് സഹോദരി. നിന്റെ അഭാവം എത്രത്തോളമുണ്ടായിരുന്നുവെന്നും നിന്നെക്കുറിച്ചെത്രത്തോളം ഞാൻ ആകുലപ്പെട്ടിരുന്നുവെന്നും നിനക്കറിയില്ല.” അരികിലെത്തിയെന്നെ വീണ്ടും കെട്ടിപ്പിടിച്ചതോടെ ജൂലിയൻ പറഞ്ഞു. അതിനുശേഷം എന്റെ നെറ്റിത്തടങ്ങളിലൊരിളം ചുംബനം അവൻ നേർന്നു.

“നിനക്കെന്നെ വിളിക്കുകയൊ ഒരു എഴുത്ത് അയയ്ക്കുകയോ ചെയ്യാമായിരുന്നു.” ഞാൻ മറുപടി പറഞ്ഞു.

നീണ്ട ഒരു നിമിഷത്തേയ്ക്ക് അവനൊന്നും പറഞ്ഞില്ല. അതോടെ അവന്റെ മുഖത്തൊരു വിഷാദഭാവം വന്നു. "ഞാൻ നിന്നെ അറ്റു കളഞ്ഞതിന് ക്ഷമിക്കണം. പക്ഷെ ആലൈയുടെ മരണശേഷം എന്റെ ഹൃദയവും പ്രസരിപ്പുമെല്ലാം തകർന്നു പോയി. ജീവിതത്തിലുടനീളം ഇത്രയും നൊമ്പരം ഞാൻ അനുഭവിച്ചിട്ടില്ല. ചില ദിവസങ്ങളിൽ നഷ്ടപ്പെട്ടതിന്റെ ദുഃഖം കാരണം എനിക്ക് കിടക്കയിൽ നിന്നും എഴുന്നേല്ക്കാൻപോലു മായില്ല. ഞാൻ ആരെയും കാണാനും ആഗ്രഹിച്ചില്ല. ജോലിയിൽ മുഴുകാൻ എന്നാലാവുന്നതെല്ലാം ഞാൻ ചെയ്തു. ആലൈയിൽ നിന്നും മനസ്സിനെ വ്യതിചലിപ്പിക്കാൻ അതുമാത്രമേ വഴിയുണ്ടാ യിരുന്നുള്ളൂ."

"പക്ഷെ ഞങ്ങൾ സഹായിച്ചേനെ" ഞാൻ ആത്മാർത്ഥത യോടെ പറഞ്ഞു.

"എനിക്കങ്ങനെ തോന്നുന്നില്ല, കാതറിൻ. എന്റെ പരിക്കു കൾ സാരമായിരുന്നതുകൊണ്ട് ഇവിടം വിട്ടുപോകാൻ ഞാൻ കൊതിച്ചു. എനിക്ക് ഹൃദയാഘാതമുണ്ടായത് അറിഞ്ഞിരു ന്നില്ലേ?"

"ഉവ്വ്." ഞാൻ സഹതാപപൂർവ്വം പറഞ്ഞു. അപ്പോൾ ജൂലി യൻ എന്റെ ചുമലിൽ കൈയ്യുമിട്ട് ഞങ്ങൾ മുറിയിലേക്ക് തിരികെ നടക്കാൻ തുടങ്ങുകയായിരുന്നു.

"അതെന്നെ മിക്കവാറും കൊന്നുവെന്നു തന്നെ പറയാം. ഞാൻ രക്ഷപ്പെട്ടത് അദ്ഭുതമാണെന്നാണ് ഡോക്ടർമാരുടെ ഭാഷ്യം. എനിക്ക് ധൈര്യമുള്ള ഹൃദയവും ജീവിക്കാനുള്ള ശക്ത മായ ദൃഢനിശ്ചയവുമുണ്ടെന്നാണ് അവർ പറയുന്നത്. ഹൃദയാ ഘാതത്തിന്ശേഷം നിയമാഭ്യാസം തുടരാൻ മാർഗ്ഗമൊന്നുമുണ്ടാ യിരുന്നില്ല. താല്പര്യവും ഏകാഗ്രതയുമെല്ലാം നഷ്ടപ്പെട്ടു കഴി ഞ്ഞപ്പോൾ ഞാൻ ആശിച്ചത് മറ്റെന്തിനോ വേണ്ടിയായിരുന്നു."

"എന്തിനു വേണ്ടി?"

"ജീവിതത്തിന്റെ ഗാഢമായ അർത്ഥത്തെ കണ്ടുപിടി ക്കാനുള്ള ദാഹമെന്നിലുണ്ടായി. ഇക്കാലത്ത് അതെക്കുറിച്ചൊരു പാട് നമ്മൾ കേൾക്കാറുണ്ട്. അതുകൊണ്ട് നമ്മൾ ജീവിതത്തെ ക്കുറിച്ചുള്ള വലിയ ചോദ്യങ്ങൾ സ്വയം ചോദിക്കുന്നു. എന്താണ് ജീവിതമെന്നും എന്തുകൊണ്ടാണ് ഞാനിവിടെയെന്നും ഭൂമിയിലെ എന്റെ നിലനില്പ്പിന്റെ ശരിയായ ലക്ഷ്യമെന്താണെന്നുമൊക്കെ പോലെയുള്ള ചോദ്യങ്ങൾ"

"ഞാനുമത് ശ്രദ്ധിച്ചിട്ടുണ്ട്, ജൂലിയൻ."

"എയ്, സഹോദരീ. ഇപ്പോഴാണ് നീയെന്നെ ആദ്യമായി ജൂലിയനെന്ന് വിളിച്ചത്. ഞാൻ തന്നെയാണിതെന്ന് നീ ശരിക്കും വിശ്വസിക്കുന്നു."

"അതെ... പക്ഷെ നിന്റെ പരിവർത്തനം ആശ്ചര്യകരമാണ്." ഞാനെത്തിപ്പിടിച്ച് അവന്റെ തിളങ്ങുന്ന കവിൾത്തടത്തിൽ ഒരു ചുംബനം കൊടുത്തു. അതിനുശേഷം വലിയൊരു കെട്ടിപ്പിടുത്തവും. അവനെന്റെ നെറ്റിത്തടത്തിൽ തിരികെ ചുംബിച്ചു. ഞങ്ങൾ ഇരുവരെയും ചേർത്തു നിർത്തിയത് സഹോദരന്മാർക്കും സഹോദരിമാർക്കും മാത്രം പങ്കുവയ്ക്കാവുന്ന അതുല്യമായ മാനുഷിക ബന്ധത്തിന്റെ വികാരവായ്പ്പായിരുന്നു. വീണ്ടും അവൻ കരയാൻ തുടങ്ങിയത് ഞാൻ കണ്ടു. അത് എന്നെയും കരയിപ്പിച്ചു. അധികം വൈകാതെ ഞങ്ങളിരുവരുടെയും മുഖത്തിലൂടെ കണ്ണുനീർ ഒലിച്ചിറങ്ങി.

ജൂലിയൻ പെട്ടെന്ന് തന്നെ തന്റെ വികാരങ്ങൾക്ക് കടിഞ്ഞാണിട്ടു. പക്ഷെ ഇത്തരം വികാരവിസ്ഫോടനങ്ങളിൽ പഴയ ജൂലിയൻ പ്രകടിപ്പിക്കുമായിരുന്ന യാതൊരു ജാള്യതയും അവൻ കാണിച്ചില്ലയെന്നത് ഞാൻ ശ്രദ്ധിച്ചു. "മുതിർന്നതിനുശേഷം ഞാനൊരിക്കൽപോലും കരയുന്നത് നീ കണ്ടിട്ടില്ല, അല്ലെ കാതറിൻ?"

"ശരിയാണ്."

"ഞാൻ അകലെയായിരുന്നപ്പോൾ പഠിച്ച കാര്യങ്ങളിലൊന്നാണ് നമ്മൾ സത്യമായിരിക്കണമെന്നത്."

"സത്യമായിരിക്കുകയൊ?" ജൂലിയൻ ഉദ്ദേശിച്ചതെന്താണെന്ന് മനസ്സിലാകാതെ ഞാൻ ചോദിച്ചു.

"അതെ, കാതറിൻ. യഥാർത്ഥ നമ്മളെ മറച്ചു പിടിക്കുന്ന സാമൂഹികമായ മുഖംമൂടി ധരിച്ചാണ് ഭൂരിപക്ഷം പേരും ജീവിച്ചു തീർക്കുന്നത്. മനുഷ്യത്വത്തിന്റെ നിറങ്ങളൊന്നും പൂർണ്ണമായി പ്രകടിപ്പിക്കാതെ ലോകമെന്താണോ നമ്മളിൽ നിന്നാഗ്രഹിക്കുന്നത്, അത്തരമൊരു വ്യക്തിയുടെ രൂപം നമ്മൾ കഠിന പരിശ്രമത്തിലൂടെ കടഞ്ഞെടുക്കുന്നു. അവർ നമ്മൾ പറയണമെന്ന് ആഗ്രഹിക്കുന്നത് പറയുന്നു, അവരുദ്ദേശിക്കുന്ന രീതിയിൽ നമ്മൾ വസ്ത്രധാരണം ചെയ്യുന്നു, അവർക്ക് നമ്മൾ ചെയ്യണമെന്ന് തോന്നുന്ന കാര്യങ്ങൾ നമ്മൾ ചെയ്യുന്നു. വിധിച്ചിട്ടുള്ള ജീവിതം ജീവിക്കാതെ മറ്റുള്ളവരുടെ ജീവിതം നമ്മൾ ജീവിച്ചു തീർക്കുന്നു. അങ്ങനെ ചെയ്യുമ്പോൾ, നമ്മൾ സാവധാനം മരിക്കുകയാണ്. *മരിക്കുവാനുള്ള പല മാർഗ്ഗങ്ങളിലൊന്ന് മാത്രമാണ് മരണം.*

ദേശപരിവേഷകനായ ആൽവ സൈമൺ പറഞ്ഞുവെച്ചിരിക്കുന്നു. അതുകൊണ്ട് ജീവിക്കാനുള്ള ശരിയായ വഴിയേതാണെന്ന് എന്റെ മനസ്സ് പറയുന്നുവോ അത് അനുസരിച്ച് ഞാൻ പൂർണ്ണമായും ജീവിക്കുന്നു. നിന്നെ വീണ്ടും കണ്ടപ്പോൾ എനിക്ക് വളരെയധികം സന്തോഷം തോന്നി എനിക്കിപ്പോഴത്തെപ്പോലെ കരയാൻ തോന്നിയാൽ, ഞാൻ കരയും. അതിരുവിട്ട് സന്തോഷിക്കുമ്പോൾ ഞാൻ പാടും. ആരോടെങ്കിലും സ്നേഹം തോന്നുമ്പോൾ ഞാൻ അത് പ്രകടിപ്പിക്കും. കുപ്പായകൈകളിലാണ് ഞാൻ ഹൃദയത്തെ ധരിച്ചിരിക്കുന്നതെന്ന് നീ പറയുമെന്ന് എനിക്ക് തോന്നുന്നു. ജീവിതമെന്ന് വിളിക്കുന്ന മഹത്തായ സമ്മാനത്തിന്റെ ഓരോ നിമിഷവും ഞാൻ ആസ്വദിക്കുന്നു. ഓരോ നിമിഷവും പൂർണ്ണായി ജീവിക്കുന്നു."

"അതിന്റെയർത്ഥം നീയൊരു യാഥാർത്ഥ്യമാണെന്നാണോ?" ഞാൻ ചോദിച്ചു.

"അതെ, നമ്മളൊക്കെ എങ്ങനെ ജീവിക്കാനുദ്ദേശിച്ചാണ് സൃഷ്ടിച്ചിട്ടുള്ളത് ആ രീതിയിലാണ് ഞാൻ ജീവിക്കുന്നതെന്നാണ് ഞാൻ അർത്ഥമാക്കിയത്. ധാരാളം പേർ വീട്ടിൽ വളർത്തുന്നതു പോലെയാണ് ജീവിക്കുന്നത്."

"വീട്ടിൽ വളർത്തുന്നതു പോലെയോ?"

"അതെ. രൂപത്തിൽ മനോഹരിത പുലർത്തുന്നതിനും പ്രതീക്ഷയ്ക്കൊത്ത് പ്രവർത്തിക്കുന്നതിലും അവർ മികവ് കാണിക്കുന്നു. അങ്ങനെ പരിശീലനം സിദ്ധിച്ച കുടൽനായയെ പോലെയാകുന്നു."

"അതു കുറച്ച് കടന്നു പോയില്ലേ, ജൂലിയൻ?"

"ഇല്ല കാതറിൻ. *ജീവിതം തകർത്തനുഭവിക്കാനുള്ള മഹത്തായ മാനുഷിക കടമ നമ്മൾക്കെല്ലാവർക്കുമുണ്ട്. ഏറ്റവും ശ്രേഷ്ഠമായി ജീവിക്കുകയും ഓരോ ദിവസവും നേട്ടങ്ങൾ കൈവരിക്കുകയും ചെയ്യേണ്ടതായ അഗാധമായ മാനുഷിക കടപ്പാടും നമ്മൾക്കുണ്ട്.* അതായത് വാസ്തവികമാകുകയും അന്തർജ്ഞാനത്തിന് ചെവി കൊടുക്കുകയും ചെയ്യുകയെന്നാണ്. നിങ്ങൾക്ക് ശരിയല്ലെന്ന് തോന്നുന്ന കാര്യങ്ങളോട് ഇല്ല എന്ന് പറയുക. അതുകൊണ്ട് ശരിക്കും മുൻഗണന അർഹിക്കുന്നവയോട് ശരിയെന്ന് പറയാൻ സാധിക്കുകയും നിങ്ങളുടെ ദിവസങ്ങൾക്ക് മഹത്തായ സമ്പുഷ്ടി കൈവരികയും മണിക്കൂറുകൾക്ക് യഥാർത്ഥ സഫലീകരണം സിദ്ധിക്കുകയും ചെയ്യും. ജൂലിയൻ

തുടർന്നു. വീണ്ടുമെനിക്ക് നിയമം അഭ്യസിക്കാൻ പോകാമായിരുന്നെങ്കിലും അതൊരു വ്യക്തിപരമായ പരാജയമായിരിക്കും."

"അതെങ്ങനെ?"

"ജീവിത പരീക്ഷകളിലൂടെ നമുക്ക് സംഭവിക്കുന്നതിനെല്ലാം ഒരു കാരണമുണ്ടാകുമെന്ന് ഞാൻ പഠിച്ചതുകൊണ്ട്."

"ഞാൻ പൂർണ്ണമായും യോജിക്കുന്നു." അടുത്തകാലത്ത് സ്വന്തം ജീവിതത്തിലും അതേ തത്ത്വം മനസ്സിലാക്കിയതു തിരിച്ചറിഞ്ഞുകൊണ്ട് ഞാൻ പറഞ്ഞു.

"അതു മാത്രമല്ല, ജീവിത പരാജയങ്ങളും ദുരിതങ്ങളുമാണ് ശരിക്കും നമ്മുടെ നല്ല സുഹൃത്തുക്കളെന്നും ഞാൻ പഠിച്ചു. അലക്സാണ്ടർ ഗ്രഹാം ബെൽ ഈ ആശയത്തെ മുൻനിർത്തിയാണ് ഒരു വാതിലടയുമ്പോൾ മറ്റൊരെണ്ണം തുറക്കുന്നു. പക്ഷെ, പലപ്പോഴും അടച്ച വാതിലിന്മേൽ നമ്മൾ പശ്ചാത്താപവിവശരായി ദീർഘനേരം നോക്കിയിരിക്കുന്നതോടെ നമുക്കുവേണ്ടി തുറന്ന വാതിലും കാണാൻ സാധിക്കാതെ പോകുന്നുവെന്ന് അഭിപ്രായപ്പെട്ടത്." ഉച്ചരിക്കുന്ന വാക്കുകളിൽ ശ്രദ്ധ കേന്ദ്രീകരിച്ചു കൊണ്ടു ജൂലിയൻ പറഞ്ഞു.

"വളരെ ശരിയാണ്." ഞാൻ പ്രസ്താവിച്ചു.

"അതെ, കാതറിൻ. *നമ്മുടെ പരിക്കുകൾ അവസാനം അറിവ് നല്കുന്നു. നമ്മുടെ പ്രതിബന്ധങ്ങൾ അനിവാര്യമായി ചവിട്ടുപടികളാക്കുന്നു. നമ്മുടെ പരാജയങ്ങൾ നമ്മളെ ശക്തരാക്കുന്നു.* 'സ്വർഗ്ഗം അവിടത്തെ ആഭരണങ്ങളെ മിനുക്കുന്ന രത്നധൂളിയാണ് തടസ്സങ്ങൾ' എന്ന് ലെയ്ട്ടൺ ഒരിക്കലെഴുതി.

"മനോഹരമായ വാക്കുകൾ. ഞാനൊന്ന് എഴുതിയെടുത്തോട്ടെ." ഞാൻ ഗൗരവത്തോടെ പറഞ്ഞു.

"അതിന്റെ ആവശ്യം വരില്ല, സഹോദരി. നിനക്കറിയേണ്ടതെല്ലാം ഞാൻ പഠിപ്പിച്ചു തരാം. നീയൊന്നും മറന്നു പോകുകയുമില്ല. നിനക്കെന്നെ വിശ്വസിക്കാം. ഞാൻ ഉദ്ദേശിക്കുന്ന ആശയം ഇതാണ്: നിയമാഭ്യാസം തുടർന്ന് വീണ്ടും എനിക്ക് പണമുണ്ടാക്കാമായിരുന്നു. പക്ഷെ, അങ്ങനെ ചെയ്താൽ ജീവിതമെനിക്ക് സമ്മാനിച്ച അവസരത്തിനു നേരെ കണ്ണടയ്ക്കലാകും. ആലെയുടെ മരണത്തിനും എന്റെ വിവാഹമോചനത്തിനും തുടർന്നുണ്ടായ ഹൃദയാഘാതത്തിനും പിന്നിലെല്ലാം എന്തെങ്കിലും കാരണമുണ്ടായിട്ടുണ്ടാകണം. വെല്ലുവിളി സ്വീകരിച്ച് ദിവസവും ചിലവിട്ടിരുന്ന തരംതാണ കൂടിച്ചേരലുകളിൽ നിന്നും ഒഴിവായി കിട്ടിയാൽ ജീവിതം പൂർണ്ണമായും പുതിയ തലത്തിലെത്തി

ക്കാനുള്ള എന്തെങ്കിലും ഞാൻ കണ്ടുപിടിക്കുമെന്ന് എനിക്ക് ഉറപ്പായിരുന്നു. അതോടൊപ്പം ഞാൻ അന്ന് അനുഭവിച്ചിട്ടുള്ളതിനെക്കാൾ കൂടുതൽ സന്തോഷവും ഉല്ലാസവും സ്നേഹവുമുണ്ടാകുമെന്ന് ഞാൻ തിരിച്ചറിഞ്ഞു."

"സ്നേഹമോ? സ്നേഹത്തെക്കുറിച്ചധികം സംസാരിക്കുന്നവരുടെ കൂട്ടത്തിൽ നീ പെട്ടിരുന്നതായി എനിക്ക് ഓർമ്മയില്ല ജൂലിയൻ. നീയെത്ര മാറിക്കഴിഞ്ഞു."

"കാതറിൻ, ഈ ലോകത്ത് ഏറ്റവും കൂടുതൽ നമുക്ക് വേണ്ടത് സ്നേഹമാണ്. മറ്റുള്ളവരെ സ്നേഹിക്കുന്നത് മാത്രമല്ല ഞാൻ ഉദ്ദേശിച്ചത്. നമുക്ക് നമ്മുടെ ജോലിയോട് സ്നേഹം വേണം. ചുറ്റുപാടുകളോട് സ്നേഹമുണ്ടാകണം, സ്വയം നമ്മോടു തന്നെ സ്നേഹം കാണിക്കണം. എങ്കിൽ മാത്രമെ നമ്മുടെ സ്നേഹം മറ്റുള്ളവർക്ക് പൂർണ്ണമായി നല്കാൻ സാധിക്കൂ. എന്റെ അറിവിന്റെ അംശം ഇത്രയെയുള്ളൂ: *ജീവിക്കുന്ന ഓരോ ദിവസവും ചെയ്യുന്ന സകലപ്രവർത്തികളും സ്നേഹത്തെ വിളംബരം ചെയ്യണം.* ലിയോ ടോൾസ്റ്റോയ് എഴുതി: വ്യക്തമായ ഒരേയൊരു സവിശേഷതയാണ് ഒരു പ്രവൃത്തിയെ നല്ലതെന്നോ മോശമെന്നോ മുദ്രകുത്തുന്നത്. അതു വർദ്ധിക്കുമ്പോൾ സ്നേഹത്തിന്റെ അളവ് കൂടുന്നെങ്കിൽ അത് നല്ലതാണ്. ആളുകളെ തമ്മിൽ വിഭജിക്കുകയും അവർക്കിടയിൽ വിദ്വേഷമുണ്ടാക്കുകയും ചെയ്യുന്നെങ്കിൽ, അത് മോശമാണ്."

"കൂടുതൽ മനുഷ്യത്വം വേണമെങ്കിൽ ജോണിനോടും കുട്ടികളോടും ചുറ്റുമുള്ളവരോടും മാത്രം സ്നേഹം പ്രകടിപ്പിച്ചാൽ പോര, എന്റെ ജോലിയോടും അത് കാണിക്കണം, അല്ലേ? അപ്പോൾ ഞാൻ പൂർണ്ണമായും പ്രവർത്തനസജ്ജമായ യഥാർത്ഥ മനുഷ്യനാകും. പക്ഷെ, വളരെ കാലമായി ഞാൻ അനുഭവിച്ചിരുന്ന അസന്തുലിതാവസ്ഥയിലേയ്ക്കല്ലേ അത് നയിക്കുക? ഇനി ഞാൻ അധികം ജോലി ചെയ്യാതെ കുറച്ചു ചെയ്താൽ മതിയെന്നാണ് തോന്നുന്നത്."

"രസകരമായ നിരീക്ഷണം, കാതറിൻ. ശരി, എനിക്ക് തോന്നുന്നത് നിങ്ങൾ ജോലിയെങ്ങനെ വ്യാഖ്യാനിക്കുന്നുവെന്നത് അനുസരിച്ചാണ് എല്ലാം വരുന്നതെന്നാണ്. അതെക്കുറിച്ച് സങ്കുചിതമായിട്ടാണ് നീ സംസാരിക്കുന്നത്. ഞാൻ പറയുന്നത് ജീവിതയത്നത്തെ സ്നേഹിക്കുന്നതിനെക്കുറിച്ചാണ്."

"എന്റെ ജീവിതയത്നത്തെക്കുറിച്ചോ?"

"അതെ. രണ്ടു നല്ല കുട്ടികളെ വളർത്തി വലുതാക്കി ഈ ലോകത്തെ കൂടുതൽ മെച്ചവും വിവേകവുമുള്ളതാക്കി തീർക്കാനായി അവരെ ഇറക്കി വിടുകയെന്നതാകണം ചിലപ്പോൾ നിന്റെ ജീവിത ഉദ്യമം. മാത്രമല്ല, ബ്രേവ്ലൈഫ്.കോമും ആ സംരംഭത്തിലൂടെ പരിവർത്തനം ചെയ്യപ്പെട്ടവരുടെ ജീവിതവുമൊക്കെ നിന്റെ ജീവിതദൗത്യത്തിൽപ്പെടുന്നുണ്ടെന്ന് ഞാൻ മനസ്സിലാക്കുന്നു."

"ബ്രേവ്ലൈഫ്.കോമിനെക്കുറിച്ച് നീയെങ്ങനെ അറിഞ്ഞു?" ഞാൻ അദ്ഭുതത്തോടെ ചോദിച്ചു. "ഹിമാലയത്തിലെ ഏതോ മലയിടുക്കുകളിൽ ഏകാന്തമായിരിക്കുകയായിരുന്നു നീയെന്നാണ് ഞാൻ കരുതിയത്."

"ഞാൻ പോയകാലം മുതൽ നിന്നെക്കുറിച്ച് വായിക്കുന്നുണ്ട്. സഹോദരി, കച്ചവട രംഗത്ത് നീ വലിയ കാര്യങ്ങൾ ചെയ്യുന്നുണ്ടായിരുന്നു. അതെന്നിൽ അദ്ഭുതമൊന്നുമുണ്ടാക്കിയില്ല. നിന്നെ നന്നായി തന്നെ ഞാൻ പഠിപ്പിച്ചിട്ടുണ്ടായിരിക്കണം." കപടമായ അഹങ്കാരത്തോടെ ജൂലിയൻ പറഞ്ഞു.

"ദൂരെ നിന്നും എങ്ങനെയോ കൈവരിച്ച കരുത്തുറ്റ ഹൃദയത്തെ തുളയ്ക്കേണ്ട, വലിയേട്ടാ. എല്ലാം ഞാൻ സ്വയം നേടിയത് തന്നെയാണ്." ഞാൻ ചിരിച്ചു.

"കാതറിൻ എപ്പോഴും സ്വതന്ത്രയായിരുന്നു. നിന്റെ കരുത്തിലും നീയെപ്പോഴും നിഷ്കർഷിച്ചിരുന്ന മേന്മയ്ക്കുവേണ്ടിയുള്ള അർപ്പണബോധവും ഞാനെന്നും ഇഷ്ടപ്പെട്ടിരുന്നു. ഞാൻ പറഞ്ഞു കൊണ്ടിരുന്നതിലേയ്ക്ക് തിരികെ വരാം – ജീവിതയത്നത്തെ സ്നേഹിക്കുക. സകലതിനെയും സകലരെയും സ്നേഹിക്കുക. നിന്റെ ജീവിതത്തിൽ പരിവർത്തനമുണ്ടാകും."

"ഉദാഹരണം പറയാമോ?"

"ശരി, തത്ത്വചിന്തകനായ ഖലീൽ ജിബ്രന്റെ വാക്കുകൾ സമർപ്പിച്ചാലോ? എനിക്കത് മനോഹരമായിട്ടാണ് തോന്നിയിട്ടുള്ളത്: ജോലി ചെയ്യുമ്പോൾ നീയൊരു ഓടക്കുഴലാണ്. അപ്പോൾ മണിക്കൂറുകളുടെ അടക്കംപറച്ചിൽ അതിന്റെ ഹൃദയത്തിൽ സംഗീതമായി മാറുന്നു. പ്രയത്നത്തിലൂടെ ജീവിതത്തെ സ്നേഹിക്കുകയെന്നാൽ ജീവന്റെ പരമമായ രഹസ്യവുമായി അടുത്ത ബന്ധം സ്ഥാപിക്കുകയെന്നാണ്. ജോലിയെന്നാൽ സ്നേഹത്തിന്റെ പ്രത്യക്ഷരൂപമാണ്. സ്നേഹമുണ്ടെങ്കിൽ സകല ജോലിയും ശൂന്യമായ മിച്ചംപിടിക്കലാണ്. അതുകൊണ്ട് ബ്രേവ് ലൈഫ്.കോമിലെ ജോലിയെ നീ സ്നേഹിക്കുക. നിന്നെ

അതിലേക്ക് സമർപ്പിച്ച് ആ പ്രക്രിയയിലൂടെ ജീവിതങ്ങൾക്ക് മൂല്യം കൊടുക്കുക. പക്ഷെ അമ്മയെന്ന തൊഴിലിനെയും ജോണിന്റെ പങ്കാളിയെന്ന വേഷത്തെയും സ്നേഹിക്കണം."

"ശരി." പൂർണ്ണമായും വശീകരിക്കപ്പെട്ട് ഞാൻ മറുപടി പറഞ്ഞു. "ഹൃദയാഘാതം സംഭവിച്ചതിനുശേഷം നീയെന്താണ് ശരിക്കും ചെയ്തത്?"

"ആദ്യം എന്റെ സകല സ്വത്തുക്കളും വില്ക്കാനുള്ള ബോധപൂർവ്വമായ തീരുമാനമെടുത്തു. എനിക്ക് യാത്ര ചെയ്യുമ്പോൾ ഭാരം കുറയ്ക്കണമായിരുന്നു. ലൗകികമായ സ്വത്തുക്കളെല്ലാം എന്റെ മനസ്സിൽ സംഘർഷമുണ്ടാക്കുകയും ജീവിതത്തിനു തടസ്സം നില്ക്കുകയും ചെയ്യുകയെയുള്ളൂ. മനുഷ്യന്റെ നിലനില്പ്പിന്റെ അവശ്യഘടകങ്ങളിലേക്ക് ജീവിതത്തെ ഉരിഞ്ഞ് അതിന്റെ അകക്കാമ്പിലേക്ക് ചുരുങ്ങാൻ ഞാൻ തീരുമാനിച്ചു. അതുകൊണ്ട് മാളികയും വിമാനവും ദ്വീപുമൊക്കെ ഞാൻ വിറ്റു."

"ജൂലിയൻ, നീ നിന്റെ ഫെറാറിവരെ വിറ്റുകളഞ്ഞു. നീയതു ചെയ്തെന്ന് പറഞ്ഞു കേട്ടപ്പോൾ എനിക്ക് വിശ്വസിക്കാനായില്ല. എനിക്ക് തന്നെ എന്റെയാ കൊച്ചു അംഗവിക്ഷേപത്തിൽ അദ്ഭുതം തോന്നിയിരുന്നു." തന്റെ മനോഹരമായ കുപ്പായകൈയ്യിലെ കരവേലയിൽ തലോടിക്കൊണ്ട് ഒരു പുഞ്ചിരിയോടെ ജൂലിയൻ നിരീക്ഷിച്ചു.

"ഞാൻ ഇന്ത്യയിലേക്ക് പുറപ്പെട്ടു. എന്റെ പല ചോദ്യങ്ങൾക്കുമുള്ള ഉത്തരം ലഭിക്കാവുന്ന സ്ഥലമാണതെന്ന് എനിക്കറിയാമായിരുന്നു. എന്റെ ജീവിതത്തിലെ ആത്മീയതയുടെ അവിശ്വസനീയമായ ഘട്ടമായിരുന്നു അത്. വർഷങ്ങൾക്ക് ശേഷം ആദ്യമായി ഞാൻ സ്വാതന്ത്ര്യം അനുഭവിച്ചു. ജീവിതത്തെക്കുറിച്ചുള്ള പൂർണ്ണമായും പുതിയ അറിവിലേയ്ക്കുള്ള നയിക്കുന്ന ഏതോ മഹത്തായ പാതയിലേക്കാണ് ഞാൻ കയറുന്നതെന്ന് ഞാൻ മനസ്സിലാക്കി. ജോർജ്ജ് ബെർനാർഡ് ഷാ എഴുതി: ഉലയുകയെന്നാൽ നരകത്തിലാണ്. നിയന്ത്രണമേറ്റെടുക്കുകയെന്നാൽ സ്വർഗ്ഗത്തിലാണ്. വളരെയധികം കാലങ്ങൾക്ക്ശേഷം ആദ്യമായി ഞാനെന്റെ ഭാവിയുടെ നിയന്ത്രണമേറ്റെടുത്തതായി എനിക്ക് അനുഭവപ്പെട്ടു. നമ്മളിൽ പലരും ജീവിക്കുന്നതുപോലെ കൃത്യവിലോപങ്ങളിൽക്കൂടിയല്ല രൂപകല്പനയുടെ പാതയിൽ ക്കൂടിയാണ് ഞാൻ ജീവിക്കുന്നതെന്ന് എനിക്ക് തോന്നി."

"ഞാൻ യോജിക്കുന്നു, ജൂലിയൻ. മിക്കവാറും ജനങ്ങൾ ജീവിക്കുന്നത് ആകസ്മികതകളിലാണ്. സ്വപ്നങ്ങളിൽ കാണുന്ന സാഹചര്യങ്ങൾ സൃഷ്ടിക്കുന്നതിനു പകരം ദിവസംതോറുമുള്ള സംഭവങ്ങളിൽ അവർ പ്രതികരിക്കുന്നു." സഹോദരനെന്നിൽ നിറയ്ക്കുന്ന പ്രചോദനത്തിൽ കുരുങ്ങി ഞാൻ കൂട്ടിച്ചേർത്തു.

"മനോഹരമായി പറഞ്ഞു, കാതറിൻ. ഓ... എനിക്ക് തൃപ്തിയായി." മുട്ടുകാലിൽ കരുത്തുറ്റ ഇരുകൈകളും കൊണ്ടടിച്ച് ആവേശത്തോടെ അവൻ അലറി. "നിനക്കെന്നും മികച്ചൊരു മനസ്സുണ്ടായിരുന്നു. ഇപ്പോൾ നീയൊരു കവി ഹൃദയം കൂടി വികസിപ്പിച്ചെടുത്തു."

"അത്രയ്ക്കൊന്നുമില്ല ജൂലിയൻ." വിനയത്തോടെ ഞാൻ മറുപടി പറഞ്ഞു.

ചിലപ്പോൾ തീവണ്ടിയിൽ, മറ്റു ചിലപ്പോൾ സൈക്കിളിൽ, ചിലപ്പോൾ നടന്ന് അവന്റെ ഇന്ത്യയിലെ യാത്രകളെക്കുറിച്ച് ജൂലിയൻ വിവരിച്ചു. മഹത്തായ പാരമ്പര്യത്തിൽപ്പെട്ട വ്യക്തികളെ കാണുന്നതിലും അവരുടെ ബുദ്ധിപരമായ വഴികൾ പഠിക്കുന്നതിലും അവൻ ആനന്ദം അനുഭവിച്ചു. പുരാതനമായ ക്ഷേത്രങ്ങൾ സന്ദർശിക്കുകയും പഴയകാലത്തെ അവശിഷ്ടങ്ങൾക്കു മേലുള്ള സൂര്യാസ്തമയങ്ങൾ ശ്രദ്ധയോടെ നിരീക്ഷിക്കുകയും ചെയ്തു. നഷ്ടപ്പെട്ടുപോയ നിഷ്കളങ്കമായ ബാല്യത്തിന്റെ പ്രസരിപ്പുമായി വീണ്ടും ബന്ധം സ്ഥാപിക്കാൻ തുടങ്ങിയതോടെ കാലക്രമേണ അവന്റെ മുഖമുദ്രയായിരുന്ന പുഞ്ചിരി തിരികെ വന്നു.

"ഞാൻ മണിക്കൂറുകളോളം നക്ഷത്രങ്ങളെ തുറിച്ചു നോക്കിയിരിക്കും. തത്ത്വചിന്താപരമായ പുസ്തകങ്ങൾ ആർത്തിയോടെ ഗ്രഹിച്ചു കൊണ്ടിരുന്ന ഞാൻ എന്നിലുണ്ടായ അകക്കാഴ്ചകളുടെ കുറിപ്പടികൾ താളുകൾ ചുളുങ്ങിയ പുസ്തകത്തിൽ എഴുതിവെച്ചു. യോഗികളോടും ഋഷിവര്യന്മാരോടൊപ്പം ഞാൻ ദീർഘദൂരം നടക്കുമ്പോൾ ജീവിതത്തിന്റെ പരമമായ ലക്ഷ്യത്തെക്കുറിച്ചും ദിവസങ്ങൾ കൂടുതൽ അർത്ഥസമ്പൂർണ്ണമാക്കാനും കരുണാബദ്ധമാക്കാനുമുള്ള മാർഗ്ഗങ്ങളെക്കുറിച്ചുള്ള ഓരോ ചോദ്യങ്ങളുമായി ഞാൻ അവരെ ബുദ്ധിമുട്ടിക്കുമായിരുന്നു. അധികം വൈകുന്നതിന്മുമ്പ് സന്തോഷവും ആരോഗ്യവും കൊണ്ട് നിറച്ച് ഒരാൾക്കെങ്ങനെ തന്റെ ജീവിതത്തെ കൂടുതൽ ചൈതന്യമുള്ളതാക്കി തീർക്കാമെന്ന് ഞാൻ ചോദിച്ചു. മാനുഷിക ബന്ധങ്ങൾ എങ്ങനെ കൂടുതൽ ദൃഢമാക്കുമെന്നും ആലിയുടെ മരണത്തിനും ഭാര്യ വിട്ടുപോയതിനുംശേഷം നഷ്ടപ്പെട്ട

സ്നേഹത്തെ എങ്ങനെ തിരിച്ചു പിടിക്കാമെന്ന് ഓർത്തും ഞാൻ അദ്ഭുതപ്പെട്ടു. ജീവിതത്തിന്റെ ശരിയായ സഫലീകരണത്തിനു വേണ്ട നാഴികക്കല്ലുകളിലൊന്നാണെന്ന് എനിക്കറിയാവുന്ന ആന്തരിക സമാധാനത്തിന്റെ ഗാഢമായ അനുഭവം തിരിച്ചറിയാനും സംഘർഷഭരിതമായ മനസ്സിനെ നിയന്ത്രിക്കാനുമുള്ള മാർഗ്ഗങ്ങൾ പഠിപ്പിച്ചു തരാൻ ഞാനവരെ പ്രോത്സാഹിപ്പിച്ചു."

"അതൊരു അവിസ്മരണീയമായ കാലമായിരുന്നെന്ന് കേൾക്കുമ്പോൾ തന്നെ തോന്നുന്നു, ജൂലിയൻ. ജീവിതത്തിന്റെ ഗതിവേഗം കുറച്ച് നമ്മൾ വർത്തിക്കുന്ന ഈ ലോകത്തിന്റെ ഭ്രാന്തമായ വേഗതയിൽ നഷ്ടപ്പെട്ട് പോകുന്ന അടിസ്ഥാനപരമായ സൗഖ്യങ്ങൾ ആസ്വദിക്കുന്നതിനെപ്പറ്റിയുള്ള ആശയം എനിക്ക് പ്രത്യേകിച്ചും ഇഷ്ടപ്പെട്ടു. ഈയിടെ പത്രത്തിൽ വന്നൊരു വാചകം ഞാൻ വെട്ടിവെച്ചതെയുള്ളൂ. ഇതാ, ഞാനത് കാണിച്ചു തരാം." കിടയ്ക്കരികിലെ മേശവലിപ്പിലേയ്ക്ക് എത്തിപ്പിടിച്ച് ഞാൻ തുറന്നു. അതിലിങ്ങനെയാണ് എഴുതിയിരുന്നത്:

ദി പുലിറ്റ്സർ, നോബൽ, ഓസ്കർ, ടോണീസ്, എമ്മീസ് എന്നിങ്ങനെ ജീവിതത്തിന്റെ വലിയ സമ്മാനങ്ങൾ നമ്മളിൽ മിക്കവാറും പേർക്കും നഷ്ടപ്പെടുന്നു. പക്ഷെ ജീവിതത്തിന്റെ ചെറിയ സുഖങ്ങൾക്ക് നമ്മളോരോരുത്തരും അർഹരാണ്. ചെവിയ്ക്ക് പിറകിലൊരു ചുംബനം. മുതുകിലൊരു തലോടൽ. നാല്പൗണ്ടിന്റെ സംഗീതോപകരണം. ഒരു പൂർണ്ണ ചന്ദ്രൻ. ശൂന്യമായ പാർക്കിംഗ് സ്ഥലം. ജ്വലിക്കുന്ന അഗ്നി. വിഭവ സമൃദ്ധമായ ഭക്ഷണം. മനോഹരമായ സൂര്യാസ്തമനം. ചൂടുള്ള സൂപ്പ്. തണുത്ത ബിയർ. ജീവിതത്തിന്റെ വലിയ സമ്മാനങ്ങൾ ലഭിക്കുന്നതിനെപ്പറ്റി ആകുലപ്പെടരുത്. നമുക്കെല്ലാവർക്കും ധാരാളമുള്ള ജീവിതത്തിന്റെ കൊച്ചു സന്തോഷങ്ങൾ ആസ്വദിക്കുക.

"ഓ, ശരിക്കും നന്നായിട്ടുണ്ട്. കാതറിൻ. ഇത് ഞാനാണ് എഴുതിയിരുന്നതെങ്കിലെന്ന് ആശിച്ചു പോകുന്നു. നമ്മുടെ പാതകൾ വ്യക്തമാകുന്തോറും ജീവിതത്തിന്റെ അടിസ്ഥാനപരമായ അനുഗ്രഹങ്ങൾ ആസ്വദിക്കുകയെന്ന ആശയം ശരിക്കും പറഞ്ഞുവെച്ചിരിക്കുകയാണ്. അവസാനംപോലെ തന്നെ പാതയുടെ തുടക്കവും മനോഹരമെന്ന് ഞാൻ പഠിച്ചു കഴിഞ്ഞു. ഭാവിയിലെ ഏതെങ്കിലും സംഭവവികാസങ്ങളുണ്ടാകുന്നതു വരെ സന്തോഷത്തെ മാറ്റിനിർത്താതിരിക്കുകയെന്നതു പ്രധാനപ്പെട്ട കാര്യമാണ്. ഇക്കാര്യത്തിൽ നമ്മിൽ പലരും നമ്മോട് തന്നെ നുണ പറയുകയാണ് ചെയ്യുന്നത്."

"ഒന്ന് വ്യക്തമാക്കാമോ?"

തീർച്ചയായും, സ്ഥാനകയറ്റം ലഭിച്ചാലോ പുതിയൊരു ജോലി കിട്ടിയാലോ കുട്ടികൾ വളർന്ന് വലുതായി കോളേജിൽ പോയാലോ സന്തോഷമാകുമെന്ന് നമ്മൾ സ്വയം പറയുന്നു. വിരമിച്ചതിനുശേഷം നക്ഷത്രങ്ങളെ നിരീക്ഷിക്കാനും ഇഷ്ട ങ്ങൾക്ക് പിറകെ പായാനും സമയം കണ്ടെത്തുമെന്നും നമ്മൾ പറയും. പക്ഷെ അതാണ് ജീവിതത്തിലെ വലിയ നുണ. *ചില കാര്യങ്ങൾ നേടുമ്പോഴല്ല സന്തോഷം വരുന്നത്, ചിലത് ചിന്തി ക്കുമ്പോഴാണ്. ജീവിതത്തിലെ സംഭവങ്ങൾ എങ്ങനെ വ്യാഖ്യാ നിക്കുന്നുവെന്നുള്ളത് അനുസരിച്ച് സൃഷ്ടിക്കുന്ന മനസ്സിന്റെ യൊരു അവസ്ഥ മാത്രമാണ് സന്തോഷം.* ജീവിതത്തിലുള്ളതി നോടൊക്കെ അഗാധമായ നന്ദിയും കൊച്ചു കൊച്ചു അദ്ഭുതങ്ങളെ വല്ലാതെ പ്രശംസിക്കുകയും ചെയ്യുന്ന *കടപ്പാടി*ന്റേതായ മാനസി കാവസ്ഥ വളർത്തിയെടുക്കുന്നതിലൂടെയാണ് സന്തോഷം വരുന്നത്." മുനിയും ചിന്തകനുമായ സെസിൽ ഒരിക്കൽ നിരീ ക്ഷിച്ചു: നല്ലതിലും മനോഹരമായതിലും ശ്രദ്ധ കേന്ദ്രീകരിക്കുക യെന്നതാണ് ബുദ്ധിപരവും മികച്ചതുമായ കാര്യമെന്ന വസ്തുത ഓരോ വർഷവും കൂടുതൽ കൂടുതൽ ഞാൻ വിശ്വസിച്ചു പോകുന്നു. കപടവും ദോഷകരവുമായതിനെക്കുറിച്ച് വളരെ ക്കുറച്ച് മാത്രം ചിന്തിക്കുക.

"അതിനെക്കാൾ പ്രധാനം കൊടുക്കുന്ന കരങ്ങൾ ശേഖരി ക്കുമെന്നതാണ്. മറ്റുള്ളവർക്ക് കൊടുക്കാൻ ആരംഭിക്കുന്നതോടെ നിങ്ങൾക്ക് ലഭിക്കാനും തുടങ്ങും. നിങ്ങളെ നിയന്ത്രിക്കുന്ന ലക്ഷ്യം സന്തോഷമാകരുത്. സേവനത്തിലും ആളുകളെ സമ്പു ഷ്ടമാക്കുന്നതിനും വേണ്ടിയുള്ള ആഗ്രഹം ഹൃദയത്തിൽ നിന്നുട ലെടുക്കുകയും അതിൽ മാത്രം ശ്രദ്ധ കേന്ദ്രീകരിക്കുകയും ചെയ്യുക. സന്തോഷം താനെ വന്നുകൊള്ളും. ജീവിതലക്ഷ്യം സന്തോഷം മാത്രമാണെന്ന് സങ്കല്പിച്ചാൽ അത് ക്രൂരവും അർത്ഥ ശൂന്യവുമായി പോകുമെന്ന് ടോൾസ്റ്റോയ് എഴുതി. മനുഷ്യത്വ ത്തിന്റെ അറിവിനെയും നിങ്ങളുടെ ബുദ്ധിയും ഹൃദയവും പറയു ന്നതിനെയും നിങ്ങൾ കെട്ടിപ്പുണരും. ഭൂമിയിലേക്ക് നിങ്ങളെ അയച്ച ആ ശക്തിയെ സേവിക്കുകയെന്നതാണ് ജീവിതത്തിന്റെ അർത്ഥം. അപ്പോൾ ജീവിതം ആനന്ദകരമാകും."

"ശക്തമായ വാക്കുകൾ. ഞാനൊറ്റയ്ക്കിരിക്കുമ്പോൾ എനിക്കതെക്കുറിച്ച് കൂടുതൽ ചിന്തിക്കേണ്ട ആവശ്യമുണ്ടെന്ന് തോന്നുന്നു. പക്ഷെ ഇപ്പോൾ നിങ്ങളുടെ യാത്രയെപ്പറ്റി കൂടുതൽ പറയൂ. അത് അവിശ്വസനീയമായൊരു കഥയാണ്."

ജീവിതത്തിൽ അനുഭവിച്ചിട്ടില്ലാത്ത ഏറ്റവും കഠിനവും വ്യക്തിപരവുമായ വളർച്ചയുടെയും തിരിച്ചറിവിന്റെയും കുറച്ച് മാസങ്ങൾക്ക്ശേഷം, ജൂലിയൻ തുടർന്നു. കൂടുതൽ സന്തോഷം നിറഞ്ഞതും സമൃദ്ധവുമായ ജീവിതം നയിക്കാനുള്ള ഇനിയും അർത്ഥപൂർണ്ണമായ ജ്ഞാനത്തിനുവേണ്ടിയുള്ള ആർത്തി എന്നിലുണ്ടാകാൻ തുടങ്ങി. ഗാഢമായ അർത്ഥങ്ങൾ വെളിപ്പെടുത്തിത്തരാനും ഇനിയും മഹത്തായ ബോധോദയമുണ്ടാകാൻ എന്നെ സഹായിക്കാനും കണ്ടുമുട്ടിയ പണ്ഡിതരെയും അദ്ധ്യാപകരെയും ഞാൻ പ്രേരിപ്പിച്ചു. അവർ വളരെ മര്യാദക്കാരും സ്നേഹമുള്ളവരുമായിരുന്നു. എന്തെങ്കിലും തിരികെ ലഭിക്കുമെന്ന നേരിയ സൂചന പോലുമില്ലാതെ അറിയാവുന്ന സകലതും അവരെന്നോടു പങ്കുവെച്ചു. *സമൃദ്ധിയുടെ തത്ത്വവുമായി* സഖ്യത്തിലായിരുന്നു അവരെന്ന് ഞാനിപ്പോൾ മനസ്സിലാക്കുന്നു.

"സമൃദ്ധിയുടെ തത്ത്വമൊ? ഞാനിതുവരെ അതേപ്പറ്റി കേട്ടിട്ടില്ല." കിടക്കയിലെഴുന്നേറ്റിരുന്നുകൊണ്ട് വലിയ ആകാംക്ഷയോടെ ഞാൻ മറുപടി പറഞ്ഞു.

"കാലരഹിതവും പരിവർത്തനവിധേയവുമല്ലാത്ത പ്രകൃതി തത്ത്വത്തെക്കുറിച്ചാണ് ഞാൻ സൂചിപ്പിച്ചത്. *മറ്റുള്ളവർക്ക് കൊടുക്കുന്തോറും അവസാനം നിങ്ങൾക്ക് തന്നെ തിരിച്ചു ലഭിച്ചു കൊണ്ടിരിക്കുമെന്നാണത്* പറയുന്നത്. ജീവിത സൗഭാഗ്യവും സമൃദ്ധിയുമുണ്ടെങ്കിൽ നിങ്ങൾ ധാരാളം കൊടുക്കണം. പ്രപഞ്ചത്തിൽ ചുറ്റിത്തിരിയുന്ന ഊർജ്ജമാണ് സമൃദ്ധി. പുറത്തോട്ടു കൂടുതൽ വിടുന്തോറും അതെപോലെ തിരിച്ചു വരുന്നത് നിങ്ങൾ കാണും. സമൃദ്ധിയുടെ തത്ത്വം വ്യാപാരത്തിലും അവിശ്വസനീയമാംവിധം പ്രവർത്തിക്കുന്നുണ്ട്. സമ്പന്നനാകണമെങ്കിൽ അധികം പണമുണ്ടായിരുന്നെങ്കിലെന്ന് ആഗ്രഹിക്കാതെ, കൂടുതൽ ജനങ്ങളെയെങ്ങനെ സഹായിക്കാമെന്ന് സ്വയം ചോദിക്കുക. നിങ്ങൾ സഹായിക്കുന്ന ജനങ്ങളുടെ ജീവിതത്തിന് മൂല്യം കൂട്ടുന്നതിൽ അതീവ ശ്രദ്ധയും അർപ്പണബോധവുമുണ്ടായാൽ പണം പുഴ പോലെ ഒഴുകി വരാൻ തുടങ്ങും. നമ്മൾ കൊടുക്കുന്ന മൂല്യത്തിനും ചെയ്യുന്ന സേവനങ്ങൾക്കും പ്രപഞ്ചം നല്കുന്ന പ്രതിഫലമാണ് പണമെന്നൊരിക്കലും മറക്കരുത്, കാതറിൻ. എത്രത്തോളം മൂല്യം കൂട്ടിച്ചേർക്കുന്നുവോ അത്രയധികം പണവും നീയുണ്ടാക്കും."

"കച്ചവടക്കാർ പണമുണ്ടാക്കുകയെന്നത് ലക്ഷ്യമായി കാണുന്നത് തെറ്റാണെന്നാണോ പറഞ്ഞു വരുന്നത്?"

"അതെ. സമ്പത്ത് പിന്തുടരേണ്ടയൊന്നല്ല. ജനങ്ങളുടെ ജീവിതം മെച്ചപ്പെടുത്തി അവരുടെ സ്വപ്നങ്ങൾ സാക്ഷാത്ക്കരിക്കപ്പെടാൻ സഹായിക്കുന്നതിലേക്ക് നിങ്ങളുടെ ശ്രദ്ധ തിരിയുമ്പോഴുണ്ടാകുന്ന *ഉപോല്പ്പന്നമാണ്* ധനം. വിക്ടർ ഫ്രാങ്ക്ളിൻ കൃത്യമായി എഴുതിയിരിക്കുന്നു: 'സന്തോഷത്തെപ്പോലെ വിജയത്തെ പിന്തുടരാൻ സാധിക്കില്ല. അത് സ്വയം വരേണ്ടതാണ്. അവനവനെക്കാൾ വലിയൊരു ലക്ഷ്യത്തിനുവേണ്ടി ഒരുവന്റെ വ്യക്തിപരമായ അർപ്പണബോധത്തിന്റെ പ്രതീക്ഷിക്കാത്ത ഭാഗമായെ അത് വരൂ."'

ജൂലിയൻ കൂട്ടിച്ചേർത്തു: "ഇന്ത്യയിൽ മനുഷ്യത്വപരമായ സ്നേഹത്തിനും ജ്ഞാനത്തിനുമിടയിൽ ഓരോരുത്തരുടെ ജീവിതത്തിനും ഓരോ ലക്ഷ്യമുണ്ടെന്നും ഞാൻ മനസ്സിലാക്കി."

"ശരിക്കും സത്യമാണ്, സഹോദരി. വീരോചിതമായി ജീവിച്ച് നമ്മുടെതായ രീതിയിൽ ലോകത്ത് വ്യത്യസ്തതയുണ്ടാക്കാനാണ് നമ്മളെല്ലാവരുമിവിടെയുള്ളത്. ഞാൻ ഉദ്ദേശിച്ച ജ്ഞാനത്തിന്റെ ആശയം യു.എസ്. വ്യോമസേനയിലെ ജനറൽ ജെയിംസ് ഡുലിറ്റിലിന്റെ വാക്കുകൾ അടർത്തിയെടുത്താണ് ഞാൻ പകരാൻ ശ്രമിക്കുന്നത്: *ഭൂമിയിൽ നമ്മളെയിട്ടിട്ടുള്ളത് ഇവിടെ മെച്ചമായൊരിടമാക്കി മാറ്റുകയെന്നയൊരൊറ്റ ഉദ്ദേശ്യത്തിലാണ്. നമ്മളതുകൊണ്ട് സമൂഹത്തിന് സഹായം ചെയ്യുന്ന അംഗങ്ങളായിരിക്കണം. ആ സാന്നിദ്ധ്യംകൊണ്ട് നമ്മുടെ ആഗമനത്തിനു മുമ്പുള്ളതിനെക്കാൾ മെച്ചപ്പെട്ട സ്ഥലമായി ഭൂമി മാറിയാൽ നമ്മുടെ ലക്ഷ്യം നിറവേറ്റപ്പെട്ടു കഴിഞ്ഞു.*"

"ഭൂരിപക്ഷം പേർക്കുമാ വെളിപാടുണ്ടാകാത്തതെന്താണ്? മിക്കവാറുംപേർ അസന്തുഷ്ടരും അപൂർണ്ണരുമാകുന്നതുതെന്തുകൊണ്ട്?"

"സ്വത്തും തിരക്കും കോലാഹലവുമെല്ലാം ജീവിതത്തിൽ കുത്തിനിറയ്ക്കുന്നതിനിടയിൽ ശരിക്കും മൂല്യമുള്ള കാര്യങ്ങൾ ചിന്തിക്കാൻ നമുക്ക് സമയമില്ലാത്തതു കൊണ്ട്." പഴയൊരു സെൻ മാസ്റ്ററുടെ വാക്കുകളെനിക്ക് ഓർമ്മ വരുന്നു: മിക്കവാറും പേർ ഓരോ ദിവസവും കൂടുതൽ നേടാൻ ശ്രമിക്കുമ്പോൾ സങ്കീർണ്ണതകളില്ലാതെ ലളിതമായി മാറാനാണ് ഞാൻ പ്രയത്നിക്കുന്നത്. നമ്മുടെ ഗതിവേഗം കുറയുകയെയുള്ളൂവെങ്കിൽ കൂടുതൽ പ്രാവശ്യം നിർത്താനുള്ള ബട്ടൺ അമർത്തുക. എന്നിട്ട് ജീവിത

ത്തിന്റെ വലിയ ചിത്രം നോക്കിയാൽ നമ്മളിവിടെയെന്തിനാണുള്ള തെന്നും നമ്മളെന്തു ചെയ്യണമെന്നുമുള്ളതിന്റെ കൂടുതൽ അറിവ് നമുക്കുണ്ടാകും. "വിമാനത്തിന്റെ കാര്യം കേൾക്കാൻ നീയൊട്ടും ആഗ്രഹിക്കുന്നില്ലെന്ന് എനിക്കറിയാം. പക്ഷെ, നീയുമായി പങ്കിടേണ്ട ഒരു ഉദാഹരണമുണ്ട്."

"അത് ശരിയാണ്. പറക്കുന്നതിനെക്കുറിച്ചെനിക്ക് ഇപ്പോഴും ഭയമാണ്. പക്ഷെ പറഞ്ഞോളൂ."

"വിഷമിക്കേണ്ട കാതറിൻ. ഞാൻ നിന്റെയെല്ലാ ഡോക്ടർ മാരോടും സംസാരിച്ചു കഴിഞ്ഞു. കൂടാതെ രാജ്യത്തെ പ്രഗത്ഭ ഡോക്ടർമാരായ ചില പഴയ സുഹൃത്തുക്കളെ കൊണ്ട് കുറി പ്പടികൾ പരിശോധിപ്പിക്കുകയും നിന്റെ പുരോഗതി വിലയിരു ത്തുകയും ചെയ്തു. നീ നന്നായി സുഖം പ്രാപിച്ചു വരുന്നു ണ്ടെന്നും പൂർണ്ണമായും രോഗവിമുക്തയാകുമെന്നുമാണ് അവരുടെ എല്ലാവരുടെയും അഭിപ്രായം. വലിയൊരു ദുരന്തമാണ് നിനക്ക് സംഭവിച്ചതെന്ന് എനിക്കറിയാം. എന്നെ വിശ്വസിക്കുക. എന്റെയീ വരവിന്റെ ഉദ്ദേശ്യം തന്നെ ഇതിൽ നിന്നും കരകയറാൻ സഹായിക്കുകയെന്നാണ്. എനിക്ക് പറയാനുള്ളത് ലളിതമായി പറഞ്ഞാൽ ഇത്രയെയുള്ളൂ: മുപ്പത്തയ്യായിരം അടി മുകളിലുള്ള വിമാനത്തിൽ നിന്നും താഴോട്ടു നോക്കിയാൽ ഭൂമിയെ മുഴുവൻ പൂർണ്ണമായി ദൃശ്യമാകുന്നു. മരങ്ങൾ കാരണം കാടുകൾ കാണാതെ പോകുകയുമില്ല."

"നമ്മൾ വലിയ ചിത്രമാണ് കാണുന്നതെന്ന് ഞാൻ സമ്മതി ക്കുന്നു."

"ശരി. ജീവിതത്തിലും മുപ്പത്തിയയ്യായിരം അടി മുകളിലേക്ക് ഇടയ്ക്കിടെ പോകുകയാണ് വേണ്ടത്."

"കൂടുതൽ പറക്കണമെന്നാണോ?" ചെറിയൊരു ചിന്താ കുഴപ്പത്തിൽ ഞാൻ ചോദിച്ചു.

"അല്ല, നമ്മുടെ വീക്ഷണങ്ങളെ പുനരാർജ്ജിച്ചു കഴി ഞ്ഞാൽ ജീവിതത്തിന്റെ മുൻഗണനകളെ തിരിച്ചറിഞ്ഞ് അവയിൽ പ്രധാനപ്പെട്ടവയെ പുനഃക്രമീകരിച്ച് ജീവിക്കാൻ സാധിക്കും. മുപ്പത്തിയയ്യായിരം അടി മുകളിൽ ചെന്നെങ്കിലെ നമ്മൾ ദിവസം ചിലവിടുന്ന രീതിയുടെ കഴുകൻ കണ്ണുകളിലൂടെയുള്ള കാഴ്ച നമുക്ക് ലഭിക്കുകയുള്ളൂ. അങ്ങനെ ഗതിയിൽ അനിവാര്യമായ മാറ്റങ്ങൾ വരുത്തി ലക്ഷ്യത്തിലേക്കുള്ള പാതയിലേക്ക് നമുക്ക് തിരിച്ചുപോകാൻ സാധിക്കും. പലരും അത്രയ്ക്കൊന്നും മെന

ക്കെടാറില്ല." ചിന്തകനായ ജൊവാന സ്മിത്ത് ബെർസ് പറഞ്ഞിട്ടുള്ളത്:

നമ്മെ നയിക്കുന്ന മൂല്യങ്ങളും പരിശ്രമങ്ങളും സ്വപ്നങ്ങളുമടങ്ങുന്ന മുൻഗണനകളെ നിർവചിക്കാൻ നമുക്ക് സാധിക്കണം. എന്നിട്ട് വേണം അതിനു ചുറ്റും നമ്മുടെ ലോകത്തെ കെട്ടിപ്പടുക്കാൻ. ദിവസം വെറുതെ ചിലവഴിച്ചിട്ടു കാര്യമില്ല. ജീവിതത്തിൽ നിന്നും വേണ്ടതെന്താണോ അത് നേടിയെടുക്കാനുള്ള തട്ടായിരിക്കണം ഓരോ ദിവസവും. നമ്മുടെയും ഈ ലോകത്തിന്റെയും ഉത്തരവാദിത്വം സ്വയമേറ്റെടുക്കണം. എങ്കിലെ നമ്മോടൊപ്പവും ചുറ്റുമുള്ള ലോകത്തോടൊപ്പവും ജീവിക്കാൻ സാധിക്കൂ.

"ഉം." ഞാൻ മറുപടി പറഞ്ഞു. ഇത്രയ്ക്ക് വ്യക്തമായിട്ടെന്നിൽ തറയ്ക്കുന്ന അറിവ് പങ്കിടാൻ ഇതുവരെയാർക്കും സാധിച്ചിട്ടില്ല. ജീവിതത്തിൽ പ്രയോജനകരമല്ലാത്ത കാര്യങ്ങളും കാലങ്ങളായി അവഗണിച്ചിരുന്ന മുൻഗണനകളും തിരിച്ചറിഞ്ഞതോടെ ചിന്തകൾ ശിരസ്സിലൂടെ കുതിക്കാൻ തുടങ്ങി. ഞാൻ കൂടുതലും ചിന്തിച്ചത് എന്റെ കുടുംബത്തെപ്പറ്റിയാണ്. പോർട്ടറുടെയും സരിതയുടെയും അഭാവം ഞാൻ ശരിക്കും അറിഞ്ഞു. ജോൺ കുഴപ്പമൊന്നുമില്ലാതിരിക്കുകയാകുമോ? അദ്ദേഹമിപ്പോൾ വീട്ടിലെന്തു ചെയ്യുകയായിരിക്കുമെന്നോർത്ത് ഞാൻ ആശ്ചര്യപ്പെട്ടു. വരുത്താൻ പോകുന്ന മാറ്റങ്ങളെക്കുറിച്ചും ആശുപത്രി മുറി വിട്ടാലുടൻ നടപ്പിലാക്കാൻ പോകുന്ന പ്രവർത്തനങ്ങളെക്കുറിച്ചും ഞാൻ കൂടുതൽ പ്രതിജ്ഞയെടുത്തു. അപ്പോൾ വീണ്ടുമെന്റെ മനസ്സ് ജൂലിയനിലേക്ക് ചാഞ്ഞു. ജൂലിയൻ പണ്ടത്തെക്കാൾ മെച്ചപ്പെട്ടൊരു വ്യക്തിയായി മാറിയിരിക്കുന്നു. പഴയ ജൂലിയൻ ബുദ്ധിമാനും നിർബന്ധബുദ്ധിയും ഊർജ്ജസ്വലനുമായിരുന്നു. പക്ഷെ പുതിയ ജൂലിയൻ ചിന്താശീലനും അറിവുള്ളവനും വിവേകിയുമാണ്. എനിക്ക് അവനെ കൂടുതൽ ഇഷ്ടം ഇങ്ങനെയായിരുന്നു.

"കണ്ടുമുട്ടിയ പണ്ഡിതന്മാരുടെയടുക്കൽ അഗാധമായ ജ്ഞാനത്തിനു വേണ്ടി നിർബന്ധിക്കുകയായിരുന്നുവെന്നാണ് നീ പറഞ്ഞു വരുന്നത്. എന്നിട്ടെന്ത് സംഭവിച്ചു?"

"എനിക്ക് അറിയാതിരുന്ന അദ്ഭുതകരമായ കാര്യങ്ങൾ പഠിക്കുകയും തിരിച്ചറിയുകയും ചെയ്തു."

അപ്പോഴേയ്ക്കും സുഖപ്രദമായി കൈകൾ തലയ്ക്കു പിന്നിൽവെച്ച് നീണ്ട കാലുകൾ നിവർത്തി എന്റെ കിടയ്ക്കരികിലുള്ള കസേരയിലിരുന്ന് ജൂലിയൻ വിശ്രമിക്കുകയായിരുന്നു. സംസാരിക്കുന്തോറും അവൻ സജീവമായി. അവന്റെ സന്ദേശത്തിന്റെ അഭിനിവേശത്തിൽ കണ്ണുകൾ നൃത്തം ചെയ്തു. എന്റെ സഹോദരൻ പറയുന്നത് കേട്ട് ഞാൻ സ്തബ്ദ്ധയായി. അവന്റെയോരോ വാക്കും എന്നെ വശീകരിച്ചു.

"ഇന്ത്യയുടെ തെക്കെ ഭാഗത്തേയ്ക്കുള്ള യാത്ര കുറച്ചു മാസങ്ങൾ നീണ്ടു. അതിനിടയിൽ ഹിമാലയത്തിന്റെ ഉയരങ്ങളിൽ വസിച്ചു വരുന്ന ഒരു സന്യാസിക്കൂട്ടത്തെപ്പറ്റിയുള്ള അടക്കം പറച്ചിലുകൾ ഞാൻ കേട്ടു തുടങ്ങി. ഐതിഹ്യം അനുസരിച്ച് അവർ ശിവാനയുടെ മഹാസന്യാസികളെന്നാണ് അറിയപ്പെട്ടിരുന്നത്. അവരുടെ ഭാഷയിൽ ശിവാനയെന്നാൽ ബോധോദയത്തിന്റെ മരുപ്പച്ചയെന്നാണ് അർത്ഥം. ആർക്കും ഉപയോഗിക്കാവുന്ന വ്യക്തിപരമായ അധീനതയുടെയും ആന്തരികമായ സഫലീകരണത്തിന്റെയും അസാമാന്യമായൊരു രീതി അവർ വികസിപ്പിച്ചെടുത്തിരുന്നു. കാലങ്ങളുടെ ജ്ഞാനത്തിൽ നിന്നും പ്രായോഗികവും അതിശക്തവുമായൊരു പ്രക്രിയ അവർ വേർതിരിച്ചെടുത്തു. അതുപയോഗിച്ചാണ് സമാധാനത്തിന്റെയും സന്തോഷത്തിന്റെയും ആഘോഷത്തിന്റെയുമായ വലിയൊരു അളവോടുകൂടി അവർ ജീവിച്ചിരുന്നത്. ആർക്കും പിടികൊടുക്കാത്ത ഈ സന്യാസിമാരെ കണ്ടുപിടിക്കുകയെന്നതാണ് ആകെയുള്ള പ്രശ്നം. അതിനുള്ള ശ്രമത്തിനിടയിൽ പലരും മരിച്ചു പോയിട്ടുണ്ടെന്നും ഞാൻ കേട്ടു."

"എന്തായാലും.." എന്റെ കോപ്പയിൽ നിന്നും ചായ നുകർന്നു കൊണ്ട് ജൂലിയൻ തുടർന്നു. "സാഹസത്തിന് തുനിയുന്നത് എനിക്ക് ഇഷ്ടമാണെന്ന് നിനക്കറിയാമല്ലോ. അച്ഛൻ എപ്പോഴും പറയുന്നതുപോലെ, നേരിട്ടിട്ടുള്ള അപകടസാധ്യതകളെക്കുറിച്ചല്ല ജീവിതാവസാനം നമ്മൾ പശ്ചാത്തപിക്കുക. നമ്മുടെ മനസ്സിനെ നിറയ്ക്കാൻ പോകുന്ന ഏറ്റവും വലിയ സങ്കടം നേരിടാൻ കഴിയാതെപോയ സാഹസങ്ങളെയും അഭിമുഖീകരിക്കാത്ത ഭയങ്ങളെയും പിടിച്ചടക്കാൻ കഴിയാത്ത അവസരങ്ങളെപ്പറ്റിയുമാണ്. *ഭയത്തിന്റെ മറുവശമാണ് സ്വാതന്ത്ര്യമെന്ന്* കാതറിൻ ഓർക്കുക. അതുകൊണ്ട് സംഭരിക്കാവുന്ന ഉത്സാഹത്തിന്റെ ഓരോ ഔൺസുമായി ജാഗ്രതയോടെ കണ്ടുപിടിക്കാമെന്നുറപ്പിച്ചിരുന്ന പരമമായ അറിവിനായി ഞാൻ ഹിമാലയത്തിലേക്ക് പുറപ്പെട്ടു. അഥവാ

അവരെ കാണാൻ കഴിഞ്ഞില്ലെങ്കിൽ ആ ശ്രമത്തിൽ മരിക്കാനും ഞാൻ തയ്യാറായിരുന്നു."

"ധാരാളം ദിനരാത്രങ്ങൾ അപകടകരമായ മലനിരകളിൽ ഞാൻ പിടിച്ചു കയറി. കൊടിയ വേദന സഹിക്കേണ്ടി വരികയും ഒന്നിൽക്കൂടുതൽ തവണ മരണത്തിനടുത്തു വരികയും ചെയ്തെങ്കിലും ഇതുവരെ കാണാത്ത സൗന്ദര്യം ഞാൻ അനുഭവിച്ചു." ജൂലിയൻ പറഞ്ഞു: "പ്രകൃതിയുടെ പച്ചയായ ദൃശ്യവും ചുറ്റുപാടുകളുടെ തെളിമയുമായിരിക്കണമെന്നെ ഗാഢമായി സ്പർശിച്ചത്. നീണ്ട ആ യാത്രയിൽ പ്രപഞ്ചവുമായി ബന്ധമുള്ളതുപോലെയും അവിടെ ഉയരത്തിൽ എന്നെക്കാൾ മഹത്തരമായ എന്തൊയൊന്നിന്റെ ഭാഗമായി മാറുന്നതായും എനിക്കനുഭവപ്പെട്ടു. ശ്രമം ഉപേക്ഷിക്കാതെ ഞാൻ മലകയറി കൊണ്ടിരുന്നു. എല്ലാം അതിജീവിച്ച് അവസാനം ആ മുനിമാരെ കണ്ടുപിടിക്കുമെന്നുതന്നെ ഞാൻ ആശിച്ചു. ജീവിതത്തിലെവിടെയെത്തണമെന്ന് സ്വപ്നം കാണുന്നുവോ അവിടെയെത്തണമെങ്കിൽ നമ്മളോരോരുത്തരും വളർത്തിയെടുക്കേണ്ട സ്വഭാവം സ്ഥിരോത്സാഹത്തിന്റേതാണെന്ന് ഞാനെന്നും വിശ്വസിച്ചിരുന്നു. ചിലരുടെ വിജയം അവർക്കത് വിധിച്ചിട്ടുള്ളതു കൊണ്ടാണ്. ഭൂരിപക്ഷംപേരും വിജയിക്കുന്നത് ദൃഢനിശ്ചയം കൊണ്ടാണെന്ന് ആനട്ടോൾ ഫ്രാങ്ക് കുറിച്ചിട്ടുണ്ട്."

"വലിയ പരിശ്രമത്തിന്റെയും അർപ്പണബോധത്തിന്റെയും ഒടുവിൽ ഞാനൊരു കാര്യം കണ്ടുപിടിച്ചു. ഒരു ദിവസം വിചിത്രമായ ഒഴുകി കിടക്കുന്ന ചുവന്ന കുപ്പായവും നീല തലപ്പാവും ധരിച്ച് നടക്കുന്ന മറ്റൊരു രൂപത്തിന്റെ അർദ്ധവീക്ഷണം എനിക്കുണ്ടായി. അവിടെ ഇത്രയും ഉയരത്ത് തനിച്ച് മറ്റൊരാളെ എനിക്ക് സങ്കല്പിക്കാനായില്ല. ഇങ്ങോട്ടെന്തിനായിരിക്കാം ആരെങ്കിലും വരുന്നത്?" ഞാൻ അദ്ഭുതപ്പെട്ടു.

"സഹയാത്രികനെ ഞാനുറക്കെ വിളിച്ചുവെങ്കിലും നിന്ന് മറുപടി പറയുന്നതിന് പകരം ഞങ്ങൾ കയറുകയായിരുന്ന മലപ്പാതകളിലൂടെ അയാൾ ചലനവേഗം കൂട്ടുകയാണ് ചെയ്തത്. വീണ്ടും അത്യുച്ചത്തിൽ വിളിച്ചു കൂകിയപ്പോൾ ആ അപരിചിതൻ അതിവേഗത്തിൽ ഓടാൻ തുടങ്ങി. അയാളുടെ മുഖമപ്പോഴും മറച്ചിരിക്കുകയായിരുന്നു. പിറകിലുള്ള കാറ്റിൽ കിടന്ന് അയാളുടെ ചുവന്ന കുപ്പായം മനോഹരമായി ആടിയുലയുന്നുണ്ടായിരുന്നു."

"ദയവായി നില്ക്കുക. കൂട്ടുകാരാ. ഞാൻ വലിയ ദുരിതത്തിലാണ്." ഞാൻ കരഞ്ഞു വിളിച്ചു. "ശിവാനയെ കണ്ടുപിടിക്കാൻ എനിക്ക് താങ്കളുടെ സഹായം വേണം. ഞാൻ മുനിമാരെ

അന്വേഷിച്ചിറങ്ങിയതാണ്, പക്ഷെ വഴിതെറ്റിയെന്ന് തോന്നുന്നു."

"ആ രൂപം പെട്ടെന്ന് നിന്നു. തലപ്പാവ് കൊണ്ടപ്പോഴും മുഖം മൂടിയിരുന്നു. രഹസ്യസ്വഭാവമുള്ള ആ യാത്രികനടുത്തേക്കെത്തിയതും അയാളെനിക്ക് നേരെ തിരിഞ്ഞ് എന്റെയടുത്തേക്ക് വരാൻ തുടങ്ങി. പെട്ടെന്ന് സൂര്യപ്രകാശത്തിന്റെ മിന്നായം അയാളുടെ മുഖത്ത് തറച്ചതോടെ ആ യാത്രികനൊരു മനുഷ്യനായിരുന്നുവെന്ന് വെളിപ്പെട്ടു. പക്ഷെ അത്തരത്തിലൊരാളെ ഞാനിതുവരെ ഒരിക്കലും കണ്ടിട്ടില്ലെന്ന് പറഞ്ഞ മതിയാകൂ, കാതറിൻ. അമ്പതുകളുടെ അവസാനത്തിലാണെന്ന് തോന്നിപ്പിക്കുമെങ്കിലും തവിട്ടു നിറമുള്ള അയാളുടെ മുഖം ശാന്തവും തിളക്കമുറ്റതുമായിരുന്നു. അതിശക്തവും കരുത്തുറ്റതുമായ അയാളുടെ ശരീരത്തിൽ നിന്നും നിസ്സീമമായ തേജസ്സ് സ്ഫുരിച്ചു കൊണ്ടിരുന്നു. നല്ല ഉയരമുള്ള അയാളിൽ രാജകീയ പ്രൗഢി തെളിഞ്ഞുനിന്നു. അയാളുടെ കണ്ണുകളുടെ മൂർച്ച കാരണം നിമിഷനേരത്തേയ്ക്ക് അയാളിൽ നിന്നുമെനിക്ക് കണ്ണുകളെടുക്കേണ്ടി വന്നത് ഞാനിപ്പോഴുമോർക്കുന്നു."

"എന്റെ അന്വേഷണം അവസാനിച്ചുവെന്ന് എനിക്ക് വ്യക്തമായി. ശിവാനയിലെ മുനിമാരിലൊരാളാണ് ഇദ്ദേഹമെന്ന എനിക്ക് വിശ്വാസം തോന്നി. ആ മനുഷ്യന് മുമ്പിൽ ഹൃദയം തുറന്ന് അദ്ദേഹത്തിന്റെ സഹായത്തിനായി ഞാൻ അപേക്ഷിച്ചു. ജീവൻ അപകടപ്പെടുത്തി, ഇവിടംവരെ വന്നതെന്തിനായിരുന്നുവെന്ന് ഞാൻ വിശദീകരിച്ചു. പൂർവ്വകാല ജീവിതത്തെക്കുറിച്ചും നിയമലോകത്തെ നെടുനായകത്വത്തെക്കുറിച്ചും ഞാൻ നയിച്ചിരുന്ന ആഢംബര ജീവിതരീതിയെക്കുറിച്ചും ആലിയുടെ മരണമെനിക്കുണ്ടാക്കിയ തീരാനഷ്ടത്തെക്കുറിച്ചുമൊക്കെ ഞാൻ പറഞ്ഞു. അവരുടെ സമൂഹത്തിലേയ്ക്ക്തന്നെ കൊണ്ടുപോകാനും അർത്ഥവത്തും പൂർണ്ണവുമായ ജീവിതം നയിക്കാനുള്ള രഹസ്യങ്ങൾ അവരുടെ അഗാധമായ പാണ്ഡിത്യത്തിൽ നിന്നും പഠിച്ചെടുക്കാൻ അനുവദിക്കണമെന്നും ഞാൻ യാചിച്ചു."

ഒരക്ഷരം പോലും പറയാതെ അതീവ ശ്രദ്ധാലുവുമായിട്ടാണ് അയാൾ തന്റെ കഥ കേട്ടതെന്ന് ജൂലിയൻ എന്നോട് പറഞ്ഞു. പറയുന്നതെന്തെങ്കിലും അയാൾക്ക് മനസ്സിലാവുന്നുണ്ടോയെന്നു പോലും അവന് ഉറപ്പുണ്ടായിരുന്നില്ല. അപ്പോഴാണ് ആശ്ചര്യം ജനിപ്പിക്കുമാറ് ആ മുനി എത്തിപ്പിടിച്ച് എന്റെ സഹോദരന്റെ ചുമലിൽ കൈയ്യിടുന്നത്. "ജീവിതം നയിക്കാനുള്ള മെച്ചപ്പെട്ട

വഴികളറിയണമെന്ന് നീ മനസ്സാ ആഗ്രഹിക്കുന്നെങ്കിൽ നിന്നെ സഹായിക്കുകയെന്നത് എന്റെ വ്യക്തിപരമായ കടമയാണ്. സഹായത്തിനായി എന്റെയടുക്കൽ വരുന്ന ആരെയും ഞാൻ നിരസിക്കാറില്ല. സഹായം ആവശ്യമുള്ളവർക്ക് തുണയാകുക യെന്നത് ഞങ്ങളുടെ പവിത്രമായ പ്രതിജ്ഞകളിലൊന്നാണ്. മാത്രമല്ല, ഞാനത് ഹൃദയത്തോട് ചേർത്തുപിടിച്ചിട്ടുള്ളതുമാണ്. ഇത്രയും ദൂരം സഞ്ചരിച്ച് നീ കാണാൻ വന്ന സന്യാസിമാരിലൊ രാൾ തന്നെയാണ് തീർച്ചയായും ഞാൻ. വർഷങ്ങൾക്ക്ശേഷം ഞങ്ങളെ ആദ്യമായി കണ്ടുമുട്ടിയ ഒരാളാണ് നീ. നിന്റെ സ്ഥിരോ ത്സാഹത്തിന് അഭിനന്ദനങ്ങൾ. നീ നിയമജ്ഞനാകാൻ വിധിക്ക പ്പെട്ടവൻ തന്നെയാണ്." പല്ലിളിച്ചുകൊണ്ട് അയാൾ പറഞ്ഞു. താൻ മറ്റു മുനിമാരോടൊപ്പം വസിച്ചിരുന്ന മലനിരക്കുകളിലെ ഒളിതാവള ത്തിലേക്ക് അയാൾ ജൂലിയനെ കൂട്ടിക്കൊണ്ടു പോയി. അവരും തുറന്ന മനസ്സോടെ അവനെ സ്വീകരിച്ചശേഷം, പൂർവ്വികർ കാല ങ്ങൾക്കുമുമ്പ് പകർന്നു കൊടുത്ത പുരാതനമായ തത്ത്വങ്ങൾ അവന് പഠിപ്പിച്ചു കൊടുക്കുമെന്നയാൾ ഉറപ്പ് നല്കി.

"എന്തൊക്കെയായാലും ആ സന്യാസി ഒരു നിബന്ധന വെച്ചു." ജൂലിയൻ ഗൗരവത്തോടെ നിരീക്ഷിച്ചു. "എനിക്കി പ്പോഴുമാ വാക്കുകൾ ഓർമ്മയുണ്ട്. ഞങ്ങളുടെ സ്വകാര്യലോക ത്തേക്ക് കൊണ്ടുപോയി ശേഖരിച്ചു വെച്ചിരിക്കുന്ന അറിവ് പങ്ക് വെയ്ക്കുന്നതിന് മുമ്പ് എനിക്കൊരു ഉറപ്പ് വേണം. മാന്ത്രികമായ മലനിരയ്ക്കുള്ളിൽ ഒറ്റപ്പെട്ടു ജീവിക്കുമ്പോഴും നിങ്ങളുടെ ലോക ത്തുള്ള കുഴപ്പങ്ങളെക്കുറിച്ച് ഞങ്ങൾക്ക് നന്നായിട്ട് അറിയാം. മര്യാദയോടും സ്നേഹത്തോടും കൂടിയെങ്ങനെ ജീവിക്കണമെന്ന് ആളുകൾ മറന്നു പോകുന്നു. ശരിക്കും മൂല്യമുള്ള കാര്യങ്ങളെപ്പറ്റി യുള്ള വീക്ഷണം അവർക്ക് നഷ്ടപ്പെട്ടു കഴിഞ്ഞു. പണത്തിന് വേണ്ടി അവർ അർത്ഥസമ്പൂർണ്ണതയെ ത്യജിക്കുന്നു. ലക്ഷ്യത്തിന് പകരം ലാഭത്തിന് പിറകെ പോകുന്നു. കുടുംബത്തിനല്ല അവർ മുൻഗണന നല്കുന്നത്. അതു കാരണം അവരുടെ ഭാര്യമാരും മക്കളും അനാവശ്യമായി ദുരിതം അനുഭവിക്കുന്നു. സ്വയം നവീ കരിക്കാനോ ഏറ്റവും പ്രധാനപ്പെട്ട മാനുഷിക ബന്ധങ്ങൾ വളർ ത്തിയെടുക്കാനോ അവർ സമയം കണ്ടെത്തുന്നില്ല. ഒരു കൊച്ചു കുട്ടിയുടെ ചിരിയോ സൂര്യോദയത്തിന്റെ പ്രഭാവം പോലെയുള്ള ജീവിതത്തിന്റെ കൊച്ചു സന്തോഷങ്ങളാണ് ഏറ്റവും പ്രധാനമെന്ന വർ മറന്നു കഴിഞ്ഞു. നിങ്ങളുടെ ഭാഗത്തുള്ളവർ കൂടുതൽ സന്തു ഷ്ടവും പൂർണ്ണവുമായ ജീവിതം നയിക്കാൻ അർഹരാണെന്ന് തോന്നുന്നു. അവർക്ക് പ്രതീക്ഷയുണ്ട്. ആ പ്രതീക്ഷ നിങ്ങളിൽ

നിന്നുമാണ് വരേണ്ടതെന്ന് എന്റെ അന്തർജ്ഞാനം പറയുന്നു. നിഗൂഢമായ മലനിരകളിൽ ഞങ്ങളോടൊപ്പം ജീവിതമെങ്ങനെ നയിക്കണമെന്നതിനുള്ള യഥാർത്ഥ രീതി നീ മനസ്സിലാക്കും. താറുമാറായ ലോകത്ത് മനുഷ്യാത്മാവിന് നന്മയ്ക്കു വേണ്ടിയുള്ള ശക്തിയെക്കുറിച്ച് നീ ധാരാളം പഠിക്കും. എന്നത്തെക്കാളും ശക്തിയും ആരോഗ്യവും സന്തോഷവും വിവേകവുമെങ്ങനെ യുണ്ടാക്കാമെന്ന് നീ തിരിച്ചറിയും. ഫല വത്തായ ജീവിതത്തിന് സമ്പുഷ്ടമായ ബന്ധങ്ങൾ എത്ര അനിവാര്യമാണെന്ന് നീ ധരിച്ചെടുക്കും. ജീവിതത്തെ യഥാർത്ഥ രീതിയിൽ സ്നേഹിക്കാ നുള്ള ബോധം വീണ്ടെടുക്കാനുള്ള ചില അതിവിശിഷ്ടമായ രീതികൾ നീ പഠിക്കും."

"സ്നേഹിക്കാനോ?" മുനി അതിന് മൂല്യം കല്പ്പിച്ചുവെന്ന ആശ്ചര്യത്തോടെ ജൂലിയൻ ചോദിച്ചു.

"അതെ." മറുപടി പെട്ടെന്ന് വന്നു. "ജീവിതത്തിൽ നമുക്ക് വേണ്ടത് കൂടുതൽ സ്നേഹമാണ്. വസ്തുനിഷ്ഠമായി പറഞ്ഞാൽ, സ്നേഹം അധികമുണ്ടായിരുന്നെങ്കിൽ ഈ ലോകം മെച്ചപ്പെട്ടൊ രിടമാകുമായിരുന്നു. പക്ഷെ ഞങ്ങളുടെ സംസ്കാരത്തിലേക്ക് നിന്നെ കൊണ്ടുപോയി എന്റെ സഹോദരീസഹോദരന്മാർക്ക് പരിചയപ്പെടുത്തുന്നതിന് മുമ്പ് നീ ഞങ്ങളുടെയടുത്തു നിന്നും പഠിക്കുന്ന പാഠങ്ങളെല്ലാം കേൾക്കാൻ ആഗ്രഹിക്കുന്ന പാശ്ചാത്യ രുമായി നീ പങ്കുവെയ്ക്കുമെന്ന വാക്കുതരണം. ഞങ്ങൾ ശേഖരിച്ചിട്ടുള്ള പുരാതനമായ ജീവിതവിജ്ഞാനത്തിന്റെ വിനിമയ മാർഗ്ഗമായിരിക്കണം നീ. ലോകമെമ്പാടും അത് പരത്തി ധാരാളം പേരെ സഹായിക്കാനും അവരുടെ ജീവിതത്തിൽ പരിവർത്തന മുണ്ടാക്കാനും നിനക്ക് സാധിക്കണം. ജീവിതത്തിൽ നിന്നും എന്തു ലഭിക്കുന്നുവെന്നല്ല, എന്തു കൊടുക്കുന്നുവെന്നതാണ് പ്രധാനം. മറ്റുള്ളവരെ സഹായിക്കുന്നതിലും സ്വന്തം ജീവിതരീതിയിലൂടെ ലോകത്തെ അനുഗ്രഹിക്കുകയുമാണ് ജീവിതം. ലളിതമെങ്കിലും മറന്നുപോയ ഈ തത്ത്വമായിരിക്കണം വരാനിരിക്കുന്ന ദിവസ ങ്ങളെ നിയന്ത്രിക്കുകയെന്ന് ഹൃദയത്തിന്റെ അടിത്തട്ടിൽ നിന്നും തോന്നി നീ സ്വയം അതിലേയ്ക്ക് സമർപ്പിക്കുകയും ചെയ്യണം. വാക്കാണോ?"

"ഞാനത്തരമൊരു നിബന്ധനയ്ക്ക് ഉടൻ തന്നെ വഴങ്ങി." താല്ക്കാലികമായ ഒരു വിരാമത്തിന് മുമ്പ് ജൂലിയൻ പറഞ്ഞു നിർത്തി. "ഞാൻ കണ്ടിട്ടുള്ളതിൽവെച്ചേറ്റവും മനോഹരമായ ഒരു ഗ്രാമത്തിന് മുമ്പിൽ കുറച്ചു മണിക്കൂറുകൾക്കും ഞാൻ

നില്ക്കുന്നു. അതിന്റെ സൗന്ദര്യം അവിശ്വസനീയവും പ്രതീകാത്മ കവുമായിരുന്നു. ആ സ്ഥലത്തിന്റെ മനോഹാരിതയോട് അടുപ്പം വരുന്നതൊന്നും ഞാനിതുവരെ കണ്ടിട്ടില്ല, കാതറിൻ. ഗ്രാമ ത്തിന്റെ നടുവിൽ സ്ഥിതി ചെയ്തിരുന്ന അമ്പലമടക്കം അവിടു ത്തെയെല്ലാ അംഗവിധാനങ്ങളും റോസാപൂക്കൾകൊണ്ട് മൂടിയിരുന്നു."

"റോസാപ്പൂക്കളോ?" ഞാൻ ചോദിച്ചു.

"അതെ, റോസാപൂക്കൾ തന്നെ. ഞാനുദ്ദേശിച്ചത് അവി ടുത്തെ ഗന്ധം ആസ്വാദ്യകരമായിരുന്നുവെന്നാണ്. എന്നെയ ങ്ങോട്ട് കൊണ്ടുപോയ മുനിയെപ്പോലെ തന്നെ ശിവാനയിലെ അന്തേവാസികൾ ഓരോരുത്തരും സവിശേഷതയുള്ളവരാ യിരുന്നു. ആ സ്ഥലമാകെ കണ്ട് ഞാൻ ശരിക്കും അമ്പരന്നു. എനിക്കത് വിശ്വസിക്കാൻ പോലും സാധിച്ചില്ല. ഐതിഹാസിക മായ ഈ സ്ഥലം കണ്ടെത്താൻ ഞാനെന്റെ ജീവൻ അപകടപ്പെടു ത്തിയിരുന്നു. ഒടുവിൽ ഞാനത് കണ്ടെത്തി. അവരുടെ സമൂഹ ത്തിന്റെ ഒരു ഭാഗമാകാനും അവരുടെ കീഴിൽ പഠിക്കാനുമുള്ള ഭാഗ്യമെനിക്കുണ്ടായി. ആ ആനന്ദം എന്നെ കണ്ണീരിലാഴ്ത്തി."

ജൂലിയന്റെ കഥ ഏകദേശം രണ്ടുമണിക്കൂറോളം എന്നെ വശീകരിച്ചിരുത്തി. സഹോദരന്റെ സാഹസികത കെട്ടുകഥയ്ക്ക് സമാനമായിരുന്നെങ്കിലും അവനതിനെ ശരിക്കും അതിജീവിച്ചു. എന്തുകൊണ്ടോ മുറിയ്ക്ക് പുറത്തുള്ള നഴ്സുമാർ ഞങ്ങളെ തനിച്ചിരുത്താൻ തീരുമാനിച്ചിരുന്നു. അവൻ കുടുംബാംഗ മാണെന്നും ആ സമ്പർക്കം എനിക്ക് ഗുണം ചെയ്യുമെന്നും തോന്നിയതു കൊണ്ടാകണം അവരങ്ങനെ ചെയ്തത്. അവന്റെ വേഷത്തെക്കുറിച്ച് അവരെന്ത് ധരിച്ച് കാണുമെന്ന് ഞാൻ അദ്ഭുതപ്പെട്ടു. അവിടെ വെച്ച് അവരാദ്യമായി കാണുന്ന ഒരു സന്യാസിയായിരിക്കുമവൻ. ഞാൻ കുലുങ്ങിച്ചിരിച്ചു. ശിവാനയിൽ വെച്ച് ജൂലിയൻ പഠിച്ച കാര്യങ്ങൾ കേൾക്കുവാനായി കാത്തിരി ക്കാൻ എനിക്ക് ക്ഷമയുണ്ടായില്ല. എന്നെ സഹായിക്കാനാണ് വന്നതെന്ന് അവൻ പറഞ്ഞതിന്റെ കാരണം ഇപ്പോഴെനിക്ക് മനസ്സിലായി. ജീവിതനവീകരണത്തിന്റേതും അർത്ഥവത്തായി ജീവിക്കാനുമുള്ള രീതികൾ ഞാനുമായി പങ്കുവെച്ച് ശിവാനയിലെ മുനിയ്ക്ക് അവൻ കൊടുത്ത വാക്ക് പാലിക്കാനാണ് അവന്റെ തിരിച്ചുവരവ്. കുടുംബബന്ധങ്ങളെ നവീകരിക്കാനായി ജൂലിയൻ എന്നെ സഹായിക്കുമെന്ന് ഞാൻ ആശിച്ചു. അങ്ങനെയെന്റെ വീടിനെ ചൈതന്യമുള്ളതാക്കി തീർക്കാൻ സാധിക്കും. അതു നടക്കുമെന്നെനിക്ക് അറിയാമായിരുന്നു. കൂടുതൽ അർത്ഥ

സമ്പൂർണ്ണമായ ജീവിതത്തിന്റെ പ്രത്യാശയിൽ വളരെ നേരത്തിന് ശേഷം എനിക്ക് ആവേശം തോന്നി. കൊടുങ്കാറ്റിൽപ്പെട്ട് സൂര്യ കിരണങ്ങൾക്ക് വഴിമാറി കൊടുക്കുന്ന ചാരനിറമുള്ള മേഘങ്ങൾ പോലെ കുറെക്കാലമായി ചുറ്റിവരിഞ്ഞിരുന്ന ശൂന്യത നീങ്ങാൻ തുടങ്ങി. ജൂലിയൻ എഴുന്നേറ്റു.

"കാതറിൻ, എനിക്ക് നിന്നെ കണ്ടതിൽ വളരെയധികം സന്തോഷമുണ്ട്." അവൻ സൗമ്യതയോടെ പറഞ്ഞു. "പക്ഷെ കുറച്ച് നേരത്തേയ്ക്ക് എനിക്ക് നിന്നെ വിട്ടുപോയെ പറ്റൂ. എനിക്ക് കുറച്ചു കാര്യങ്ങൾ കൂടി ചെയ്തു തീർക്കാനുണ്ട്."

"ജൂലിയൻ ഞാൻ നിന്നെ കണ്ടിട്ട് വർഷങ്ങളായി. ദയവായി ഇപ്പോഴെന്നെ വിട്ട് പോകരുത്." ഞാൻ ആശങ്കാകുലയായി മറുപടി പറഞ്ഞു.

"തിരിച്ചു വരുമെന്ന് ഞാൻ വാക്കു തരുന്നു. വസ്തുനിഷ്ഠ മായി പറഞ്ഞാൽ പെട്ടെന്നൊന്നും ഇവിടം വിട്ടുപോകാൻ ഞാൻ ഉദ്ദേശിക്കുന്നില്ല. അതുകൊണ്ട് നിനക്കിഷ്ടപ്പെട്ടാലുമില്ലെങ്കിലും നീയെന്നോടൊപ്പമുണ്ടാകും. ഞാനിവിടെ വന്നതെന്തിനായിരിക്കു മെന്ന് നീ ഊഹിച്ചു കാണുമല്ലോ?"

"മുനിമാർക്ക് നല്കിയ വാക്ക് പാലിക്കാനല്ലെ?"

"ശരിക്കുമതെ. നീ അപകടത്തിൽപ്പെട്ടുവെന്ന് ഞാനറിഞ്ഞു. വിമാനാപകടത്തെപ്പറ്റി വായിച്ചതോടെ ഞാനിങ്ങോട്ടു പോന്നു. പക്ഷെ അതിനു മുമ്പു തന്നെ നീ ഇരുട്ടിലേക്ക് പിരിഞ്ഞിറങ്ങുക യാണെന്ന് ഞാൻ മനസ്സിലാക്കിയിരുന്നു. നീ ബിസിനസ്സിൽ ഒരു വൻവിജയമാണെന്നും നിന്റെ കുടുംബജീവിതം താറുമാറാ ണെന്നും പഴയൊരു നിയമപങ്കാളി എന്നോട് പറഞ്ഞു. നല്ലവരായ നിന്റെ രണ്ടു കുട്ടികൾക്ക് നിന്നെ ആവശ്യമുണ്ട്. ഒരിക്കൽ വലിയ ശ്രദ്ധാലുക്കളായ മുതിർന്ന വ്യക്തികളാക്കി അവരെ മാറ്റാനുള്ള നേതൃത്വഗുണങ്ങൾ വികസിപ്പിച്ചെടുക്കാനുള്ള പ്രചോദനം നിന ക്കുണ്ട്. വിദഗ്ദ്ധയായ ഒരു രക്ഷാകർത്താവാകാനും ആ പ്രക്രിയ യിൽ എങ്ങനെ വിജയം നേടാമെന്നും ഞാൻ കാണിച്ചു തരാം. ബന്ധങ്ങൾ വളർത്തിയെടുക്കാനായി മുനികളുടെ രഹസ്യങ്ങൾ ഞാൻ നീയുമായി പങ്കുവെയ്ക്കാം. അങ്ങനെ ജോണുമായുള്ള ബന്ധം ഗാഢമായി വളരും. സങ്കീർണ്ണമായ ജീവിതത്തെ ലളിതമാ ക്കാനും മാതൃകാപരമായ സമനില വീണ്ടെടുക്കാനും ഞാൻ നിന്നെ പഠിപ്പിക്കാം."

"ഞാനെന്റെ തൊഴിൽ ഉപേക്ഷിക്കേണ്ടി വരുമെന്ന് തോന്നു ന്നുണ്ടോ?" ഞാൻ ചോദിച്ചു.

"ഇല്ലെയില്ല. അതെല്ലാം സാധ്യമാണെന്ന് പഠിപ്പിച്ചു തരാനാണ് ഞാൻ വന്നിട്ടുള്ളത്. ഒരേസമയം തൃപ്തികരമായ ഔദ്യോഗിക ജീവിതത്തിലൂടെ മഹത്തരമായ പ്രവർത്തനങ്ങൾ കാഴ്ചവെച്ച് ധാരാളം ജീവിതങ്ങളെ തൊട്ടറിയാനും അതെപ്പോലെ സമ്പുഷ്ടമായ ഗാർഹികമായ സംസ്കാരം സൃഷ്ടിച്ചു കൊണ്ട് മനോഹരമായ ഒരു കുടുംബത്തെ വളർത്തിയെടുക്കാനും സാധിക്കും." ജൂലിയൻ കൂട്ടിച്ചേർത്തു. "വീട്ടിലെ അടിത്തറ ശക്തമായിരുന്നാൽ പ്രവൃത്തിമണ്ഡലത്തിലെ വമ്പൻ വിജയത്തിന് അത് ഇന്ധനമാകുമെന്ന് ഞാൻ വസ്തുനിഷ്ഠമായി കണ്ടുപിടിച്ചിട്ടുണ്ട്."

"ഇരുമേഖലകളിലും മികവ് പ്രകടിപ്പിക്കാൻ ശരിക്കും സാധ്യമാണോ?"

"തീർച്ചയായും." വാതിലിനരികിലേയ്ക്ക് നടക്കുമ്പോൾ ജൂലിയൻ മറുപടി പറഞ്ഞു. "കഠിനമായി പ്രയത്നിക്കുകയെന്നല്ല, മിടുക്കോടെ പ്രവർത്തിക്കുകയെന്നതാണ് തന്ത്രം. ജോലിയിലുള്ള *ശ്രദ്ധ* വർദ്ധിപ്പിക്കുകയും ആവശ്യമുള്ളതുമല്ലാത്തതുമായ പ്രവർത്തനങ്ങളിൽ കൂടുതൽ വ്യക്തത കൈവരിക്കുകയും വേണം. അത് കുടുംബത്തിന് സ്വന്തമാവശ്യങ്ങൾക്കു വേണ്ടിയുമുള്ള സമയമുണ്ടാക്കി തരികയും നിങ്ങളുടെ ജീവിതത്തിൽ ആന്തരിക സമാധാനത്തെ വീണ്ടെടുത്ത് സൗഖ്യമുണ്ടാക്കി തരികയും ചെയ്യും. പക്ഷെ, അതെക്കുറിച്ച് കൂടുതൽ പിന്നീട് പറയാം. എനിക്ക് കുറച്ച് സ്ഥലങ്ങളിലേയ്ക്ക്പോയി ചിലരെ കാണാനുണ്ട്." ജൂലിയൻ പല്ലിളിച്ച് കാണിച്ചു. ഞാനൊപ്പം കൊണ്ടുനടന്നിരുന്ന ആ മോഡലുകൾ ഈ വേഷത്തെക്കുറിച്ചെന്ത് കരുതുമോ ആവോ? അവൻ ചിന്താമഗ്നനായി.

"നീയെന്നെ കളിപ്പിക്കുകയല്ലെ?"

"ശരിയാണ്, കാതറിൻ. സംസാരിക്കുന്നത് അനുസരിച്ച് പ്രവർത്തിക്കുകയും തന്റെ സന്ദേശമുൾക്കൊണ്ട് ജീവിക്കുകയും ചെയ്യുന്നയൊരു വ്യക്തിയായി ഞാൻ മാറിയിരിക്കുന്നു. *നമ്മളെല്ലാവരും സന്ദേശമുൾക്കൊണ്ട് ജീവിക്കുകയാണ് വേണ്ടത്.* നിനക്ക് പണ്ടറിയാമായിരുന്ന എന്റെ ജീവിതത്തിൽ നിന്നും തികച്ചും വ്യത്യസ്തമായൊരു ജീവിതമാണ് ഇപ്പോളെന്റേത്. ഞാൻ ലളിതമായിട്ടാണ് ജീവിക്കുന്നത്. ജീവിതത്തിന്റെ അനിവാര്യതകളിൽ മാത്രമേ ശ്രദ്ധിക്കുന്നുമുള്ളൂ. എന്റെ അവിവേകത്തിന്റെ ദിവസങ്ങൾ കഴിഞ്ഞു."

"അത് കേൾക്കാൻ സന്തോഷമുണ്ട്, സഹോദരാ. നിന്നെക്കുറിച്ചെനിക്ക് ആധിയായിരുന്നു. മോനെ."

"ഇനിയതുണ്ടാകില്ല. നന്ദി, സഹോദരി, സ്നേഹഭാജനമേ!"

അതോടെ, ബോധോദയം സിദ്ധിച്ച സന്യാസിയായി മാറിയ നിയമനായകൻ ഒരിക്കൽക്കൂടിയെന്റെ നെറ്റിത്തടത്തിൽ ചുംബിച്ചതിന്ശേഷം മുറിയിൽ നിന്നും പുറത്തോട്ട് കുതിച്ചു. അവന്റെ ചുവന്ന കുപ്പായം പുറകിൽ കിടന്നുലയുന്നുണ്ടായിരുന്നു. അദ്ഭുതാവഹമായ ആ സന്ദർശനം എന്റെ തലയിണയ്ക്കരികിൽ അവൻ ഉപേക്ഷിച്ചുപോയ ഒരൊറ്റ സംഗതി മാത്രമെ അവശേഷിപ്പിച്ചുള്ളൂ. അത് അവന്റെ സുവർണ്ണ നിറമുള്ള ചിത്രശലഭമായിരുന്നു. തിരിച്ചു നോക്കിയപ്പോൾ, അതിൽ ചെറിയ അക്ഷരത്തിൽ കുറച്ചു വാക്കുകൾ ജൂലിയൻ മുദ്രണം ചെയ്തിട്ടുള്ളത് എനിക്ക് കാണാൻ സാധിച്ചു. വായിക്കാനുള്ള കണ്ണട വെച്ച് മനോഹരമായി കൊത്തിവെച്ചിട്ടുള്ള സന്ദേശം ഞാൻ വായിച്ചു. "*കാതറിൻ*" അത് പറഞ്ഞു. "*മക്കളാണ് നിന്റെ ജീവിതത്തിന്റെ ഏറ്റവും വലിയ അനുഗ്രഹം. അവർക്കൊരിക്കലെ ചെറുപ്പമുണ്ടാകുകയുള്ളൂ. അവർക്ക് മുൻഗണന കൊടുത്താൽ നിന്റെ ജീവിതം കുതിച്ചു കയറും. സ്വദേശത്തെത്തിയതിൽ ഞാൻ സന്തോഷിക്കുന്നു. നിന്റെ ആരാധകൻ, ജൂലിയൻ.*"

കുടുംബനായകന്റെ പ്രഥമ ആധിപത്യം

കുടുംബനേതൃത്വത്തിൽ നിന്നുമാണ് ജീവിതനേതൃത്വം ആരംഭിക്കുന്നത്.

ഔദ്യോഗികമായ വിജയത്തിലല്ല, മക്കളുടെ മൂല്യങ്ങൾ രൂപപ്പെടുത്തിയെടുക്കുന്നതിലാണ് ജീവിതത്തിന്റെ ശാശ്വതമായ അർത്ഥമുള്ളതെന്ന് ഇരുപത്തഞ്ച് വർഷങ്ങൾക്കുമുമ്പ് ആരെങ്കി ലുമെനിക്ക് പറഞ്ഞു തന്നിരുന്നെങ്കിലെന്ന് ഞാൻ ആശിച്ചു പോകുന്നു.

റാബി ഹാറോൾഡ് കുഷ്നർ

ആദ്യമെ ലഭിക്കുന്ന സൂചനകൾ അനുസരിച്ചാണ് കുട്ടികൾ വളരുന്നതെങ്കിൽ ബുദ്ധിജീവികളല്ലാതെ ആരുമിവിടെയുണ്ടാകില്ല.

ഗോത്തെ

ആശുപത്രിയിൽനിന്നും വീട്ടിൽ തിരിച്ചെത്തിയിട്ട് ഒരു മാസമാകുന്നതെയുള്ളൂ. ജൂലിയൻ പറഞ്ഞതുപോലെ തന്നെ പണ്ടത്തെപ്പോലെ ശക്തിയും കായബലവും വീണ്ടെടുത്ത് പൂർണ്ണമായി സുഖം പ്രാപിച്ചുവെന്ന് ഞാൻ കൃതജ്ഞതയോടെ സ്മരിക്കുന്നു. പക്ഷെ മുപ്പത്തയ്യായിരം അടി മുകളിൽ വെച്ചെന്നെ യുണർത്തിയ വിളിപ്പാടിൽ, മറ്റു പലതിനും മാറ്റം സംഭവിച്ചു. ഞാൻ ഔദ്യോഗികമായ ജീവിതത്തിന് കൃത്യമായ രൂപം നല്കുകയും വീടിന്റെ താഴത്തെ നിലയിൽ ഒരു ഓഫീസ് സജ്ജീകരിക്കുകയും ചെയ്തു. അതോടെ ഒരു മണിക്കൂർ നീണ്ട യാത്രാവേള ഒരൊറ്റ മിനിറ്റാക്കി കുറയ്ക്കാനെനിക്ക് സാധിച്ചു. അറ്റ്ലാന്റിക് സമുദ്ര

ത്തിനപ്പുറമുള്ള പ്രമുഖ കമ്പനികളിലെ സി.ഇ.ഒ. മാരുമായുള്ള കൂടിയാലോചന സംഭാഷണങ്ങളിൽ കമ്പിളിയുടെ പൈജാമ ധരിച്ച് നില്ക്കാൻ ഞാൻ ഇഷ്ടപ്പെട്ടു. മുൻഗണനകൾ പുനരാവിഷ്കരിക്കപ്പെട്ടുവെങ്കിലും ഒരു വ്യാപാര സ്ഥാപനം നടത്തിക്കൊണ്ടുപോകുന്നതിലെ ആവേശത്തെ ഞാനിപ്പോഴും സ്നേഹിച്ചു. ജൂലിയൻ ആ മേഖലയെ ഉപേക്ഷിക്കാൻ പറയാത്തതിൽ എനിക്ക് നന്ദി തോന്നി.

ഡോക്ടർമാരുടെ നിർദ്ദേശപ്രകാരം ഗൗരവമായ വ്യായാമമുറ ഞാൻ ആരംഭിച്ചു. അതെന്നിൽ ആത്മവിശ്വാസമുണ്ടാക്കി. കൂടാതെ ആരോഗ്യപൂർണ്ണമായ ആഹാരരീതിയും ഞാൻ കൈക്കൊണ്ടു. വാഹനം ഓടിച്ചു കയറ്റാവുന്ന ജാലകങ്ങളിൽ രാത്രി വൈകിയുള്ള സന്ദർശനങ്ങളും ഞാൻ ഒഴിവാക്കി. പാൽക്കട്ടിയുടെ മൂന്നു പിസ്സകളോ പെപ്പറോണിയോ പന്നിയിറച്ചിയൊന്നും ഇനിയില്ല. മിക്കവാറും സമയം വീട്ടിൽ ഞാൻ ജോണിനോടും കുട്ടികളോടുമൊപ്പം ചിലവഴിച്ചു. കാലങ്ങൾക്ക്മുമ്പ് അണഞ്ഞുപോയ ജ്വാലയെ വീണ്ടും ആളികത്തിക്കുന്നതിനായി ഞാൻ സ്വയം സമർപ്പിച്ചു. നഗരത്തിലെ ഏറ്റവും വലിയ മാളികയുടെ ഉടമസ്ഥനും ഉഗ്രസ്വാതന്ത്ര്യത്തിന് പേര് കേട്ടവനുമായ ജൂലിയൻ ഞങ്ങളോടൊപ്പം താമസിക്കാൻ തീരുമാനിച്ചുവെന്നതാണ് എല്ലാത്തിലും വലിയ മാറ്റം. വാഹനപ്പുരയുടെ മുകളിൽ ചെറുതെങ്കിലും സൂര്യപ്രകാശത്തിൽ കുതിർന്ന മുറിയിൽ അവൻ തന്റെ വാസസ്ഥാനം ഒരുക്കിയെടുത്തു. *സന്ദേശത്തിന് അനുസൃതമായി ജീവിക്കാൻ* അവൻ ഉറപ്പിച്ചിരിക്കുന്നുവെന്ന് ഞാൻ ഊഹിച്ചു. ലളിതമായ ജീവിതത്തിന്റെ ശക്തിയെക്കുറിച്ച് പ്രസംഗിച്ചിരുന്ന അവനത് പ്രാവർത്തികമാക്കുന്നത് കണ്ട് എനിക്ക് സന്തോഷം തോന്നി. ഹിമാലയത്തിലൂടെയുള്ള അസാധാരണമായ യാത്രയ്ക്കിടയിൽ ലോകത്തിലെ ഏറ്റവും മികച്ച സന്യാസിമാരെ കണ്ടുമുട്ടിയ ഐതിഹാസികനായ ജൂലിയൻ മാന്റിൽ ഞങ്ങളുടെ വാഹനപ്പുരയുടെ മുകളിലെ പഴകിയ ഭാഗത്ത് ശാന്തമായി ജീവിക്കുന്നുവെന്നത് എന്നെ സംബന്ധിച്ച് വിശ്വസിക്കുവാൻ പ്രയാസമാണെങ്കിലും അതെനിക്ക് സമ്മതിച്ചേ പറ്റൂ. ജീവിതത്തിൽ അത്തരം വിചിത്രമായ പരിണാമങ്ങളുണ്ടാകാം.

എന്നിട്ടുമെന്റെ സഹോദരനെയോർത്ത് എനിക്ക് യാതൊരു വിഷമമോ സഹതാപമോ തോന്നിയില്ലയെന്ന് പറഞ്ഞെ മതിയാകൂ. ജീവിതം അവനിൽ കഠിനമായ പ്രഹരങ്ങൾ ഏല്പ്പിച്ചതിൽ തീർച്ചയായും എനിക്ക് വിഷമമുണ്ട്. അവന്റെ മകൾ ആലിയുടെ

മരണം അവൻ അർഹിച്ചതിലുമേറെയായിരുന്നു. ഇതൊക്കെയെന്റെ മനസ്സിലുണ്ടായിരുന്നെങ്കിലും അവൻ കാരുണ്യത്തിന്റെ പിടിയിൽ നിന്നുമകന്നിരുന്നുവെന്ന് എനിക്ക് തോന്നുന്നില്ല. തിളങ്ങുന്ന ഫെറാറിയിൽ പട്ടണത്തിലൂടെ അവൻ വിഹരിച്ചിരുന്നില്ലയെന്നതും ആഢംബര മാളിക വിറ്റ്, അവന്റെ ഓഫീസ് മുറിയുടെ കുളിമുറിയോളം കുറച്ചുകൂടി വലുപ്പമുണ്ടെങ്കിലും ഇഴഞ്ഞുനീങ്ങാൻ മാത്രം സ്ഥലമുള്ള മുറിയിലാണ് അവനിപ്പോൾ താമസിക്കുന്നുവെന്നുള്ളതും സത്യമാണ്. ഇരുപതിനോടടുത്ത് പ്രായം വരുന്ന മോഡലുകൾക്കൊപ്പം രാത്രി വൈകുവോളം ചിലവഴിക്കുന്ന നഗരത്തിലെ പ്രമുഖനനല്ല ഇനിയവൻ. ചൂതാട്ടത്തിനുവേണ്ടി ഒരൊറ്റ രാത്രിയ്ക്ക് നാസ്സുവിലേക്ക് ജെറ്റ് വിമാനത്തിൽ അരയെക്കാൾ വലിയ അരപ്പട്ടയിൽ നിക്ഷേപവുമായി പറക്കുന്ന ഇടപാടുകാരനുമല്ല അവൻ. പൂർവ്വജീവിതത്തിലെ ലൗകീകമായ സ്വത്തുക്കളൊന്നുമില്ലായിരുന്നുവെങ്കിലും അതിനെക്കാൾ പ്രാധാന്യമേറിയതെന്തോ അവൻ കണ്ടുപിടിച്ചിട്ടുള്ളതായി എനിക്ക് തോന്നി. ജൂലിയൻ നല്ല ആരോഗ്യവാനായിരുന്നു. ബാല്യത്തിന്റെ ചൈതന്യം അവനിൽ തിരിച്ചെത്തി. എന്നെ വിറപ്പിക്കത്തക്കവണ്ണമുള്ള കാതലായ ജ്ഞാനത്തിന്റെ സൂക്ഷിപ്പുകാരനായിരിക്കുന്നു അവൻ. എന്നെ സംബന്ധിച്ച് അതിസങ്കീർണ്ണതയിൽ നിന്നും സമ്പൂർണ്ണ ലാളിത്യത്തിലേക്ക് അവന്റെ ജീവിതം പരിവർത്തനം ചെയ്തിരിക്കുന്നു. സ്ഥിരമായ നിരാശയിൽ നിന്നും ആനന്ദതിമർപ്പുള്ള ആഘോഷമായി അത് മാറി. ഇല്ല, ജൂലിയൻ കാരുണ്യത്തിൽ നിന്നും അകലെയല്ല. അവനത് കണ്ടുപിടിക്കുകയാണ് ചെയ്തത്.

"നമുക്ക് ബ്രേവ്ലൈഫ്.കോമിന്റെ ആസ്ഥാനം വരെ പോകാം." ദിവസം പൊട്ടിവിടരുന്നതോടെ പതിവായിരുന്ന പ്രഭാത സവാരിക്ക്ശേഷം ഒരു ദിവസം ജൂലിയൻ ഞങ്ങളുടെ പ്രഭാ പൂർണ്ണായി അടുക്കളയിലേക്ക് കയറി വന്നു പറഞ്ഞു. " ഒരു ഓഫീസ് സമുച്ചയത്തിലേക്ക് പോയിട്ട് വർഷങ്ങളായി കഴിഞ്ഞു. സംഘടിത ലോകത്തെ മാറ്റങ്ങൾ കാണാൻ എനിക്ക് ആകാംക്ഷയുണ്ട്."

പങ്കാളികൾ മരിക്കുന്നതിന് മുമ്പായി കമ്പനി ആരംഭിച്ചപ്പോൾ ഞങ്ങൾ ആഢംബര ഓഫീസുകൾ വാടകയ്ക്കെടുത്തിരുന്നു. ഞാൻ വീട്ടിലിരുന്നാണ് ജോലി ചെയ്തിരുന്നെങ്കിലും

ഞങ്ങളുടെ തൊഴിലാളികളെല്ലാം അവിടെ തന്നെയായിരുന്നു. നഗരത്തിലെ ഏറ്റവും അന്തസ്സാർന്ന മാനംമുട്ടി കെട്ടിടത്തിലെ രണ്ടു നിലകൾ ഞങ്ങളെടുത്തിരുന്നു. അവിടെ നിന്നുമുള്ള കാഴ്ചകൾ ശ്വാസം നിലപ്പിക്കും. ഓഫീസ് സന്ദർശിക്കുമായിരുന്നെങ്കിലും അധികം വൈകാതെ നഗരതിരക്കുകളിലേക്ക് പോകുന്നത് ഞാൻ വെറുത്തു.

"ജൂലിയൻ, നീയെന്തിനാണ് അങ്ങോട്ട് പോകാൻ ആഗ്രഹിക്കുന്നത്? പഴയ സുഹൃത്തുക്കളുമായി നീ സംസാരിച്ചിട്ട് പോലും വർഷങ്ങളായി. മിസ്റ്റർ വൻതോക്ക് വക്കീലായി പ്രായോഗികതയോടെ ജീവിച്ച ആ സാമ്പത്തിക മേഖലയിൽ നീയൊരിക്കലും പോകാൻ കൊതിക്കയില്ലെന്നാണ് ഞാൻ കരുതുന്നത്."

"യഥാർത്ഥത്തിൽ, ഹിമാലയത്തിൽനിന്നു വന്നശേഷം ഞാൻ കുറച്ച് സുഹൃത്തുക്കളുമായി സംസാരിച്ചു, പക്ഷെ, അത് മറ്റൊരു കഥയാണ്. നിഗൂഢതയോടെ ജൂലിയൻ മറുപടി പറഞ്ഞു. ശരിക്കുമെനിക്ക് നഗരത്തിലേക്ക് പോകേണ്ട ആവശ്യമുണ്ട്."

"നിനക്കെന്താണ് അവിടെനിന്നും വേണ്ടത്? നിനക്ക് ആവശ്യമുള്ളതെന്തും എത്തിച്ചു തരാൻ എനിക്ക് സന്തോഷമേയുള്ളൂവെന്ന് അറിയില്ലേ?"

"വാസ്തവത്തിൽ എനിക്ക് വേണ്ടിയല്ല ഞാൻ നഗരത്തിലേക്ക് പോകണമെന്ന് പറയുന്നത്. നിനക്കു വേണ്ടിയാണ്."

"എനിക്ക് വേണ്ടിയോ? അങ്ങോട്ട് പോകാൻ എനിക്ക് യാതൊരു താല്പര്യവുമില്ല. വീട്ടിലിരുന്ന് ജോലി ചെയ്യുന്നതിൽ ഞാൻ സന്തുഷ്ടയാണ്. മാത്രമല്ല, ഞാനില്ലാതിരുന്നിട്ടും എല്ലാവരും ഓഫീസിൽ നന്നായി തന്നെ പ്രവർത്തിക്കുന്നു. എന്തൊക്കെ യായാലും ഞാൻ തുടർന്നു. നിന്റെയാ സ്ഥിരം വേഷത്തിൽ ചെന്നാൽ സുരക്ഷാ ഉദ്യോഗസ്ഥർ കടത്തിവിടുകയുമില്ല. ക്രൂസ് കുടുംബത്തിനൊപ്പം താമസമാക്കിയ സന്യാസിയെപ്പററിയാണ് തെരുവിലെല്ലാവരുടെയും സംസാരം. ഇരുളടഞ്ഞ സ്വീകരണ മുറിയിൽ തന്റെ പതിനാല് പൂച്ചകളുമായി ദിവസം മുഴുവൻ ചിലവഴിക്കുന്നവരാണ് മിസ്സ് വില്യംസൺ. ഞാൻ മുമ്പിലെ പൂന്തോട്ടത്തിലെന്തോ ചെയ്തു കൊണ്ടിരിക്കുമ്പോൾ അവരെന്റെ യടുത്ത് വന്ന് നീയാരാണെന്ന് ചോദിച്ചു. നീ സുന്ദരനാണെന്ന് അവർ ധരിച്ചു വെച്ചിരിക്കുന്നുവെന്ന് ഞാൻ പന്തയം വെയ്ക്കാൻ തയ്യാറാണ്, ജൂലിയൻ."

"അവരെനിക്ക് പറ്റിയ വിഭാഗത്തിൽപ്പെട്ടതല്ല." ജൂലിയൻ ചിരിച്ചുകൊണ്ട് പറഞ്ഞു. "കാതറിൻ, എന്നെ ഇക്കാര്യത്തിൽ വിശ്വസിക്കുക." അവൻ തുടർന്നു. "നീയുമായി ഇന്ന് പങ്കു വെയ്ക്കാനൊരു പാഠമുണ്ട്. നിന്റെ പഴയ ഓഫീസാണ് അതി നേറ്റവും പറ്റിയ സ്ഥലം. നീയുമായി പങ്കിടാൻ ഞാൻ തീരുമാനി ച്ചിട്ടുള്ള അഞ്ച് നിയന്ത്രണശക്തികളുണ്ട്. കൃത്യമായി പറഞ്ഞാൽ *കുടുംബനായകന്റെ അഞ്ച് പ്രാവീണ്യങ്ങൾ.*"

"പ്രാവീണ്യമെന്ന് പറഞ്ഞാൽ?"

"കൃത്യമായ ഏകാഗ്രതയും തുടർച്ചയായ പരിശീലനവും കൊണ്ട് സിദ്ധിക്കുന്ന പാടവമാണ് പ്രാവീണ്യം. സമയബന്ധിത മല്ലാത്തതും അടിസ്ഥാനപരവുമായ അഞ്ച് തത്വങ്ങൾ വരുന്ന ആഴ്ചകളിൽ ഞാൻ നീയുമായി പങ്കുവെയ്ക്കാം. അതിലൂടെ രക്ഷിതാവെന്ന നിലയിലുള്ള കഴിവുകളും കുടുംബജീവിതത്തിന്റെ നിലവാരവും പൂർണ്ണമായി മാറും. ശിവാനയിലെ മുനിമാരുടെ ഉപദേശങ്ങളെ നേരിട്ട് അടിസ്ഥാനമാക്കിയിട്ടുള്ളതാണ് *കുടുംബ നായകന് വേണ്ട അഞ്ച് പ്രാവീണ്യങ്ങൾ.* ഞാനെന്റെ ചില പഠന ങ്ങളും നല്ലൊരു അളവ്വരെ അതിലിപ്പോൾ ചേർത്തിട്ടുണ്ട്." അറിവോടെയുള്ള ചിരിയുമായി ജൂലിയൻ പറഞ്ഞു.

"അതേതാണ്?" ശ്വസനത്തിന്റെ ശക്തി വർദ്ധിപ്പിച്ചുകൊണ്ട് ഞാൻ ചോദിച്ചു.

"*വീട്ടിലെ നേതൃത്വത്തിൽ നിന്നുമാണ് ജീവിതനേതൃത്വം ആരംഭിക്കുന്നതെന്ന്.*"

"മനോഹരമായിട്ടുണ്ട്. അതെപ്പറ്റി കൂടുതൽ പറ."

"നഗരത്തിലേയ്ക്കെത്തുന്നതുവരെ ഇനി കൂടുതലൊന്നു മില്ല." ജൂലിയൻ ഉറപ്പോടെ പ്രതികരിച്ചു. "അതിന് പശ്ചാത്തലവും മികച്ചതായിരിക്കണം."

"ശരി, നമുക്ക് പോകാം. ആ അഞ്ച് പ്രാവീണ്യങ്ങളും എന്റെ ജീവിതത്തെ മാറ്റിമറിയ്ക്കുമെന്ന് എനിക്കറിയാം. ഞാനത് മനസ്സി ലാക്കുന്നു. നീയെന്നോട് പങ്കുവെയ്ക്കുന്ന അറിവ് എന്റെ ചിന്തക ളെയും വാക്കുകളെയും പ്രവൃത്തികളെയും വിപ്ലവാത്മകമായി മാറ്റുമെന്ന് ഞാൻ സത്യമായും കരുതുന്നു." കാറിന്റെ താക്കോലു കൾ തട്ടിപ്പറിച്ചുകൊണ്ട് ഞാൻ ചോദിച്ചു. "കുറച്ചുകൂടി സാഹസ ങ്ങൾ പ്രവൃത്തിക്കാനുള്ള സമയമായിയെന്ന് തോന്നുന്നു."

"അതാണ് ചൈതന്യം, കൊച്ചു സഹോദരി. പുതിയ അറിവു കൾ നേടുകയും വലിയ സാഹസങ്ങൾക്ക് മുതിരുകയും ചെയ്യുന്ന

താണ് ജീവിതം. അല്ലെ? വലിയ വലിയ സാഹസങ്ങൾക്ക് തയ്യാറാകാത്തതാണ് ജീവിതത്തിലെ ഏറ്റവും വലിയ സാഹസം."

"തുനിയാതിരുന്നാൽ അപകടമാകാവുന്നതും തുനിഞ്ഞാൽ അപകടകരമാകുന്നതുമായ സാഹസങ്ങളുണ്ടെന്ന് പറഞ്ഞത് പീറ്റർ ഡ്രക്കറല്ലായിരുന്നുവൊ?"

"അതെ. പിന്നെയും കാലങ്ങൾ പിറകോട്ട് പോയാൽ റോമൻ തത്വചിന്തകനായ സെനെക്ക പറഞ്ഞിട്ടുള്ളത് കാര്യങ്ങൾ പ്രയാസമുള്ളതായതു കൊണ്ടല്ല നമ്മളത് ചെയ്യാൻ ധൈര്യപ്പെടാത്തത്. മറിച്ച് ചെയ്യാൻ ധൈര്യപ്പെടാത്തതുകൊണ്ടാണ് അവ പ്രയാസകരമാകുന്നാണ്. ഓരോ ദിവസവും ചെറുതെങ്കിലും ഒരു ചെറിയ ന്യായയുക്തമായ എന്തെങ്കിലും ചെയ്യാൻ ഞാൻ മുതിരും. അങ്ങനെ ദിവസേന ഞാൻ വളരുകയും എന്നിൽ പുരോഗതിയുണ്ടാകുകയും ചെയ്യുന്നു."

"കുറച്ചാഴ്കൾക്കു മുമ്പ് *റൗണ്ടേഴ്സെ*ന്ന പടം ഞാൻ വീഡിയോവിൽ കണ്ടു. നീയതു കണ്ടിട്ടുണ്ടോ?"

"സിനിമ കണ്ടിട്ട് വർഷങ്ങളായി, സഹോദരി. ഞങ്ങൾ സന്യാസിമാർ വി.സി.ആറിന് ചുറ്റും അധികം സമയം ചില വിടാറില്ല." പിളർന്നു പോകുമാറ് അവനൊന്നിളിച്ചു കാട്ടി. "എന്തായാലും പല്ലില്ലിവിടെ തന്നെയാണ് എപ്പോഴും ചോളം കുരുങ്ങാറുണ്ടായിരുന്നത്." വാ തുറന്ന് പിൻഭാഗത്തെ ദ്വാരം ചൂണ്ടിക്കാട്ടി കൊണ്ടവൻ കൂട്ടിച്ചേർത്തു.

"രക്തപങ്കിലമായ വിശദാംശങ്ങൾ ദയവായി പറഞ്ഞു തരിക, ജൂലിയൻ. എന്തായാലും അത് നല്ലൊരു പടമായിരുന്നു. എളുപ്പമല്ലെങ്കിൽപ്പോലും തിട്ടപ്പെടുത്തിയ സാഹസങ്ങളെടുക്കുന്നതും അങ്ങനെ നിങ്ങളുടെ വിധിയ്ക്ക് പിന്നാലെ പോകുന്നതിന്റെ പ്രാധാന്യത്തെക്കുറിച്ചായിരുന്നു അത്."

"കേൾക്കാൻ മനോഹരം"

"മനോഹരം തന്നെയായിരുന്നു. എന്തായാലും പപ്പാ വാലൻഡായെന്ന പടത്തിൽ..."

"ആ ഉയരത്തിൽ കെട്ടിയ കമ്പിയിലൂടെ നടക്കുന്നയാളെ?" ഉത്സാഹത്തോടെ ജൂലിയൻ ഇടയ്ക്കു കയറി.

"അതെ, ജൂലിയൻ ആ വലിയ ഞാണിന്മേൽ കളിക്കാരൻ. എന്തായാലും പപ്പാ വാലൻഡയെ ചിത്രത്തിൽ ഉദ്ധരിച്ചിട്ടുള്ളത് ഇങ്ങനെയാണ്: കമ്പിയിലാണ് ജീവിതം ചിലവഴിക്കപ്പെടുന്നത്. ബാക്കി കാത്തിരിക്കുന്നതെയുള്ളൂ."

"ഓ അത് ശരിക്കും നന്നായിട്ടുണ്ട്. അത് പൂർണ്ണമായും സത്യമാണ്, കാതറിൻ. വലിയ സ്വപ്നങ്ങൾ കാണുന്നവരും ആ കാഴ്ചകളെ ജീവിതത്തിലേയ്ക്ക് കൊണ്ടുവരാൻ അനിവാര്യമായ സാഹസങ്ങളെടുക്കുന്നവർക്കുമാണ് പുരോഗതിയുണ്ടാകുന്നത്. തങ്ങളുടെ ഭയങ്ങളെ അവർ നേരിടുന്നു. കളത്തിലേക്കിറങ്ങി ധൈര്യസമേതം ജീവിക്കുന്നു. എത്ര പേടി തോന്നിയാലും ഭീതി യുടെ കവാടങ്ങൾ അവർ തകർത്തെറിയുന്നു. ഓർക്കുക, *ജീവിതം മുഴുവൻ ചെമ്മരിയാടായി കഴിയുന്നതിനെക്കാൾ ഒരു ദിവസ മെങ്കിലും സിംഹമായി കഴിയുന്നതാണ് നല്ലത്.*"

"ആ... ശക്തമായൊരു ആവിഷ്കാരം തന്നെ. ജൂലിയൻ"

അതുകൊണ്ട് ജൂലിയൻ നിർത്താതെ തുടർന്നു. "കുറെ ക്കാലങ്ങൾക്ക്ശേഷം ബ്രേവ്ലൈഫ് കോമിലേക്ക് പോകുകയെ ന്നത് നിനക്കെളുപ്പമല്ലെന്ന് എനിക്കറിയാം. എന്നാലും ദയവായി ശ്രമിക്കണം. അതിനുള്ള ഫലം ഒഴുകിയെത്തുമെന്ന് ഉറപ്പാണ്."

"ഭയത്തോടെ എന്തായാലും അത് ചെയ്യുകയോ?"

"തീർച്ചയായും അതെ. ഞാൻ ആശുപത്രിയിൽവെച്ച് പറഞ്ഞത്പോലെ *ഭയത്തിന്റെ മറുഭാഗത്ത് എപ്പോഴും മോചന മുണ്ടാകും.*"

ആശങ്കയുണ്ടായിരുന്നെങ്കിലും ഒരു കാലത്ത് ഞാനെന്റെ മികച്ച സമയങ്ങൾ ചിലവിട്ടിരുന്ന തിളങ്ങുന്ന ഓഫീസ് സമുച്ചയ ത്തിലേക്ക് ഞാൻ നടന്നു. ആ സ്ഥലത്തിന്റെ ഗന്ധംപോലും എന്നെ സംഭ്രമിപ്പിച്ചു. ഈ സ്റ്റീൽഗ്ലാസ് സ്മാരകങ്ങളുടെ മുകളി ലുറപ്പിച്ചിട്ടുള്ള ബ്രേവ്ലൈഫ് കോമിന്റെ സംഘടിതമായ ഓഫീസിലേക്ക് ഞങ്ങളെ എത്തിക്കാനുള്ള ലിഫ്റ്റ് സമുച്ചയത്തി ലേക്ക് ഞങ്ങൾ നീങ്ങിയപ്പോൾ ഒരു സുരക്ഷാ ഉദ്യോഗസ്ഥൻ ജൂലിയന്റെ അടുത്തേയ്ക്ക് വന്നു.

"ഹായ് മിസ്സിസ് ക്രൂസ്സ്. വീണ്ടും കണ്ടുമുട്ടിയതിൽ സന്തോഷം. വിമാനാപകടത്തെപ്പറ്റി ഞാൻ അറിഞ്ഞിരുന്നു. ഇവിടെ സുരക്ഷാ വിഭാഗത്തിലെ എല്ലാവർക്കും അതറിഞ്ഞ് സങ്കടമായി. നിങ്ങളുടെ പങ്കാളികളുടെ കാര്യത്തിലും എനിക്ക് ദുഃഖമുണ്ട്. അവരും നല്ലവരായിരുന്നു."

"ശരിയാണ്, മാറ്റ്. അവർ നല്ലവരായിരുന്നു. ഞാനവരുടെ അഭാവം ശരിക്കും അറിയുന്നു. അവരെപ്പറ്റി പരാമർശിച്ചതിന് നന്ദി. ഇത്രയധികം ആളുകളോട് അവർ കാരുണ്യം കാണിച്ചിരുന്നു വെന്ന് അറിയുന്നത് അവരുടെ നഷ്ടത്തെ കൈകാര്യം ചെയ്യാ നെന്നെ സഹായിക്കുമെന്ന് ഞാൻ കരുതുന്നു. നിങ്ങളെ കണ്ട

തിലും സന്തോഷം. ഇപ്പോളധികം ഞാനിങ്ങോട്ടേയ്ക്ക് വരാറില്ല. കൂടുതൽ സമയം കുടുംബത്തോടൊപ്പം ചിലവിടാമെന്നത് കൊണ്ട് ഞാനിപ്പോൾ വീട്ടിൽ നിന്നുമാണ് കമ്പനി നടത്തിക്കൊണ്ടു പോകുന്നത്. തിരിച്ചു വരികയെന്നത് ശരിക്കുമെന്നിൽ അപരിചിതത്വമുണ്ടാക്കുന്നു."

"അതൊരു മാറ്റം തന്നെയാണ്, മിസ്സിസ്സ് ക്രൂസ്സ്. ഈ സമുച്ചയത്തിൽ ഞാനറിയുന്നവരിൽ വെച്ചേറ്റവും കഠിനമായി പ്രവർത്തിക്കുന്നത് നിങ്ങളാണ്. നിങ്ങളെത്ര നേരത്തെ വരുമെന്നും എത്ര വൈകിയാണ് പോകുന്നതെന്നും നോക്കി ഞങ്ങൾ സുരക്ഷാഭടന്മാർ പന്തയം വെയ്ക്കാറുണ്ട്."

"ശരിയാണ്. അതൊക്കെ ചരിത്രമായി കഴിഞ്ഞു, മാറ്റ്." സ്വയബോധത്തോടെ ഞാൻ പറഞ്ഞു.

"നിങ്ങളുടെ തീരുമാനത്തിൽ മക്കൾ സന്തുഷ്ടരായി കാണുമല്ലോ? എനിക്കുമുണ്ട് വീട്ടിൽ മൂന്ന് കൊച്ചു കുട്ടികൾ. ഒരു രക്ഷിതാവെന്ന നിലയിൽ അവരോടൊപ്പം ധാരാളം സമയം ചിലവഴിക്കുകയെന്നതാണ് ഏറ്റവും നല്ല കാര്യമെന്ന് എനിക്കറിയാം."

"ശരിയാണ്, മാറ്റ്. അമ്മയെ തിരിച്ചു കിട്ടിയതിൽ അവർക്ക് ശരിക്കും രോമാഞ്ചമുണ്ടായി. അവരെയിത്രയ്ക്ക് സന്തോഷത്തോടെ ഇതു വരെ കണ്ടിട്ടില്ല."

ഭടന്റെ മുഖത്ത് ഗൗരവം വന്നു. "ചോദിക്കുന്നത് മാപ്പാക്കണം, മിസ്സിസ് ക്രൂസ്. പക്ഷെ ഈ മാന്യന് തിരിച്ചറിയൽ രേഖകൾ വല്ലതുമുണ്ടോ? ഇത് അതീവസുരക്ഷയുള്ള കെട്ടിടമാണെന്ന് അറിയാമല്ലോ. ഞാനിത് ചോദിച്ചില്ലെങ്കിൽ എന്റെ മേലധികാരിയെന്നെ കൊല്ലും." അയാൾ ജൂലിയനെ നോക്കി. "അതൊരു കുറ്റകൃത്യമൊന്നുമല്ല കൂട്ടുകാരാ. പക്ഷെ ഇവിടങ്ങനെ സന്യാസിമാരൊന്നും അധികം വരാറില്ല."

"മാറ്റ്, ഇതെന്റെ സഹോദരൻ ജൂലിയൻ... ജൂലിയൻ മാന്റിൽ"

"ജൂലിയൻ മാന്റിൽ? പ്രശസ്തനായ അഭിഭാഷകനോ?"

"അതെ, പ്രശസ്തനായ അഭിഭാഷകൻ തന്നെ."

സുരക്ഷാഭടൻ സ്തംബ്ധനായി. "ഓ... ഹലോ, മിസ്റ്റർ മാന്റിൽ. ഞാൻ താങ്കളെപ്പറ്റി പത്രങ്ങളിൽ വരുന്നതൊക്കെ എപ്പോഴും വായിക്കും. ശരിക്കും ഞാൻ താങ്കളുടെയൊരു ആരാധകനാണ്." എന്തെങ്കിലും ഗുണസിദ്ധി ഉദ്ദേശിച്ച് ആളുകൾ ചെയ്യുന്നതുപോലെ തന്റെ ഇരുകൈകളും ഉപയോഗിച്ച് ജൂലിയനെ ഹസ്തദാനം ചെയ്തു കൊണ്ട് അയാൾ കൂട്ടിച്ചേർത്തു. "താങ്കൾ

വിജയിച്ച ചില വ്യവഹാരങ്ങൾ ശരിക്കും അവിശ്വസനീയം തന്നെ, മനുഷ്യാ. കക്ഷിയുടെ മടിയിൽ ചൂടുചായ കൊട്ടിയപ്പോൾ ഫാസ്റ്റ് ഫുഡ് ഭോജനശാലക്കാരിൽ നിന്നും ലക്ഷക്കണക്കിന് ഡോളറുകൾക്ക് വേണ്ടി അവരെ കോടതി കയറ്റിയത് ഓർമ്മയുണ്ടോ?"

"ഞാനോർക്കുന്നു, മാറ്റ്. ആ വ്യവഹാരത്തിന്റെ വിജയം നല്ല രസമായിരുന്നു." ജൂലിയൻ ആദരവോടെ പറഞ്ഞു.

"താങ്കൾ ധരിക്കാറുണ്ടായിരുന്ന വില കൂടിയ സ്യൂട്ടുകളും ആ മനോഹരമായ ചുവപ്പ് ഫെറാറിയുമെവിടെ,മിസ്റ്റർ മാന്റിൽ? നല്ലൊരു വാഹനമായിരുന്നുവത്. മുകൾഭാഗം താഴ്ത്തിവെച്ച് ഇതിലെ താങ്കൾ പറക്കുന്നത് ഞാനും പയ്യന്മാരും കാണാറുണ്ട്. താങ്കൾക്കരികിലുണ്ടാകാറുള്ള സ്ത്രീകൾ ഞങ്ങളുടെ തുപ്പലൊലിപ്പിക്കുമായിരുന്നു." പ്രേമസല്ലാപത്തിന് പോകുന്ന സ്കൂൾകുട്ടിയുടെ പ്രസരിപ്പോടെ സുരക്ഷാഭടൻ പ്രസ്താവിച്ചു.

"പഴയ കഥകളാണതൊക്കെ, കൂട്ടുകാരാ." പൂർവ്വകാല ജീവിതരീതികൾ എത്രത്തോളം ആഢംബര സമൃദ്ധമായിരുന്നുവെന്നതിന്റെ ജാള്യത കൊണ്ടെന്നവണ്ണം അകലേയ്ക്ക് നോക്കിക്കൊണ്ട് ജൂലിയൻ മറുപടി പറഞ്ഞു.

"ഇപ്പോൾ താങ്കൾ സന്യാസിയാണോ?"

"മാറ്റ്, ഞാൻ ധരിക്കാൻ തിരഞ്ഞെടുത്ത വസ്ത്രങ്ങളാണ് ഇവ. എന്റെ ഗുരുക്കന്മാർ ധരിച്ചിരുന്നത് ഇതാണ്. ഇപ്പോൾ ഞാനാരാണെന്നും എന്റെ ദൗത്യമെന്താണെന്നും ഈ വസ്ത്രമെന്നെ ഓർമ്മപ്പെടുത്തുന്നു. വളരെ ലളിതമായൊരു ജീവിതം നയിക്കാനാണ് ഞാനിപ്പോൾ തീരുമാനിച്ചിട്ടുള്ളത്. ഇനി ഫെറാറികളൊന്നുമില്ല." സുരക്ഷാഭടന്റെ ചുമലിൽ തട്ടിക്കൊണ്ട് അവൻ ലിഫ്റ്റിലേക്ക് നടന്നു.

"ശരി, അങ്ങനെ തന്നെയാകട്ടെ, മിസ്റ്റർ മാന്റിൽ. താങ്കളെ കാണാൻ കഴിഞ്ഞത് ഒരു അംഗീകാരമാണ് സർ. ശ്രദ്ധിക്കണെ, മിസ്സ് ക്രൂസ്സ്. കുട്ടികൾക്കൊപ്പം ജീവിതം ആസ്വദിക്കുക. നിങ്ങളറിയുന്നതിനു മുമ്പെ അവർ വളർന്നു കഴിഞ്ഞിരിക്കും."

ബ്രേവ്‌ലൈഫ്.കോമിന്റെ വീടായിരുന്ന ആഢംബരസമൃദ്ധമായ ഓഫീസ് മുറിയിലേക്ക് ഞങ്ങൾ കയറിയതും എന്റെ മുമ്പിലെ കാഴ്ചയുടെ കേവലം തിരക്കു മാത്രം എന്നെ സ്തംഭിപ്പിച്ചു. ആളുകൾ ജോലിതിരക്കുകളിൽപ്പെടാൻ വേണ്ടി മാത്രം തിരക്കു കൂട്ടുകയാണെന്നു തോന്നും. ജീവനക്കാർ അങ്ങോട്ടുമിങ്ങോട്ടും ഓടിക്കൊണ്ടിരിക്കുന്നു. കമ്പ്യൂട്ടറുകളുടെ മൂളലുകൾക്കൊപ്പം ഫോണുകളുടെ ശബ്ദവും പറക്കുന്ന ഫാക്സ് സന്ദേശങ്ങളും.

"ഇതായിരുന്നുവെന്റെ ജീവിതമെന്ന് വിശ്വസിക്കാൻ തന്നെ പ്രയാസം തോന്നുന്നു." ജൂലിയനോട് ഞാൻ പതുക്കെ പറഞ്ഞു.

"കാതറിൻ. അത്രയ്ക്ക് കഠിനഹൃദയയാകേണ്ട, കാതറിൻ. തിരിച്ചെടുക്കേണ്ടതായ പണയ ഉരുപ്പടിയും നീ അടയ്ക്കേണ്ടതായ കുടിശ്ശികകളും നിനക്കുണ്ടായിരുന്നു.എന്നെ വിശ്വസിക്കുക, നമ്മൾ ജീവിക്കുന്ന ഇക്കാലത്തെ ജനങ്ങളോട് എനിക്ക് വളരെ യധികം തന്മയീഭാവമുണ്ട്. ചിലവുകൾ കൂടുതലാണ്, സാമ്പത്തിക മായ ബാദ്ധ്യതകൾക്ക് അവസാനവുമില്ല. കുടുംബത്തിന് ഏറ്റവും മികച്ചതു നല്കണമെന്നുള്ളതുകൊണ്ട് അവർ ദീർഘനേരം കഠിനമായി പ്രവർത്തിക്കാൻ നിർബന്ധിതരാകുന്നു. പഴയ കാലത്തെ താന്താങ്ങളുടെ പുറന്തോടായി അവർ മാറുന്നു. ദിനാന്ത്യം ദുഃഖപേടകത്തിൽ കയറി അവർ വീടുകളിലേയ്ക്ക് ഇഴഞ്ഞു നീങ്ങുന്നു. കുടുംബത്തോട് അമർഷം കാണിച്ച് അലസതയോടെ ഉറക്കത്തിലേയ്ക്ക് അവർ വഴുതി വീഴുന്നു. അത്തരക്കാരെക്കുറിച്ചോർക്കുമ്പോൾ എനിക്ക് വിഷമമാണ്."

"ദുഃഖപേടകമെന്നാൽ എന്താണ്?"

"ഓ." കുലുങ്ങിചിരിക്കാൻ തുടങ്ങികൊണ്ട് ജൂലിയൻ പറഞ്ഞു. "വാഹനത്തിന് ഞാൻ ഉപയോഗിക്കാറുള്ള സാങ്കേതിക പദമാണത്. തൊഴിലെടുത്ത് ദുരിതപൂർണ്ണമായൊരു ദിവസം അവസാനിക്കുമ്പോഴേയ്ക്കും മിക്കവാറുംപേർ അസന്തുഷ്ടരായി രിക്കും. അപ്പോളവരെ വീട്ടിലെത്തിക്കണം. ദുഃഖപേടകം മാത്ര മാകുന്നു വാഹനം."

ഞാൻ ചിരിച്ചു. അവൻ പറയുന്ന വാക്കുകളിൽ ഞാൻ ഉദ്ദേശ ശുദ്ധിയോടെ ശ്രദ്ധിക്കുന്നത് ആസ്വദിച്ചുകൊണ്ട് അവൻ തുടർന്നു.

"അത്തരക്കാർ പകുതി ജീവിതമെ നയിക്കുന്നുള്ളൂ, കാതറിൻ." നിഷ്ഫലമായ ഒരു ജീവിതത്തിന്റെ അവസാനം മുടി നരച്ച്, ചുളുങ്ങിയശേഷം വർഷങ്ങളായി താൻ തന്റെ ചെറിയൊരു ഭാഗം മാത്രമെ പ്രയോജനപ്പെടുത്തിയിരുന്നുള്ളൂവെന്ന തിരിച്ചറി വാണ് ഏറ്റവും സങ്കടകരമായ അനുഭവങ്ങളിലൊന്നെന്ന് വി. ഡബ്ള്യൂ. ബറൊസ് പറഞ്ഞിരിക്കുന്നു. "അതാണ് ഇവിടത്തെ അറിവിന്റെ അംശവും. സ്വയം ത്യജിച്ച്, നിങ്ങൾ സ്നേഹിക്കുന്ന വർക്കു വേണ്ടിയൊന്നും അവശേഷിപ്പിക്കാതിരിക്കലല്ല കളി. നിബന്ധനകളെ മാറ്റിമറിക്കുക, അവയെ മറികടന്ന് ജീവിക്കാൻ വേണ്ടി തൊഴിലെടുക്കുക. അല്ലാതെ തൊഴിലെടുക്കാൻ വേണ്ടി ജീവിക്കുകയെന്നതല്ല പൂർണ്ണമായ ആശയമെന്ന് മനസ്സിലാക്കുക. തൊഴിലിൽ മികച്ചതായിരിക്കണം. അത് ആസ്വദിക്കുക. കക്ഷി

കളെ സഹായിക്കാൻ സ്വയം സമർപ്പിക്കുക. പണത്തിന് വാങ്ങാവുന്നതിനും അപ്പുറം മനോഹരമായ സാധനങ്ങളുണ്ടെന്ന് തിരിച്ചറിയുക. നല്ല കുട്ടികളും കുടുംബവും സ്നേഹപൂർണ്ണമായ ഗാർഹിക ജീവിതവുമുണ്ടാകുന്നതിനെപ്പറ്റി എന്ത് തോന്നുന്നു? ഗാർഹികമായ സംസ്കാരം സമ്പന്നമാക്കുന്നതിലേക്ക് സമർപ്പിച്ചെങ്കിലെ അതൊക്കെ നടക്കുകയുള്ളൂ. അതിന് സമയമെടുക്കും, അനിയത്തി. *സമയമാണ് നിങ്ങളുടെ മക്കൾക്ക് കൊടുക്കാവുന്നതിൽ വെച്ചേറ്റവും വലിയ സമ്മാനമെന്ന് ഒരിക്കലും മറക്കാതിരിക്കുക.*"

"ശരിക്കും?"

"അതെ. നിങ്ങളവരെ സ്നേഹിക്കുന്നുണ്ടെന്നും അവരെ വകവെയ്ക്കുന്നുണ്ടെന്നും നിങ്ങൾ കാണിച്ചു കൊടുക്കുന്നു. അത്രയ്ക്കും പ്രാധാന്യമർഹിക്കുന്നതും മൂല്യവത്തായതുമായ മറ്റൊന്നുമില്ല. അതുകൊണ്ട് തന്നെയാണ് ഞാൻ നിന്നെയിങ്ങോട്ട് കൊണ്ടു വന്നതും."

"ഞാനതെക്കുറിച്ച് ആശ്ചര്യപ്പെടുകയായിരുന്നു."

"ബ്രേവ്ലൈഫ്. കോം എന്താണ്?"

"ഞങ്ങളുടെ ഇടപാടുകാരായ സംഘടനകളിലെ ജീവനക്കാരെ അവരുടെ തൊഴിലിൽ കൂടുതൽ വിജയം നേടാനും ഫലവത്തുള്ളവരും ഉത്പാദനക്ഷമതയുള്ളവരുമാക്കി മാറ്റാനുമുള്ള പരിശീലനം കൊടുക്കുന്ന കമ്പനിയാണ് ഞങ്ങളുടേത്. ഇന്റർനെറ്റിലെ ആദ്യത്തെ പഠന സംരംഭമാണത്."

"വേറെയന്തെങ്കിലും?"

ഭൂഗ്രഹത്തിലെ മികച്ച വിദഗ്ദ്ധരിൽനിന്നും സ്വന്തം കമ്പ്യൂട്ടറിന് മുമ്പിലിരുന്ന് സൗകര്യപൂർവ്വം പരിശീലനം സിദ്ധിക്കാൻ ഞങ്ങളുടെ അതിവിശിഷ്ടമായ സാങ്കേതിക വിദ്യ ജീവനക്കാരെ സഹായിക്കുന്നു.

"അതാണോ അവസാനത്തെ മറുപടി?" മത്സരക്കളിയുടെ അവതാരകന്റെ വികൃതമായ ചിരിയോടെ ജൂലിയൻ ചോദിച്ചു.

"അതെ."

"ഈയുത്തരങ്ങളൊക്കെ ശരിയാണ്. പക്ഷെ, ദിനാന്ത്യത്തിൽ നിന്റെ കമ്പനിയൊരു സമുദായമാണെന്ന മറുപടിയാണ് ഞാൻ പ്രതീക്ഷിച്ചത്."

"ശരിക്കും."

"ശരിക്കുമതെ. ഏത് കമ്പനിയുടെ നിർമ്മാണത്തിന് നീ അക്ഷീണം സമർപ്പിച്ചുവോ അത് പൊതുവായ ലക്ഷ്യത്തിനു വേണ്ടി ഒരുമിച്ചിട്ടുള്ള മനുഷ്യരുടെ കൂട്ടായ്മയാണ്. അതൊരു

സംഘടനയല്ല. മറിച്ച് ഒരേ ലക്ഷ്യത്തിനു വേണ്ടി പ്രവർത്തിക്കുന്ന ആളുകളുടെയൊരു കൂട്ടമാണ്."

"കാശുണ്ടാക്കാനോ?" സ്വന്തം വാക്കുകളിലെ അപാകതകൾ മനസ്സിലാക്കി ഞാൻ ചോദിച്ചു.

"അല്ലെയല്ല. അവരൊക്കെ പൊരുളിനുവേണ്ടി കൊതിക്കുന്ന വരാണ്. സഫലീകരണത്തെ അനുഭവിച്ചറിയാൻ അവർ കേഴുന്നു. തങ്ങളുടെ ഹൃദയങ്ങളെ ആവേശം കൊള്ളിക്കുകയും തങ്ങളുടെ മികച്ച പ്രകടനത്തെ കാഴ്ചവെയ്ക്കുകയും ചെയ്യിപ്പിക്കുന്ന ഞാൻ നിർബന്ധിതമായ പ്രേരണയെന്ന് വിളിക്കുന്ന ഒരു അവസ്ഥ കാരണം അവർ നൊമ്പരപ്പെടുന്നു. അതവർ അറിഞ്ഞൊ അറിയാതെയൊവായിരിക്കും. വിസയുടെ സ്ഥാപകനായ ഡീ ഫോക്ക് അതിങ്ങനെയാണ് പറഞ്ഞുവെച്ചത്: സമുദായമെന്ന വളരെ പഴഞ്ചനായ ആശയത്തിന്റെ മൂർത്തീകരണം മാത്രമാണെല്ലാ സംഘടനകളും. അവ അതിലേക്ക് വലിച്ചിഴയ്ക്കപ്പെട്ടിട്ടുള്ള ആളുകളുടെ സ്വഭാവങ്ങൾ, വിലയിരുത്തലുകൾ, പ്രയത്നങ്ങൾ, പരിശ്രമങ്ങൾ എന്നിവയുടെ ആകെ തുക മാത്രമാണ്."

"താല്പര്യമുണർത്തുന്ന വാക്കുകൾ. അത്തരത്തിൽ ഞാൻ കമ്പനിയെക്കുറിച്ച് ചിന്തിച്ചിട്ടെയില്ല."

"അത് ശരിയാണ്. തൊഴിലെടുക്കാനും നിക്ഷേപിക്കാനും ഗാഢമായ ബോധം നമ്മളിലുണ്ടാക്കുന്ന പുതിയ സാമ്പത്തിക നയമെന്ന് നാം വിളിക്കുന്നതിലെ ന്യൂനതയും സാമുദായിക അവബോധമില്ലായ്മയാണ്. സന്തോഷത്തിന്റെയും ഉല്ലാസത്തിന്റേതുമായ അവസ്ഥയിൽ പ്രവർത്തിക്കാൻ ആവശ്യമുള്ള അനിവാര്യമായ മാനുഷികബന്ധങ്ങൾ നമുക്ക് നഷ്ടപ്പെട്ടു കഴിഞ്ഞു. നമ്മളെക്കാൾ വലുതായ മറ്റെന്തിനോവേണ്ടി ഉടമഭാവം നമുക്ക് കൈമോശം വന്നിരിക്കുന്നു. ഇന്റർനെറ്റ് സൃഷ്ടിച്ചെടുത്ത അതിരുകളില്ലാത്ത ലോകത്ത് സ്നേഹിക്കപ്പെടുന്നുണ്ടെന്നും വിശ്വസിക്കപ്പെടുന്നുണ്ടെന്നും പ്രാധാന്യം കല്പിക്കപ്പെടുന്നുണ്ടെന്നും തോന്നുന്ന സ്ഥലമാണ് നമ്മളെല്ലാവരും കൊതിക്കുന്നത്. നമുക്ക് വീടെന്ന് വിളിക്കാവുന്ന ഒരിടം."

"ഇന്റർനെറ്റിനെക്കുറിച്ച് ഇത്രയധികം നീയെങ്ങനെ മനസ്സിലാക്കി, ജൂലിയൻ? ശാശ്വതമെന്ന് വിശ്വസിപ്പിക്കുന്ന ഹിമാലയത്തിൽ ഏകാന്തവാസം നയിക്കുകയല്ലായിരുന്നോ, നീ?"

"പഠിക്കാനുള്ള അമിതാവേശവും നിർബന്ധബുദ്ധിയുമുള്ള വിദ്യാർത്ഥിയാണ് ഞാൻ, കാതറിൻ. നാം അധിവസിക്കുന്ന ഈ

ലോകത്ത് ഒടുവിലത്തെ പരീക്ഷ കഴിഞ്ഞാലും അധ്യയനം അവസാനിക്കുന്നില്ല. അന്ത്യശ്വാസം വലിക്കുമ്പോഴാണ് അത് തീരുന്നത്. വർഷങ്ങൾക്ക് മുമ്പ് ഇറാസ്മസ് എഴുതി: കുറച്ചു പണം കിട്ടുമ്പോഴേക്കും ഞാൻ പുസ്കങ്ങൾ വാങ്ങിക്കും. പണം ബാക്കി വന്നാൽ ഭക്ഷണവും വസ്ത്രവും വാങ്ങിക്കും."

"ഔ ഞാനും അങ്ങനെ തന്നെയാണ്, അനിയത്തി. ചില പ്പോൾ ഞാൻ അറിവിന് വേണ്ടി കൊതിക്കും. ചിലപ്പോൾ നൊമ്പരപ്പെടും. ജ്ഞാനദായകമായ സാഹിത്യസൃഷ്ടികളാണ് ഞാൻ അധികവും വായിക്കുന്നതും, അതെക്കുറിച്ചാണ് ഗൗരവ മായി ചിന്തിക്കാറുള്ളതും. അതായത് ലോകത്തിലെ മഹത്തായ ചിന്തകരുടെ പുസ്തകങ്ങൾ. അതോടൊപ്പം സമകാലീന സംഭവ ങ്ങളെക്കുറിച്ച് അറിയാനും സമയം കണ്ടെത്തും. നിലവിലുള്ള സാഹചര്യങ്ങളിൽ പ്രയോഗിക്കാനറിയില്ലെങ്കിൽ അറിവ് കൊണ്ടെന്ത് പ്രയോജനം?"

"നല്ലൊരു പ്രമാണം." ഞാൻ യാതൊരു മടിയും കൂടാതെ യോജിച്ചു. "അതുകൊണ്ട് സമുദായത്തിന്റേതായ അവബോധം ജീവിതത്തിൽ പുനഃസ്ഥാപിക്കാൻ നമുക്കെന്ത് ചെയ്യാൻ കഴിയു മെന്ന് വലിയേട്ടൻ പറഞ്ഞു താ.?"

"മഹത്തായ ചോദ്യം. കാതറിൻ. നീയത് ചോദിക്കുമെന്ന് ഞാൻ ശരിക്കും കരുതിയിരിക്കുകയായിരുന്നു. സമൂഹത്തിനും സംഘടനകളിലും വന്ന മാറ്റങ്ങൾ കൊണ്ട് ആളുകൾക്കൊരിക്കലു ണ്ടായിരുന്ന സമുദായമെന്ന ബോധം അപ്രത്യക്ഷമായി കഴിഞ്ഞു. കച്ചവടത്തിലെ വിശ്വസ്തത ഒരു പൂർവ്വകാല സംഭവമാണ്. വ്യാപാരരംഗത്തെ പുനഃക്രമീകരണം അതൊരു കളിയാണെന്നും അവിടെ നിലനില്ക്കണമെങ്കിൽ പ്രതിരോധമുറകൾ അനിവാര്യമാ ണെന്നും തൊഴിലാളികളെ ധരിപ്പിച്ചു."

"നമ്മളെല്ലാം കൊതിക്കുന്ന ആ സാമുദായിക അവബോധം എങ്ങനെ ലഭിക്കും?"

"കുടുംബത്തിൽനിന്നും ജൂലിയന്റെ മറുപടി അതിവേഗത്തി ലായിരുന്നു. ജനങ്ങൾ തങ്ങളുടെ കുടുംബജീവിതത്തിലേയ്ക്ക് പിൻവാങ്ങി അതിന് ഏറ്റവും മുന്തിയ പരിഗണന കൊടുത്തു തുടങ്ങി. തൊഴിലിൽ നിന്നുമൊരിക്കൽ ലഭിച്ചിരുന്ന സാമൂഹിക മായ സഫലീകരണം സ്വന്തം വീടുകളിൽ നിന്നും കിട്ടുമെന്നവർ തിരിച്ചറിഞ്ഞു കൊണ്ടിരിക്കുന്നു. സമുദായത്തിന്റെ ഭാഗമാകുന്ന തിന്റെ ഗുണങ്ങൾ കൈവരിക്കാൻ മുൻവാതിൽ വിട്ടുപോകേണ്ട

ആവശ്യമില്ലെന്നും അത് നിങ്ങളുടെ വാസസ്ഥലത്തെ നാലു ചുമരുകൾക്കുള്ളിൽ കിട്ടുമെന്നും അവർ മനസ്സിലാക്കുന്നു."

"നിങ്ങളങ്ങെയറ്റം സ്നേഹിക്കുന്നവരിൽ നിന്നും." ജൂലിയൻ പറയുന്നതിൽ പൂർണ്ണമായി ലയിച്ചു കൊണ്ട് ഞാൻ കൂട്ടിച്ചേർത്തു.

"ശരിയാണ്, കാതറിൻ. വ്യക്തിപരമായ സമൂഹമായും സ്വയം സംതൃപ്തി കൈവരിക്കുന്ന ഒരിടമായും കുടുംബത്തെ കാണാൻ തുടങ്ങുക. അതിലൂടെ കൂടുതലായി സ്വയം മനസ്സിലാക്കാനും ഉൾക്കാഴ്ച, വിജ്ഞാനം, വിവേകം എന്നിവ വളർത്തിയെടുക്കാനും സാധിക്കുമെന്ന് തിരിച്ചറിയുക. മനുഷ്യത്വത്തെ വർദ്ധിപ്പിക്കാനും ആന്തരികമായ ശക്തിയെ പ്രത്യക്ഷപ്പെടുത്താനും കുടുംബത്തിലൂടെ നിങ്ങൾക്ക് സാധിക്കും. *ജീവിത നേതൃത്വം തുടങ്ങുന്നത് വീട്ടിൽ നിന്നുമാണെന്ന* ആശയം നിന്നോട് പങ്കുവെയ്ക്കാനാണ് ഞാൻ ശ്രമിക്കുന്നത്. നിങ്ങളുടെ അടിത്തറ കുടുംബമാണ്. റോക്കറ്റ് വിക്ഷേപണം പോലെയാണത്. സുരക്ഷിതവും. മികച്ച ക്രമീകരണവുമുണ്ടെങ്കിൽ സങ്കല്പിക്കാനാകാത്ത ഉയരങ്ങളിലേക്ക് നിങ്ങൾക്ക് കുതിക്കാം."

"ശരി, അതിനുള്ള തുടക്കമെവിടെ നിന്നാണ്?"

"ബ്രേവ്ലൈഫ് ഡോട്ട് കോം ഉൾപ്പെടുന്ന മറ്റു സംഘടനകൾ നിന്റെ കുടുംബത്തിൽ നിന്നും വ്യത്യസ്തമല്ലെന്ന തിരിച്ചറിവിൽ നിന്നും."

"ശരിക്കും?"

"അതെ, സമാന്തരങ്ങൾ വ്യക്തമാണ്. നിന്റെ കമ്പനിയ്ക്കും കുടുംബത്തിനും അവരവരുടെതായ സംസ്കാരങ്ങളാണുള്ളത്, അല്ലേ?"

"ശരി, ബ്രേവ്ലൈഫ് ഡോട്ട് കോമിന് അതിന്റേതായ സംസ്കാരമുണ്ട്. ഞങ്ങൾക്ക് ഞങ്ങളുടേതായ വസ്ത്രധാരണ രീതിയുണ്ട്. ഞങ്ങൾ പാലിക്കുന്ന നിയമങ്ങളുണ്ട്. പ്രത്യേക രീതിയിലുള്ള പെരുമാറ്റച്ചട്ടങ്ങൾ വരെയുണ്ട്. അതാണ് ഈ മേഖലയിലെ മറ്റു കമ്പനികളിൽനിന്നും ഞങ്ങളെ വ്യത്യസ്തരാക്കുന്നതും."

"അതിൽ നിന്നും നിങ്ങളുടെ കുടുംബത്തിനെന്തെങ്കിലും വ്യത്യാസമുണ്ടോ?"

"ഇല്ല, അതെക്കുറിച്ച് ചിന്തിച്ചാൽ ഇല്ലയെന്ന് തന്നെ പറയാം. വീട്ടിലും ഞങ്ങൾക്കൊരു സംസ്കാരമുണ്ടെന്നാണ് എനിക്ക് തോന്നുന്നത്. ചില നിബന്ധനകളും, മൂല്യങ്ങളും ഓരോ കാര്യങ്ങൾ ചെയ്യുന്ന രീതിയും അങ്ങനെയെല്ലാം."

"അതെ. മറ്റു സംസ്കാരങ്ങളെയും സംഘടനകളെയും പോലെ വളരണമെങ്കിൽ ഒരു കാര്യമുണ്ടാകണം."

"ഒരു സ്വേച്ഛാധികാരിയാണോ?" ഞാനൊരു ചിരിയോടെ മറുപടി കൊടുത്തു.

"അനിയത്തി അടുത്തെത്തിയെങ്കിലും സത്തയുണ്ടായില്ല. പക്ഷെ, ഞാനതിലെ ഹാസ്യത്തെ അംഗീകരിക്കുന്നു. ഏതൊരു കുടുംബ സംസ്കാരത്തിനും മഹത്വവും ഊർജ്ജസ്വലതയും വേണമെങ്കിൽ നേതൃത്വം വേണം."

"നേതൃത്വമൊ? വീട്ടിലോ കുടുംബത്തിലോ അത് അത്യാവശ്യമാണെന്ന് എനിക്കിതു വരെ തോന്നിയിട്ടില്ല."

"ബ്രേവ്ലൈഫ് ഡോട്ട് കോം. ഇത്രയ്ക്കൊരു മഹാവിജയമായതെങ്ങനെയാണ്?" ജൂലിയൻ ചോദിച്ചു. "ഞാൻ സൂചിപ്പിച്ചത്, ന്യൂഡൽഹിയിലെ പ്രശസ്തനായൊരു മാസികയിൽ ഞാൻ കണ്ട മുഖചിത്രം നിന്റേതായിരുന്നുവന്നൊണ്!"

"അത് പ്രാഥമികമായി നല്ലൊരു ഭരണസമിതി കാരണമായിരിക്കണം."

"അല്ല. അത് മികച്ച നേതൃത്വം കൊണ്ടാണ്, കാതറിൻ. നീയും നിന്റെ പങ്കാളികളും ബാക്കി ഭരണനിർവാഹക അംഗങ്ങളെയും മാത്രമല്ല ഞാനുദ്ദേശിച്ചത്. കമ്പനിയിലുള്ള *എല്ലാവരും* കമ്പനിയുടെ വിജയത്തിന്റെ ഉടമസ്ഥതയും ഉത്തരവാദിത്വവുമേറ്റെടുത്തു. അവർക്കു വേണ്ടി വരച്ചു കൊടുത്ത ദൃശ്യത്തിലേക്ക് സകലരും പ്രതിബദ്ധതയും വിശ്വാസ്യതയും അർപ്പിച്ചു. അതുകൊണ്ട് നിന്റെ കമ്പനി ലാഭത്തിലേക്ക് കുതിച്ചു. ഇതുതന്നെ വീട്ടിലും പ്രായോഗികമാണ്. കുടുംബത്തിലേക്ക് നേതൃത്വം കൊണ്ടുവന്ന്, സംസ്കാരത്തിലേക്ക് സംഭാവന ചെയ്യാനെല്ലാവരെയും പ്രചോദിപ്പിക്കണം. കുടുംബമെങ്ങനെയാകണമെന്നതിന്റെ ശോഭമാനമായ ഭാവി ദൃശ്യം സൃഷ്ടിച്ചെടുത്ത് ജോണും മക്കളുമായി ആ നിർബന്ധിത ലക്ഷ്യം നീ പങ്കുവെയ്ക്കണം. അവർക്ക് ആവേശം തോന്നുന്നതും ഹൃദയത്തെ ഉപയോഗപ്പെടുത്തുന്നതുമായ രീതിയിൽ വേണം അത് ചെയ്യാൻ. എങ്കിൽ മാത്രമേ നിന്റെ കുടുംബം അതിന്റെ ഏറ്റവും ഉയർന്ന തലത്തിലെത്തൂ."

"ജൂലിയൻ, അതു പക്ഷെ നിനക്ക്പോലും പ്രായോഗികമല്ലെന്ന് തോന്നുന്നു. ഞാനുദ്ദേശിച്ചത്, ജോൺ ബിസിനസ്സിന്റെ തിരക്കിലാണ്. കുട്ടികളെപ്പോഴുമെന്തെങ്കിലും ചെയ്തുകൊണ്ടിരിക്കുകയായിരിക്കും. പിന്നെ ഞാൻ ആഗ്രഹിക്കുന്ന മാതൃക

കുടുംബത്തിന്റെ ദൃശ്യത്തിലേക്ക് ഞാനവരെ എങ്ങനെ കൊണ്ടു വരാനാണ്? വീട്ടിലെ നേതാക്കന്മാരായി അവനെ അഭിനയിപ്പിച്ച് തുടങ്ങുവാൻ ഞാൻ എന്താണ് ചെയ്യേണ്ടതെന്ന് കൂടി വല്യേട്ടൻ പറഞ്ഞു തന്നാലും."

"അതെളുപ്പമാണ്." മറുപടി പെട്ടെന്നായിരുന്നു. "ആദ്യം *നീ* നേതൃത്വപാടവം കാണിക്കണം. ജീവിതത്തിൽ കാണണമെന്നാ ഗ്രഹിക്കുന്ന മാറ്റം ആദ്യം നിന്നിലുണ്ടാവണമെന്നാണ് ഗാന്ധി പറഞ്ഞത്. മാതൃകാമാർഗദർശിയാകുക, ജോണും മക്കളും പിന്തുടർന്നോളുമെന്ന് ഞാൻ ഉറപ്പ് നല്കുന്നു."

"ശരിക്കും?"

"അതെ. മറ്റുള്ളവരെല്ലാവരും മാറണമെന്ന് ആഗ്രഹിക്കുന്ന സകലരുടെയും ലോകത്തിലാണ് നാം വസിക്കുന്നത്. സ്വന്തം പ്രശ്നങ്ങൾക്ക് നാം സർക്കാരിനെ പഴിക്കുന്നു. സംഘർഷങ്ങൾക്ക് നമ്മൾ മേധാവിയിൽ കുറ്റം കാണുന്നു. ദുരിതങ്ങൾക്ക് ഗതാ ഗതത്തെ പഴിചാരുന്നു. സ്വന്തം ദൗർബല്യങ്ങളെ അഭിമുഖീകരി ക്കാൻ ധൈര്യം ഒരിക്കലും കാണിക്കാതെ സകല കുറ്റവും മറ്റുള്ള വരുടെ ചുമലിൽ ചാരി രക്ഷപ്പെടുകയെന്നത് ജീവിതം നയിക്കാ നുള്ള നല്ല മാർഗമാണ്. പക്ഷെ ശക്തിഹീനമായ ഒരുവനാകാ നുള്ള വഴിയാണെന്ന് മാത്രം. അത് ശരിക്കും ഭീരുത്വമാണ്. *ദി റോഡ് ലെസ്സ് ട്രാവൽഡ്* എഴുതിയ എം.സ്കോട്ട് പെക്ക് ഇങ്ങനെ യാണ് പറഞ്ഞത്: സ്വന്തം പെരുമാറ്റത്തിന്റെ ഉത്തരവാദിത്വമേ റ്റെടുക്കാൻ കഴിയാതെ വരുമ്പോൾ നമ്മളത് മറ്റേതെങ്കിലും വ്യക്തി യുടെയോ സംഘടനയുടെയോ വസ്തുവിന്റേയോ തലയിൽ വെയ്ക്കാൻ ശ്രമിക്കും. പക്ഷെ അതിനർത്ഥം സ്വന്തം ശക്തി നമ്മൾ ആ വസ്തുവിന് നല്കുന്നുവെന്നാണ്."

ജൂലിയന്റെ ശബ്ദം ഉച്ചത്തിലായി തുടങ്ങി. അവന്റെ ദൃഢ വിശ്വാസങ്ങളുടെ തീവ്രത ഉപരിതലത്തിൽ പതഞ്ഞുപൊങ്ങുന്നത് ഞാനറിഞ്ഞു. ഭരണസമിതിയുടെ മുറികളിലൊന്നിലേക്ക് ഞങ്ങൾ നടന്നു. ചൈതന്യമുറ്റ തന്റെ പാഠങ്ങൾ ജൂലിയൻ തുടർന്നു. "ശരി യായ സന്ദേശം ഇതാണ്, കാതറിൻ. മറ്റുള്ളവരിലേക്ക് നമ്മളെ ന്തെങ്കിലും കുറ്റമോ ഉത്തരവാദിത്വമോ ചാർത്തുമ്പോൾ ആ പ്രശ്നത്തെ നിയന്ത്രിക്കാനുള്ള കഴിവ് നമുക്കില്ലയെന്നാണ് അവശ്യമായും നമ്മൾ പറയുന്നത്. നമുക്ക് അക്കാര്യത്തിൽ തീരു മാനമൊന്നുമില്ലെന്നും അതിന്റെ ഫലത്തെ സ്വാധീനിക്കാനുള്ള കഴിവില്ലെന്നുംകൂടി നമ്മൾ പറഞ്ഞുവെയ്ക്കുന്നു. അതുകൊണ്ട് പെക്ക് പറയുന്നതുപോലെ മറ്റുള്ളവരെ കുറ്റപ്പെടുത്തുമ്പോൾ നമ്മൾ സ്വന്തം ശക്തി അവർക്ക് നല്കുന്നു. എനിക്കൊന്നും

മെച്ചപ്പെടുത്താൻ സാധിക്കില്ല, അവയ്ക്ക് മാത്രമെ അതിനു കഴിയൂവെന്ന് പറയുമ്പോൾ എന്റെ ജീവിതസാഹചര്യങ്ങളെ കൈകാര്യം ചെയ്യാനെനിക്ക് കഴിയില്ല, അത് മറ്റുള്ളവർക്ക് കഴിയൂവെന്ന് പറയുന്നതിന് തുല്യമാണ്. അത്തരം ഹാനികരമായ ചിന്ത താഴോട്ടു വളഞ്ഞു കിടക്കുന്ന വഴിയിലൂടെ കൊണ്ടുപോയി ഒന്നിമില്ലാത്തിടത്ത് നിങ്ങളെയെത്തിക്കും."

"ഞാനത്തരത്തിൽ ഇതുവരെ ചിന്തിച്ചിട്ടില്ല. മഹിമയുടെ വില ഉത്തരവാദിത്വമാണെന്ന് വിൻസ്റ്റൺ ചർച്ചിൽ പറയാറുണ്ടായിരുന്നുവെന്ന് ഈയടുത്താണ് ഞാൻ വായിച്ചത്. അദ്ദേഹമെന്താണുദ്ദേശിച്ചതെന്ന് ഇപ്പോഴെനിക്ക് ശരിക്കും മനസ്സിലാകുന്നു."

"നോക്കൂ, അനിയത്തി, ദിനാന്ത്യം, ഒരു പ്രത്യേക സാഹചര്യത്തോടുള്ള പ്രതികരണത്തെ തിരഞ്ഞെടുക്കാനുള്ള ശക്തിയാണ് നമ്മളെ മനുഷ്യരാക്കുന്നത്. കച്ചവടത്തിൽ നഷ്ടം സംഭവിച്ചയൊരാൾ അതിനെ വലിയൊരു ജീവിതപാഠമായി കണ്ട് കൂടുതൽ വലിയൊരു കച്ചവടം കെട്ടിപ്പടുക്കാനുള്ള ബുദ്ധിയും സന്നദ്ധതയും നേടുന്നു. അല്പവിവേകിയായ മറ്റൊരാൾക്ക് ഗതാഗതക്കുരുക്കിൽപ്പെട്ടതിന് അമർഷം തോന്നുന്നു. നിങ്ങൾ ആരാണെന്നൊ പശ്ചാത്തലമെന്തെന്നൊ കാര്യമാക്കാതെതന്നെ നിങ്ങളുടെ ജീവിത അനുഭവങ്ങളെ വ്യാഖ്യാനിക്കാനുള്ള ശക്തി നിങ്ങൾക്കിപ്പോഴുമുണ്ട്. നമുക്കെന്താണോ സംഭവിക്കുന്നത് അതിനെ വ്യാഖ്യാനിക്കാനുള്ള വഴി തിരഞ്ഞെടുക്കുന്നതിനുള്ള കഴിവാണ് ഏറ്റവും വലിയ മാനുഷികമായ വരപ്രസാദം. അതുകൊണ്ട് നിങ്ങളുടെ സ്ഥിതി മറ്റുള്ളവർ മെച്ചപ്പെടുത്തിത്തരുമെന്ന് പ്രതീക്ഷിക്കേണ്ട. ഉത്തമമായ വഴി തിരഞ്ഞെടുത്ത് അതിലൂടെ മുന്നേറുക. ആവശ്യമുള്ള മാറ്റങ്ങൾ വരുത്തുക. അവസാനം കുടുംബാംഗങ്ങളും നിങ്ങളെ പിന്തുടരുമെന്നെനിക്ക് ഉറപ്പ് തരാൻ കഴിയും."

"ശരി." മൃദുലമായ തുകൽ കസേരയിൽ ചാരിയിരുന്നുകൊണ്ട് ജൂലിയൻ മോചിപ്പിച്ചിരുന്ന സകല അറിവും സംഗ്രഹിക്കാൻ ശ്രമിച്ചു കൊണ്ട് ഞാൻ പറഞ്ഞു. "അതുകൊണ്ട് വീട്ടിൽ സാമൂഹികാവബോധം വളർത്തിയെടുക്കാൻ ഞാനവിടെയൊരു നേതാവാകണം?"

നിസ്സംശയമായും കൂൺകൂട്ടത്തിലെ വർണ്ണപുഷ്പംപോലെ അത്യന്താധുനികമായ മുറി തനിക്ക് ചേരുന്നില്ലയെന്ന മട്ടിൽ തന്റെ മനോഹരമായ സന്യാസി വേഷത്തിന്റെ കൈകൾ നേരെയാക്കി കൊണ്ട് അവൻ മറുപടി പറഞ്ഞു.

"മറ്റുള്ളവർ മാറുമെന്ന് പ്രതീക്ഷിക്കുന്നതിന് മുമ്പ് ഞാൻ മാറണം. മാന്യമായി പെരുമാറാൻ കുട്ടികളോട് അലറുന്നതിന് പകരം ഞാനത് ശീലിക്കണം. മുറി വൃത്തിയാക്കാൻ അവരോട് പറയുന്നതിനേക്കാൾ വീട്ടിലെ ഓഫീസ് മുറി ഞാൻ ക്രമീകരിക്കുന്നതാണ് നല്ലത്. വീട്ടിലെ ജീവിതം കൂടുതൽ രസകരവും വികാരാധീനവുമാക്കാൻ വേണ്ടി ജോണിനെ നിരന്തരം ശല്യപ്പെടുത്തുന്നതിനു പകരം അതിനുള്ള മുൻകൈ ഞാനെടുക്കണമെന്നാണ് എനിക്ക് തോന്നുന്നത്. കുടുംബസംസ്കാരത്തിന്റെ മാറ്റത്തിനുള്ള രാസത്വരകമായി ഞാൻ മാറണം."

"അതെ." ജൂലിയൻ ഒറ്റവാക്കിൽ മറുപടി പറഞ്ഞു. *"കുട്ടികൾ വളരുമ്പോൾ എങ്ങനെയുള്ളവരാകണമെന്ന് നിങ്ങളാഗ്രഹിക്കുന്നുവോ അതുപോലുള്ളൊരു വ്യക്തിയായി സ്വയം മാറുകയെന്നതാണ് അവരെ പ്രചോദിപ്പിക്കാനുള്ള ഏറ്റവും നല്ല മാർഗം.* എല്ലാ കുട്ടികളും, പ്രത്യേകിച്ചും പോർട്ടറും സരിതയും വിശ്വസിക്കുന്നത് അവരുടെ അച്ഛനമ്മമാർ പ്രവർത്തിക്കുന്ന രീതിയാണ് ശരിയെന്നാണ്. നിങ്ങളുടെ മൂല്യങ്ങളും വിശ്വാസങ്ങളും അവരുടേതുമാകും. നിങ്ങളുടെ നിഷേധാത്മകമായ മാതൃക അവരുടേതായി മാറും. നിങ്ങളുടെ ഓരോ ചലനവും കുട്ടികൾ നിരീക്ഷിച്ചു കൊണ്ടിരിക്കുകയാണെന്ന് ഓർക്കുക. നിങ്ങളുടെ ഓരോ പ്രവൃത്തിയും വാക്കും അവരിൽ വലിയ സ്വാധീനമൊന്നും ചെലുത്തില്ലെന്നാണ് കരുതുന്നതെങ്കിൽ നിങ്ങൾ സ്വയം കബളിപ്പിക്കുകയാണ്. *ശ്രേഷ്ഠമായ സമയവും കൂടാതെ നിങ്ങൾക്ക് മക്കൾക്ക് നല്കാവുന്ന രണ്ടാമത്തെ മികച്ച സമ്മാനം നല്ലൊരു മാതൃകയുമാണെന്ന് കാതറിൻ ഓർക്കുക."*

"അതൊരു മനോഹരമായ ഉൾക്കാഴ്ച തന്നെയാണ്, ജൂലിയൻ."

"എന്നെ വളരെയധികം വിഷമിപ്പിച്ചയൊരു വാർത്ത ഞാൻ അടുത്തിടെ വായിച്ചു, അത് നിനക്കറിയാമോ?"

"എന്തായിരുന്നുവത്?"

"ശരാശരി കണക്ക് പ്രകാരം തെക്കെ അമേരിക്കയിലെ കുട്ടികൾ അഞ്ചുമണിക്കൂറോളം ദിവസവും ടെലിവിഷന് മുമ്പിൽ കഴിയുമ്പോൾ മാതാപിതാക്കൾക്കൊപ്പം അവർ തങ്ങളുടെ ഉൽകൃഷ്ടസമയത്തിന്റെ അഞ്ചു മിനിറ്റ് മാത്രമാണ് ചിലവിടുന്നത്. ദേശീയ ശൃംഖലകളിലെ പരിപാടിയുടെ സംവിധായകരുടെ മേലാണ് പല മാതാപിതാക്കളും അവരുടെ മക്കളെ വളർത്തി

കൊണ്ടു വരുന്നതിന്റെ ഉത്തരവാദിത്വമേല്പിക്കുന്നത്. എന്നെ സംബന്ധിച്ചിടത്തോളം അതൊരു കുറ്റകൃത്യമാണ്."

"അപ്പോൾപ്പിന്നെ എനിക്ക് എങ്ങനെയാണ് കുടുംബ നേതൃത്വമേറ്റെടുക്കാൻ കഴിയുക? വീട്ടിൽ ശരിക്കൊരു നേതാവായി മാറി വിചിത്രമായ ഈ പുതിയ ലോകത്ത് നമ്മൾ കൊതിക്കുന്ന സാമൂഹികാവബോധം എങ്ങനെ സൃഷ്ടിച്ചെടുക്കാൻ കഴിയും?"

"അതിനാദ്യം ചെയ്യേണ്ടത് കണ്ണുകൾ തുറന്നു വെയ്ക്കുക യെന്നതാണ്"

"എന്ത്?"

"കാഴ്ചശക്തിയുണ്ടായിട്ടും കാണാൻ കഴിയാത്തവരാണ് ഈ ലോകത്തിൽ ഏറ്റവുമധികം സഹതാപമർഹിക്കുന്നതെന്ന് ഹെലൻ കെല്ലർ നന്നായി പറഞ്ഞുവെച്ചു. *യാതൊരു ദിശാബോധവുമില്ലാതെയാണ് ഭൂരിപക്ഷം മാതാപിതാക്കളും ദിവസം ചിലവിടുന്നത്. തങ്ങളുടെ ആഗ്രഹത്തിനൊത്ത് ജീവിക്കുന്നതിന് പകരമെല്ലാം ശരിയാകുമെന്ന് കരുതി അവർ സാന്ദർഭികമായി ജീവിക്കുന്നു.* പക്ഷെ ജീവിതം അങ്ങനെയല്ലെ. യാദൃശ്ചികമായ സംഭവങ്ങളിൽ ജീവിക്കുകയും, എല്ലാം നേരെയാകണമെന്ന് പ്രാർത്ഥിക്കുകയും കുട്ടികൾ സ്വയം നന്നാകുമെന്ന് കരുതുകയും ചെയ്യുന്നത് ജീവിതംകൊണ്ട് റഷ്യക്കാരുടെ റൂളറ്റ് കളിക്കുന്നത് പോലെയാണ്."

"ആ ചിന്തയെന്നെ ഭയപ്പെടുത്തുന്നു." ജൂലിയന്റെ പ്രബന്ധാവതരണത്തിൽ തന്നെ ശ്രദ്ധ കേന്ദ്രീകരിച്ച ഞാൻ നിരീക്ഷിച്ചു.

"ദിവസവും ഒരേ കാര്യങ്ങൾ ചെയ്യുകയും വ്യത്യസ്തമായ ഫലങ്ങൾ പ്രതീക്ഷിക്കുകയും ചെയ്യുന്നതാണ് ഉന്മാദത്തിന്റെ നിർവ്വചനമെന്നാരോ പറഞ്ഞിട്ടുണ്ട്."

"ശരിയാണ്, കളിക്കളത്തിലേയ്ക്കിറങ്ങുക. എന്നിട്ട് ജീവിത നൗകയുടെ നിയന്ത്രണമേറ്റെടുക്കുക. മനുഷ്യന്റെ ദൗത്യം ലളിതമാണ്. തന്റെ അസ്തിത്വം ചിന്താശൂന്യമായ അപകടമാകുന്നത് അവൻ തടയണമെന്നത് നീഷെ മനോഹരമായി പറഞ്ഞുവെച്ചു."

"ലിംഗഭേദത്തെ വിട്ടുകളയാം." ഞാൻ പറഞ്ഞു.

"ഞാനും അത് വിട്ടുകളയും. കാരണം അയാളുടെ പാഠം വളരെ നല്ലതാണ്. അഞ്ചുവർഷങ്ങൾക്ക്ശേഷം ജീവിതമെങ്ങനെയിരിക്കുമെന്ന് അറിയണമെങ്കിൽ നിങ്ങളുടെ സ്വഭാവമോ ചിന്താ

രീതികളോ അടിയുറച്ച വിശ്വാസങ്ങളൊന്നും മാറ്റുകയില്ലെന്ന് ഉറപ്പിക്കുക. ഇന്നുള്ളതു പോലെ മനോഹരമായ ജീവിതമന്നുമുണ്ടാകുമെന്ന് അഞ്ച് വർഷങ്ങൾക്ക് ശേഷം നിങ്ങൾ തിരിച്ചറിയും."

"അതെനിക്കിഷ്ടപ്പെട്ടില്ല." ഞാൻ സത്യസന്ധമായി പറഞ്ഞു.

"നമ്മുടെ കുടുംബത്തിന്റെ ഭാവിയെക്കുറിച്ച് ഇനിയും വിപുലമായ സ്വപ്നങ്ങളെനിക്കുണ്ട്. മക്കളുമായി എനിക്ക് കൂടുതൽ ഉല്ലസിക്കണം. ശക്തരും ബുദ്ധിമാന്മാരും സ്വന്തം കാലിൽ നില്ക്കാൻ ത്രാണിയുള്ളവരുമായി അവർ വളരണം. കൂടുതൽ സ്നേഹവും അടുപ്പവും ഞാനും ജോണും തമ്മിലുണ്ടാകണം. ഊഷ്മളതയും വളർച്ചയും സന്തോഷവുമെല്ലാമുള്ള ശ്രേഷ്ഠമായൊരിടമായി ഞങ്ങളുടെ വീടിനെ ഞാൻ സ്വപ്നം കാണുന്നു. പുറംലോകത്തിന്റെ പരുക്കൻ ഭാവങ്ങളിൽ നിന്നും ഞങ്ങളെ സംരക്ഷിക്കുന്ന അഭയസ്ഥാനമായിരിക്കണം അത്."

"സമ്മതിക്കുന്നു, കാതറിൻ, പക്ഷെ നിന്റെ കുടുംബജീവിതം മെച്ചപ്പെടണമെങ്കിൽ നിനക്ക് ലോകത്തെക്കുറിച്ചുള്ള കാഴ്ചപ്പാട് മാറണം. ഭാവനയുടെ തിരശ്ശീലയിൽ നീയാഗ്രഹിക്കുന്ന കുടുംബസംസ്കാരത്തിന്റെ ചിത്രം നിർബന്ധമായും സൃഷ്ടിച്ചിരിക്കണം. മനസ്സിലെ ആശയത്തിന് ആകർഷണീയമായ വ്യക്തതയും സൂക്ഷ്മതയും നല്കണം. എന്നിട്ടവസാനം നീയത് കടലാസ്സിലാക്കണം."

"എന്തിന്?"

"കുടുംബത്തിന്റെ ഭാവിയെക്കുറിച്ചുള്ള ദർശനം കടലാസ്സിലർപ്പിക്കുമ്പോൾ അതൊരു സമ്മതപത്രമാകുന്നു."

"ശരിക്കും?" ഞാൻ ആശ്ചര്യപ്പെട്ടു.

"തീർച്ചയായും, സഹോദരി. അതൊരു പ്രതിജ്ഞയൊ സ്വയമുണ്ടാക്കിയെടുക്കുന്ന നിർബന്ധിതയൊ ഉടമ്പടി പോലെയാകുന്നു. നമ്മളുള്ള അവസ്ഥകളെക്കുറിച്ച് നാം സ്വയമുണ്ടാക്കിയെടുത്തിട്ടുള്ള ഉടമ്പടികളാണ് വിശ്വാസങ്ങൾ. സ്നേഹം പ്രകടിപ്പിക്കാനായി കുട്ടികളെ പലപ്പോഴും കെട്ടിപ്പുണരാൻ സമയം ലഭിക്കാറില്ലെന്ന് ചിലർ ധരിക്കുന്നു. അങ്ങനെ ചെയ്യുമ്പോൾ അത്തരം വസ്തുതയെ ന്യായീകരിക്കാൻ അവർ സ്വയം ഉടമ്പടിയുണ്ടാക്കിയിരിക്കുകയാണ്. ഭൂതകാലം പ്രയാസകരമായതുകൊണ്ട് മഹത്തായൊരു ജീവിതം തങ്ങൾക്കിനിയുണ്ടാകില്ലെന്ന് മറ്റു ചിലർ വിശ്വസിക്കുന്നു. ആ വസ്തുതയിലേക്ക് പിൻവാങ്ങി ജീവിക്കാനുള്ള ഉടമ്പടി സ്വയമേവ തന്നോടുതന്നെ അവരുണ്ടാക്കിയെടുത്തിരിക്ക

യാണ്. കാതറിൻ, സ്വയം നമ്മളോട് തന്നെയുണ്ടാക്കുന്ന ഉടമ്പടികൾ അതിശക്തമാണ്."

"നമ്മുടെ വിശ്വാസങ്ങളെക്കുറിച്ച് ഞാൻ ഇത്തരത്തിൽ ചിന്തിച്ചിട്ടില്ല, ജൂലിയൻ."

"നീയെന്തു ചെയ്യണമെന്ന് കേട്ടോളൂ. കുടുംബജീവിതം എങ്ങനെയാകണമെന്ന് നിനക്കറിയാം. അവിടെ ചെന്നെത്തിക്കാനെന്തു ചെയ്യണമെന്നതിലേക്ക് നീ സ്വയം സമർപ്പിച്ചും കഴിഞ്ഞു."

"ശരിയാണ്."

"ഇനിയൊരു കുടുംബദർശന ഉടമ്പടിയുണ്ടാക്കുകയാണ് വേണ്ടത്. ദിവസമെങ്ങനെ ചിലവഴിക്കണമെന്നും സമയത്തെ നിക്ഷേപിക്കണമെന്നുള്ള ബുദ്ധിപരമായ തീരുമാനങ്ങളെടുക്കാൻ നിങ്ങളെ സഹായിക്കുന്ന മാർഗ്ഗദർശിയാകുമത്. ശരിക്കും മൂല്യവത്തായ കാര്യത്തിൽ ശ്രദ്ധ കേന്ദ്രീകരിച്ചു നിർത്താൻ നിങ്ങളെ സേവിക്കുന്ന പ്രതിജ്ഞാവാചകമായിരിക്കും."

"അപ്പോളീ കുടുംബദർശന ഉടമ്പടിയുണ്ടാക്കി അതെഴുതിവെച്ചാലെനിക്ക് സന്ദർഭങ്ങൾക്കനുസൃതമായി ജീവിക്കാതെ എന്റെ താല്പര്യങ്ങൾക്ക് അനുസരിച്ച് ജീവിതം നയിക്കാൻ സാധിക്കുമോ? ജൂലിയൻ വെളിപ്പെടുത്തി കൊണ്ടിരിക്കുന്ന നയത്തിൽ സത്യമായും അദ്ഭുതം കൂറിക്കൊണ്ട് ഞാൻ ചോദിച്ചു."

"സാധിക്കും. നിന്റെ വിധിയുടെ നിയന്ത്രണം സ്വന്തം കൈകളിലാകും. നിന്റെയാ ഉടമ്പടി പ്രക്ഷുബ്ധമാണെങ്കിലും സമാധാനത്തിന്റെയും സ്നേഹത്തിന്റെയും സ്ഥാനമായ നിന്റെ വീട്ടിലേയ്ക്ക് എപ്പോഴും നിന്നെ നയിക്കാനുള്ള ദീപസ്തംഭമായി വർത്തിക്കും. അത് നിനക്ക് പ്രതീക്ഷയും വരാൻ പോകുന്ന മെച്ചപ്പെട്ട കാര്യങ്ങളെക്കുറിച്ച് വിപുലമായൊരു പ്രതിജ്ഞാബദ്ധതയും നല്കും. കൂടാതെ നിന്നെയും നിന്റെ കുടുംബത്തെയും സംരക്ഷിക്കുകയും ചെയ്യും."

"സംരക്ഷിക്കുകയോ?"

"അതെ. കുടുംബത്തിന്റെ ഭാവിയ്ക്കെന്തൊക്കെയാണ് വേണ്ടതെന്ന് അറിഞ്ഞു കഴിഞ്ഞാൽ നമ്മുടെ ജീവിതത്തിലേക്ക് നുഴഞ്ഞു കയറാൻ ശ്രമിക്കുന്ന നിഷേധാത്മക സ്വാധീനങ്ങളിൽ നിന്നുമൊക്കെ നിന്നെയത് സംരക്ഷിച്ചോളും. ചിന്തകൾക്ക് സ്ഫടിക വ്യക്തത ലഭിക്കുമ്പോൾ കുടുംബത്തിന്റെ ഭാവിയെക്കുറിച്ചുള്ള വീക്ഷണത്തിന് നീ സ്വയം സമർപ്പിച്ചു കഴിഞ്ഞു. അതോടെ മറ്റുള്ളവരുടെ അഭിപ്രായങ്ങളൊന്നുമല്ലാതാകും.

മാതൃക കുടുംബമെങ്ങനെയായിരിക്കണമെന്ന് അനുശാസിക്കുന്ന ടെലിവിഷൻ പരസ്യങ്ങൾക്ക് നിന്റെ മേൽ നിയന്ത്രണമില്ലാതാകും. അയൽക്കാരോടും സഹപ്രവർത്തകരോടുമൊപ്പം പിടിക്കാനുള്ള ആവശ്യകത വഴിയോരത്ത് അടർന്നു വീഴും. നിനക്കും നിന്റെ കുടുംബത്തിനും അങ്ങനെ *മോചനം* ലഭിക്കും. കുടുംബജീവിതം നയിക്കാനുള്ള ബുദ്ധിപരവും വിവേകപൂർണ്ണവുമായ വഴിയിലേക്ക് നീ ഉയർത്തപ്പെടും."

"കുട്ടികൾ സ്വതന്ത്രരാകുമെന്നത് എന്നെ സന്തോഷിപ്പിക്കുന്നു, ജൂലിയൻ." ബിസിനസ്സിലെ വിജയത്തിന് സ്വതന്ത്രമായ ചിന്തകൾ അവശ്യമായ ഘടകമാണെന്ന് *ഫാസ്റ്റ് കമ്പനി* മാസികയിൽ അടുത്തയിടെ ഓക്ക്‌ലി സൺഗ്ലാസ്സിന്റെ ഉപാദ്ധ്യക്ഷനായ കോളിൻ ബാഡൻ പറഞ്ഞതായി എഴുതിയിരുന്നു.

"ഓ, എനിക്കാ മാസിക വലിയ ഇഷ്ടമാണ്." ജൂലിയൻ ഇടയ്ക്ക് കയറി.

"*ഫാസ്റ്റ് കമ്പനി* നീ വായിക്കാറുണ്ടോ?"

"അത് വായിക്കാൻ നല്ലതാണ്. എനിക്ക് അറിവിനോട് ആർത്തിയാണെന്ന് ഞാൻ പറഞ്ഞില്ലേ?"

"എന്തായാലും ശരി." ഞാൻ തുടർന്നു. ഒരു കാര്യം പ്രത്യേക രീതിയിൽ ചെയ്തു കൊണ്ടിരിക്കുന്നുവെന്നതുകൊണ്ട് നിങ്ങളും അതുപോലെ ചെയ്യുകയാണെങ്കിൽ ചിലപ്പോൾ അതു തെറ്റായൊരു മാർഗ്ഗമായേക്കാമെന്നാണ് ആ മുതിർന്ന ഉദ്യോഗസ്ഥൻ പറഞ്ഞുവെച്ചത്. ഇന്നത്തെ കാലത്ത് ബിസിനസ്സിൽ വിജയിക്കണമെങ്കിൽ സ്വതന്ത്രമായൊരു ചിന്താഗതി വേണമെന്ന കാര്യം ആ വാക്കുകളിലൂടെ ഹൃദയത്തിൽ തറയ്ക്കുന്നതുകൊണ്ട് എനിക്കത് ഇഷ്ടപ്പെട്ടു."

"ഇപ്പോൾ ജീവിതത്തിലും അങ്ങനെ തന്നെയാണ്. അതുകൊണ്ട് കുടുംബ ദർശന ഉടമ്പടിയുണ്ടാക്കാനുള്ള ധൈര്യം സംഭരിച്ചശേഷം മനസ്സ് പറയുന്നത് അനുസരിച്ച് കാര്യങ്ങൾ ചെയ്യുക."

"ജോണിന്റെ മനസ്സ് പറയുന്നതും..." ഞാൻ പെട്ടെന്ന് തടസ്സപ്പെടുത്തി.

"ജോണിന്റെ മനസ്സെന്ന് പറയുന്നത് ധാർമ്മികമായി ശരിയാണ്. ഭാവിയിലെ കുടുംബജീവിതം എങ്ങനെയാകണമെന്ന വീക്ഷണം ഉറപ്പിക്കുന്നത് കുടുംബത്തോടുള്ള നിന്റെ അർപ്പണബോധം വർദ്ധിപ്പിക്കാനും നല്ലൊരു മാർഗ്ഗമാണ്."

"എന്തുകൊണ്ട്?"

"കടലാസ്സിൽ സമർപ്പിച്ചിട്ടുള്ളത് ജീവിതത്തിലേക്കുമാണെന്ന് ഞാൻ തിരിച്ചറിഞ്ഞതുകൊണ്ട്."

ഞാൻ സമ്മതിക്കുന്നു. ആവേശത്തോടെ ഞാൻ മറുപടി പറഞ്ഞു. എനിക്കാവശ്യമുള്ള ഫലപ്രാപ്തിയെക്കുറിച്ച് കൂടുതൽ വ്യക്തത വേണമെന്ന് നിർബന്ധബുദ്ധിയുണ്ടായിരുന്നതുകൊണ്ടാണ് ഞാൻ ഔദ്യോഗിക ജീവിതത്തിൽ ശോഭിക്കാനുള്ള കാരണങ്ങളിലൊന്ന്. ഞാനോരോ തൊണ്ണൂറ് ദിവസത്തേയ്ക്കുള്ള ഔദ്യോഗിക ലക്ഷ്യങ്ങൾ എഴുതി വെയ്ക്കുകയും ദിവസവും അതു വായിക്കുകയും ചെയ്യുമായിരുന്നു. അതുകൊണ്ട് എന്റെ ശ്രദ്ധ കേന്ദ്രീകരിക്കാനും ശ്രദ്ധിക്കപ്പെടാതെ പോകുമായിരുന്ന അവസരങ്ങളെ പിടിച്ചടക്കാനും എനിക്ക് സാധിച്ചു."

"നന്നായി തന്നെ പറഞ്ഞു, കാതറിൻ. അത് തന്നെ കുടുംബ ജീവിതത്തിലും ചെയ്യുക. ഞാൻ പറയുന്നത്, കുടുംബദർശന ഉടമ്പടിയെടുത്ത് അത് നന്നായി വായിക്കുക. പ്രാധാന്യമുള്ളവയ്ക്ക് മുൻഗണന കൊടുത്ത് ലക്ഷ്യങ്ങളെ സൃഷ്ടിക്കുക. ഓരോ മുൻഗണനയ്ക്കും കാലപരിമിതിയും നിശ്ചയിക്കണം."

"ബ്രേവ്ലൈഫ് ഡോട്ട് കോമിന്റെ വിജയത്തിന് പിന്നിലെ തന്ത്രപരമായ ചിന്തയും അതു തന്നെയായിരുന്നു."

"വീട്ടിലും അത്തരത്തിലുള്ള ചിന്തകൾ നിനക്ക് കൂടുതൽ നേട്ടങ്ങളുണ്ടാക്കി തരും. ആളുകൾ ഔദ്യോഗികമായ ജീവിതം നിഷ്കർഷയോടെ ആസൂത്രണം ചെയ്യുമ്പോൾ വീട്ടിലെ കാര്യങ്ങൾ പോലെ ചെയ്യാത്തതെന്തു കൊണ്ടാണെന്ന് എനിക്ക് മനസ്സിലാകുന്നില്ല."

ജൂലിയൻ നിർത്തി. മേശപ്പുറത്തിരിക്കുന്ന പിച്ചള നിർമ്മിതമായ രൂപത്തിൽ വിരലുകളോടുമ്പോൾ അവൻ കൂടുതൽ ചിന്താമഗ്നനായി കാണപ്പെട്ടു. കുറച്ചു നിമിഷത്തേയ്ക്കു കൂടി താഴേയ്ക്ക് നോക്കിയശേഷം അവൻ തുടർന്നു, "കാതറിൻ, വലിയ നേതാക്കൾ മറ്റുള്ളവരെക്കാൾ ചിന്തിക്കുന്നവരായിരിക്കും. ഇടയ്ക്കിടെ മറ്റൊന്നിലും ഏർപ്പെടാതെ ഏകാന്തമായ ചിന്തയിൽ മുഴുകാനായി അവർ സമയം കണ്ടെത്തും. ഐൻസ്റ്റീൻ അങ്ങനെ ചെയ്യാറുണ്ടായിരുന്നതായി നിനക്കറിയാമോ?"

"ഇല്ല, എനിക്കറിയില്ല." ഞാൻ സമ്മതിച്ചു.

"നിശ്ശബ്ദമായി ഏതെങ്കിലും സ്ഥലത്തേയ്ക്ക് അദ്ദേഹം പിൻവാങ്ങും. ചിന്തിക്കാനുള്ള കസേരപോലും അദ്ദേഹത്തിനുണ്ടായിരുന്നുവെന്ന് ഞാൻ വായിച്ചിട്ടുണ്ട്. അതിലിരുന്നു കഴിഞ്ഞാൽപ്പിന്നെ ചിന്തിക്കുകയല്ലാതെ മറ്റൊന്നും അദ്ദേഹം ചെയ്യുകയില്ല."

"ഞങ്ങളുടെ ഏറ്റവും നല്ല കച്ചവടക്കാരനും അതുതന്നെയാണ് ചെയ്യുന്നത്." ഞാൻ പറഞ്ഞു. അവനെല്ലാ ആഴ്ചയിലും ഒരു ദിവസം അപ്രത്യക്ഷനാകുന്നുവെന്ന് തന്നെയാണ് അവനും പറയുന്നത്. പേജറും സെൽഫോണും ഓഫീസിൽവെച്ച് ആർക്കുമെത്തിപ്പെടാനാവാത്ത ഒരു സ്ഥലത്തേക്ക് അവൻ പോകുന്നു. ചെറിയ നോട്ട്പാഡും പെൻസിലും മാത്രമാണ് അവൻ കൂടെ കരുതുന്നത്. ആ ദിവസം മുഴുവനും അവൻ ചിന്തയിൽ മുഴുകുക മാത്രമാണ് ചെയ്യുന്നതും."

സൗമ്യമായ പുഞ്ചിരിയോടെ തലകുലുക്കി കൊണ്ട് ജൂലിയൻ പറഞ്ഞു. "എനിക്കാ പയ്യനെ ഇഷ്ടപ്പെടുമെന്നാണ് തോന്നുന്നത്."

"ഫലം കാണുന്നതുവരെ അവന് ഭ്രാന്താണെന്നാണ് ഞങ്ങൾ കരുതിയിരുന്നത്. തൊട്ടുനില്ക്കുന്ന എതിരാളിയെക്കാൾ അവന്റെ വില്പന അഞ്ചിരട്ടിയായിരുന്നു. അഞ്ചിരിട്ടി! അത് കൊണ്ടൊരു ദിവസം അവന്റെ പരിപാടി അറിയാൻ ഞാൻ അവനെ പിടിച്ചിരുത്തി. ആ ദിവസത്തെ അവൻ വിളിക്കുന്നത് തന്ത്രവൈദഗ്ദ്ധ്യദിനമെന്നാണ്. സ്വന്തം സ്വപ്നങ്ങളെക്കുറിച്ചും ഭാവിയെക്കുറിച്ചും അന്നവൻ ചിന്തിക്കും. മനസ്സിൽ അവയ്ക്ക് കൂടുതൽ വ്യക്തത കൈവരിക്കാനായി അവനത് കുറിച്ചിടും."

"*വൈദഗ്ദ്ധ്യത്തിന് മുമ്പ് വ്യക്തത വരുന്നത്*, നോക്ക്." ജൂലിയൻ ആവേശത്തോടെയിടയ്ക്ക് കയറി.

"ശരി, അവന്റെ കാര്യത്തിലത് ഉറപ്പാണ്." ഞാൻ തുടർന്നു. "ഏകാന്തതയിൽ കൂടുതൽ സമയം ഭാവിയെക്കുറിച്ചുള്ള ചിന്തകളിൽ മുഴുകി അതിനെ നിർവചിക്കുന്തോറും അവന്റെ ഭാവന അവന് കൂടുതൽ ആശയങ്ങൾ നല്കുമെന്ന് അവൻ എന്നോട് പറഞ്ഞു. ഇത്തരം മനോവിക്ഷോഭങ്ങളുണ്ടാകുമ്പോൾ അവനത് തന്റെ പെൻസിലെടുത്ത് കുറിച്ചിടുന്നു. ഏറ്റവും കൂടുതൽ പരിഗണന അർഹിക്കുന്ന കാര്യങ്ങൾക്ക് ചുറ്റും അവന്റെ ബോധം പൂർണ്ണമായി കേന്ദ്രീകരിക്കുന്നു. മറ്റൊന്നിനെക്കുറിച്ചും അവൻ സ്വപ്നം കാണുകയോ ചിന്തിക്കുകയോ സംസാരിക്കുകയോ ചെയ്യുന്നില്ല. അത്തരം കാര്യങ്ങൾക്ക് ചുറ്റും അവൻ പ്രത്യേകമായ ലക്ഷ്യങ്ങൾ സൃഷ്ടിച്ചെടുക്കും. ഓരോന്നിന്റെയും പൂർത്തീകരണത്തിന് സമയപരിധി നിശ്ചയിക്കുകയും ചെയ്യും. സ്വയമുൾക്കൊള്ളാൻ സാധിക്കാത്തിടത്തോളം പ്രതീക്ഷയും ഊർജ്ജവും അത്തരം ദിവസങ്ങളിൽ അവനിൽ നിറയാറുണ്ടായിരുന്നെന്ന് അവനെന്നോട് പറഞ്ഞു. ആ നൂതനമായ ദൃഷ്ടിയോടെ ഓഫീസിലേയ്ക്ക് വന്ന് അവൻ ഞങ്ങളെയെല്ലാം അമ്പരിപ്പിക്കും."

അതോടെയുള്ള ജൂലിയന്റെ നടപടി എന്നെ സ്തബ്ധയാക്കി. അവൻ പെട്ടെന്ന് ഞങ്ങളുടെ മുമ്പിലിരുന്ന കൂടിക്കാഴ്ചയ്ക്ക് വേണ്ടിയുള്ള മേശയ്ക്ക് മുകളിലേക്ക് ചാടിക്കയറി നൃത്തം ചെയ്യാൻ തുടങ്ങി. ചുവടുകളാദ്യം പതുക്കെയായിരുന്നുവെങ്കിലും അതിന് വേഗതയേറി വന്നു. ഏതോ മോഹനിദ്രയിൽ പ്രവേശിച്ച പോലെയായിരുന്നു അവൻ.

"ജൂലിയൻ നീയെന്താണ് ചെയ്യുന്നത്? നിനക്ക് സമനില തെറ്റിയോ? ദയവായി നിർത്തുക. എനിക്ക് പേടിയാകുന്നു. ദയവായി നിർത്തൂ." ആ കാഴ്ചയിൽ പരിഭ്രമിച്ച് ഞാൻ യാചിച്ചു.

"പേടിക്കേണ്ട, അനിയത്തി. റിക്കോർഡ് പട്ടികകളെ അടക്കി വാഴുന്ന കോടീശ്വരന്മാരായ താരഗണങ്ങളുടെ രീതികളെ പരിഹാസപൂർവ്വം അനുകരിച്ചുകൊണ്ട് ജൂലിയൻ മറുപടി പറഞ്ഞു. "വെറുതെയൊരു തമാശ കാണിക്കുന്നുവെന്നെയുള്ളൂ."

"ജൂലിയൻ ദയവായി നിർത്തൂ. ഇവിടെ കോടിക്കണക്കിന് ഡോളറുകൾ വിലമതിക്കുന്ന ഒരു കമ്പനിയുടെ ആസ്ഥാന മന്ദിരങ്ങളാണ്. നീയിവിടെ കുറച്ചൊക്കെ സ്വയം നിയന്ത്രിക്കണം."

"ഓരോ ദിവസവും ജീവിച്ചു തീർക്കുന്നതിനിടെ ചില വിനോദങ്ങളും മണ്ടത്തരങ്ങളും ബോധപൂർവ്വം സൃഷ്ടിക്കുന്നതു വഴി അടുക്കും ചിട്ടയ്ക്കും മോചനം കൊടുക്കണം." ഗൂഢാർത്ഥമുള്ള അവന്റെ മറുപടി വന്നു.

"എന്ത്?"

"മെയ് സർട്ടൺന്റെ വാക്കുകളാണവ. ഞാനത് പ്രായോഗികമാക്കുന്നു. വലിയ അച്ചടക്കത്തോടും ധർമ്മബോധത്തോടെയുമാണ് ഞാൻ ജീവിക്കുന്നത്. പക്ഷെ അതിനിടയിലും കുറച്ച് തമാശകൾക്ക് സമയം കണ്ടെത്തുന്നുവെന്ന് ഞാൻ തീർച്ചപ്പെടുത്തുന്നു. അതുകൊണ്ടെന്നോടൊപ്പമിവിടെ കയറി ഈ ചെറുനൃത്തത്തിൽ പങ്കുചേരുക. ഞാൻ പറയുന്നതിലുമൊരു കാര്യമുണ്ട്."

ജൂലിയന്റെ അസാധാരണമായ അപേക്ഷയെക്കുറിച്ച് ഞാൻ ചിന്തിച്ചു. സഹോദരന്റെ പെരുമാറ്റം ഭ്രാന്താത്മകമായിരുന്നുവെന്നും ഞാൻ സമ്മതിക്കുന്നു. പക്ഷെ, ആ മലനിരകളിൽവെച്ച് ജൂലിയൻ നേടിയെടുത്ത ജ്ഞാനത്തിന് എന്റെ ജീവിതത്തെ മാറ്റിമറിക്കാനുള്ള ശക്തിയുണ്ടാകുമെന്ന് നിസ്സംശയം പറയാം. പക്ഷെ അവയെ ഉൾക്കൊള്ളാനുള്ള ധൈര്യം എനിക്കുണ്ടാവണമെന്ന് മാത്രം. എനിക്ക് മുന്നേറുവാനുള്ള പാഠങ്ങൾ കൃത്യമായി പകർന്നു തരാനുള്ള കഴിവ് ജൂലിയൻ വളർത്തിയെടുത്തിട്ടുണ്ടായിരുന്നെന്നു മാത്രമല്ല, അവ കേൾക്കുവാനുള്ള സന്നദ്ധത കാണിച്ചില്ലെങ്കിൽ

അവനല്ല എനിക്കു തന്നെയാണ് നഷ്ടമുണ്ടാകുകയെന്നും ഞാൻ തിരിച്ചറിഞ്ഞു.

"ശരി, നീ ജയിച്ചു." മനസ്സില്ലാമനസ്സോടെ സമാഗമ മേശയ്ക്കു മുകളിലേക്ക് ഷൂസും ധരിച്ച് വലിഞ്ഞ് കയറുമ്പോൾ ഞാൻ പറഞ്ഞു.

"ഇനി നൃത്തം ചെയ്യ്." ജൂലിയൻ പറഞ്ഞു. "നിന്നിലെ കൊച്ചുകുട്ടി വെളിച്ചം കാണട്ടെ." പുറത്തോട്ട് വന്നു കളിക്കാൻ വേണ്ടി അവൻ കേഴുകയായിരുന്നു. "നിന്റെ ആത്മാവിനും അതു ഗുണം ചെയ്യും."

ഞാനെന്റെ പാദങ്ങൾ ചെറുതായൊന്നിളക്കിയെങ്കിലും അമിതമായ സ്വബോധമെന്നെ കൂടുതലൊന്നും ചെയ്യാൻ അനുവദിച്ചില്ല.

"നൃത്തം ചെയ്യ്. അല്ലെങ്കിൽ ഞാനിപ്പോൾ പാടാൻ തുടങ്ങും." കണ്ണുകളിൽ തിളക്കം പ്രദാനം ചെയ്ത ചിരിയുമായി ജൂലിയൻ ഭീഷണിപ്പെടുത്തി.

"ഓ ശരി." വായുവിൽ കൈവീശാൻ തുടങ്ങിക്കൊണ്ട് ഞാൻ മറുപടി പറഞ്ഞു. *സാറ്റർഡെ നൈറ്റ് ഫീവറി*ലെ ജോൺ ട്രവോൽട്ടയെ അനുകരിക്കുകയായിരുന്നു ഞാൻ. അത്തരമൊരു പ്രകടനത്തിൽ എനിക്കൊരു സുഖമൊക്കെ തോന്നി തുടങ്ങി. "ഏയ്, ഇത് രസകരമായിട്ടുണ്ടല്ലോ, ജൂലിയൻ." ശരീരത്തെ വശങ്ങളിൽനിന്നും അങ്ങോട്ടുമിങ്ങോട്ടുമിളക്കിക്കൊണ്ട് ഞാൻ കൂട്ടിച്ചേർത്തു.

"രസമാണെനിക്കറിയാം, അനിയത്തി. നൃത്തം ചെയ്യാനുള്ള സമയം ലഭിക്കാത്തത്ര തിരക്കിൽപ്പെടരുതെ!" കരുത്തുറ്റ മുഷ്ടികളെ അന്തരീക്ഷത്തിൽ ഉയർത്തിപ്പിടിച്ചുകൊണ്ട് കായികക്ഷമതയുടെ അവിശ്വസനീയമായ പ്രകടനത്തോടെ അവനത് ചുഴലി കൊണ്ട് അലറി വിളിച്ചു.

അപ്പോഴാണ് ബോർഡ് മുറിയിലൂടെ സീനിയർ വൈസ് പ്രസിഡന്റ് പോകുന്നത്. കുറച്ച് സമയത്തിനുശേഷം അയാൾ തിരികെ വന്നു. ആ കണ്ണുകൾ വികസിച്ചിരുന്നു. മുഖത്ത് അത്യാശ്ചര്യം പ്രകടനമായിരുന്നു. ബോർഡ് മുറിയിലെ മേശപ്പുറത്ത് ഞങ്ങൾ ഇരുവരെയും കണ്ട് അയാൾ തുറിച്ചു നോക്കി. ഞാൻ പെട്ടെന്ന് സ്തംഭിച്ചു. ജൂലിയൻ ആവേശത്തോടെ തന്റെ ഗംഭീരമായ നൃത്തം തുടർന്നു. ഞങ്ങൾ പിടിക്കപ്പെട്ടുവെന്നതു അവനെ സന്തോഷിപ്പിച്ചുവെന്ന് എനിക്കു തോന്നുന്നു. സഹപ്രവർത്തകർ ഈ വിചിത്രമായ കാഴ്ച കണ്ട് ഞങ്ങളെ വിഭജിച്ചിരുന്ന ഗ്ലാസ്സിനപ്പുറംനിന്ന് നില്പിൽതന്നെ മരവിച്ചു നില്ക്കുകയാണ്. അതു

കഴിഞ്ഞ് അയാൾ ചിരിക്കാൻ തുടങ്ങി. ബോർഡ് മുറിയിലേക്ക് അയാൾ തന്റെ തലയിട്ടു.

"കാതറിൻ, നിങ്ങൾ പൂർണ്ണമായി സുഖം പ്രാപിച്ചു കണ്ട തിൽ സന്തോഷം. സമയം കിട്ടുമ്പോൾ നിങ്ങൾ സ്വായത്തമാക്കിയ പുതിയ നയത്തിന്റെ നടപടിക്രമങ്ങൾ കാര്യനിർവ്വാഹക സംഘവുമായി പങ്കുവെയ്ക്കുകയും വേണം."

"തീർച്ചയായും ചെയ്യാം, ലെസ്. ഞാൻ വാക്കുതരുന്നു." എന്റെ അപൂർവ്വമായ പെരുമാറ്റം ഉൾക്കൊണ്ടതിലുള്ള കൃതജ്ഞ തയോടെ ഞാൻ പ്രതികരിച്ചു. വി.പി. പോയശേഷം ഞാൻ ജൂലി യനെ നോക്കി.

"ജൂലിയൻ, ഇതിലെന്താണുള്ളത്? ഞാനിങ്ങനെയൊക്കെ ചെയ്താൽ കമ്പനിയിൽ ഞാൻ പരിഹാസപാത്രമാകും."

"ശരി, കാതറിൻ. ഞാൻ നിന്നെ വെറുതെ കളിയാക്കിയ താണ്. പക്ഷെ, ഞാൻ തിരിച്ച് പാഠത്തിലേക്ക് വരികയാണ്. ഈ മേശപ്പുറത്ത് നില്ക്കുമ്പോൾ അത് നിനക്ക് മറ്റൊരു വീക്ഷണം നല്കാൻ പ്രാപ്തയാക്കുന്നു. കുറച്ച് ഉയർന്ന സ്ഥാനത്ത് നിന്നു കൊണ്ട് കാര്യങ്ങളെ നോക്കി കാണാൻ അത് നിന്നെ അനുവദി ക്കുന്നു. ബഹിരാകാശയാത്രികരെയും അവർ ചന്ദ്രനിൽ കാല് കുത്തിയതുമൊക്കെ ഓർക്കുന്നോ?"

"തീർച്ചയായും."

"ശരി. അവർ തിരികെ വന്നപ്പോൾ, അവിടെനിന്ന് താഴെ ഭൂമിയിലേക്ക് നോക്കിയപ്പോഴുണ്ടായ തികച്ചും നവീനമായ വീക്ഷ ണത്തെക്കുറിച്ച് അവർ തുടർച്ചയായി പറയുന്നുണ്ടായിരുന്നു. നമ്മുടെ ഗ്രഹത്തിന്റെ ഉയരത്തിൽ നിന്നുള്ള ദൃശ്യം അതിലെ ജീവി തത്തെക്കുറിച്ച് ജ്ഞാനദീപ്തമായ തിരിച്ചറിവ് അവരിലുണ്ടാക്കി യെന്നതാണ് അതിനെക്കാൾ പ്രധാനം."

"അതുകൊണ്ടീ മേശപ്പുറത്ത് കയറിനിന്ന് കഴിഞ്ഞാൽ ലോകത്തെ കൂടുതൽ മെച്ചപ്പെട്ട രീതിയിൽ വീക്ഷിക്കാനാകുമെ ന്നാണോ?" ജൂലിയൻ പകർന്ന ഉപമയിൽ സൃഷ്ടിച്ച ചെറിയൊരു ആശയക്കുഴപ്പത്തോടെ ഞാൻ ചോദിച്ചു.

"ഞാൻ സംസാരിച്ചുകൊണ്ടിരുന്ന കുടുംബദർശന ഉടമ്പ ടിയിലേക്കാണത് വീണ്ടുമെത്തിക്കുന്നത്. ഈ മേശപ്പുറത്ത് നിന്നാൽ ഓഫീസുകളുടെ വിശാലമായ കാഴ്ച നിനക്ക് ലഭിക്കു ന്നത് പോലെ ജീവിതത്തെക്കുറിച്ച് വിസ്തൃതമായ വീക്ഷണമു ണ്ടാകാൻ കുടുംബദർശന ഉടമ്പടി നിന്നെ സഹായിക്കും. ജീവി തമെന്ന് നമ്മൾ വിളിക്കുന്ന ഈ സമ്മാനത്തിന്റെ സുഖവും

സന്തോഷവും അനുഭവിക്കുന്നതിൽ നിന്നും നമ്മുടെ ശ്രദ്ധയെ വ്യതിചലിപ്പിക്കുന്നത് ഭൗതികമായ വസ്തുതകളാണ്. അത്തരം കാര്യങ്ങളിൽ ഊന്നൽ നല്കാതെ നിനക്കെപ്പോഴും ആ മഹത്തായ ദൃശ്യം മനസ്സിൽ കൊണ്ട് നടക്കാൻ സാധിക്കും. നീ സ്നേഹിക്കുന്ന കുടുംബമെന്ന കൊച്ചു സമുദായത്തിന്റെ ഉന്നത വീക്ഷണം നിനക്കെപ്പോഴുമുണ്ടാകുകയും ചെയ്യും. നിസ്സാരമായ കാര്യങ്ങളെ പ്രധാനവത്ക്കരിച്ചുകൊണ്ട് നീ ദിവസം പിന്നീട് ചിലവഴിക്കുകയില്ല. പകരം അനിവാര്യമായ ചിലതിൽ സമയം കേന്ദ്രീകരിക്കാനുള്ള അവസ്ഥയിലാകും നീ."

"അനിവാര്യമായ ചിലതോ?" മുമ്പെങ്ങും അത്തരമൊരു പദപ്രയോഗം കേട്ടിട്ടില്ലാത്ത ഞാൻ ചോദിച്ചു.

"അതെ അനിവാര്യമായ ചിലതു തന്നെ. ഭൗതികമായ പലതിലും പകരം അനിവാര്യമായ ചിലതിൽ നീ ശ്രദ്ധ കേന്ദ്രീകരിക്കണമെന്നതാണ് കമ്പനിയിലും അതിനെക്കാളുപരി വീട്ടിലും മാർഗ്ഗദർശിയാകുമ്പോൾ അർത്ഥമാകുന്നത്. മാതൃകാപരമായ ജീവിതത്തിന്റെ ദിശയിലേക്ക് മുന്നേറാനുതകുന്ന പ്രവർത്തികളിലൊന്നും ഏർപ്പെടാതെ മിക്കവാറുംപേർ അവരുടെ ജീവിതത്തിലെ നല്ല സമയം ചിലവിടുന്നു. കൂടുതൽ നേരം അവർ ടി.വി. കാണുന്നു. ജീവിതത്തിലെ ശരികളെപ്പറ്റി ചിന്തിക്കാതെ തെറ്റുകളെ കുറിച്ചോർത്തിരിക്കുകയും ടെലിഫോണിൽ പരദൂഷണം പറയുകയും കുട്ടികളെ കുറ്റപ്പെടുത്തുകയും ചെയ്യുന്നു. കുടുംബദർശന ഉടമ്പടി നിന്റെ ജീവിതത്തിൽ ഗുണകരമായ ഫലങ്ങൾ നേടിത്തരാവുന്ന ആ കുറച്ച് അർത്ഥവത്തായ പ്രവർത്തനങ്ങളിൽ ശ്രദ്ധ കേന്ദ്രീകരിക്കാൻ സഹായിക്കുന്നു. എവിടെയെത്തുമെന്ന് നിങ്ങൾ സ്വപ്നം കാണുന്നുവോ കൃത്യമായും അവിടെത്തന്നെ എത്തുമെന്ന് അത് നിങ്ങൾക്ക് ഉറപ്പ് നല്കുന്നു."

ജൂലിയൻ മേശപ്പുറത്ത് നിന്നിറങ്ങി. നാടകീയമായി പ്രതീതി സൃഷ്ടിക്കാൻ അവൻ ചുവരിലേക്ക് ചാരിനിന്നു.

"കുടുംബദർശന ഉടമ്പടിയും ഗാർഹികമായ സംസ്കാരത്തെ പരിപോഷിപ്പിക്കാനുള്ള പ്രത്യേകം ലക്ഷ്യങ്ങളും ചെയ്യുന്നത് ഇതാണ്: തിരിച്ചറിയാൻ ശ്രമിക്കാത്തതു കൊണ്ടു മാത്രം നഷ്ടപ്പെട്ടു പോയേക്കാവുന്ന മഹത്തായ കുടുംബജീവിതം സൃഷ്ടിക്കാനുള്ള അവസരങ്ങളെ മനസ്സിലാക്കാൻ നിങ്ങളെ പ്രാപ്തമാക്കും. നോക്ക്, *ജീവിതത്തിലെന്തിനാണോ നീ ശ്രദ്ധ ചെലുത്തിയത് അത് വളർന്ന് തുടങ്ങും. നീ ചിന്തിച്ചതെല്ലാം വിക*

സിക്കും. താല്പര്യം കാണിച്ചിരുന്ന ഓരോന്നിന്റെയും പ്രാധാന്യം വർദ്ധിക്കും."

"നിങ്ങൾ ശ്രദ്ധ ചെലുത്തുന്ന കാര്യം വളരുമെന്ന് ഞാൻ സമ്മതിക്കുന്നു. എനിക്കൊരു പുതിയ കക്ഷിയെ കിട്ടുന്നു. അടുത്ത ദിവസം നഗരത്തിലൂടെ വാഹനമോടിക്കുമ്പോൾ ആ കക്ഷിയുടെ അടയാളങ്ങൾ എല്ലായിടത്തും ഞാൻ കാണുന്നു. പൊതുവഴിയിലൂടെ ലോറികൾ അവരുടെ ചിഹ്നവുമായി എനിക്കെതിരെ വരുന്നത് ഞാൻ കാണും. പത്രത്തിൽ പരസ്യം കാണും, വീട്ടിലേക്കുള്ള മടക്കയാത്രയിൽ അവരുടെ ആസ്ഥാനമന്ദിരം കാണും. ഇതൊക്കെ മുമ്പുമുണ്ടായിരുന്നു. പക്ഷെ, എന്റെ ശ്രദ്ധയുടെ പരിധിയിൽ വരുന്നതുവരെ ഞാനൊന്നും കണ്ടിരുന്നില്ലെന്ന് മാത്രം. പക്ഷെ, അതോടെ ഞാനതെല്ലായിടത്തും കാണുന്നു."

"അത് ശക്തമായൊരു നിരീക്ഷണവും നമ്മൾ പതിവായി അനുഭവിക്കുന്ന കാര്യവുമാണ്. എന്തിലെങ്കിലും ശ്രദ്ധ കേന്ദ്രീകരിക്കാൻ തുടങ്ങുമ്പോൾ അത് നിങ്ങളുടെ ബോധത്തിലേക്ക് വികസിക്കുകയും അവബോധത്തിലേക്ക് പ്രവഹിക്കുകയും ചെയ്യുന്നു. അതാണ് ഒരു *മാറ്റത്തിന് മുമ്പ് തിരിച്ചറിവുണ്ടാകുമെന്ന്* ഞാനെപ്പോഴും പറയുന്നത്. ജീവിതത്തിലെന്തെങ്കിലും മാറ്റം വരുത്തണമെങ്കിൽ ആദ്യമതെക്കുറിച്ച് അറിയുകയും അതിലേക്ക് ഏകാഗ്രത ചെലുത്താൻ തുടങ്ങുകയും വേണം. അതിനു ചുറ്റുമൊരു അവബോധമുണ്ടാക്കിയെടുക്കണം. അറിയാത്തൊരു ദൗർബല്യത്തെ ഇല്ലായ്മ ചെയ്യാൻ നിങ്ങൾക്കൊരിക്കലും സാധിക്കില്ല."

"കുടുംബദർശന ഉടമ്പടി കടലാസ്സിലാക്കി കൃത്യമായ സമ്മതപത്രമാക്കിയശേഷം പ്രത്യേക ലക്ഷ്യത്തിലും വിശ്ലേഷിച്ച് കഴിഞ്ഞാൽ അക്കാര്യങ്ങളിൽ ശ്രദ്ധ പതിപ്പിക്കാൻ സാധിക്കുമെന്നാണ് നീ പറയുന്നതെന്ന് ഞാൻ മനസ്സിലാക്കുന്നു."

"ശരിയാണ്."

"ഉണർന്നിരിക്കുന്ന ഓരോ നിമിഷവും കവർന്നെടുക്കുന്ന നിസ്സാരമായ അനിവാര്യതകൾ ഊർജ്ജം ചൂഴ്ന്നെടുക്കുന്നതുകൊണ്ട് തിരക്കുപിടിച്ച ജീവിതത്തിൽ രക്ഷിതാക്കൾ പലതും കാണാതെ പോകുന്നു. ഉടമ്പടിയുണ്ടാക്കുന്നതോടെ അത്തരം അവസരങ്ങൾ തിരിച്ചറിയാനും അതുവഴി കുടുംബജീവിതം മെച്ചപ്പെടുത്താനും സഹായിക്കുമെന്നും നീ പറയുന്നു?"

"അതുതന്നെ. എന്റെയൊപ്പമിരുന്ന് മദ്യപിക്കാറുണ്ടായിരുന്ന ഹോളിവുഡ് തിരക്കഥാകൃത്തിനെ ഞാനോർത്തു പോകുന്നു."

"ഞാനും അയാളെ നല്ലവണ്ണം ഓർക്കുന്നുണ്ട്. പശുപരിപാലകരുടെ പാദരക്ഷയാണെപ്പോഴും അയാൾ ധരിച്ചിരുന്നത്. ഇവിയൻ വെള്ളത്തിന്റെ കുപ്പിയും കൊണ്ടല്ലാതെ അയാൾ എവിടെയും പോകുകയുമില്ല."

"അതാണയാൾ. *അവസാനഭാഗം ആദ്യമെഴുതുന്നതാണ്* ഹോളിവുഡിലെ തന്റെ വിജയരഹസ്യമെന്ന് അയാളെന്നോടൊരിക്കൽ പറഞ്ഞു. കുറ്റമറ്റൊരു പരിസമാപ്തി സൃഷ്ടിച്ചശേഷം അയാൾ പിറകിലോട്ട് സഞ്ചരിക്കും."

"അതിവിദഗ്ദ്ധം തന്നെ."

"ഞാൻ സമ്മതിക്കുന്നു. നിന്റെ കുടുംബജീവിതത്തിലും അങ്ങനെ ചെയ്യാനാണ് ഞാൻ നിർദ്ദേശിക്കുന്നത്. കണ്ണുകളടച്ച് സങ്കല്പിക്കാവുന്നത്ര മനോഹരമായൊരു അന്ത്യം കാണുക എന്നിട്ട് ഇന്നുവരെ തിരികെ സഞ്ചരിക്കുക. നോക്ക്, കുടുംബവുമായി ബന്ധപ്പെട്ട് കിടക്കുന്നതുകൊണ്ട് കുടുംബദർശന ഉടമ്പടി നിന്റെ ജീവിതകഥയാണ്. അതിനെ നിർവചിക്കുകയും എഴുത്തുരൂപത്തിലാക്കി സമർപ്പിക്കുകയും ചെയ്യുന്നതോടെ ദിവസത്തിലെ ഓരോ നിമിഷവും ചിലവഴിക്കേണ്ടതെങ്ങനെയെന്നതിനെക്കുറിച്ച് ബുദ്ധിപരമായ തീരുമാനമെടുക്കാൻ നിനക്ക് സാധിക്കും. നീ അവലോകനം നടത്തിയിട്ടുള്ള തിരക്കഥ അനുസരിച്ച പരിസമാപ്തിയോടെ നിന്നെ നയിക്കാത്ത പ്രവർത്തിയൊ പെരുമാറ്റമോ നിന്നിൽ നിന്നുമുണ്ടാകുക പോലുമില്ല."

"മനസ്സിലായി." ഒടുവിൽ ആശയത്തിന്റെ പ്രാധാന്യം ഗ്രഹിച്ചുകൊണ്ട് ഞാൻ മറുപടി പറഞ്ഞു. "ശിവാനയിലെ സന്ന്യാസിമാർ തന്നെയാണോ ഈ അറിവൊക്കെ പകർന്നു തന്നത്?"

"മഹത്തായൊരു ജീവിതം ക്രമീകരിക്കാനുള്ള തത്ത്വങ്ങൾ അവരെന്നെ പഠിപ്പിച്ചു. അത്തരമൊരു ജീവിതം നയിക്കാനുള്ള അടിത്തറ സ്നേഹപൂർണ്ണമായ ബന്ധങ്ങളാണെന്ന് അവർ ഉദ്ബോധിപ്പിച്ചു. ചിന്തകളാണ് നമ്മുടെ ലോകത്തെ സൃഷ്ടിക്കുന്നതെന്നും ജീവിതം മെച്ചപ്പെടുത്തണമെങ്കിൽ ചിന്തകളെയാണ് ആദ്യം മെച്ചപ്പെടുത്തേണ്ടതെന്നും അവരെന്നെ അനുശാസിച്ചു. പിന്നെയും കുറെ കാര്യങ്ങൾ അവർ പഠിപ്പിച്ചു. ഹിമാലയത്തിലെ അവരുടെ കൊച്ചുഗ്രാമം വിട്ടശേഷവും മാസങ്ങളോളം ആ വിശിഷ്ട മനുഷ്യർ പങ്കുവെച്ച പാഠങ്ങളെക്കുറിച്ച് ഞാൻ ചിന്തിച്ചു. അവരുടെ പാഠങ്ങൾക്ക് മേൽ ശ്രേഷ്ഠമായ ജീവിതം നയിക്കാനുള്ള എന്റെ ഉൾക്കാഴ്കൾ ഞാൻ ഏകോപിപ്പിച്ചു. ചില ആശയങ്ങളെ

നിക്ക് ലഭിച്ചതിൽ ഞാൻ പോലും ആശ്ചര്യപ്പെട്ടു. അവയൊക്കെയാണ് ഞാൻ നിന്നോട് പങ്കുവെയ്ക്കുന്നത്, പ്രിയ സഹോദരി."

"ജൂലിയൻ, പക്ഷെ വീട്ടിൽ ശരിയായ നേതൃത്വം കാണിക്കാത്ത കുടുംബത്തിനകത്ത് സാമൂഹികമായ അനുഭൂതി വളർത്തിയെടുക്കാൻ വേണ്ടി മറ്റെന്താണെനിക്ക് ചെയ്യാൻ കഴിയുക?"

"വീടൊരു അഭയസ്ഥാനമാക്കുക." ലളിതമായ മറുപടി വന്നു.

"എനിക്കുവേണ്ടി വല്യേട്ടൻ അതൊന്നു കൂടി വിശദീകരിക്കാമോ?"

"ഹിമാലയത്തിന് മുകളിലുള്ള ശിവാനയിലെ സന്യാസിമാർ സ്വന്തം വീടുകൾക്ക് വില കല്പിച്ചിരുന്നു. ഞാൻ കണ്ടിട്ടുള്ളതിൽ വെച്ചേറ്റവും ശാന്തവും കുളിർമ്മയുള്ള സ്ഥലമായിട്ടു പോലും അവർ താമസിക്കുന്ന കൊച്ചുകുടിലുകൾ ശരിക്കും അവരുടെ അഭയസ്ഥാനമായിരുന്നു. ആഢംബരമൊന്നുമില്ലാത്ത ചെറിയ വീടുകൾ എപ്പോഴും വൃത്തിയുള്ളതും സൂര്യപ്രകാശം നിറഞ്ഞതുമായിരിക്കുന്നുവെന്ന് അവർ ഉറപ്പു വരുത്തി. പെരുമാറുന്ന സ്ഥലങ്ങളിൽ എല്ലായിടത്തും ശുദ്ധവായുവും പൂക്കളും കൊണ്ട് നിറയ്ക്കുന്നതിൽ അവർ ശ്രദ്ധവച്ചു. തത്ത്വശാസ്ത്രം ചർച്ച ചെയ്യാനും അറിവ് പങ്കുവെയ്ക്കാനും തമ്മിൽ തമ്മിൽ അവരങ്ങോട്ടുമിങ്ങോട്ടും ഇടയ്ക്കിടെ ക്ഷണിക്കുമായിരുന്നു. നിശ്ശബ്ദതയെ പ്രതിഫലിപ്പിക്കാനും, ആത്മപരിശോധന നടത്താനും വിശകലനം ചെയ്യാനുമായി ധാരാളം സമയം അതിഥിക്ക് ലഭ്യമാക്കാൻ അവരൊരുപാട് വേദനകൾ സഹിക്കും. ഞാൻ പറയുന്നതെന്താണെന്ന് വെച്ചാൽ, ശബ്ദകോലാഹലങ്ങളും തിക്കും തിരക്കും നിറഞ്ഞ ഈ ലോകത്ത് നിനക്കും ജോണിനും ഒപ്പം കുട്ടികൾക്കും വീടൊരു അഭയസ്ഥാനമാകുമാറ് ശരിയായ കുടുംബനേതൃത്വം നിനക്ക് കാണിക്കാവുന്നതേയുള്ളൂ."

"ജൂലിയൻ, നിനക്കും കൂടി വേണ്ടിയെന്ന് പറയൂ. നീ ഞങ്ങളോടൊപ്പം താമസിക്കുന്നത് ഞങ്ങൾ വളരെയധികം ഇഷ്ടപ്പെടുന്നു. നിന്നിൽ യുവത്വം പ്രകടമാകുമ്പോഴും സരിതയും പോർട്ടറും നിന്റെ പ്രായത്തെയും അറിവിനെയും മാനിക്കുന്നു. നിന്നെ വീട്ടിൽ കിട്ടിയതോടെ അവർ ആഹ്ലാദഭരിതരാണ്. അവർക്കില്ലാത്ത മുത്തച്ഛന്റെ സ്ഥാനത്താണ് അവർ നിന്നെ കാണുന്നത്."

"അതിൽ നന്ദിയുണ്ട്." ജൂലിയൻ മറുപടി പറഞ്ഞു.

"അവരിൽ ശാന്തതയേകുന്ന സ്വാധീനം നിനക്ക് ചെലുത്താൻ സാധിക്കുന്നുവെന്നത് രസകരമായിരിക്കുന്നു. ദ്രുതഗതി

യിൽ കാര്യങ്ങൾ ചെയ്യാൻ ഞാനും ജോണും അവരോട് പറയുന്നു. നീയാണെങ്കിൽ അവരോടെല്ലാം സാവധാനത്തിൽ ചെയ്യാൻ ഓർമ്മിപ്പിക്കുന്നു."

"മുത്തച്ഛന്മാർ അങ്ങനെയാണ്, അല്ലേ? നമ്മുടെ സംസ്കാരത്തിൽ ഉടനീളം എല്ലാ കുടുംബങ്ങളും മുതിർന്നവരെ ആദരിക്കുകയും അവരുടെ പാദാരവിന്ദങ്ങളിൽ നിന്നും ജീവിതത്തിലെ മഹത്തായ പാഠങ്ങൾ പഠിക്കുകയും ചെയ്തിരുന്നു. ഹിമാലയത്തിൽ വ്യാപിച്ചു കിടക്കുന്ന കുടുംബമായിരുന്നു നിയമം. അച്ഛനും അമ്മയും ചുറ്റിലുമില്ലാതെ ജീവിക്കുന്നതിനെപ്പറ്റി മുനിമാർ ചിന്തിക്കുക പോലുമില്ല. അവരുടെ മുതിർന്നവർ അറിവിന്റെയും സ്നേഹത്തിന്റെയും ആശ്വാസത്തിന്റെയും സുസ്ഥിരമായ ശ്രോതസ്സായിരുന്നു."

"യുവസന്യാസിമാർക്കാണ് അതിന്റെ പ്രയോജനം ഏറ്റവും കൂടുതൽ ലഭിച്ചിരുന്നതെന്ന് ഞാൻ പന്തയം വെക്കുന്നു."

"ശരിയാണ്. ഇവിടെ പാശ്ചാത്യരാജ്യങ്ങളിൽപ്പോലും അധ്യാപകരുടെയടുത്ത് ഏതൊക്കെ കുട്ടികൾക്കാണ് തങ്ങളുടെ ജീവിതത്തിൽ മുത്തച്ഛന്റെയോ മുത്തശ്ശിയുടെയോ സ്വാധീനമുണ്ടായിട്ടുള്ളതെന്ന് ചോദിച്ചാൽ അതിനെ അംഗീകരിക്കുന്ന തരത്തിലായിരിക്കും ഉത്തരം. മറ്റുള്ളവരെ അപേക്ഷിച്ച് കൂടുതൽ ശാന്തരും നിശ്ശബ്ദരും വിശ്വാസയോഗ്യരും അത്തരം കുട്ടികളായിരിക്കും. അവർ കൂടുതൽ സ്വതന്ത്രരും ചിന്താശീലരും കരുണാർദ്രരുമായിരിക്കും. നമ്മുടെ തന്നെ മുത്തശ്ശിയുടെ കാര്യം തന്നെ നോക്കൂ, കാതറിൻ. ഒടുവിൽ ജീവിതം ശരിയായ ദിശയിലാകുമെന്ന വിശ്വാസമെനിക്ക് എപ്പോഴും തന്നുകൊണ്ടിരുന്നത് അവരാണ്."

"ശരിയാണ്, ജൂലിയൻ. അവരുടെ അഭാവം ഞാൻ ശരിക്കുമറിയുന്നു."

"ഞാനും. ഞാനടുത്തുള്ളത് കുട്ടികൾക്കിഷ്ടമാണെന്നത് എന്നെ ആനന്ദിപ്പിക്കുന്നു. ഞാൻ അവരെ അഗാധമായി സ്നേഹിക്കുന്നു. പോർട്ടർ മടിയിലിരുന്നും സരിതയെന്നെ ആശ്ലേഷിച്ചും കൊണ്ട് ഇന്ത്യയിലെ സാഹസികയാത്രയെക്കുറിച്ചുള്ള കഥകൾ പറയാൻ ആവശ്യപ്പെടുമ്പോൾ ഞാൻ നിർവൃതി കൊള്ളുന്നു. അവരെ ഞാൻ പഠിപ്പിക്കുന്നത്രത്തോളം തന്നെ അവരെന്നെയും പഠിപ്പിക്കുന്നു. നമ്മൾ പഠിക്കേണ്ടതായ പാഠങ്ങൾ മുതിർന്നവരെക്കാൾ നന്നായി സ്വായത്തമാക്കിയ ശേഷമാണ് കുട്ടികൾ വരുന്നതെന്ന് മുനിമാർ വിശ്വസിച്ചു. തീർച്ചയായും പോർട്ടറും സരിതയും അതു തന്നെയാണ് ചെയ്യുന്നതും. ഓരോ ദിവസവും ഉല്ലാസ

പൂർണ്ണവും ആകാംക്ഷഭരിതവുമാക്കുകയും സുസ്ഥിരമായ കരുണാശീലം കാത്തുസൂക്ഷിക്കുകയും ചെയ്യേണ്ടതിന്റെ പ്രാധാന്യം അവരെന്നെ ഓർമ്മപ്പെടുത്തുന്നു. അതെന്റെ മനസ്സിലേക്ക് ഹെറാക്ലീറ്റീസ് എന്ന പുരാണ തത്വചിന്തകന്റെ വാക്കുകൾ കൊണ്ടുവരുന്നു: ഒരു കൊച്ചുകുട്ടി കളിക്കുമ്പോഴുള്ള ഗൗരവം നേടിയെടുക്കുമ്പോഴാണ് ഒരു മനുഷ്യൻ അവനവന്റെയടുത്തെങ്കിലും ഏറെക്കുറെയാകുന്നത്."

"അല്ലാതെ നിന്റെ ചൈതന്യത്തെയുയർത്തുകയെന്നതിലല്ല. അല്ലെ, ജൂലിയൻ? നീയെപ്പോഴും ക്രിയാത്മകമായി ചിന്തിക്കുന്നു. നിന്റെ പുതിയ ചർമ്മത്തിൽ നീ സന്തുഷ്ടനാണെന്ന് എനിക്ക് തോന്നുന്നു. അതിൽ കൂടുതൽ സന്തോഷമെനിക്കുണ്ടാകുകയില്ല."

"നന്ദി." ഞാൻ വളരെയധികം ആരാധിക്കുന്ന സ്ത്രീകളിലൊരാളായ ഹെലൻ കെല്ലർ ഒരിക്കൽ പറഞ്ഞു; "നക്ഷത്രരഹസ്യങ്ങളെ കണ്ടുപിടിക്കുകയൊ ഭൂപടത്തിൽപ്പെടാത്ത നാട്ടിലേക്ക് തുഴയുകയോ മാനുഷിക ചൈതന്യത്തിന് പുതുസ്വർഗ്ഗവും തുറന്നു കൊടുക്കുകയൊ ചെയ്തവരൊന്നും ഒരിക്കലും ദോഷൈകദൃക്കുകളായിരുന്നില്ല."

"മനോഹരമായ വാക്കുകൾ."

"അതെ, മനോഹരം തന്നെ, അല്ലെ? നിയമം അഭ്യസിക്കുന്ന കാലത്ത് ക്രിയാത്മക ചിന്തകളെപ്പറ്റി സംസാരിക്കുന്നവരെയും സ്വാശ്രയ പുസ്തകങ്ങൾ വായിക്കുന്നവരെയും ഞാൻ കളിയാക്കുമായിരുന്നു. *മെഗാ ലിവിംഗ്, ഹു വിൽ ക്രൈ വെൻ യു ഡൈ*യും പോലുള്ള അസാധാരണമായ പുസ്തകങ്ങൾ മുറുകെപ്പിടിച്ച് ജോലിയും കഴിഞ്ഞശേഷം സബ്‌വേയിലേക്ക് പോകുന്നവരെ കാണുമ്പോൾ ഞാൻ ഉൽകൃഷ്ടഭാവത്തോടെ ഞാൻ ചിരിക്കും. പ്രശ്നങ്ങളൊന്നുമില്ലെങ്കിൽ അത്തരം പുസ്തകങ്ങൾ വായിക്കുന്നതെന്തിനാണെന്ന് ഞാനന്നൊക്കെ ചിന്തിക്കുമായിരുന്നു. പക്ഷെ, എന്റെ ചിന്തകൾ വികസിച്ചു. കാലക്രമേണ ഞാനാമുനിമാരൊത്ത് ചിലവഴിച്ച സമയങ്ങളിൽ നിന്നുമൊരു വ്യക്തിയെന്ന നിലയിൽ ഏറ്റവും ബുദ്ധിപരവും സാമാന്യവുമായ കാര്യം സ്വയം നമ്മുടെ മേൽ പ്രവർത്തിക്കുകയെന്നതാണെന്ന് ഞാൻ മനസ്സിലാക്കി. ഒരു നിമിഷവും പാഴാക്കാതെ ഏറ്റവും മികച്ചതും സാധ്യമായതുമായ രീതിയിൽ മനസ്സിനെയും സ്വഭാവത്തെയും ആത്മാവിനെയും പരിപോഷിപ്പിക്കുക. അങ്ങനെ നിങ്ങൾക്കീ

ലോകത്തിൽ എന്തെങ്കിലുമൊക്കെ കൂടുതലാകാൻ സാധിക്കും. ബുദ്ധൻ അത് മനോഹരമായി പറഞ്ഞു വെച്ചിരിക്കുന്നു: ആശാരിമാർ മരത്തെ ഒടിക്കുന്നു. അമ്പെയ്ത്തുകാർ അമ്പ് വളയ്ക്കുന്നു. ബുദ്ധിയുള്ളവർ സ്വയം പരിഷ്കരിക്കുന്നു."

"നീയെന്നോടാവശ്യപ്പെട്ടതനുസരിച്ച് നിന്റെ മുറിയിൽ ഞാൻ പൂച്ചെണ്ടുകൾ വെയ്ക്കാൻ പോയപ്പോൾ മച്ചിൽ നീയൊട്ടിച്ചു വെച്ചിരുന്ന ഇത്തരം ഉദ്ധരണികളെല്ലാം ഞാൻ കണ്ടു."

"അതാശ്വാസമേകുന്നില്ലേ?" ജൂലിയൻ അഭിമാനത്തോടെ പ്രസ്താവിച്ചു. "രാത്രികാലങ്ങളിൽ, കുട്ടികൾ ഉറങ്ങിയശേഷം ഞാനെന്റെ മുറിയിലേക്ക് പോയി കിടക്കും. എന്നിട്ടാ ഉദ്ധരണികളിലോരോന്നും ഞാനുച്ചത്തിൽ ഉരുവിടും. മനുഷ്യവർഗ്ഗത്തെ അധീനതയിലാക്കുന്ന സമയബന്ധിതമല്ലാത്ത ആ വിജയതത്ത്വങ്ങളിലൂന്നി ജീവിക്കാനുള്ള എന്റെ അർപ്പണബോധത്തെ അത് വർദ്ധിപ്പിക്കും."

"മറ്റുള്ളവരെക്കാൾ ഉന്നതിയിലെത്തുന്നതിൽ മഹാശ്ചര്യമൊന്നുമില്ല. യഥാർത്ഥ മഹത്വം മുമ്പുണ്ടായിരുന്ന നിങ്ങളെക്കാൾ തന്നെയുയരുന്നതിലാണ് എന്ന പുരാതന ഇന്ത്യൻ വാചകം എനിക്കിഷ്ടമാണ്." ചിന്താമഗ്നനായി ഞാൻ നിരീക്ഷിച്ചു.

"മതിപ്പുള്ളവാക്കുന്ന വാക്കുകൾ, അല്ലേ? അവ ജീവിതലക്ഷ്യത്തിന്റെ അനിവാര്യമായ അന്തർഭാഗത്തേക്ക് വെളിച്ചം വീശുന്നു. മറ്റുള്ളവരുമായി മത്സരിക്കുന്നതിലല്ല, സ്വയം വിജയിക്കുകയും ഓരോ ദിവസവും ഒരു വ്യക്തിയായി വളർച്ച സിദ്ധിച്ച് കൂടുതൽ മൂല്യവത്തായ മനുഷ്യജീവനായി മാറുകയും ചെയ്യുകയെന്നതാണ് അതിന്റെ ഉള്ളടക്കം."

"അങ്ങനെ ചുറ്റുമുള്ളവരുടെയും മൂല്യം വർദ്ധിപ്പിക്കാൻ നമുക്ക് സാധിക്കും."

"കാതറിന് അത് മനസ്സിലായി കഴിഞ്ഞു." എന്റെ ശരിയായ പ്രതികരണത്തിന് തൃപ്തി പ്രകടിപ്പിച്ചു കൊണ്ട് ജൂലിയൻ തറപ്പിച്ചു പറഞ്ഞു. "നിന്റെ വീടിനെ അഭയസ്ഥാനമാക്കുന്ന കാര്യത്തിലേക്ക് നമുക്ക് വീണ്ടും തിരിച്ചു പോകാം."

"അതിൽ എനിക്ക് താല്പര്യമുണ്ട്. മഹത്തായ പുസ്തകങ്ങൾകൊണ്ട് നിന്റെ വീട് നിറയ്ക്കാൻ ഞാൻ ശുപാർശ ചെയ്യുന്നു. *ജീവിതത്തിൽ മുന്നേറണമെങ്കിൽ പുസ്തകങ്ങൾ ചെറുപ്പത്തിലെ വായിക്കണമെന്ന്* പോർട്ടറെയും സരിതയെയും പഠിപ്പിക്കുക. വായനയെ ഇഷ്ടപ്പെടാനും നല്ല പുസ്തകങ്ങളോടൊരു അഭിനി

വേശം വളർത്തിയെടുക്കാനും സഹായിക്കുകയെന്നതാണ് മാതാപിതാക്കൾ കുട്ടികൾക്ക് നല്കാവുന്ന നല്ലൊരു സമ്മാനം. ജീവിതത്തിലെപ്പോഴെങ്കിലും ഉണ്ടായേക്കാവുന്ന ചോദ്യങ്ങൾ ക്കുള്ള ഉത്തരങ്ങളെല്ലാം പുസ്തകങ്ങളിലുണ്ടാകും. നമ്മുടെ ഭൂഗ്രഹത്തെ ആശീർവദിച്ചിട്ടുള്ള മഹാന്മാരായ വ്യക്തികളുമായി പോർട്ടറിനും സരിതയ്ക്കും സമയം ചെലവഴിക്കാൻ ദിവസേനയുള്ള വായനയിൽ കൂടി അവർക്ക് സാധിക്കും. അങ്ങനെ ചരിത്രത്തിലെ മഹത്തായ ചിന്തകരുടെ മനസ്സിലേക്ക് അഗാധമായി കടന്നുചെന്ന് അവരുടെ ഉൾക്കാഴ്ചകൾ മനസ്സിലാക്കാൻ അവർക്ക് കഴിയും. എല്ലാ ദിവസവും രാത്രി കുട്ടികളോടൊപ്പം അരമണിക്കൂർ നീണ്ടുനില്ക്കുന്ന ഒരു വായനാ യോഗം നീ ആസൂത്രണം ചെയ്യുക. ഏതെങ്കിലും പ്രശസ്തനായ എഴുത്തുകാരന്റെ മേലോ രസകരമായ ഒരു പരമ്പരയിലോ അവരെ കൊളുത്തിപ്പിടിച്ചിടുക. അങ്ങനെ വന്നാൽ ആ സമയത്തിന് വേണ്ടി അവർ കാത്തിരിക്കും. ദിവസവും രാത്രിയിലുള്ള ലളിതമായ ഈ ആചാരം അവരുടെ ജീവിതത്തെ ക്രിയാത്മകമായ രീതിയിൽ സ്വാധീനിക്കുമെന്ന് ഞാൻ ഉറപ്പ് നല്കുന്നു."

"നല്ല ആശയം, ജൂലിയൻ. ഞാനിതൊക്കെ അവർ വിദ്യാലയത്തിൽ നിന്നും പഠിച്ചോളുമെന്നാണ് കരുതിയത്."

"വിദ്യാലയങ്ങളിൽ മാതാപിതാക്കളുടെ ഉപദേശങ്ങളുടെ അനുബന്ധം മാത്രമാണ് പഠിപ്പിക്കുന്നത്. ഇക്കാലത്ത് മാതാപിതാക്കൾക്ക് കുറച്ച് സമയത്തിനുള്ളിൽ വളരെ അധികംചെയ്തു തീർക്കാനുണ്ട്. അപ്പോൾപ്പിന്നെ തിരക്കില്ലാതിരുന്നെങ്കിൽ തങ്ങൾ കുട്ടികളെ പഠിപ്പിച്ചേക്കാവുന്ന കാര്യങ്ങളൊക്കെ അവർ വിദ്യാലയങ്ങളിൽ നിന്നും പഠിച്ചോളുമെന്ന് കരുതി പിന്തിരിയാൻ എളുപ്പമാണ്. നിങ്ങളുടെ ശ്രദ്ധയ്ക്ക് വേണ്ടി മത്സരിക്കുന്ന കാര്യങ്ങളൊക്കെ ചെയ്തു തീർക്കാൻ ശ്രമിക്കുകയുമാവാം. പക്ഷെ അത് തെറ്റായൊരു കീഴ്‌വഴക്കമാണ്. ഒരു രക്ഷിതാവെന്ന നിലയിൽ നേതൃത്വം കാണിക്കുകയെന്നാൽ ചെയ്യാൻ എളുപ്പമല്ലാത്ത കാര്യങ്ങളാണെങ്കിൽപ്പോലും മനഃസ്സാക്ഷി ശരിയെന്ന് പറയുന്നത് ചെയ്യുകയെന്നതാണ്."

"എന്തെങ്കിലും ഉദാഹരണം?" ആശയക്കുഴപ്പത്തിൽ അകപ്പെട്ട ഞാൻ ചോദിച്ചു.

"തീർച്ചയായും. നീണ്ട ഒരു ദിവസത്തെ ജോലിയ്ക്ക്ശേഷം കിടന്ന് ടിവി കാണുന്നതിനെക്കാൾ അധികമായി മറ്റൊന്നും ചെയ്യാൻ നിങ്ങൾ ആഗ്രഹിക്കില്ല. പക്ഷെ, സരിതയ്ക്ക് വേണ്ടത്

നീയവൾക്ക് വായിച്ചു കൊടുക്കണമെന്നാണ്. അവളെ ജോണിനൊപ്പം നടക്കാൻ പറഞ്ഞയ്ക്കുകയെന്നതാണ് എളുപ്പം. പക്ഷെ, ടി.വി. ഓഫ് ചെയ്ത ശേഷമൊരു പുസ്തകവുമെടുത്ത് അവൾക്ക് വായിച്ചു കൊടുക്കുകയാണ് ഉചിതം. അത് വീടിനകത്തൊരു നേതൃത്വപാടവം പ്രകടമാക്കുന്ന പ്രവൃത്തിയാണ്."

"ശരി." ഞാൻ സമ്മതിച്ചു.

"സത്യം പോർട്ടറോട് തുറന്നു പറയുകയെന്നതാണ് മറ്റൊരു മാർഗം."

"സത്യം പറയുകയോ? അതിനർത്ഥം എന്താണ്!"

"സത്യം പറയുകയെന്നാൽ ഹൃദയം തുറന്നു സംസാരിക്കുകയെന്നാണ്. ചുറ്റുപാടുമുള്ളവർ കേൾക്കണമെന്ന് ആഗ്രഹിക്കുന്ന വാക്കുകൾ മാത്രം സംസാരിക്കുന്നവരാണ് മിക്കവാറും പേർ. മറ്റുള്ളവരുടെമേൽ സ്വാധീനം ചെലുത്താനും ഉപായം കൊണ്ട് കാര്യം നേടാനുമാണ് അവർ വാക്കുകൾ പ്രയോഗിക്കുന്നത്. സ്വന്തമായ വികാരങ്ങൾ പ്രകടിപ്പിക്കാനും അതിലൂടെ മഹത്തരമായ സ്നേഹത്തിലേയ്ക്കെപ്പോഴും നയിക്കുന്ന ധാരണ സൃഷ്ടിച്ചെടുക്കാനും അവർ മെനക്കെടുന്നില്ല. ആധ്യാത്മികമായ വഞ്ചനയുടെ ജീവിതങ്ങൾ നയിക്കുന്നത് കൊണ്ട് വാക്കുകളിൽ അവർ അർത്ഥമാക്കുന്നതെന്തെന്നോ അവർക്കെന്താണ് ശരിയായി തോന്നുന്നതെന്നൊവുള്ളത് പ്രതിഫലിക്കുന്നില്ല. നിങ്ങളുടെ വികാരം, വിശ്വാസം, അറിവ് എന്നീ സത്യങ്ങൾ പറഞ്ഞെങ്കിൽ മാത്രമേ വിധിച്ചിട്ടുള്ള കുടുംബനാഥന്റെ സ്ഥാനത്ത് നിങ്ങളെത്തിച്ചേരുകയുള്ളൂ."

ഓ എന്ന മറുപടി മാത്രമെനിക്ക് സംഗ്രഹിക്കാൻ സാധിച്ചുള്ളൂ.

"ഇനി ഉദാഹരണത്തിലേയ്ക്ക് തിരികെ വരാം. ജീവിതത്തിൽ പലപ്പോഴും നമ്മൾ ഭയത്തിൽ നിന്നും ഒളിച്ചോടുന്നവരാണ്. ബുദ്ധിയും വിവേകവും പൂർണ്ണമായ പരിണാമവും സിദ്ധിച്ചിട്ടുള്ളവർ ഭയത്തിന് *സമീപത്തേക്ക്* ഓടുകയെന്നതിന് ഊന്നൽ നല്കുന്നു. അതൃപ്തിയുളവാക്കുന്ന കാര്യങ്ങൾ നമ്മളോട് പ്രവർത്തിച്ചുവെന്ന് കരുതുന്നവരെ അഭിമുഖീകരിക്കുകയെന്നത് പലരും വെറുക്കുന്ന കാര്യമാണ്. നമ്മളെ അടിച്ചമർത്തുകയോ നമ്മളോട് മോശമായി പെരുമാറുകയോ ചെയ്തവരുടെയടുത്ത് പക്വതയോടെ കാര്യങ്ങൾ അവതരിപ്പിക്കുന്നതിന് പകരം അത്തരമൊരു സംഭവം

നടന്നിട്ടേയില്ലെന്ന് നാം അഭിനയിക്കുന്നു. പക്ഷെ അപ്പോൾ പ്രശ്നം മുറിവ് വ്രണമാകുന്നുവെന്നതാണ്."

"അത് നിങ്ങളുടെ ഊർജ്ജത്തെ ഊറ്റിക്കളയുകയും ചെയ്യും." ഞാൻ കൂട്ടിച്ചേർത്തു.

"ശരിക്കുമതെ, കാതറിൻ. അങ്ങനെ അത്തരത്തിലുള്ളയെല്ലാ പരിക്കുകളും വലിയൊരു ഭാരമായി ജീവിതയാത്രയിൽ നിങ്ങൾ ചുമക്കേണ്ടി വരും. നേരിട്ട് അഭിമുഖീകരിക്കാനെത്രത്തോളം അസ്വസ്ഥതയുണ്ടെങ്കിലും പക്വവും യുക്തിസഹവും ഹൃദയസ്പർശിയുമായ മാർഗത്തിലൂടെ അവ വരുന്നത് അനുസരിച്ച് കൈകാര്യം ചെയ്യുക. ഉദാഹരണത്തിന്, പോർട്ടർ കൗമാരത്തിലേയ്ക്ക് കടന്നു കഴിയുന്നതോടെ നിന്നെ അസ്ഥാളിപ്പിക്കുന്നയെന്തെങ്കിലും ചെയ്തെന്ന് കരുതുക. പ്രശ്നത്തിൽ നിന്നും ഒളിച്ചോടിയാൽ മുറി വ്രണമാകുമെന്ന് നിനക്കുറപ്പിയ്ക്കാം. അത് കൈകാര്യം ചെയ്യുകയാണെങ്കിൽ പോർട്ടറിന് സ്വന്തം പ്രവർത്തിയെക്കുറിച്ചൊരു അവബോധമുണ്ടാകുകയും നിങ്ങൾക്കിടയിലൊരു മഹത്തായ ധാരണ ആവിഷ്ക്കരിക്കപ്പെടുകയും ചെയ്യും."

"പല തരത്തിലും നേതൃത്വമെന്ന് പറഞ്ഞാൽ, എത്രത്തോളം അസ്വസ്ഥതയുണ്ടാക്കുന്ന കാര്യമാണെന്ന് കണക്കാക്കാതെ ചെങ്കുത്തായ പാത തിരഞ്ഞെടുത്ത് കഠിനമായ തീരുമാനമെടുക്കുകയെന്നാണ്."

"അതെ. അതും ഞാൻ നിനക്ക് പറഞ്ഞ് തരാം. *സ്വയമെത്രത്തോളം നീ വഴങ്ങാതിരിക്കുന്നുവോ അത്രത്തോളമെളുപ്പമായിരിക്കും നിനക്ക് ജീവിതം. സ്വയം കാർക്കശ്യം നിഷ്ക്കർഷിക്കുന്തോറും ജീവിതം നിനക്ക് അത്രത്തോളം സൗമ്യമാകും."*

"നീയെന്താണ് പറയുന്നത്?"

"സ്വയം കാർക്കശ്യം പാലിച്ചുകൊണ്ട് ദുർബലമായ ഉൾപ്രേരണകൾക്ക് കടിഞ്ഞാണിടുകയും ശരിയായ കാര്യങ്ങൾ ചെയ്യാനുള്ള ആത്മശിക്ഷണം എപ്പോഴുമുണ്ടാകുകയും ചെയ്യുമ്പോൾ ജീവിതം മഹത്തരമാകുമെന്ന് ഉറപ്പാണ്. *എളുപ്പമുള്ള കാര്യങ്ങൾ നീട്ടിവെയ്ക്കുകയും ശരിയെന്ന് മനസ്സ് പറയുന്ന കാര്യങ്ങൾ തിരഞ്ഞെടുക്കുകയും ചെയ്യുന്നത് നിന്റെ സ്വപ്നത്തിലെ കുടുംബ ജീവിതത്തിലേയ്ക്ക് നിന്നെയെപ്പോഴും നയിച്ചു കൊണ്ടിരിക്കും."*

"കുടുംബദർശന ഉടമ്പടിയിൽ ഞാൻ നിർവചിച്ചിട്ടുള്ള തരത്തിൽ, അല്ലെ?"

“സൂക്ഷ്മമായും അങ്ങനെ തന്നെയായിരിക്കും, അനിയത്തി.”

പ്രൗഢഗംഭീരമായൊരു അംഗവിക്ഷേപത്തോടെ ജൂലിയൻ എത്തിവലിഞ്ഞ് തന്റെ കുപ്പായത്തിന്റെ അഗ്രം ശിരസ്സിലൂടെ വലിച്ചിട്ടു. അവൻ ജനാലയിലൂടെ ചക്രവാളത്തെ നിരീക്ഷിച്ചു. ഞാൻ അഭിമുഖീകരിക്കുന്ന പ്രശ്നങ്ങളുമായി മല്ലിട്ട് ആയിരക്കണക്കിനാളുകൾ നിറഞ്ഞ അംബരചുംബികളിൽ അവിടം മുഖരിതമായിരുന്നു.

“കാതറിൻ, എനിക്ക് പോകണം, എനിക്കൊരാളുമായി കൂടിക്കാഴ്ചയുണ്ട്.”

“ആരുമായിട്ടാണെന്ന് ഞാൻ ചോദിച്ചോട്ടെ?” ആകാംക്ഷയിൽ വെന്തെരിഞ്ഞ് ഞാൻ ചോദിച്ചു.

“ഒരു ശില്പിയാണ്. എനിക്ക് വേണ്ടി പ്രത്യേകമായൊരു ഘടനയുണ്ടാക്കി കൊണ്ടിരിക്കുകയാണ് അയാൾ. സമയമാകുമ്പോൾ നീയതെക്കുറിച്ച് അറിയുമെന്ന് മാത്രമാണ് ജൂലിയൻ വെളിപ്പെടുത്തിയത്. പക്ഷെ പോകുന്നതിന്മുമ്പ് ഞാനീ പാഠമങ്ങ് തീർത്തോട്ടെ. അതായത്, മക്കളുടെ ധാർമ്മികമായ വികാസത്തിന്റെ ഉത്തരവാദിത്വമേറ്റെടുക്കണമെന്നാണ് ഞാൻ പറഞ്ഞുവന്നത്. വിദ്യാലയത്തിൽ നിന്നുമെല്ലാം ലഭിക്കുമെന്ന് പ്രതീക്ഷിക്കരുത്. അത് മക്കളോടോ വിദ്യാലയത്തോടോ നീതി പുലർത്തുകയല്ല. പോർട്ടറിനും സരിതയ്ക്കും മഹനീയമായ പുസ്തകങ്ങളോടുള്ള സ്നേഹം വളർത്തിയെടുക്കുക *വാൽഡെൻ* എന്ന കലാസൃഷ്ടിയിൽ ഹെന്റി ഡേവിഡ് തൊറ്യു മനുഷ്യവംശത്തിന്റെ ഉത്തമമായ ചിന്തകളെ രേഖപ്പെടുത്തിയിട്ടുള്ളവയെ ‘വീരോചിതമായ പുസ്തകങ്ങൾ’ എന്നാണ് പരാമർശിച്ചത്.”

“സരിതയ്ക്ക് വായിക്കാനുള്ള പ്രായമായിട്ടില്ല. പോർട്ടറാണെങ്കിൽ *ആർതറിന്റെയും ക്യൂറിയസ് ജോർജ്ജി*ന്റെയും പുസ്തകങ്ങൾ വായിച്ചുതുടങ്ങുന്നതേയുള്ളു. അവന് വായിക്കാൻ സാധിക്കാത്തപ്പോൾ വീട്ടിൽ തത്വചിന്തകരുടെ വിവേകദായകമായ പുസ്തകങ്ങളും ജീവചരിത്രങ്ങളുംകൊണ്ട് നിറയ്ക്കുന്നത് ബുദ്ധിയാണോ?”

“സ്വയം അവന് വായിക്കാൻ കഴിഞ്ഞില്ലെങ്കിലും നിനക്ക് വായിച്ചുകൊടുക്കാമല്ലോ. ജീവിതത്തിൽ മഹാന്മാരാകാൻ മക്കളെ പ്രോത്സാഹിപ്പിക്കുന്നത് ഗൗരവമായിട്ടാണെങ്കിൽ അവർക്ക് മുമ്പ് ജീവിച്ചിരുന്ന മഹത്തായ വ്യക്തികളുടെ ജീവിതത്തിന് മുന്നിലേ

യ്ക്ക് അവരെ തുറന്നു വിടണം. ചില കാര്യങ്ങൾ ശ്രേഷ്ഠമായ ഉദാഹരണങ്ങൾപോലെ ശക്തിവത്താണെന്ന് ഞാൻ പറഞ്ഞിരുന്നു. പഠനത്തെ മക്കൾ സ്നേഹിക്കണമെങ്കിൽ ടിവി ഓഫാക്കി രാത്രിയിൽ ഒരു മണിക്കൂർ സ്വയം വായിക്കുക. ഉത്കൃഷ്ടമായതിലേയ്ക്ക് മക്കൾ സ്വയം സമർപ്പിക്കണമെങ്കിൽ നിങ്ങളും അത് തന്നെ ചെയ്യുന്നുവെന്ന് ഉറപ്പ് വരുത്തുക. നല്ല പുസ്തകങ്ങൾ കൊണ്ട് വീട് നിറയ്ക്കുകയും അവ വായിക്കാനുള്ള സമയമുണ്ടാക്കുകയും - ദിവസവും പതിഞ്ച്മിനിറ്റാണെങ്കിൽ കൂടി - ചെയ്യുന്നത് വഴി *വായന പ്രധാനമാണെന്ന* ശക്തമായ സന്ദേശം നിങ്ങൾ മക്കളിലേയ്ക്കയക്കുകയാണ് ചെയ്യുന്നത്. അതുപോലെ തന്നെ ലോകത്തെ ആശീർവദിച്ചിട്ടുള്ള ബുദ്ധികൂർമ്മതയുള്ള വ്യക്തികളുടെ ചിന്തകളടങ്ങിയ ഗ്രന്ഥശാലയിലേക്ക് അയയ്ക്കുന്നതിൽ കവിഞ്ഞ് മെച്ചപ്പെട്ട മറ്റൊരു പൈതൃകം എനിക്ക് ആലോചിക്കാൻ പോലും സാധിക്കുന്നില്ല. പോർട്ടറെയും സരിതയെയും അറിയുന്നതു കൊണ്ട് പറയുകയാണ്, അവരതിന് നിന്നോടെന്നും നന്ദിയുള്ളവരായിരിക്കും."

"ലോകത്തിലെ മഹത്തായ പുസ്തകങ്ങളുടെ ഗ്രന്ഥശേഖരം എന്റെ മക്കൾക്കൊരു സ്തുത്യോപഹാരമായി നല്കുക. അവിശ്വസനീയമായൊരു ആശയം തന്നെ, ജൂലിയൻ."

"അതൊരു അത്ഭുതകരമായ പ്രവർത്തിയായിരിക്കും, കാതറിൻ. അതു കൊണ്ട്, എവിടെപ്പോയാലും നല്ല പുസ്തകങ്ങൾ തിരക്കുക. എല്ലാ രാത്രിയും ഈ പുസ്തകങ്ങൾ ഉറക്കെ വായിക്കുക. അവർക്ക് മനസ്സിലാകുന്നില്ലെന്ന് നിനക്ക് തോന്നിയേക്കാം. പക്ഷേ, അവന്റേതു മാത്രം അടങ്ങുന്ന അറിവുകൾ അവരുടെ മനസ്സിന്റെ ആഴത്തിലുറച്ചു കിടന്നോളും. അവരുടെ സ്വഭാവത്തിൽ നീ വിതയ്ക്കുന്ന വിത്തുകൾ കാലക്രമേണ ബോധോദയം സിദ്ധിച്ച മുതിർന്നവരുടെ പ്രവർത്തികളായി മുളയ്ക്കും." കാവ്യാത്മകമായി ജൂലിയൻ നിരീക്ഷിച്ചു.

"ബ്രേവ് ലൈഫ് ഡോട്ട് കോം വികസിപ്പിച്ചു കൊണ്ടിരിക്കുമ്പോൾ തൊഴിൽ സംബന്ധമായി പാഠ്യസംസ്ക്കാരം വളർത്തിയെടുക്കാനുള്ള പരിശീലനത്തിനു വേണ്ടി ഞങ്ങൾ കുറച്ചു വിദഗ്ദ്ധരെ കൊണ്ടുവന്നു. ക്രിയാത്മകവും ഉത്പാദനശേഷിയുമുള്ള തൊഴിലാളികളെയാണ് ഞങ്ങൾ ആഗ്രഹിക്കുന്നതെങ്കിൽ, ആ സംഘടനയുടെ തലപ്പത്തിരിക്കുന്നവരെന്ന നിലയിൽ പഠനത്തെ സ്നേഹിക്കുന്ന തരത്തിലുള്ള അന്തരീക്ഷം വളർത്തിയെടുക്കുകയാണ് ഞങ്ങളുടെ കടമയെന്ന് അവർ പറഞ്ഞു."

“ന്യായമായ കാര്യം. ആശയങ്ങൾ വിജയത്തിന്റെ വില്പനചരക്കായിരിക്കുന്ന ലോകത്താണ് നാം ജീവിക്കുന്നത്. പഴയ സാമ്പത്തികവ്യവസ്ഥിതി അനുസരിച്ച് ഇഷ്ടികയും കരുത്തുമൊക്കെ വെച്ചാണ് മൂല്യത്തെ നിർവചിച്ചിരുന്നത്. എത്ര ഓഫീസുകളുടെ ഉടമസ്ഥാവകാശമുണ്ടെന്നും എത്ര തൊഴിലുകളുണ്ടെന്നുമൊക്കെയായിരുന്നു കണക്ക്. പുതിയ വ്യവസ്ഥിതിയിൽ സംഘടനയുടെ വിജയം നിർണ്ണയിക്കുന്നത് ബുദ്ധിശക്തിയും വിശ്വാസപ്രമാണങ്ങളും വെച്ചാണ്. കൂടാതെ, നിങ്ങളുടെ ആളുകൾ ഉൽപ്പാദിപ്പിക്കുന്ന ആശയങ്ങളുടെ ഗുണമേന്മ അനുസരിച്ചും. ഏതെങ്കിലുമൊരാളുടെ മനസ്സിൽനിന്നും വരുന്ന ഒരൊറ്റ ആശയം മതി, ലോകത്തെ മാറ്റിമറിയ്ക്കാൻ. വിശ്വാസം വരുന്നില്ലെങ്കിൽ നിന്റെ തന്നെ തൊഴിൽമേഖലയിലെ രണ്ട് ഉദാഹരണങ്ങൾ നോക്കൂ – ബിൽഗേറ്റ്സിസൊ സ്റ്റീവ് ജോബ്സാ. കമ്പ്യൂട്ടറുകളുടെ സാധ്യതകളെക്കുറിച്ചുള്ള അവരുടെ ആശയങ്ങൾ നാം ജീവിക്കുന്ന ലോകത്തെ തന്നെ മാറ്റിമറിച്ചു. ഒരാശയം; അതിന്മേൽ അതിതീവ്രതയോടും അക്ഷീണമായും പ്രവർത്തിച്ചാൽ ലോകത്തെ തന്നെ പരിവർത്തനം ചെയ്യിക്കാൻ സാധിക്കും.”

“അത് കച്ചവടത്തിൽ മാത്രമല്ലല്ലോ?” ഞാൻ കൂട്ടിച്ചേർത്തു.

“തന്റെ നാട്ടുകാർ സ്വതന്ത്രരായിരിക്കണമെന്ന ലളിതമായ ആശയത്തിൽ നിന്നുമല്ലെ നെൽസൺ മണ്ടേല തുടങ്ങിയത്.”

“മഹാത്മാഗാന്ധിയും അങ്ങനെ തന്നെയായിരുന്നു.”

“അമീലിയ ഈഹാർട്ടിന് ആകാശയാത്രയെക്കുറിച്ച് ലളിതമായ ആശയമുണ്ടായിരുന്നു.”

“മറ്റൊരു നല്ല ഉദാഹരണം.” ജൂലിയൻ അംഗീകരിച്ചു.

“ഐൻസ്റ്റീന്റെ ആശയങ്ങൾ ശാസ്ത്രലോകത്തെ മാറ്റിമറിച്ചു.”

“സഹോദരി പറഞ്ഞത് ശരിയാണ്. ഈ പുതിയ ലോകത്തിലെ വലിയ നേതാക്കന്മാർ മഹത്തായ ചിന്തകരാകും.“

“ഈ ലോകത്തേയ്ക്ക് നീ കൊണ്ടുവന്ന അത്തരം അമൂല്യമായ വിദഗ്ദ്ധരെ ശ്രദ്ധയോടെ ശ്രവിക്കുകയെന്നതാണ് ഒരു രക്ഷിതാവെന്ന നിലയിൽ നിന്റെ കർത്തവ്യം. കമ്പനിയിൽ മാത്രമല്ല വീട്ടിലും ഒരു *പാഠ്യസംസ്കാരം വളർത്തിയെടുക്കു*. പഠനം രസകരമാക്കുക. കുട്ടികൾക്ക് പഠനത്തോട് താല്പര്യം ജനിപ്പിക്കും വിധം വീടിനെ ആശയങ്ങളുടെ കളിക്കളമാക്കി മാറ്റുക.”

“ക്യൂറിയസ് ജോർജ്ജിനെ മാതൃകയാക്കുക.”

"ക്യൂറിയസ് ജോർജ്ജിനെ മാതൃകയാക്കാനോ?" ഞാൻ അത്ഭുതത്തോടെ ചോദിച്ചു.

"പോർട്ടറും സരിതയും ക്യൂറിയസ് ജോർജ്ജിനെ ഇഷ്ട പ്പെടുന്നുവെന്നത് ശരിയല്ലേ?"

"അതെ. ക്യൂറിയസ് ജോർജ്ജ് അവരുടെ നായകനാണ്."

"ശരി. ക്യൂറിയസ് ജോർജ്ജിന്റെയെല്ലാ പുസ്തകങ്ങളും ആരംഭിക്കുന്നത് ഒരേ വാചകത്തിൽ നിന്നുമാണ്. നീയോർക്കു ന്നുണ്ടോ അത്?"

"തീർച്ചയായും. ജോർജ്ജ് ഒരു ചെറിയ കുരങ്ങനായിരുന്നു. പക്ഷേ അവന് എപ്പോഴും ഭയങ്കര ആകാംക്ഷയാണ്."

"ശരിയാണ്. ഒരു രക്ഷിതാവെന്ന നിലയിൽ പോർട്ടറിലും സരിതയിലും ആകാംക്ഷയുടെ എരിയുന്ന കനലിനെ കടത്തിവി ടാനാണ് ഞാൻ നിന്നോട് ആവശ്യപ്പെടുന്നത്. അറിവിനുള്ള വിശപ്പ്. വിവേകത്തിനുള്ള ദാഹവുമുണ്ടാക്കാൻ അവരെ പഠിപ്പി ക്കുക. പുസ്തകങ്ങളെയും സംഗീതത്തെയും ആശയങ്ങളെയും സ്നേഹിക്കാൻ അവരെ പരിശീലിപ്പിക്കുക. നിസ്സീമമായ മാറ്റങ്ങ ളുണ്ടാകുന്ന ലോകത്തിൽ അങ്ങനെ അവർക്ക് വിജയിക്കാൻ സാധിക്കൂ."

"നീ പറയുന്ന പാഠ്യസംസ്ക്കാരം കുടുംബത്തിൽ വളർത്തി യെടുത്തശേഷം വീടിനെ അഭയസ്ഥാനമാക്കി മാറ്റാനായി മറ്റെന്തെ ങ്കിലും ഞാൻ ചെയ്യാനുണ്ടോ?"

"പൂക്കൾ." എന്ന മറുപടി വന്നു. "മൂന്നു ഡോളർ നാല്പ ത്തിയൊൻപത് ഫിൽസിന് ഏത് പലചരക്ക് കടയിൽ നിന്നും പൂച്ചെണ്ടുകൾ ലഭിക്കും. ഗൃഹാന്തരീക്ഷത്തിൽ ദശലക്ഷം ഡോള റുടെ ഫലമാണ് അതുണ്ടാക്കുക."

"ശരിക്കും?"

"ഒന്നോ രണ്ടോ പൂച്ചെണ്ടുകൾ വീട്ടിൽ വയ്ക്കുകയെന്ന ലളിതമായ പ്രവർത്തിയിലൂടെ നിനക്ക് അവിടെ സുഖവും സമാ ധാനവും നിറഞ്ഞ അന്തരീക്ഷമാക്കി മാറ്റിയെടുക്കാം. ശിവാനി യിലെ സന്യാസിമാർ അവരുടെ കൊച്ചുവീടുകൾ പുഷ്പങ്ങൾ കൊണ്ട് നിറയ്ക്കുമായിരുന്നു. ജീവിതത്തിലെ നന്മകളുടെ പ്രതി രൂപമായി അവർ അതിനെ പൂജിക്കും. പുഷ്പങ്ങൾ നിന്റെ വീട്ടിലെ നിറം വർദ്ധിപ്പിക്കും. ജീവിതത്തിലെ കൊച്ചു സന്തോഷങ്ങളുമായി നിന്നെ ബന്ധിപ്പിക്കുന്നതോടൊപ്പം നമ്മുടെ ജീവിതത്തിൽ പ്രകൃ

തിയൊരു ക്രിയാത്മകമായ ശക്തിയാണെന്ന് അവ കുട്ടികളെ പഠിപ്പിക്കുകയും ചെയ്യും."

"ഞാൻ സമ്മതിക്കുന്നു, ജൂലിയൻ. വീട്ടിലായ ശേഷം ഞാൻ ആഴ്ചതോറും മരങ്ങൾക്കിടയിൽ നടക്കാൻ പോകും. കുട്ടികൾ ടിവി കണ്ടുകൊണ്ടിരിക്കുമ്പോൾ അത് നിർത്തി ചെറുപ്പത്തിൽ നമ്മൾ കളിക്കാറുണ്ടായിരുന്ന അതേ മരങ്ങൾക്കിടയിൽ തന്നെ അവരെയും കൊണ്ടങ്ങോട്ട് ഇടയ്ക്കിടെ നടക്കാൻ പോകാനും ഞാൻ തുടങ്ങി. ഞങ്ങൾ ഇലകൾ ശേഖരിയ്ക്കും, ഒളിച്ചുകളിയ്ക്കും. എല്ലുംതോലുമായി നടന്നിരുന്ന കാലത്ത് നീ കുളിക്കാറുണ്ടായിരുന്ന ആ വലിയ കുളത്തിലെ പാറകളിലൂടെ ഞങ്ങൾ തത്തിക്കളിക്കും."

ജൂലിയൻ ചിരിച്ച് ചിരിച്ച് കണ്ണീർ വാർക്കാൻ തുടങ്ങി. ഞാനോർക്കുന്നു. "കുട്ടികളായിരിക്കുമ്പോൾ നമുക്ക് ചില നല്ല കാലമുണ്ടായിരുന്നു. അല്ലേ?"

"ശരിക്കുമുണ്ടായിരുന്നു. പക്ഷെ നീ പറഞ്ഞത് ശരിയാണ്. ഞാൻ മക്കളുമായി പ്രകൃതിദത്തമായ അന്തരീക്ഷത്തിൽ ചിലവിടുന്ന സമയം ഞങ്ങളെ സംബന്ധിച്ച് സവിശേഷമാണ്. അത് ഞങ്ങളെ ബന്ധിപ്പിക്കുകയും ഹൃദയത്തിന്റെ മികവിനെ വെളിപ്പെടുത്തുകയും ചെയ്യുന്നു. അത് അവരുടെ സർഗ്ഗവാസനയെ നന്നായി പരിപോഷിപ്പിക്കുന്നുണ്ടെന്നുമെനിക്കറിയാം."

"വീടിന്റെ അകത്തളം ഭംഗിയാക്കാൻ സാധിക്കുന്നത്ര ശ്രമിക്കാനാണ് ഞാൻ പറയുന്നത് സൗന്ദര്യത്തെ തീവ്രമായി അംഗീകരിക്കുക. സൗന്ദര്യത്തെക്കുറിച്ചുള്ള അവബോധം വളർത്തിയെടുക്കുക. വീട്ടിൽ ഉടനീളം പൂക്കളിന്റെ തന്ത്രപ്രധാനമായ ഉപയോഗത്തിലൂടെ നീ വീടിനകത്തെയും ജീവിതത്തിലെയും സൗന്ദര്യത്തെ കൂടുതലായി ശ്രദ്ധിക്കാൻ തുടങ്ങും."

"മനസ്സ് വിശിഷ്ടമായൊരു കാര്യമാണ്, അല്ലേ, ജൂലിയൻ?"

"അതെ. മനസ്സിന്റെ പ്രവർത്തനത്തെക്കുറിച്ചും അതിന്റെ അത്ഭുതങ്ങളെക്കുറിച്ചും സന്യാസിമാർ എനിക്ക് കുറെയേറെ പറഞ്ഞു തന്നു." ഹൃദയമിടിപ്പൊന്നുപോലും നഷ്ടപ്പെടുത്താതെ ജൂലിയൻ തുടർന്നു. "വീടിനെ അഭയസ്ഥാനമാക്കാൻ സന്യാസിമാരുടെ മറ്റൊരു ആചാരം പ്രയോഗിച്ചു നോക്കാൻ ഞാൻ ശുപാർശ ചെയ്യുന്നു. വീട്ടിലെ ഓരോ മുറിയിലൂടെയും ശുദ്ധവായു കടക്കാൻ അനുവദിക്കുക."

"എന്തിനു വേണ്ടി?"

"ഇപ്പോഴും പൂർണ്ണമായി എനിക്ക് മനസ്സിലാക്കാൻ സാധിക്കാത്ത കിഴക്കൻ മുറയാണത്. പക്ഷെ, കാതറിൻ. ഫലത്തിൽ മാത്രം നോക്കി കാര്യങ്ങൾ തീരുമാനിക്കാനാണ് ഞാൻ പ്രോത്സാഹിപ്പിക്കുന്നത്. എന്റെ കൊച്ചുമുറിയിലെ ജനാലകൾ എപ്പോഴും തുറന്നു കിടക്കുന്നതാണ് എന്റെ ഊർജ്ജനില ഉച്ചത്തിലാകാനും പരിപൂർണ്ണ ആരോഗ്യം കാത്തുസൂക്ഷിക്കാനും സഹായിക്കുന്നതെന്ന് എനിക്ക് അറിയാം. ശ്വാസകോശത്തിലേയ്ക്ക് ജീവവായു കൂടുതൽ കടത്തി വിടുന്തോറും വ്യക്തിപരമായ ഉണർവ് വർദ്ധിക്കുന്നതു കൊണ്ടായിരിക്കാം അത്. ശരിയായി ശ്വസിക്കുകയെന്നാൽ ശരിയായി ജീവിക്കുകയെന്നാണെന്ന് സന്യാസിമാർ എപ്പോഴും പറയുമായിരുന്നു. സ്വന്തം ജീവിതത്തിലും ദിവസേന ശുദ്ധവായു ശ്വസിക്കുന്നുണ്ടെന്ന് ഞാൻ ഉറപ്പു വരുത്തും. പ്രഭാത സവാരിക്കിടയിൽ ഞാൻ ബോധപൂർവ്വം ഗാഢമായും പൂർണ്ണമായും ശ്വസിക്കുന്നു. അത്തരം ലളിതമായ കീഴ്‌വഴക്കം എന്നിൽ ഉണർവുണ്ടാക്കുകയും തേജസ്സുറ്റ പ്രഭാവത്തെ നിറയ്ക്കുകയും ചെയ്യും. കാതറിൻ, ജനനശേഷം നമ്മളാദ്യം ചെയ്യുന്നതെന്താണ്?"

"നമ്മൾ സ്വയം അകത്തേയ്ക്ക് വായു ശ്വസിക്കുന്നു."

"ശരി, പക്ഷെ ശരിയായ ശ്വസനക്രമം ജീവിതത്തിന് പ്രധാനമാണെന്ന് ദയവായി ഓർക്കുക."

"സമ്മതിച്ചു. വീടിനെ അഭയസ്ഥാനമാക്കി കുടുംബ സംസ്ക്കാരം വളർത്താനും സ്വപ്നസാക്ഷാത്കാരത്തിൽ എത്താനും മറ്റെന്തെങ്കിലും കാര്യങ്ങൾ?"

"ഞാൻ പോകുന്നതിനുമുമ്പ് അവസാനമായി മൂന്ന് നിർദ്ദേശങ്ങൾ. ആദ്യം വീടിനകത്ത് ധാരാളം സൂര്യപ്രകാശത്തെ കടത്തിവിടുക. അത് ആത്മാവിനെ ഉത്തേജിപ്പിക്കുകയും കാര്യങ്ങൾ സരസമാക്കുകയും ചെയ്യും. ഞാൻ താമസിക്കുന്നയിടം നോക്ക്. ഈയൊരൊറ്റ കാരണത്തിന് വേണ്ടി ഞാൻ വെള്ളി ജാലകം വെച്ചു. അതുകൊണ്ട് ദിവസം മുഴുവനും സൂര്യരശ്മികളെന്നെ പ്രസന്നവദനനാക്കുന്നു. രണ്ടാമതായി കുടുംബവുമൊന്നിച്ചു വൈകുന്നേരങ്ങളിൽ സ്വസ്ഥമായിരിക്കാൻ സമയം കണ്ടെത്തുക. പ്രത്യേകിച്ചും ഓഫീസിൽനിന്നും ജോണും സ്കൂളിൽനിന്നും കുട്ടികളും വന്നതിനുശേഷം. ഗൃഹാന്തരീക്ഷത്തിലുണ്ടാകുന്ന ശബ്ദകോലാഹലങ്ങളെക്കുറിച്ച് അച്ഛനമ്മമാർ ചിന്തിക്കാറേയില്ല. പക്ഷെ സമാധാനപരമായ മനസ്സ് പാകപ്പെടുത്തുന്നതിന് വേണ്ടിയുള്ള പ്രധാന ഘടകങ്ങളിലൊന്നാണത്. *നിങ്ങളുടെ സാഹചര്യമാണ്*

നിങ്ങളുടെ ചിന്തകളെ രൂപപ്പെടുത്തുന്നത്. ടിവി എപ്പോഴും പ്രവർത്തിച്ചു കൊണ്ടിരിക്കുകയും, വീഡിയോ ഗെയിം കളിക്കുകയും, റേഡിയോ ഗർജ്ജിക്കുകയും ചെയ്തു കൊണ്ടിരുന്നാൽ പുറംലോകത്തുനിന്നും നോക്കുമ്പോൾ നിങ്ങളുടെ വീടൊരിക്കലും ഒരു അഭയസ്ഥാനമോ സമാധാനത്തിന്റെ മരുപ്പച്ചയൊവാകില്ല. കുടുംബാംഗങ്ങൾ മുഴുവനും സമയം ചിലവിടാൻ ഇഷ്ടപ്പെടുന്ന തരത്തിൽ വീട് മാറ്റിയെടുക്കണമെങ്കിൽ അവിടം ശാന്തമാണെന്ന് ഉറപ്പുവരുത്തണം."

"നീ വിശദീകരിക്കുന്നത് കേൾക്കുമ്പോൾ നല്ലതാണെന്ന് തോന്നുന്നു." ഞാൻ ആകാംക്ഷയോടെ പറഞ്ഞു:

"കുട്ടികളോട് ഏകാന്തതയെ പ്രശംസിക്കുക. പ്രായം ചെല്ലുന്തോറും റേഡിയോവിന്റെ പ്രവർത്തനവും കമ്പ്യൂട്ടറിന്റെ മൂളലും ഫോണിന്റെ ശബ്ദവുമൊന്നും തുടർച്ചയായി ആവശ്യമില്ലാത്തതാണെന്ന് കാണിച്ചു കൊടുക്കുക. ഉന്മേഷദായകമായ സല്ലാപങ്ങൾ ആസ്വദിക്കാൻ അവരെ പ്രോത്സാഹിപ്പിക്കുക. കത്തെഴുതുന്ന സ്വഭാവം പരിപോഷിപ്പിക്കാൻ നിർദേശിക്കുക. മനോഹരമായ സൂര്യാസ്തമനം നിരീക്ഷിക്കാനും വലിയ സ്വപ്നങ്ങൾ കാണാനും അവരെ പ്രോത്സാഹിപ്പിക്കുക."

"കുട്ടികൾ ഇത്തരം കാര്യങ്ങൾ ഇഷ്ടപ്പെടണമെന്ന് ഞാനും ആഗ്രഹിക്കുന്നു." പ്രതീക്ഷാനിർഭരമായി ഞാൻ പറഞ്ഞു.

"കുടുംബമൊന്നിച്ച് ദിവസവും ഒരു നേരം ആഹാരം കഴിക്കുകയെന്നത് കുടുംബസംസ്ക്കാരത്തിൽ സംയോജിപ്പിക്കാവുന്നയൊന്നാണ്. അപ്പോളെല്ലാവരും ഒരുമിച്ചിരുന്ന് പരസ്പരമുള്ള സഹവാസം ആസ്വദിക്കും. വർഷങ്ങൾക്കുമുമ്പ് മിക്കവാറുമെല്ലാ കുടുംബങ്ങളുടെ ദിനചര്യയിലും എല്ലാവരുമൊന്നിച്ചുള്ള ഭക്ഷണസമയം പ്രാധാന്യം അർഹിച്ചിരുന്നു. സങ്കടകരമെന്ന് പറയട്ടെ, നമ്മുടെ സമയത്തിന് മേൽ ആവശ്യങ്ങൾ നില കൊണ്ടപ്പോൾ ആ സ്വഭാവം നഷ്ടപ്പെട്ടു. പരിശുദ്ധമായ ആ സമയത്ത് പരസ്പരം അന്നത്തെ ദിവസത്തെപ്പറ്റിയും അന്ന് പഠിച്ച കാര്യങ്ങളെപ്പറ്റിയും ഓരോ കുടുംബാംഗങ്ങളോടും ചോദിച്ചു മനസ്സിലാക്കാൻ ഞാൻ പറയുകയാണ്. കുടുംബദർശന ഉടമ്പടിയെക്കുറിച്ചോ നിങ്ങൾ പങ്കുവെയ്ക്കാൻ ആഗ്രഹിക്കുന്ന മറ്റെന്തിനെയെങ്കിലും കുറിച്ചോ സംസാരിക്കുക. താത്പര്യം ജനിപ്പിക്കുന്നയെന്തിനെയെങ്കിലുമൊ നിങ്ങൾ കേട്ട രസകരമായ കഥയോ പങ്കുവെയ്ക്കുക. ദിനാന്ത്യത്തിൽ ബന്ധം പുനഃസ്ഥാപിക്കാനുള്ള ശ്രേഷ്ഠമായൊരു അവസരമായി ഇതിനെ കണക്കാക്കുകയെന്നതാണ് പ്രധാനകാര്യം.

ഓ... കുടുംബത്തോടൊപ്പമുള്ള ഭക്ഷണവേളയിൽ തടസ്സമുണ്ടാകാതിരിക്കാൻ ഫോണുകൾ ഓഫ് ചെയ്ത് വെയ്ക്കുക."

"അതിന് വേണ്ടിയാണ് വോയ്സ് മെയിൽ, അല്ലേ?"

"സത്യം."

"എന്നാലും ഫോണടിക്കുന്ന ഓരോ പ്രാവശ്യവും കുട്ടികൾക്കൊപ്പം ഇരുന്ന് എന്തെങ്കിലും പ്രധാനപ്പെട്ട കാര്യങ്ങൾ ചെയ്യുകയാണെങ്കിൽ പോലും അപ്പോഴൊക്കെ എന്റെയുള്ളിൽ ഫോണെടുക്കാനുള്ളയൊരു വെമ്പലാണ്."

ജൂലിയൻ തലകുലുക്കി കൊണ്ട് തുടർന്നു. "പോകാൻ തിടുക്കമുണ്ടായിരുന്നെങ്കിലും അതിന് മുമ്പ് സാധിക്കാവുന്നത്ര അറിവ് തനിക്ക് പകർന്ന് തരണമെന്ന് അവൻ ആഗ്രഹിച്ചു."

"ദിവസേന കുടുംബത്തിൽ ഭക്ഷണസമയമെന്ന നയചാതുര്യം നടപ്പിൽ വരുത്തുന്നത് വീട്ടിൽ യാഥാർത്ഥ നേതൃത്വപാടവം തെളിയിക്കാൻ ഉചിതമായൊരു വഴിയാണ്. ഓർക്കുക, *രക്ഷാകർത്താവെന്ന നിലയിൽ നിങ്ങളുമൊരു നേതാവാണ്. ഒരു സി.ഇ.ഒ.വിന്റെ മാത്രം കുത്തകയല്ല നേതൃത്വം. ബോർഡ്മുറിയിലിരുന്നാലും വീട്ടിലിരുന്നാലും ഒരു മുഴുവൻ സമയ രക്ഷിതാവായി പ്രവർത്തിക്കുമ്പോൾ നിങ്ങളൊരു നേതാവാണ്.*"

"അവസാനത്തെ നിർദ്ദേശമെന്താണ്?"

"*ഒരുമിച്ചിരുന്നു കളിക്കുന്ന കുടുംബമെ ഒരുമിച്ചു കൂട്ടായ്മയോടെ നിലനില്ക്കൂവെന്ന് ഒരിക്കലും മറക്കാതിരിക്കുക.* കുറച്ച് ആഴ്ചകൾ കൂടുമ്പോൾ ഹാസ്യാത്മകമായ ഒരു രാത്രി ആവിഷ്ക്കരിക്കുക. അന്ന് വീഡിയോ കടയിൽനിന്നും ഹാസ്യസിനിമകൾ വാടകയ്ക്കെടുക്കുകയോ വീട്ടിലെല്ലാവരെയും ചിരിപ്പിക്കാനുതകുന്ന നിസ്സാരമായ പ്രവർത്തികളിലേർപ്പെടുകയോ ചെയ്യുക. നിന്റെ അതുല്യമായ നർമ്മബോധം നഷ്ടപ്പെടുത്താതിരിക്കുക, കാതറിൻ. അനിയന്ത്രിതമായ നല്ലൊരു പൊട്ടിച്ചിരിയുടെ ശക്തി മക്കൾക്ക് പഠിപ്പിച്ചു കൊടുക്കുക. വ്യക്തികൾ തമ്മിലേറ്റവും കുറവുള്ള അകലമാണ് ചിരി. അത് തന്നെയാണ് മാനുഷികബന്ധങ്ങൾ ദൃഢമാക്കാനുള്ള ബുദ്ധിപരമായ മാർഗ്ഗവും. ചിലപ്പോഴൊക്കെ ജീവിതം ശ്രമകരമാകാം. പക്ഷെ, അപ്പോഴും നിങ്ങളുടെ വീക്ഷണത്തെ നിലനിർത്തി ക്രമാനുസൃതമായി ഒരുമിച്ചിരുന്ന് ചിരിക്കാനുള്ള സമയമുണ്ടാക്കിയെടുക്കുക. നീ കൂടുതൽ ചിരിക്കുന്തോറും സരിതയ്ക്കും പോർട്ടറിനും വ്യക്തമായി മനസ്സിലായി തുടങ്ങും. അവർ നീയും ജോണുമായി അഭിനയിക്കുന്നത് കണ്ടിട്ടുണ്ടോ?"

"ഉണ്ട്"

"ശരി, അപ്പോൾ അവർക്ക് ഗൗരവം വരും. ഇല്ലേ?"

"ശരിയാണ്." ആ തിരിച്ചറിവിൽ ഞെട്ടിവിറച്ചുകൊണ്ട് ഞാൻ പറഞ്ഞു.

"നിങ്ങളിരുവരെയും അനുകരിക്കുമ്പോൾ അവർ കുലുങ്ങി ചിരിക്കാറുണ്ടോ?"

"ഇല്ല." ഞാൻ ശാന്തമായി മറുപടി പറഞ്ഞു.

"അപ്പോൾ ഞാൻ നേരത്തെ പറഞ്ഞത് ശരിയോടടുത്ത് നില്ക്കുന്നു. നാം പഠിക്കേണ്ട പാഠങ്ങൾ പഠിപ്പിക്കാനായി കുട്ടികൾ വരുന്നത് മുതിർന്നവരേക്കാൾ പരിണാമം സിദ്ധിച്ചിട്ടാണ്. ഞാനൊരുപാട് സ്നേഹിക്കുന്ന എന്റെയീ അനിയത്തിയ്ക്കുള്ള പാഠം ഉണർവ്വുണ്ടാക്കുകയെന്നതാണ്."

"പക്ഷേ, ഞാനീ മേശപ്പുറത്ത് നൃത്തം ചവിട്ടിയല്ലോ?" ഞാൻ ചിരിച്ചു.

"നീ നൃത്തം ചവിട്ടി." എന്നെ മുറുക്കെ പുണർന്ന്, എന്റെ നെറ്റിത്തടത്തിൽ അവന്റെ വ്യക്തിമുദ്ര പതിഞ്ഞ ചുംബനം നല്കികൊണ്ട് അവൻ പറഞ്ഞു. "നിങ്ങൾക്കെല്ലാം മഹത്തായ ജീവിതമാണുണ്ടാകാൻ പോകുന്നതെന്ന് എനിക്കറിയാം. നിങ്ങളുടെ മക്കൾ വളർന്ന് കൗമാരപ്രായക്കാരാകുകയും ശ്രേഷ്ഠരായ മുതിർന്നവരാകുകയും ചെയ്യും. അതിനെപ്പറ്റി ആകുലതയേ വേണ്ട. ഞാൻ രാവിലെ മുതൽ പഠിപ്പിച്ചതെല്ലാം ഹൃദയത്തിലേയ്ക്കെടുക്കുക. ബാക്കിയുള്ള സമയം ഞാൻ പങ്കുവെച്ച അറിവിനെ പ്രതിഫലിപ്പിക്കുക. അതൊക്കെ ഒരുമിച്ചെടുത്ത് സമ്പന്നമായൊരു കുടുംബ സംസ്ക്കാരത്തിലേയ്ക്ക് അതിനെയെങ്ങനെ സംയോജിപ്പിക്കാമെന്നും നിങ്ങളുടെ സ്നേഹത്തിന്റെ സവിശേഷ സമുദായമായി വീടിനെ എങ്ങനെ മാറ്റാമെന്നും ഗാഢമായി ചിന്തിക്കുക. സാധാരണമായ പുഴുക്കൂട്ടിൽനിന്നും അനന്യസാധാരണമായ സാമ്രാജ്യത്തിലേയ്ക്ക് നിങ്ങളുടെ ജീവിതം നീങ്ങും."

അങ്ങനെ പറഞ്ഞ് വലിയേട്ടൻ, പ്രശസ്തനായ ജൂലിയൻ മാന്റിൽ തിരിഞ്ഞുനടന്നു. അതോടെ മനോഹരമായ മദ്ധ്യാഹ്ന രശ്മികൾ പ്രകാശത്തിലെന്നെ കുളിപ്പിച്ചപ്പോൾ ബോർഡ് മുറിയിൽ ഞാൻ തനിച്ചായി. അന്ന് രാവിലെ പഠിച്ച കാര്യങ്ങളെക്കുറിച്ചോർത്ത് സന്തോഷംകൊണ്ട് എനിക്ക് മേശപ്പുറത്ത് കയറി നൃത്തം ചെയ്യാൻ തോന്നി.

⁂

കുടുംബനായകന്റെ ദ്വിതീയ ആധിപത്യം

കുട്ടിയെ ശകാരിക്കുന്നതിൽ നിന്നും അവനിലെ നേതൃത്വപാടവത്തെ രൂപപ്പെടുത്തുന്നതിലേയ്ക്ക് ഗതിമാറ്റുക

ഒരാളെയെങ്കിലും എനിക്ക് കൂടുതൽ വിവേകമുള്ളവനൊ സന്തോഷവാനോ മെച്ചപ്പെട്ടവനോ ആക്കാൻ കഴിഞ്ഞുവെന്ന് പറയാൻ സാധിക്കാത്ത രാത്രികളുണ്ടാകരുതെന്ന് നിബന്ധന പാലിക്കുക.

ചാൾസ് കിങ്സ്‌ലി

എനിക്ക് വേണ്ടത്ര സ്നേഹിക്കാൻ കഴിഞ്ഞില്ല. ജീവിതത്തിനായുള്ള ഒരുക്കങ്ങൾക്കിടയിൽ തിരക്കോട് തിരക്കായിരുന്നു. അപ്പോഴൊക്കെ വള്ളത്തെപ്പോലെ നിശ്ശബ്ദമായി ജീവിതം ദ്രുതഗതിയിൽ ഒഴുകിപ്പോകുകയായിരുന്നു.

ലോറീൻ കാരി

മറ്റുള്ളവയെപ്പോലെ തന്നെ നേതൃത്വം ആവശ്യമുള്ള സംഘടനയാണ് വീടുമെന്ന ജൂലിയന്റെ ഉപദേശം എന്നിലുറച്ചു നിന്നു.നഗരതിരക്കിനിടയിലുള്ള ബ്രേവ്ലൈഫ്.കോമിന്റെ ഓഫീസിലെ അവിസ്മരണീയമായ കൂടിക്കാഴ്ചയ്ക്ക് ശേഷമുള്ള ആഴ്ചകളിൽ വീട്ടിലെ പ്രവർത്തനങ്ങളിൽ ചില രൂഢമൂലമായ മാറ്റങ്ങൾ വരുത്താൻ ഞാൻ തീരുമാനിച്ചു. ജോണും ഞാനും വീട്ടിലെ മാർക്ഷദർശികളായും പരിവർത്തനത്തിന് ആക്കം കൂടുന്ന രാസ

വസ്തുവായും സ്വയം അംഗീകരിച്ചു തുടങ്ങി. അതോടെ ജൂലിയൻ പറഞ്ഞത് ശരിയാണെന്ന് ഞങ്ങൾ തിരിച്ചറിഞ്ഞു. *രക്ഷിതാക്കൾ മാർഗ്ഗദർശികളാണ്.* ജീവിതത്തിൽ എളുപ്പമുള്ളത് ചെയ്യുകയെന്നത് നിറുത്തി ഉചിതമായത് മാത്രം ഞങ്ങൾ ചെയ്യാൻ തുടങ്ങി. പോർട്ടറിനും സരിതയ്ക്കുമൊപ്പം ജൂലിയൻ കളിച്ചുകൊണ്ടിരിയ്ക്കുമ്പോൾ ഞങ്ങൾ നീണ്ട നടത്തത്തിനായി പോകും. ഞങ്ങളുടെ പ്രവർത്തനങ്ങളെ നയിക്കുമെന്ന് തമ്മിൽ വാഗ്ദാനം ചെയ്ത ഉടമ്പടിയുടെ തുടക്കം ഞങ്ങൾ രൂപപ്പെടുത്തിയെടുക്കാൻ ആരംഭിച്ചു. സ്വന്തം ജീവിതത്തിലൂടെ മക്കൾക്ക് ഏതുതരം മാതൃകയാണ് പകരുന്നതെന്ന് ഞങ്ങൾ വിലയിരുത്തി. മെച്ചപ്പെടുത്തണമെന്ന് തോന്നിയ കാര്യങ്ങളുടെയെല്ലാം നീണ്ടപട്ടിക തയ്യാറാക്കി.

സ്വന്തം വിശ്വാസങ്ങൾക്കനുസരിച്ച് ജീവിക്കാത്തവന് വിശ്വാസങ്ങളില്ലയെന്ന് നൂറുകണക്കിന് വർഷങ്ങൾക്കുമുമ്പ് തോമസ് ഫുള്ളർ എഴുതി. സ്വയം വിശ്വസിക്കുന്നുവെന്ന് പ്രഖ്യാപിക്കുന്ന മൂല്യങ്ങൾക്ക് അനുസരിച്ച് ജീവിക്കുന്നില്ലെങ്കിൽ നിങ്ങൾക്ക് അവയിൽ ശരിയായ വിശ്വാസമില്ലെന്നാണെന്റെ ഭാഷ്യം. വേണ്ടതെന്താണെന്ന് തുറന്ന് പറയുക. പക്ഷെ പ്രസംഗം തരംതാണ കാര്യമാണ്, *തെളിവുകളൊരിക്കലും കള്ളം പറയുകയുമില്ല.* കുടുംബമാണ് ഏറ്റവും പ്രധാനമെന്ന് നിങ്ങൾക്ക് ലോകത്തോട് പറയാം. പക്ഷെ മിക്കവാറും ദിവസങ്ങളിൽ ഔദ്യോഗികമായ കൂടിക്കാഴ്ചകൾ കാരണം കുടുംബവും ഒന്നിച്ചുള്ള അത്താഴം മുടങ്ങുന്നുവെങ്കിൽ അതിന് അർത്ഥം നിങ്ങൾ കുടുംബത്തിന് മുൻഗണന കൊടുക്കുന്നില്ലെന്നാണ്. വായനയുടെ ശക്തിയെക്കുറിച്ച് പഠിപ്പിക്കുകയും മക്കൾക്ക് നല്ല പുസ്തകങ്ങൾ ലഭ്യമാക്കുകയും ചെയ്യാം. പക്ഷെ, ഒഴിവ് സമയത്തിന്റെ ഏറിയ ഭാഗവും ടി.വി.യ്ക്ക് മുമ്പിലിരിക്കുകയാണെങ്കിൽ നിങ്ങൾ പറയുന്ന മുൻഗണന വായനയ്ക്ക് സ്വയം നല്കിയിട്ടില്ലെന്നും അതിന്റെ ശക്തിയിൽ സ്വയം വിശ്വസിക്കുന്നുമില്ലെന്നതാണ് അതിന്റെ അർത്ഥം. വിമാനാപകടത്തിന്ശേഷം ലോകത്തിൽ വെച്ചേറ്റവും വലിയ മുൻഗണന എന്റെ കുടുംബത്തിനാണെന്നതിൽ എനിക്ക് യാതൊരു സംശയവുമില്ല. ഇനി ആ മൂല്യത്തിന് അനുസരിച്ച് ജീവിക്കണം.

വിമാനാപകടത്തിനുശേഷം വണ്ടിപ്പുരയ്ക്ക് മുകളിലെ ലളിതമായ മുറിയിൽ ഞങ്ങളോടൊപ്പം താമസിക്കുന്ന ജൂലിയനോ

ടൊന്നിച്ചുണ്ടായിരുന്ന കാലം അമൂല്യമായിരുന്നു. ദിവസം ചെല്ലുന്തോറും ഞാനും ജോണും അടുത്തു വന്നു. കുടുംബസംസ്ക്കാരം മെച്ചപ്പെടുത്താനും വീടിനെ അഭയസ്ഥാനമാക്കുവാനുമുള്ള ചർച്ചകളിൽ ഏർപ്പെടുന്തോറും നഷ്ടപ്പെട്ടുവെന്നു കരുതിയ പരസ്പരമുള്ള താല്പര്യത്തിന്റെ കനൽ ഞങ്ങൾ വീണ്ടും ജ്വലിപ്പിക്കുകയായിരുന്നു. ജോണിന്റെ സ്വഭാവമഹിമയെയും അദ്ദേഹമെന്ന മനുഷ്യനെയും ഞാൻ അംഗീകരിക്കാൻ തുടങ്ങി. മറിച്ച്, എന്റെ ബുദ്ധിസാമർത്ഥ്യത്തെയും ആത്മശിക്ഷണത്തെയും ജീവിതത്തോടുള്ള പുതുവീക്ഷണത്തേയും ജോൺ പ്രകീർത്തിച്ചു. ഞങ്ങൾ പരസ്പരം കൂടുതൽ മനസ്സിലാക്കാനും ബഹുമാനിക്കാനും തുടങ്ങി. മുമ്പത്തെക്കാളും അധികം സ്നേഹിക്കാനും തുടങ്ങി.

ജോണും മക്കളുമായുള്ള ബന്ധം പുനർനിർമ്മിക്കുകയെന്നത് എപ്പോഴും എളുപ്പമായിരുന്നില്ല. എങ്കിലും ഞങ്ങളുടെ കുടുംബജീവിതത്തെ മെച്ചപ്പെടുത്താനുള്ള എന്റെ അർപ്പണബോധം കൊണ്ട് താരതമ്യേന വളരെ ചെറിയ കാലയളവിനുള്ളിൽ അതിൽ വലിയൊരു പുരോഗതി തന്നെ ഉണ്ടാക്കിയെടുക്കാൻ ഞങ്ങൾക്ക് കഴിഞ്ഞു. വർഷങ്ങളായി എന്റെ ഭാഗത്ത് നിന്നുമുണ്ടായിട്ടുള്ള അവഗണനകൾക്ക് ശേഷം അത്തരം വെല്ലുവിളികൾ നേരിടാതെ തരമില്ല.

പാഴായ വർഷങ്ങളും സവിശേഷമായ കുടുംബമുഹൂർത്തങ്ങളും എനിക്ക് നഷ്ടപ്പെട്ടതോർത്ത് ജോണിന് നീരസമുണ്ടായിരുന്നു. വാചാലനല്ലാതിരുന്നതുകൊണ്ട് അദ്ദേഹത്തിന്റെ നിരാശ എപ്പോഴും നിർവികാരതയിൽ മറഞ്ഞുപോയി. ഒരു ഉല്ലാസയാത്രയ്ക്ക് പോകാനോ ഞങ്ങൾ ഒരുമിച്ച് പാചകം ചെയ്ത് നോക്കണമെന്ന് ഞാൻ വാശിപിടിച്ചിരുന്ന പുതിയ ആഹാരമുണ്ടാക്കി നോക്കാനൊ താല്പര്യമില്ലെന്ന് ജോൺ പറയുമായിരുന്നു.

നമ്മുടെ പ്രതിയോഗികളുടെ പാദരക്ഷകളിലേയ്ക്ക് കാലെടുത്തുവെച്ചശേഷം അവരുടെ വീക്ഷണങ്ങൾ ഉൾക്കൊണ്ടാൽ ലോകത്തിലെ മുക്കാൽഭാഗത്തോളം ദുരിതങ്ങളും തെറ്റിദ്ധാരണകളും അവസാനിക്കുമെന്ന് മഹാനായ നേതാവ് മഹാത്മാഗാന്ധി ഒരിക്കൽ പറഞ്ഞിട്ടുണ്ട്. ജോണെന്റെ പ്രതിയോഗിയൊന്നുമല്ലായിരുന്നുവെങ്കിലും അദ്ദേഹവുമൊന്നിച്ചുള്ള ബന്ധം മെച്ചപ്പെടുത്തി വരുമ്പോൾ ഞാൻ ഈ വാക്യത്തെ ആശ്രയിക്കും.

എന്തായിരിക്കാം ജോൺ ഇപ്പോൾ ചിന്തിക്കുന്നത്? എനിക്കെങ്ങനെ അതിൽ അദ്ദേഹത്തെ സഹായിക്കാനാകും? ഞാൻ അപ്പോൾ സ്വയം ചോദിക്കും. അദ്ദേഹത്തിന്റെ കൺമണികൾക്ക്

പിന്നിൽ നിന്നുകൊണ്ട് കാര്യങ്ങളെ വീക്ഷിക്കാൻ ഞാൻ ശരിക്കും ശ്രമിച്ചു. നമ്മളെല്ലാവരും സ്വന്തമായി നിറം പിടിപ്പിച്ച ജനാലകളിലൂടെ ലോകത്തെ കാണുന്നവരാണ്. ആ ജനാലയിൽ ഓരോ നിറവും അനുഭവത്തെയും മനോഭാവത്തെയും മുൻവിധികളെയുമാണ് പ്രതിനിധീകരിക്കുന്നത്. ജോണിന്റെ കാഴ്ചപ്പാടിലൂടെ ലോകത്തെ കാണുക രസകരമായിരുന്നു.

കാലം ചെല്ലുന്തോറും ജോണിന് ആവശ്യം ഞങ്ങൾ ഒരുമിച്ചിരിക്കുന്ന സമയത്തെക്കാളുപരി അദ്ദേഹത്തെ മനസ്സിലാക്കുകയെന്നതാണെന്ന് ഞാൻ തിരിച്ചറിഞ്ഞു. തന്നെ കൂടുതൽ മനസ്സിലാക്കണമെന്ന് അദ്ദേഹം കൊതിച്ചു. അദ്ദേഹം വളരെയേറെ സ്നേഹിക്കപ്പെടണം. സ്നേഹത്തെ പൂർണ്ണമായി തിരിച്ച് നല്കാൻ കഴിവുള്ളൊരു പങ്കാളിയെ വേണം. കച്ചവടങ്ങൾ നടത്തുമ്പോളുണ്ടാകുന്ന ചെറിയ വിജയങ്ങളിൽ ഒപ്പം ആഘോഷിക്കാനും പ്രതീക്ഷിച്ചപോലെ കാര്യങ്ങൾ നടക്കാത്തപ്പോൾ മനസ്സ് തുറക്കാനും പറ്റിയൊരാളെയാണ് ജോണിന് വേണ്ടത്.

അങ്ങനെ കാമുകിയിൽനിന്നും പലതും പഠിച്ചെടുക്കാനും ഒരുമിച്ചിരുന്ന് കളിപറയാനും വീണ്ടും പഴയതുപോലെ തന്റെ ഏറ്റവും നല്ല സുഹൃത്താകാൻ കഴിവുള്ള ഭാര്യയെയാണ് അദ്ദേഹത്തിന് ആവശ്യം.

ഞാനുമെല്ലാം തുറന്ന് പറയും. പക്ഷേ പോർട്ടറും സരിതയും അതിന് സഹകരിച്ചിരുന്നില്ലെന്നും ഞാൻ സമ്മതിക്കുന്നു. ധാരാളം സമയം ഞാൻ അവരോടൊപ്പം ചിലവഴിക്കുന്നതും ഓഫീസ് വീട്ടിലേയ്ക്ക് മാറ്റിയതുമൊക്കെ അവരെ പുളകം കൊള്ളിച്ചുവെന്നത് തീർച്ചയാണ്. എന്റെ ഗൗരവം കുറഞ്ഞു. ഞാൻ കൂടുതൽ തമാശകളിൽ പങ്കുകൊണ്ട് അവരോട് കൂടുതൽ വാത്സല്യം കാണിച്ചു. ഈ വസ്തുതകളെല്ലാം അവർ ഇഷ്ടപ്പെട്ടു. പക്ഷെ, അവരിൽനിന്നും അകന്നു കഴിഞ്ഞ സമയം അതിന്റേതായ വിലയെടുത്തു. അവൾ ചിലപ്പോഴെന്നെ പറ്റിച്ചേർന്ന് കിടന്നാൽ പിന്നെയെന്നെ വിട്ടു പോകില്ല. മറ്റ് കുട്ടികൾ പുനർചിന്തനം നടത്തുന്ന കാര്യങ്ങളിൽ ചിലപ്പോഴൊക്കെ അവർ കലിതുള്ളും. പുതിയതായി രൂപം കൊണ്ട ഈ സ്വപ്നം എപ്പോൾ അവസാനിക്കുമെന്നും പഴയ ജീവിതരീതി അനുസരിച്ചുള്ള ജോലിതിരക്കിൽ എപ്പോൾ തങ്ങളുടെ അമ്മ വീണ്ടും വ്യാപൃതയാകുമെന്നുമുള്ള വസ്തുതയിൽ അധിഷ്ഠിതമാണ് അവരുടെ സുരക്ഷിതമില്ലായ്മയെന്ന് ഞാൻ തിരിച്ചറിഞ്ഞു. പോർട്ടറിന്റെയും സരിതയുടെയും വിശ്വാസത്തെ പൂർണമായി തിരിച്ചുപിടിക്കാൻ ഇനിയും സമയ

മെടുക്കുമെന്ന് ഞാൻ മനസ്സിലാക്കി. ഒരു ആയുസ്സ് മുഴുവൻ സ്വന്തം കുഞ്ഞുങ്ങളോട് അർപ്പണബോധത്തോടെയും പ്രതിബദ്ധതയോടെയും ജീവിക്കുന്നതിന് മാസങ്ങളോളമൊരു മാതൃകാ രക്ഷാകർത്താവായി തുടരുന്നത് പകരമാവില്ല.

പുരോഗതിയുണ്ടാക്കാവുന്ന പ്രവൃത്തിയാണ് ശ്രേഷ്ഠമായ രക്ഷിതാവാകുകയെന്ന എന്റെ സ്വപ്നമെന്ന് ഞാൻ തിരിച്ചറിഞ്ഞു. സ്വയം സൗമ്യതയോടെ പെരുമാറാനും ഭൂതകാലത്തെ പരാജയങ്ങളെ അനുഗ്രഹമായി അംഗീകരിക്കാനും ഞാൻ പഠിച്ചു. എന്റെ പരിണാമത്തിനൊരു അവശ്യഘടകമായിരുന്നു അതെന്ന് ഞാൻ മനസ്സിലാക്കി. സംഭവിക്കുന്നതിനെല്ലാം ഒരു കാരണമുണ്ടെന്ന് ഞാൻ മനസ്സിലാക്കുകയും ഇടയ്ക്കിടെ സ്വയം ഓർമ്മപ്പെടുത്തുകയും ചെയ്തു. ഓരോ ജീവിതത്തിന്റെയും ചുരുളഴിയുകയെന്നതൊരു പ്രക്രിയയാണ്. നമ്മൾ ജീവിക്കുന്നു, അതിലിടറുന്നു, അപ്പോൾ നമ്മൾ പഠിച്ച് വളരുന്നു. ജൂലിയന്റെ അറിവിനെ തുറന്ന മനസ്സോടെ അംഗീകരിക്കുമെന്നും മാന്യമായ വിശ്വാസത്തോടെ അവന്റെ ആശയങ്ങളെ പ്രായോഗികമാക്കുമെന്നും ഞാൻ സ്വയം ഉറപ്പിച്ചു. അതിന് ഫലമുണ്ടാകുമെന്നും എന്റെ ശ്രേഷ്ഠമായ ജീവിതം കാലക്രമേണ വെളിപ്പെട്ടു വരുമെന്നും എനിക്ക് തോന്നി.

ഞാനും ജോണും ഞങ്ങളുടെ പക്ഷത്തെക്കുറിച്ചുള്ള ആത്മാവലോകനങ്ങൾക്ക് വേണ്ടി പല രാത്രികളും വൈകുവോളം ചിലവഴിച്ചു. ഞങ്ങളിരുവരും വീട്ടിൽ മുമ്പുണ്ടായിരുന്നതിനേക്കാൾ ഉത്തരവാദിത്വബോധത്തോടെ കാര്യങ്ങളെടുക്കാൻ തുടങ്ങി. അവശേഷിക്കുന്ന നിർവികാരത മാറ്റി ഞങ്ങൾ പ്രതീക്ഷിച്ചിരുന്നിടത്തേയ്ക്ക് കുടുംബസംസ്ക്കാരത്തെ വളർത്തിയെടുക്കാൻ ഞാൻ നടത്തിയിരുന്ന കഠിനപ്രയത്നത്തോടുള്ള സഹതാപവും അംഗീകാരവുമായിരുന്നു കാലം ചെല്ലുന്തോറും ജോൺ ഇടയ്ക്കിടെ പ്രകടിപ്പിക്കുമായിരുന്നു. ചിരിയൊരു പകർച്ചവ്യാധിയാണ്. അതുകൊണ്ട് ഞങ്ങളിടയ്ക്കിടെ ചിരിക്കാൻ തുടങ്ങി. ഞങ്ങളെ അനുവർത്തിക്കാൻ പതുക്കെ കുട്ടികളും വന്നു. വീട്ടിലെത്രത്തോളം സ്വാഭാവികമായി പാല് തുളുമ്പി പോകുകയും ശനിയാഴ്ച രാവിലത്തെ കാർട്ടൂൺ ഷോകളും കാണുന്നുവോ അത്രത്തോളം ഞങ്ങൾ ദിവസവും പരസ്പരം കെട്ടിപ്പിടിക്കാനും ഞാൻ നിന്നെ സ്നേഹിക്കുന്നുവെന്നു പറയാനും തുടങ്ങി. പരസ്പരമുള്ള സഹവർത്തിത്വം ആസ്വദിക്കുന്നതിൽ കവിഞ്ഞ് മറ്റൊന്നിലും ഞങ്ങൾക്ക് താല്പര്യമില്ലാതായി.

നഗരത്തിൽ വെച്ച് ജൂലിയനുമായുണ്ടായ കൂടിക്കാഴ്ചയ്ക്ക് ശേഷം അവന് പരിവർത്തനമുണ്ടായിയെന്ന് നിങ്ങൾക്കറിയാം. ആ കൂടിക്കാഴ്ചയ്ക്ക്ശേഷം ഞാനും ജോണും ആദ്യം ചെയ്തത് ജൂലിയൻ ചെയ്യാൻ പ്രോത്സാഹിപ്പിച്ച കുടുംബദർശന ഉടമ്പടി രൂപവത്കരിക്കുകയെന്നതാണ്. അത് ഞങ്ങൾക്ക് നേർവഴി കാണിച്ചു തന്നു. കാണാൻ സാധ്യമല്ലാത്ത ലക്ഷ്യം നേടുക പ്രയാസമാണ്. കുടുംബജീവിതത്തിൽ മൊത്തമായ പുരോഗതി വേണമെങ്കിലും ഗാഢമായ സ്നേഹത്തിലും സന്തോഷത്തിലുമധിഷ്ഠിതമായ കുടുംബസംസ്ക്കാരം വളർത്തിയെടുക്കണമെങ്കിലും ആ ലക്ഷ്യത്തിന്റെ വ്യക്തമായ ചിത്രം മനസ്സിലുണ്ടാകണം. എന്നിട്ടത് കടലാസ്സിലെഴുതി ചേർക്കണം. ഞങ്ങൾ കുടുംബവുമൊന്നിച്ച് മുറിയിലിരിക്കുമ്പോഴൊക്കെ വ്യക്തത ആധിപത്യത്തെ അനുഗമിക്കുന്നുവെന്ന വാക്യം ജൂലിയൻ ആവർത്തിച്ചു കൊണ്ടിരുന്നു.

ഞങ്ങൾ ഭാവിയെക്കുറിച്ച് വ്യക്തതയുണ്ടാക്കി. മൂല്യങ്ങളെ നിർവചിച്ചു. കുറച്ചുകൂടി സോദ്ദേശ്യപരമായും സസൂക്ഷ്മമായും ജീവിക്കാൻ തുടങ്ങി. ജീവിതം ഞങ്ങളെ കൊണ്ട് പിന്നീടൊന്നും അനുസരിപ്പിച്ചില്ല. ജീവിതത്തിന്റെ നിയന്ത്രണം ഏറ്റെടുത്ത് സ്വന്തം തീരുമാനങ്ങൾ അനുസരിച്ച് ദിവസങ്ങൾ ഞങ്ങൾ ചിലവിട്ടു. കൂടുതൽ സമാധാനവും നിയന്ത്രണവുമെനിക്ക് അനുഭവപ്പെട്ടു. പല ചരക്ക് വാങ്ങാനും സംഘമായി പന്തുകളി പരിശീലനം നടത്താനും സന്നദ്ധസേവനത്തിനുമൊക്കെയായി മുഴുവൻ സമയ ജോലിയെന്ന് പറഞ്ഞ് വഞ്ചന നടത്തുന്ന മൃഗീയവും ആവൃതവുമായ ലോകത്ത് അസ്തിത്വബോധം എന്നിൽ നിറഞ്ഞിരുന്നു. അത് പതുക്കെയണയാൻ തുടങ്ങി. ജീവിതം വീണ്ടും ഉല്ലാസപ്രദമായി.

അധിക ദിവസങ്ങളും വണ്ടിപ്പുരയ്ക്കു മുകളിലെ ചെറിയ വൃത്തിയുള്ള മുറിയിൽ വായനയും ധ്യാനവുമായി ജൂലിയൻ ചിലവഴിച്ചു. ഇടയ്ക്കിടെ അവിടെ നിന്നും പ്രഹരിക്കുന്നതും അറക്കുന്നതുമൊക്കെയായ ശബ്ദങ്ങൾ കേൾക്കാമായിരുന്നെങ്കിലും അമിതാവശ്യമെന്ന് എനിക്ക് തോന്നിയ സ്വാതന്ത്ര്യം അനുവദിക്കുന്നത് അങ്ങോട്ട് പോകുന്നതിൽ നിന്നും എന്നെ സ്വയം തടഞ്ഞു. ചിലപ്പോൾ അവൻ ഞങ്ങളുടെ കുടുംബമുറിയിലേയ്ക്ക് ഈർച്ചപ്പൊടിയിൽ കുളിച്ച് വരും.

ഈ ആശാരിമാർക്ക് അവരെന്താണ് ചെയ്യുന്നതെന്ന് അറിഞ്ഞാൽ മതിയായിരുന്നു. അവൻ അപ്പോഴൊക്കെ പറയും. എന്താണ് അവൻ ഉദ്ദേശിച്ചതെന്ന് ഞാൻ ചോദിക്കാറുമില്ല.

സമയം കിട്ടുമ്പോഴൊക്കെ ഞാൻ അവന് നല്ല പൂക്കൾ പറിച്ചു കൊടുക്കണം. ധാരാളം ശുദ്ധവായു, പോർട്ടറിനും സരി

തയ്ക്കുമൊപ്പം കുറെ സമയം. അങ്ങനെ ജൂലിയന്റെ ആവശ്യങ്ങൾ കുറവായിരുന്നു. ആഴ്ചകൾ ചെല്ലുന്തോറും അവന് അവരോടുള്ള സ്നേഹം അഗാധമായി. വളരെ ഹ്രസ്വമായ ആയുഷ്ക്കാലത്തിനിടയിൽ ആലിയ്ക്കെന്നും ജൂലിയൻ നല്ലൊരു അച്ഛനായിരുന്നു. ഇനിയും കുട്ടികളുണ്ടാകാൻ തീരുമാനിച്ചു കഴിഞ്ഞാൽ, പുതിയതായി തിരിച്ചറിഞ്ഞ അറിവും അനുകമ്പയും വെച്ചിനിയും അവൻ മഹത്തായൊരു രക്ഷാകർത്താവാകുമെന്ന് ഞാൻ തിരിച്ചറിഞ്ഞു.

"ഹായ്, ജൂലിയൻ." ആ പതിവുള്ള പ്രഭാതസവാരിയ്ക്ക് ശേഷം കൈയ്യിൽ ഊറ്റുവെള്ളവുമായി വശത്തെ വാതിലിലൂടെ നടന്നു കയറുകയായിരുന്ന അവനോട് ഞാൻ പറഞ്ഞു.

"സുപ്രഭാതം, കാതറിൻ. ഇന്ന് മനോഹരമായൊരു ദിവസമാകുമെന്ന് തോന്നുന്നു. കണ്ടില്ലേ, സൂര്യൻ തിളങ്ങിയിട്ടും ആകാശത്ത് ചന്ദ്രനെ കാണാം."

"ഞാൻ ശ്രദ്ധിച്ചിട്ടില്ലായിരുന്നു. പോർട്ടറിനെ സ്കൂളിലും സരിതയെ ജോണിന്റെ അമ്മയുടെയടുത്തുമാക്കിയശേഷം ഞാൻ നോക്കി കൊള്ളാം. അവധി ദിവസങ്ങളിൽ അവരിവിടെയുണ്ടായിരുന്നില്ല. ഇന്നവർ അവൾക്കൊപ്പം കരകൗശലവിദ്യകളൊക്കെ ചെയ്ത് കൂടണമെന്ന് ആഗ്രഹിക്കുന്നു. ജൂലിയൻ, അവർ വളരെ നല്ലൊരു സ്ത്രീയാണ്, കേട്ടോ."

"ഞാൻ കേട്ടിട്ടുണ്ട്. ഞാനും കൂടെ വരുന്നതിൽ പ്രശ്നമുണ്ടോ?"

"ശരിക്കും അത് വലിയൊരു കാര്യമാകും. പിറകിലുള്ള സീറ്റിൽ സരിതയ്ക്കൊപ്പം നീ നിന്റെ പര്യടനത്തിലെ സാഹസികമായ ദിനചര്യകളുമായിരിക്കുന്നത് അവൾക്ക് ഇഷ്ടമാണ്."

"അവളെ സന്തോഷിപ്പിക്കാൻ ഞാനെന്തും ചെയ്യും." ജൂലിയൻ മറുപടി പറഞ്ഞു.

"എനിക്കറിയാം."

കുട്ടികളെ വിട്ടശേഷം എന്റെ മനസ്സിലുണ്ടായിരുന്ന ചോദ്യങ്ങൾ ഞാൻ ജൂലിയനോട് ചോദിച്ചു.

"ജൂലിയൻ"

"എന്താ കാതറിൻ"

"ഇനിയും നീയെന്നെങ്കിലും വിവാഹം കഴിക്കുമെന്ന് തോന്നിയിട്ടുണ്ടോ?"

"എന്ത്?" പൊട്ടിച്ചിരിച്ചുകൊണ്ട് ജൂലിയൻ ആശ്ചര്യപ്പെട്ടു.

"ഇല്ല. ഞാൻ ഗൗരവമായി ചോദിച്ചതാണ്. നീയൊരു അസാധാരണമായ മനുഷ്യനാണ്, ഞാൻ കണ്ടിട്ടുള്ളതിൽ വെച്ചേറ്റവും ബുദ്ധിശാലിയും. നിനക്കൊപ്പമിരിക്കുകയെന്നത് രസകരമാണ്. കൂടാതെ എനിക്ക് സങ്കല്പിക്കാവുന്നതിലും അപ്പുറമാണ് നിന്റെ ക്രിയാത്മകമായ മനോഭാവം. സവിശേഷതകളുള്ളയാരെയെങ്കിലും കണ്ടുമുട്ടാൻ നിനക്ക് പല അവസരങ്ങളുമുണ്ടാകുമെന്ന് ഞാൻ കരുതുന്നു. ചിലപ്പോൾ മറ്റൊരു കുഞ്ഞുപോലുമുണ്ടാകാനുള്ള സാധ്യതയുണ്ട്."

വാഹനത്തിന്റെ ചില്ലിലൂടെ പുറത്തേയ്ക്ക് നോക്കികൊണ്ട് ജൂലിയൻ തികച്ചും നിശ്ശബ്ദനായി. പെട്ടെന്ന്, കണ്ണുകൾ നിറഞ്ഞ് അവന്റെ മൃദുവായ കവിൾത്തടത്തിലൂടെ കണ്ണുനീർ പ്രവഹിച്ചു. എപ്പോഴും കൂടെയുള്ള അവന്റെ ചുവന്ന വസ്ത്രത്തിന്റെ ചുളുക്കുകളിൽ അവ ചെന്നു വീണു.

"ജൂലിയൻ, ക്ഷമിക്കണം. മോശമായ ഓർമ്മകൾ തിരിച്ചു കൊണ്ടു വരാൻ വേണ്ടിയല്ല ഞാൻ പറഞ്ഞത്."

"നീ ശരിക്കും നല്ല ഓർമ്മകളാണ് തന്നത്." ജൂലിയൻ മനോഹരമായി മറുപടി പറഞ്ഞു. "ആലിയോടൊപ്പമുണ്ടായിരുന്ന ദിവസങ്ങളാണ് എന്റെ ജീവിതത്തിലേറ്റവും രസകരമായത്. ഒപ്പം പോർട്ടറും സരിതയുമുള്ളപ്പോൾ ആ ദിവസങ്ങളുടെ ആനന്ദമാണ് എനിക്ക് തിരികെ ലഭിക്കുന്നത്. എനിക്ക് ശരിക്കും കുട്ടികളെ ഇഷ്ടമാണ്."

"എനിക്കറിയാം."

"പോർട്ടറും സരിതയും വളരെയധികം സവിശേഷതകളുള്ള നല്ല കുട്ടികളാണ്. ചെറിയൊരു കാലം കൊണ്ട് തന്നെ അവരിൽ വലിയ മാറ്റങ്ങൾ വന്നു കഴിഞ്ഞു."

"നന്ദി. ഞാനുമത് ആലോചിക്കുകയാണ്."

"എനിക്കറിയാം." ജൂലിയൻ പറഞ്ഞു.

"വാശിപിടിക്കുകയെന്നത് ഞാൻ വെറുക്കുന്നു. പക്ഷെ, ഞാൻ നിന്റെ സഹോദരിയാണ്. എനിക്ക് നിന്റെ കാര്യത്തിൽ വേവലാതിയുണ്ട്. അതുകൊണ്ട് നീയെന്തു തീരുമാനിച്ചു, പുനർവിവാഹം ചെയ്യാൻ സമ്മതമല്ലേ?"

"ഇപ്പോഴല്ല, കാതറിൻ. മറ്റെപ്പോഴെങ്കിലുമാകാം." സുവർണ്ണ കാലഘട്ടത്തിലെത്തിയെങ്കിലും കണ്ടാൽ വളരെ ചെറുപ്പമെന്ന് തോന്നുമെന്ന വസ്തുതയാൽ ഇക്കിളിപ്പെട്ട് ജൂലിയൻ വിശാലമായി മന്ദഹസിച്ചു.

"ശരി ഞാനതിപ്പോൾ നിർബന്ധിക്കുന്നില്ല. പക്ഷെ, നിന്നെപ്പോലൊരു പുരുഷനെ കണ്ടുകിട്ടാൻ ആഗ്രഹിക്കുന്ന സുന്ദരികളും ബുദ്ധിശാലികളുമായ ടൺകണക്കിന് കൂട്ടുകാരികൾ എനിക്കുണ്ട്."

"അനിയത്തി, ഞാനത് മനസ്സിൽ വെച്ചോളാം. ഇപ്പോഴെനിക്ക് പരിഗണിക്കാൻ മറ്റു പലതുമുണ്ട്."

"നമ്മളെങ്ങോട്ടാണ് പോകുന്നത്?" ഞാൻ ചോദിച്ചു. ജൂലിയൻ ചില്ലുകൾ താഴ്ത്തി കൈ പുറത്തേയ്ക്കിട്ടു. ചുട്ടുപൊള്ളുന്ന വേനൽക്കാലമാണ്. കൊച്ചുകുട്ടികൾ ചെയ്യുന്നതുപോലെ അവൻ കൈകളാട്ടി കൊണ്ടിരുന്നു.

"ഇന്ന് കോട്ടേജിലേയ്ക്ക് പോകാമെന്നാണ് ഞാൻ വിചാരിച്ചത്. വർഷങ്ങളായി ഞാൻ അങ്ങോട്ട് പോയിട്ട്. കുടുംബനായകന്റെ ആധിപത്യം നിന്നോട് പങ്കുവയ്ക്കാൻ പറ്റിയ ദിവസമാണ് ഇന്നെന്ന് ഞാൻ കരുതുന്നു."

"ശരിക്കും?" സന്തോഷത്തോടെ ഞാൻ മറുപടി പറഞ്ഞു. "നീയിതെന്ന് വെളിപ്പെടുത്തുമെന്ന് ആശ്ചര്യപ്പെട്ടിരിക്കുകയായിരുന്നു ഞാൻ. എന്താണത് പറയുന്നത്?"

"കുടുംബനായകന്റെ ഇതര ആധിപത്യം വിശ്വാസമുണ്ടാക്കിയെടുക്കുന്നതും മാനുഷികതയുടെ രേഖകൾ തുറക്കുന്നതുമാണ്."

"മാനുഷികമായ രേഖകൾ തുറക്കുകയൊ?"

"അതെ, കാതറിൻ. പലപ്പോഴും നമ്മൾ നമ്മുടെ മനുഷ്യത്വത്തെ അടക്കി നിർത്തുന്നു. മറ്റുള്ളവരെയെത്ര സ്നേഹിക്കുന്നുവെന്നോ അംഗീകരിക്കുന്നുവെന്നോ നമ്മൾ പറയുന്നില്ല. മഹത്തായ കുടുംബസംസ്ക്കാരത്തെ ഉയർത്തിക്കൊണ്ടു വരാനുള്ള സ്നേഹബന്ധങ്ങളിൽ നിന്നും ആ പരാജയം നമ്മെ വിലക്കുന്നു. *കുട്ടിയെ ശാസിക്കുന്നതിൽ നിന്നുമൊരു നേതാവിനെ വളർത്തിയെടുക്കുന്നതിലേയ്ക്ക് പരിവർത്തനം ചെയ്യാൻ* കുടുംബനായകന്റെ ഇതരാധിപത്യം പറയുന്നു. അത് വീട്ടിലെ ബന്ധങ്ങൾ ദൃഢപ്പെടുത്തുന്നതിലൂടെയെ നടക്കൂ."

"ശരി, ജൂലിയൻ നമുക്ക് കോട്ടേജിലേയ്ക്ക് പോകാം. അത് മഹത്തായ ആശയമായി തോന്നുന്നു. ജോൺ വലിയൊരു പദ്ധതിയുടെ തിരക്കിലാണ്. തിരിച്ചെത്താൻ വൈകുമെന്ന് പറഞ്ഞിട്ടുണ്ട്. അദ്ദേഹത്തിന്റെ അമ്മയോട് പോർട്ടറിനെ സ്കൂളിൽ നിന്നും

കൂട്ടിക്കൊണ്ടു വരാൻ പറയാം. ദിവസം മുഴുവൻ കുട്ടികളെയൊപ്പം കിട്ടുന്നതിൽ അവർക്ക് സന്തോഷമാകും."

"ഉഗ്രൻ ആശയം." ദിവസം മുഴുവനും പഠനത്തിന് വേണ്ടി സമർപ്പിക്കാനായി ദിനചര്യകളെ പുനഃക്രമീകരിക്കുന്നതിലുള്ള യെന്റെ താല്പര്യം കണ്ട് ജൂലിയന് തൃപ്തിയായി.

"സത്യം പറയുകയാണെങ്കിൽ, അവധിക്കാലങ്ങൾ എനിക്ക് സ്വയം പ്രയോജനപ്പെടുത്താമെന്ന് തോന്നുന്നു. കുട്ടികളോടൊത്ത് ഞാൻ ഇപ്പോൾ വളരെയധികം സമയം ചിലവഴിക്കുന്നു. അതു കൊണ്ട് കുറച്ച് സമയം ഇവിടെനിന്ന് മാറിനിന്നാലൊയെന്ന് ഞാൻ ആലോചിക്കുന്നുണ്ട്."

"കാതറിൻ, നിനക്കു വേണ്ടിയും സമയം കണ്ടെത്തുക പ്രധാനം തന്നെയാണ്. സ്വന്തം ആവശ്യത്തിന് സമയം ചിലവഴി ച്ചാൽ കുറ്റബോധം തോന്നുന്ന രക്ഷിതാക്കൾ വളരെയധികമുണ്ട്. അവർക്കത് സ്വാർത്ഥതയാണ് തോന്നുന്നത്. പക്ഷെ, ഉത്സാഹവും ആരോഗ്യവും വീണ്ടും വീണ്ടെടുക്കാൻ സമയം കണ്ടെത്തുകയെ ന്നത് നിസ്സ്വാർത്ഥമായ പ്രവർത്തിയാണ്."

"അതെയൊ?"

"ശരിക്കുമതെ. കുടുംബബന്ധം കൂടുതൽ മെച്ചപ്പെടുത്താൻ അത് സഹായിക്കും. നീ സന്തോഷിച്ചാൽ അവരും സന്തോ ഷിക്കും. സ്വസ്ഥതയും സമാധാനവുമുണ്ടാകുമ്പോഴാണ് നീ മിക വുറ്റതാകുന്നത്. അതിൽനിന്നും ഏറ്റവുമധികം ഗുണം സിദ്ധിക്കു ന്നത് നിന്റെ കുടുംബത്തിനുമായിരിക്കും."

"നല്ല ആശയം, ഞാനത് ഓർത്തു വെയ്ക്കും."

"അതുകൊണ്ട് നമുക്ക് നേരേ നാട്ടിലേയ്ക്ക് പോകാം. നിന്റെ ഗാർഹിക ജീവിതത്തെ മെച്ചപ്പെടുത്തുമെന്ന് തോന്നുന്ന ചില തത്ത്വങ്ങൾ എനിക്ക് നിന്നോട് പങ്കുവെയ്ക്കണം. നീ കുറച്ചു ദിവ സങ്ങളായി മഹത്തായ പ്രവൃത്തികളാണ് ചെയ്യുന്നത്. നിന്റെ പ്രയത്നത്തിൽ എനിക്ക് സമ്പൂർണ്ണ തൃപ്തിയുമുണ്ട്. ബ്രേവ് ലൈഫ്.കോമിന്റെ ഓഫീസിൽവെച്ച് നമ്മൾ നടത്തിയ സംഭാ ഷണം നിന്നിൽ ശക്തമായ സ്വാധീനം ചെലുത്തിയിട്ടുണ്ടെന്ന് തോന്നുന്നു."

"ജൂലിയൻ, അന്ന് നീ ധാരാളം കാര്യങ്ങൾക്ക്നേരേ എന്റെ കണ്ണുകൾ തുറപ്പിച്ചു. വീട്ടിലൊരു മാർഗ്ഗദർശിയാണെന്നും ഒരു സവിശേഷമായ കുടുംബസംസ്കാരം വളർത്തിയെടുക്കണമെന്നു മുള്ള ആശയം ശരിക്കും കുറിക്കുകൊണ്ടു."

"എനിക്കതിൽ സന്തോഷമുണ്ട്." സൗമ്യമായ മറുപടി വന്നു.

"ജൂലിയൻ കോട്ടേജെന്നു ശരിക്കുദ്ദേശിച്ചതെന്റെ മുത്തച്ഛൻ പണിതുയർത്തിയ നാല്പത്തിരണ്ടു ഏക്കറു വരുന്ന വർണ്ണശബളമായ എസ്റ്റേറ്റാണ്. നിങ്ങളുടെ സങ്കല്പങ്ങൾക്ക് അതീതമാണ് അവിടം. മനോഹരമായ പ്രദേശത്ത് ശുദ്ധജലമൊഴുകുന്ന വിശാലമായ പുഴയെ എത്തിനോക്കിയാണ് വീട് സ്ഥിതി ചെയ്യുന്നത്. കുട്ടികളായിരിക്കുമ്പോൾ ഞങ്ങൾ ആ പുഴയിൽ വഞ്ചിയിൽ പോകുകയും നീന്തുകയുമൊക്കെ ചെയ്യുമായിരുന്നു. അവിടെയെല്ലായിടത്തും പൂക്കളാണ്. വളപ്പിനു ചുറ്റും പക്ഷികളുടെ സംഗീതം കേൾക്കാം. അവിടെ വീണ്ടും വന്നത് വളരെ നന്നായി."

വീട്ടിലേയ്ക്കുള്ള റോഡിലൂടെ സഞ്ചരിക്കുമ്പോൾ മനസ്സ് ഭൂതകാലസ്മരണകളാൽ കുതിർന്നു. വഞ്ചി തുഴയുന്നതെങ്ങനെയാണെന്ന് ജൂലിയൻ എനിക്ക് പഠിപ്പിച്ചു തന്ന ദിവസം ഞാൻ ഓർത്തു. അക്കൊല്ലത്തെ സ്കൂൾ അധ്യയനം കഴിഞ്ഞയന്ന് അമ്മ ഞങ്ങൾക്ക് വാങ്ങിച്ചുതന്ന വഞ്ചിയായിരുന്നു അത്. ക്ലാസുകളിൽ ഒന്നാംസ്ഥാനം കരസ്ഥമാക്കിയതിന് എന്തെങ്കിലും സവിശേഷതകളിലുള്ളയൊരു സാധനം വാങ്ങിച്ചു തരുമെന്ന് അമ്മ പറഞ്ഞിരുന്നു. സാഹസികമായ കഥകളുണ്ടാക്കിയും വലുതാകുമ്പോൾ ഞങ്ങൾക്കുണ്ടാകുന്ന ജീവിതത്തെക്കുറിച്ചും സ്വപ്നം കണ്ടുകൊണ്ട് അലസമായ വേനൽക്കാലത്തിലെ ദിവസങ്ങൾ ഞങ്ങൾ ആ വഞ്ചിയിൽ ചിലവഴിച്ചു. അന്നും ജൂലിയൻ സ്വപ്നം ഇതുതന്നെയായിരുന്നു: വ്യവഹാരം നടത്തുന്ന വലിയൊരു അഭിഭാഷകനായി ഞാൻ മാറുമെന്ന് അവൻ പറയും.

രാത്രികളെക്കുറിച്ച് ആലോചിച്ചപ്പോൾ ഞാൻ ചിരിച്ചുപോയി. കുട്ടിയായിരിക്കുമ്പോൾ പുറത്ത് നക്ഷത്രങ്ങൾക്ക് താഴെയായി ഞങ്ങൾ കിടന്ന് ഉറങ്ങും. പരസ്പരം ഭൂതങ്ങളുടെയും പ്രേതങ്ങളുടെയും കഥകൾ പറഞ്ഞശേഷം ഞങ്ങൾക്ക് പേടിയാകും. അലറികൊണ്ട് ഞങ്ങൾ അച്ഛനെ വിളിക്കും. മിന്നിതിളങ്ങുന്ന പ്രകാശത്തിന്റെ സഹായത്തോടെ അദ്ദേഹം ഞങ്ങളെ അകത്തേയ്ക്ക് കൂട്ടിക്കൊണ്ടുപോകും. ഗ്രാമകാവ്യാത്മകമായ ഒളിസങ്കേതത്തിൽ കുടുംബവുമൊന്നിച്ച് ചിലവഴിച്ച മഹനീയ നിമിഷങ്ങളെല്ലാം ഞാൻ ഓർത്തു. ശ്വസിക്കുന്ന വായുവിൽപ്പോലും സ്നേഹവും സന്തോഷവും നിറഞ്ഞു നിന്നിരുന്നുവെന്ന് തോന്നുന്ന അതിഗംഭീരമായ കാലമായിരുന്നു അത്.

"വസന്തകാലത്തെ ഈ പൂക്കളുടെ ഗന്ധം ഞാനെന്നും ഇഷ്ടപ്പെട്ടിരുന്നു." സ്വസ്ഥമായ ശബ്ദത്തിൽ ജൂലിയൻ നിരീക്ഷിച്ചു.

"ഞാനും. ഇത്രയ്ക്ക് വലിയ പൂക്കൾ ഞാൻ ഈ നഗരത്തിലെവിടെയും കണ്ടിട്ടില്ല." ഞാൻ മറുപടി പറഞ്ഞു.

ആ വലിയ വീട്ടിലേയ്ക്കുള്ള പാതയിലൂടെ നടക്കുമ്പോൾ ജൂലിയൻ അവന്റെ കൈയ്യെന്റെ തോളത്തിട്ടു. എന്നിട്ട് നിശ്ശബ്ദമായി ഞങ്ങൾ തുടർന്നു.

"നമ്മളീ സ്ഥലത്തെ ഇത്രയധികം ഇഷ്ടപ്പെടാനുള്ള കാരണമെന്താണെന്ന് അറിയാമോ?" കുറച്ച് സമയത്തിനുശേഷം അവൻ ചോദിച്ചു.

"ഇല്ല, പറഞ്ഞു തരൂ?"

"ഓർമ്മകളാണ്, കാതറിൻ."

"ഓർമ്മകളോ?"

"അതെ. തീർച്ചയായും ഈ സ്ഥലം മനോഹരം തന്നെയാണ്. പക്ഷേ, നമ്മളിവിടെ ആസ്വദിച്ചിട്ടുള്ളയെല്ലാം മാനുഷികമായ നിമിഷങ്ങളുമാണ് ഈ സ്ഥലത്തെ നമ്മുടെ ഹൃദയങ്ങളിൽ സ്ഥാനം പിടിച്ചു നല്കിയിട്ടുള്ളത്."

"മാനുഷികമായ നിമിഷങ്ങളോ?" ജൂലിയന്റെ പുതിയ ശൈലികളിൽ മറ്റൊന്ന്കേട്ട് ഞാൻ ആകാംക്ഷയോടെ ചോദിച്ചു.

"അതെ. *മാനുഷികമായ നിമിഷങ്ങൾ* തന്നെ. *ഹാർവാർഡ് ബിസിനസ്സ് റിവ്യൂ* ഈ വിഷയത്തെക്കുറിച്ച് വർഷങ്ങൾക്കു മുമ്പൊരു സംഭവം ചെയ്തു. ജോലി സ്ഥലങ്ങളിലാളുകൾക്ക് സന്തോഷവും ക്രിയാത്മകതയും പ്രചോദനവുമില്ലാത്തതിന്റെ കാരണം മാനുഷികമായ നിമിഷങ്ങൾക്കിടം നല്കാത്തവിധം ഇവിടത്തെ തിരക്കേറുന്നതു കൊണ്ടാണെന്ന് ആ ലേഖകൻ എഴുതി."

"മാനുഷികമൂല്യങ്ങളെന്നാൽ ശരിക്കുമെന്താണ്?"

"മനുഷ്യരൊന്നിച്ച് തുറന്നും ഗാഢമായും ബന്ധപ്പെടുന്ന സവിശേഷമായ നിമിഷങ്ങളാണ് അവ. സംഘടിതമായ ലോകത്തിത്രയും തിരക്കും വേഗതയും സിദ്ധിക്കുന്നതിന്മുമ്പ് ഇടവേളകളിൽ വെള്ളം കുടിക്കുമ്പോഴൊക്കെ നമുക്ക് സംസാരിക്കാൻ സമയം ലഭിച്ചിരുന്നു. കഴിഞ്ഞ ആഴ്ചാവസാനം എങ്ങനെ ചില വഴിച്ചുവെന്നും സഹജീവനക്കാരുടെ കുട്ടികളുടെ പുരോഗതിയെക്കുറിച്ചുമൊക്കെ നമ്മൾ അപ്പോൾ ചോദിച്ചറിയും. ജീവിതഘടനയിൽ ഇവരൊരു പ്രധാനഭാഗമാണെന്ന രീതിയിൽ നമ്മളവരെ അടുത്തറിയും. പക്ഷേ, ഇപ്പോഴാളുകൾ ജോലിയ്ക്ക് കയറിക്കഴിഞ്ഞാൽ കുമിഞ്ഞു കൂടിയിട്ടുള്ള ഇമെയിലുകളുടെയും വോയ്സ് മെയിലു

കളുടെയും നിലയ്ക്കാത്ത പ്രവാഹങ്ങളും മൈലുകളോളം ഉയരമുള്ള ഫാക്സുകളുടെ ശേഖരങ്ങളുമൊക്കെ അക്രമിക്കപ്പെടുന്ന പുതിയ കച്ചവട ലോകത്ത് തിരക്ക് കുറച്ച് മറ്റുള്ളവരുടെ സഹവർത്തിത്വം ഊഷ്മളതയോടെ ആസ്വദിക്കാൻ നമുക്ക് സമയമില്ല. നമ്മുടെ സമയത്തിന്റെ നല്ലൊരു ഭാഗം ചിലവഴിക്കുന്ന ഇവരെക്കുറിച്ച് പ്രായോഗികമായി നമുക്കറിയുക പോലുമില്ല."

"അതൊരു വിരോധാഭാസമാണെങ്കിൽപോലും പ്രത്യേകിച്ചും നീ സംസാരിക്കുന്ന തരത്തിലുള്ള ബന്ധങ്ങൾ വളർത്തിയെടുക്കാൻ പോയാൽ പ്രവർത്തനരംഗത്തെ പുതുമയും ഉത്പ്പാദനക്ഷമതയും വർദ്ധിക്കും. ഞാൻ കൂട്ടിച്ചേർത്തു."

"ലേഖനത്തിൽ ആ വിദഗ്ദ്ധൻ എഴുതിയതും അതു തന്നെയാണ്. പക്ഷെ അയാൾ ശരിക്കുദ്ദേശിച്ചത് ഇങ്ങനെയായിരുന്നുവെന്ന് എനിക്ക് തോന്നുന്നു: തങ്ങളുടെ കമ്പനികളിലെ തൊഴിലാളി സമൂഹത്തിന്റെ പ്രസരിപ്പ് വർദ്ധിപ്പിക്കാൻ വ്യാപാരരംഗത്തെ അതികായന്മാർക്ക് അവരുടെ പ്രവർത്തിസമയത്തിനിടയിൽ അത്തരം മാനുഷിക നിമിഷങ്ങളെ പ്രോത്സാഹിപ്പിക്കാം."

"നീയിതിലൂടെ എന്താണ് ഉദ്ദേശിക്കുന്നതെന്ന് എനിക്ക് മനസ്സിലായി." അന്തർജ്ഞാനത്തോടെ ഞാൻ പറഞ്ഞു.

"ഇതേ ചിന്ത നീ വീട്ടിലും പ്രായോഗികമാക്കുക." ജൂലിയൻ പ്രസ്താവിച്ചു.

"രസകരം തന്നെ."

ജൂലിയൻ തുടർന്നു, "കുടുംബത്തിനുള്ളിൽ ശരിയായ നേതൃത്വം പ്രകടിപ്പിക്കാൻ പരസ്പരമുള്ള മാനുഷിക നിമിഷങ്ങളെ പ്രോത്സാഹിപ്പിക്കുക. കുട്ടികളെ ശാസിക്കുന്നത് നിർത്തുക. വ്യവസ്ഥാരഹിതമായ സ്നേഹമെന്ന സമ്മാനത്തിലൂടെ അവരെ നേതാക്കളാക്കി വാർത്തെടുക്കാൻ തുടങ്ങുക. ജീവിതസാഫല്യം നേടിയിട്ടുള്ളയെല്ലാ നേതാക്കളും തങ്ങളുടെ സംഘടനയിലെ പരസ്പര ബന്ധങ്ങൾക്ക് വളരെയേറെ പ്രാധാന്യം കല്പിച്ചിരുന്നു. നീയുമതിൽ നിന്നും വ്യത്യസ്തമാകരുത്."

"സമ്മതിച്ചു." ചിന്താമഗ്നമായ ശൈലിയിൽ ഞാൻ പറഞ്ഞു. "ഇനിയും കത്തിജ്വലിക്കുന്ന മനോഭാവത്തോടെ ഞാൻ ജോലിയിൽ ഏർപ്പെട്ടാൽ കുഞ്ഞുങ്ങൾ അലറിക്കരയുന്ന മേളകളും ഫോണുകളുടെ മണിനാദവും പദ്ധതികൾ പൂർത്തീകരിക്കപ്പെടാനുള്ള അവസരങ്ങളുമെല്ലാം ഞാൻ വീണ്ടെടുക്കുമെന്ന് എനിക്കറിയാമായിരുന്നു."

"കാതറിൻ, നീ വ്യാപാരത്തിലൊരു പ്രശസ്തയാണ്. ജൂലിയൻ തുടർന്നു. ആ വാക്കുകളെന്നെ കുറച്ചുകൂടി തൃപ്തിപ്പെടുത്തി. ലോകോത്തരനിലവാരത്തിലുള്ള ഒരു പ്രസ്ഥാനത്തെ വളർത്തിയെടുക്കുന്ന കലയെക്കുറിച്ചുള്ള പ്രഭാഷണം നടത്താവുന്ന അവസ്ഥയിലല്ല ഞാൻ. നീയത് ചെയ്യുകയും ആ പ്രവർത്തിയിൽ പ്രശംസനീയമായ വിജയം നേടുകയും ചെയ്തിട്ടുണ്ട്."

"നന്ദി, ജൂലിയൻ."

"സംഘടന നേതാവെന്ന അനുഭവപരിചയംവെച്ച് വലിയൊരു വ്യാപാരമുണ്ടാക്കുകയെന്നത് മഹത്തായ കഴിവാണെന്ന് നിനക്ക് അറിയാം. മഹാന്മാരും ക്രിയാത്മകതയുള്ളവരും ഊർജ്ജസ്വലരും തങ്ങളുടെ പ്രവർത്തികളിൽ വികാരഭരിതരായിരിക്കും."

"പൂർണ്ണമായും ശരിയാണ്." വീട്ടിലെ ഗംഭീരമായ സൽക്കാരമുറിയിലേക്ക് നടക്കുമ്പോൾ ഞാൻ മറുപടി പറഞ്ഞു.

"ആളുകളിലെ ഏറ്റവും മെച്ചപ്പെട്ട പ്രവർത്തനം പുറത്തുകൊണ്ടുവരാനുള്ള നല്ലവഴി തങ്ങൾ ശരിക്കും പ്രാധാന്യമർഹിക്കുന്നു എന്ന് അവരെ കാണിച്ചുകൊടുക്കുകയാണ്."

"ഞാനത് ചെയ്യാറുണ്ട്."

"അതുകൊണ്ട് വ്യാപാരവിജയത്തിന്റെ കാതൽ ജനഹൃദയങ്ങളിലേക്ക് ബന്ധപ്പെട്ടു കിടക്കുകയെന്നതിലാണ്. *മനുഷ്യരുടെ യഥാർത്ഥ നേതൃത്വപാടവം അവരെ നിന്ദിക്കുന്നതിനു പകരം പുകഴ്ത്തുന്നതിലാണ്.* മറ്റുള്ളവരുമായുള്ള ബന്ധം ദൃഢമാകുംതോറും നിങ്ങളുടെ നേതൃത്വത്തിന് കൂടുതൽ ഫലപ്രാപ്തിയുണ്ടാകും. വിശ്വാസമില്ലെങ്കിൽ അവർ നിങ്ങളെ പിന്തുണയ്ക്കില്ല. ഇനിയിതാ ഒരു വലിയ പാഠം. ജൂലിയൻ വികാരാരോഹണത്തോടെ പറഞ്ഞു. *ആരെങ്കിലും നിങ്ങളെ സഹായിക്കണമെന്നുണ്ടെങ്കിൽ, നിങ്ങളവരുടെ ഹൃദയത്തെ സ്പർശിച്ചിരിക്കണം."*

"ആരെങ്കിലും നിങ്ങളെ സഹായിക്കണമെന്നുണ്ടെങ്കിൽ, നിങ്ങൾ ആദ്യമവരുടെ ഹൃദയത്തിൽ സ്പർശിച്ചിരിക്കണമെന്നോ? അതെനിക്കിഷ്ടപ്പെട്ടു, ജൂലിയൻ."

"നിനക്ക് അതിഷ്ടപ്പെടാൻ കാരണമെന്താണെന്നറിയാമോ?"

"ഇല്ല, എന്തുകൊണ്ടാണ്?"

"അതു സത്യമായതുകൊണ്ട്. പരിണാമത്തിന്റെ ഏത് ഘട്ടത്തിലാണെങ്കിലും എല്ലാ മനുഷ്യർക്കും മനുഷ്യത്വത്തിന്റെ പരമമായ സത്യങ്ങളെ തിരിച്ചറിയാനുള്ള കഴിവുണ്ടാകും. ഞാൻ പറഞ്ഞ ശൈലിപ്രയോഗം അതിലൊന്നാണ്."

"ഓഹോ ജർമ്മൻ കവിയായ ഗോത്തെ എഴുതിയത് അടുത്തിടെ വായിച്ചത് ഞാനോർക്കുന്നു: ഓരോരുത്തരും എന്തായിത്തീരണമെന്ന് ആഗ്രഹിക്കുന്നുവോ അവരെ അങ്ങനെയായി കരുതുക. എന്തായി തീരാനുള്ള കഴിവ് അവർക്കുണ്ടോ അവരെയതിന് സഹായിക്കുക."

"അതാണ് മാനുഷിക നിമിഷങ്ങൾ. മറ്റുള്ളവരോടുള്ള സ്നേഹവും അനുകമ്പയും കാണിക്കാനുള്ള അവസരങ്ങളുടെ കൊച്ചു ജനാലകളാണ് അവ. ഓരോ ദിവസവും അതിലൂടെ അവർക്ക് സ്വയം വെളിപ്പെടുത്താനുള്ള അവസരങ്ങൾ ലഭിക്കുന്നു. പക്ഷേ തിരക്കോടു തിരക്കായതുകൊണ്ട് അത്തരം സാഹചര്യങ്ങൾ നമ്മൾ തിരിച്ചറിയാതെ പോകുന്നു."

"മാനുഷിക നിമിഷങ്ങൾ സൃഷ്ടിക്കാനുള്ള അവസരങ്ങൾ പ്രയോജനപ്പെടുത്തുന്നതിലൂടെ നമുക്ക് ബന്ധങ്ങളെ അസാമാന്യ രീതിയിൽ ദൃഢപ്പെടുത്താം, ശരിയല്ലേ?"

"ശരിയാണ്. അതു മാത്രമല്ല, അവസാനം ജീവിതത്തിൽ ഏറ്റവും അമൂല്യമായ മുഹൂർത്തങ്ങളുടെ മങ്ങാത്ത ഓർമ്മകളാണ് ഈ മാനുഷിക നിമിഷങ്ങൾ നമുക്ക് തരിക. കാതറിൻ, നോക്ക്. മഹത്തായൊരു ജീവിതം മനോഹരമായ ഓർമ്മകൾകൂടി നെയ്തെടുത്ത ഒരു പരമ്പരയല്ലാതെ മറ്റൊന്നുമല്ല."

"ആശ്ചര്യകരം തന്നെ."

"ശരിയാണ്. ജീവിതത്തെ ദൃഢപ്പെടുത്താനും വലിയ വിജയങ്ങൾ നേടാനും ചില സാഹസിക പ്രവർത്തികൾ ചെയ്താലെ മതിയാകൂവെന്ന ചിന്തയിൽ നമ്മൾ പലപ്പോഴും കുരുങ്ങുന്നു. അവസാനം സഫലീകരണം അനുഭവപ്പെടാൻ വില കൂടിയ കളിപ്പാട്ടങ്ങളും സ്വത്തുവകകളും അമിതാധിക്യവും ആവശ്യമാണെന്ന വിശ്വാസത്താൽ നമ്മൾ വഞ്ചിതരാകുന്നു. പക്ഷെ, യഥാർത്ഥ സന്തോഷത്തിലേയ്ക്കുള്ള മാർഗ്ഗം അതല്ല. *രസകരവും സവിശേഷതകളുമുള്ള ഓർമ്മകളുടെ കാലക്രമേണയുള്ള ശേഖരത്തിൽ കൂടിയെ യഥാർത്ഥവും ശാശ്വതവുമായ സന്തോഷമുണ്ടാകൂ.* കാതറിൻ, അവശേഷിക്കുന്ന ദിവസങ്ങൾ കഴിയുന്നിടത്തോളം മഹനീയമായ കുടുംബമുഹൂർത്തങ്ങളുടെ ഓർമ്മകൾ ശേഖരിക്കുന്നതിനായി സ്വയം സമർപ്പിക്കുക. *വളരെ വളരെ ദയാലുവാകുകയെന്നതാണ് ശരിക്കുള്ള ജീവിതം വിജയം നേടാനുള്ള ഏറ്റവും നല്ല വഴിയെന്ന്* ഓർക്കുക. സംഘടിതമായ പരിതസ്ഥിതിയിൽനിന്നും സമുദായത്തിന്റെയും മാനുഷിക നിമിഷ സൃഷ്ടിയിൽനിന്നും ശ്രദ്ധ ഗാർഹിക ജീവിതത്തിലേയ്ക്ക് തിരി

ക്കുക. നീ ജീവിക്കുന്ന നാലു ചുവരുകളിലേയ്ക്ക് വ്യാപാരലോകത്തിൽ ശ്രമിച്ചു നോക്കിയിട്ടുള്ളതായ യഥാർത്ഥ നേതൃത്വപാടവ തത്ത്വങ്ങളെ കൊണ്ടു വരിക."

"അതെങ്ങനെ സാധിക്കും?" ഞാൻ അത്ഭുതപ്പെട്ടു.

"ജോണും കുട്ടികളുമായുള്ള ബന്ധം ദൃഢപ്പെടുന്തോറും വീട്ടിലെ നിന്റെ മാർഗ്ഗദർശിത്വവും കൂടുതൽ ഫലവത്താകും. പോർട്ടറിനെയും സരിതയെയും വഴക്കു പറയുന്നത് നിർത്തുക. വിധിക്കപ്പെട്ടിട്ടുള്ള മഹാത്മാക്കളായി അവരെ രൂപപ്പെടുത്തിയെടുക്കാൻ തുടങ്ങുക."

"നിന്ദിക്കുന്നത് നിർത്തി അവരെ പ്രശംസിക്കാൻ തുടങ്ങുക?" ജൂലിയന്റെ ശൈലി കടമെടുത്ത് ഞാൻ കൂട്ടിച്ചേർത്തു.

"ശരിതന്നെ." വിമാനം പറപ്പിക്കുന്ന മട്ടിൽ മുകളിലേയ്ക്ക് ചാടി കൊണ്ട് ആവേശഭരിതനായി ജൂലിയൻ മറുപടി പറഞ്ഞു. "നന്നായി ചെയ്യുന്ന പ്രവർത്തികൾക്ക് കുട്ടികളെ പ്രശംസിക്കുക. *സമ്മാനിക്കപ്പെടുന്ന പെരുമാറ്റമാണ് ആവർത്തിക്കപ്പെടുകയെന്ന് ഒരിക്കലും മറക്കാതിരിക്കുക.*"

"പാത്രം കഴുകുന്നതിലും പാചകത്തിലും അവർ സഹായിക്കുമ്പോൾ അത് മനസ്സിലാക്കി അവരെ പുകഴ്ത്തുക. പുതിയൊരു പാടവം സ്വായത്തമാകുമ്പോഴോ കളി പഠിക്കുമ്പോഴോ അവർക്ക് ആത്മാർത്ഥമായ പ്രശംസയുടെ ആർഭാടം നല്കുക. *മനുഷ്യഹൃദയത്തിനെ പ്രചോദിപ്പിക്കാൻ കഴിവുള്ള ഏറ്റവും നല്ല മാർഗ്ഗമാണ് പ്രശംസ. എന്നിട്ടും നമ്മളത് അപൂർവ്വമായ പ്രയോജനപ്പെടുത്താറുള്ളു.*"

"നീ പറഞ്ഞത് ശരിയാണെന്ന് തോന്നുന്നു, ജൂലിയൻ. നമ്മൾ നമ്മുടെ മനുഷ്യത്വത്തെ വിലക്കാറുണ്ട്."

"കുറച്ച് പാല് കൊട്ടിക്കളയുമ്പോഴോ ഒരു പുതിയ പാത്രം പൊട്ടിക്കുമ്പോഴോ അവരുടെയടുത്ത് പെട്ടെന്ന് ദേഷ്യപ്പെടാൻ പോകരുത്. അവർ കുട്ടികളാണ്. അവർ അങ്ങനെയൊക്കെയെ ചെയ്യൂ. അവർ പഠിക്കുന്ന മാർഗ്ഗങ്ങളിലൊന്നാണ് അത്. പഴയ പ്രതാപകാലത്ത് എന്നോടൊപ്പമുണ്ടാകുമായിരുന്ന ഒരു ബാങ്കർ കുട്ടിക്കാലം മുതലെ വളർത്തിയെടുക്കുകയെന്നതാണ് തന്റെ അസാമാന്യമായ ആത്മവിശ്വാസത്തിന്റെ രഹസ്യമെന്ന് എപ്പോഴും പറയുമായിരുന്നു."

"അതിലെന്തെങ്കിലും പ്രത്യേകിച്ച് കാര്യമുണ്ടോ?"

"ഉണ്ട്. അയാളെ വളർത്തിക്കൊണ്ടു വന്നത് അച്ഛനായിരുന്നു. കുടിക്കാനുള്ളത് കൊട്ടിക്കളയുമ്പോഴും പാത്രം പൊട്ടിക്കു

മ്പോഴുമൊക്കെ ദേഷ്യപ്പെടുന്നതിന് പകരം അച്ഛൻ അയാളോട് ചോദിക്കും, ജെറി, ഇതിലെ പാഠമെന്താണ്? ലളിതമായ ആ ചോദ്യ മാണ് എനിക്കറിയാവുന്നതിൽ വെച്ചേറ്റവും ശക്തരായ കഥാപാ ത്രങ്ങളിലൊരാളായി അയാളെ രൂപപ്പെടുത്തിയത്. രണ്ടുവട്ടം ആവർത്തിക്കപ്പെടുമ്പോഴേ തെറ്റ് തെറ്റാകുന്നുള്ളു. ആദ്യത്തെ പ്രാവശ്യം അത് വളരാൻ അത്യാവശ്യമായൊരു പഠന അനുഭവ മാണ്."

"ശരിക്കും?"

"ശരിക്കുമതെ. നമ്മുടെ തെറ്റുകളിലും പരാജയങ്ങളിലൂടെ യുമാണ് പ്രാഥമികമായി നമ്മൾ വളരുന്നതെന്ന് നീ സമ്മതി ക്കില്ലേ?"

"തീർച്ചയായും. ആലോചിച്ചു നോക്കിയാൽ എന്റെയേറ്റവും വലിയ പരാജയങ്ങളാണ് എന്നെ മഹാവിജയങ്ങളിലേക്ക് നയിച്ചി ട്ടുള്ളത്."

"നിസ്സംശയം തന്നെ. പരാജയം വിജയത്തിലേക്കുള്ള പ്രധാന മാർഗമാണ്. പരാജയമെന്നാൽ ജയമെങ്ങനെ നേടാമെ ന്നുള്ള പഠനമല്ലാതെ മറ്റൊന്നുമല്ല. *വലിയ പരാജയങ്ങളെയെന്നും നല്ല രക്ഷിതാക്കൾ സമ്മാനിക്കും.* പുതിയതെന്തെങ്കിലും ശ്രമി ക്കാൻ പുറപ്പെടാനുള്ള ധൈര്യം കാണിച്ച് പരാജയപ്പെട്ടാലും പോർട്ടറിനെയും സരിതയെയും പ്രോത്സാഹിപ്പിക്കുകയും അംഗീ കരിക്കുകയും ചെയ്യുക. അത് അവരിൽ ആത്മവിശ്വാസത്തെ നിറ യ്ക്കുകയും തങ്ങളുടെ കഴിവുകളെ വികസിപ്പിച്ച് വളരാനുള്ള പ്രചോദനമുണ്ടാക്കുകയും ചെയ്യും. തെറ്റു ചെയ്താൽ എവിടെ യാണ് തെറ്റിയതെന്ന് മനസ്സിലാക്കാൻ അവരെ സഹായിച്ചശേഷം മുന്നേറാൻ പഠിപ്പിക്കുക. *ഒരിക്കലും* അവരുടെയടുത്ത് നിഷേധാ ത്മകവും നിരൂപണപരവുമായ ഭാഷ ഉപയോഗിക്കാതിരിക്കുക. കുട്ടികളെ ശാസിക്കുന്നത് അവരിൽ സങ്കോചമുണ്ടാക്കുകയും സവിശേഷമാക്കുന്ന പ്രകാശത്തെ കെടുത്തുകയും ചെയ്യും. ഏറ്റവും നിസ്സാരമായ അവിചാരിത കാര്യങ്ങൾക്ക്പോലും കുട്ടി കളുടെയടുത്ത് പലചരക്കു കടകളിൽവെച്ച് രക്ഷിതാക്കൾ ആക്രോ ശിക്കുന്നത് ഞാൻ കണ്ടിട്ടുണ്ട്. അതൊരു പാപമാണ്. കുട്ടികളല്ല, രക്ഷിതാക്കളാണ് തങ്ങളുടെ പ്രവർത്തികളെ ഏകോപിപ്പിക്കേണ്ട തെന്നാണ് അത് കാണിക്കുന്നത്."

"ഈശ്വരാ, ഭാസുരമാർന്ന ഉൾക്കാഴ്ചകളാണല്ലോ നിനക്കു ള്ളത്, ജൂലിയൻ. ഇക്കാര്യങ്ങളെക്കുറിച്ച് ചിന്തിച്ച് നീ മണിക്കൂറു കളോളം ചിലവഴിച്ചിട്ടുണ്ടാകണം."

"വർഷങ്ങളോളം." ചിന്തയിൽ മുഴുകി തന്റെ വസ്ത്രത്തിൽ തലോടികൊണ്ട് ജൂലിയനിൽനിന്നും അവ്യക്തമായ മറുപടി വന്നു. "വിശ്വാസമില്ലെങ്കിൽ ആളുകൾ നിന്നെ പിന്തുണയ്ക്കില്ലയെന്ന് ഞാൻ നിന്നോട് സൂചിപ്പിച്ച ഏറ്റവും പ്രധാനപ്പെട്ട മാർഗദർശന ത്തിന്റെ തത്ത്വത്തെക്കുറിച്ചും ഗൗരവമായി ചിന്തിക്കുക. *ഒരു രക്ഷി താവിന്റെ പ്രാഥമിക കർത്തവ്യം മാനുഷികവിശ്വാസം സൃഷ്ടി ക്കുകയാണെന്ന് എന്നേന്നേക്കുമായി തിരിച്ചറിയുക*."

"മനുഷ്യരിൽ വിശ്വാസമുണ്ടാക്കുന്നവളായി മാറണമെ ന്നാണോ?" ജൂലിയന്റെ ശൈലീപ്രയോഗത്തിൽ ആശങ്കപ്പെട്ട് ഞാൻ ചോദിച്ചു.

"അതെ, കാതറീൻ. ഏതൊരു മഹത്തായ കുടുംബസം സ്ക്കാരത്തിന്റെയും ആണിക്കല്ല് വിശ്വാസമാണ്. ഞാൻ പറഞ്ഞ പോലെ, ആരെങ്കിലും സഹായിക്കണമെന്നുണ്ടെങ്കിൽ നീയവരുടെ ഹൃദയത്തെ സ്പർശിച്ചിരിക്കണം. വിശ്വാസം ജനിപ്പിക്കുന്നതി ലൂടെയെ അന്തിമമായി ആരുടെയെങ്കിലും ഹൃദയത്തെ സ്പർശി ക്കാനാവൂ."

"അതുകൊണ്ട് വീടിനു ചുറ്റും പോർട്ടറും സരിതയുമെന്നെ സഹായിക്കണമെങ്കിൽ - ഉദാഹരണത്തിന് കളി കഴിഞ്ഞശേഷമൊ കളിപ്പാട്ടം പെറുക്കിയെടുത്തു വെയ്ക്കണമെങ്കിലൊ ഞാൻ അവ രുടെ ഹൃദയത്തെ കൂടെക്കൂടെ സ്പർശിക്കണമെന്നാണോ?"

"അതെ. സൂക്ഷ്മമായി നോക്കിയാൽ അതുതന്നെയാണ് ഞാൻ പറയുന്നത്."

"നീ പറഞ്ഞപോലെ, വിശ്വാസത്തിന്റെ സ്രഷ്ടാവാകാൻ വീട്ടിൽ എനിക്ക് പ്രായോഗികമായി ചെയ്യാൻ കഴിയുന്നത് എന്തൊ ക്കെയാണ്? ബന്ധങ്ങളെ ദൃഢമാക്കാനും മഹത്തായ കുടുംബ ജീവിതത്തിന്റെ കാതലെന്ന് നീ വിശേഷിപ്പിക്കുന്ന നല്ല ഓർമ്മ കളും സൃഷ്ടിക്കാനെങ്ങനെ സാധിക്കും?"

"ശരി, നിനക്ക് ചെയ്യാവുന്ന ധാരാളം കാര്യങ്ങളുണ്ട്. *വാക്കു പാലിക്കുകയും ചുമതലകൾ കൃത്യമായി നിർവഹിക്കുകയും ചെയ്യു കയെന്നതാണ് ആദ്യത്തെതും പ്രധാനപ്പെട്ടതുമായ കാര്യം*."

"വിരമിക്കാൻ പോകുന്ന മൂത്താശാരിയുടെ കഥ കേട്ടി ട്ടുണ്ടോ?" ജൂലിയൻ തുടർന്നു.

"ഇല്ലെന്ന് തോന്നുന്നു."

"വീടുകളുടെ നിർമ്മാണമടങ്ങിയ നീണ്ടതും അർപ്പണ ബോധമുള്ളതുമായ ഔദ്യോഗിക ജീവിതത്തിൽനിന്നും അയാൾ വിരമിക്കാൻ പോകുകയായിരുന്നു. പക്ഷെ, വിഖ്യാതനായൊരു കരാറുകാരനുമായുള്ള തന്റെ സവിശേഷമായ കാലാവധിയുടെ തുടക്കത്തിൽതന്നെ വളരെ അസാധാരണമായൊരു വാക്ക് അയാൾ നല്കേണ്ടി വന്നു."

"എന്തായിരുന്നു അത്?"

"തനിക്ക് നല്കപ്പെട്ടിട്ടുള്ളതിൽ വെച്ചേറ്റവും പ്രധാനപ്പെട്ട പദ്ധതിയാണിതെന്ന രീതിയിൽ വേണം ഓരോ വീടും നിർമ്മിക്കാൻ. അർപ്പണബോധവും സ്നേഹവും ശ്രദ്ധയും ഓരോ വീടിന്റെ നിർമ്മാണത്തിലുണ്ടാകുമെന്ന് അയാൾ വാക്കു കൊടുക്കേണ്ടിവന്നു. വിരമിക്കാനൊരുങ്ങിയശേഷം ഇപ്പോൾ പണി തീർത്ത വീടാണ് തന്റെ അവസാനസൃഷ്ടിയെന്ന് അറിയിക്കുവാൻ അയാൾ തന്റെ മുതലാളിയുടെ ഓഫീസിലേക്ക് ചെന്നു. അയാൾ പോകുന്നതിൽ തനിക്ക് വിഷമമുണ്ടെന്ന് മുതലാളി പറഞ്ഞു. അവസാനമായൊരു ഉപകാരം കൂടി തനിക്ക് വേണ്ടി ചെയ്യണം: ഒരു വീട് കൂടിയുണ്ടാക്കിയിട്ട് നിങ്ങൾക്ക് പോകാം, തൊഴിലുടമ അപേക്ഷിച്ചു. തന്റെ മുതലാളിയെ വളരെയധികം ബഹുമാനിച്ചിരുന്ന ആശാരി അതിന് വഴങ്ങി. പുതിയ വീടിന്റെ നിർമ്മാണത്തിനായി അയാൾ ഉടൻ പുറപ്പെട്ടു. പക്ഷെ, വർഷങ്ങളായി പണിത വീടുകൾ പോലെയല്ല അയാളിത് നിർമ്മിച്ചത്. തന്റെ വൈദഗ്ദ്ധ്യം പൂർണ്ണമായും അയാൾ വിനിയോഗിച്ചില്ല. വിശ്രമജീവിതം തുടങ്ങാനായി റിക്കാർഡ് സമയത്തിനുള്ളിൽ പണിപൂർത്തീകരിക്കാനുള്ള എളുപ്പവഴികളൊക്കെ അയാൾ അവലംബിച്ചു. അരികുകൾ മുറിച്ചും ഗുണമേന്മ കുറഞ്ഞ സാധനങ്ങൾ ഉപയോഗിച്ചും ജോലി തീർക്കാൻ അയാൾ തിടുക്കം കാട്ടി."

"തന്റെ പഴയ വാക്ക് അയാൾ ലംഘിച്ചു." ജൂലിയൻ പങ്കുവെയ്ക്കുന്ന കഥയിൽ മുഴുകി ഞാനിടയ്ക്കു കയറി.

"ശരിയാണ് കാതറിൻ. അയാൾ അത് ചെയ്തു." ജൂലിയൻ തുടർന്നു. "ആഴ്ചകൾക്കകം വീടുപണി പൂർത്തിയായി. ആശാരി അക്കാര്യം മുതലാളിയെ അറിയിച്ചു. എനിക്ക് വേണ്ടി ഇത് ചെയ്തു തന്നതിന് നന്ദിയുണ്ട്. അയാൾ സൗമ്യമായി പറഞ്ഞു. എന്നിട്ട് അയാൾ ആശാരിയെ മുൻവാതിലിന്റെ താക്കോലേല്പിച്ചു. ഇത് താങ്കൾക്കുള്ളതാണ്. വർഷങ്ങൾ നീണ്ട താങ്കളുടെ അർപ്പണബോധത്തിന്റെയും കഠിനപ്രയത്നത്തിന്റെയും പ്രതിഫലം. ആശാരി അമ്പരന്നു. സ്വന്തം ആവശ്യത്തിനാണ് താനാ വീടു പണിതത

തെന്ന് അയാൾക്ക് വിശ്വസിക്കാനായില്ല. അറിഞ്ഞിരുന്നില്ലെങ്കിൽ തന്റെ മികവ് അയാൾ അതിൽ കാണിച്ചേനെ."

"ഓ. നല്ല കഥ."

"തന്റെ നിർമ്മിതി ശരിയായ വൈദഗ്ദ്ധ്യത്തോടെയും സവിശേഷതയോടെയും ചെയ്യുമെന്ന് തൊഴിലുടമയോടും തന്നോടു തന്നെയും പറഞ്ഞ വാക്ക് പാലിക്കാൻ ആശാരിക്ക് കഴിഞ്ഞില്ല. അയാൾ ഒരൊയൊരു മോശമായ വീടെ വെച്ചിട്ടുള്ളു. കാതലായ പ്രതിബദ്ധതാലംഘനം നടത്തിയതിനാൽ അയാൾക്ക് തന്നെ ആ വീട്ടിൽ താമസിക്കേണ്ടി വന്നു. നമ്മുടെ ജീവിതവും അങ്ങനെയാണ്. വാക്കുകൾ ലംഘിച്ച് സ്വന്തം പ്രവർത്തികളാൽ സൃഷ്ടിച്ചെടുത്ത സാഹചര്യങ്ങളിൽ നാം ജീവിക്കേണ്ടി വരുന്നു. ആ സാഹചര്യങ്ങൾ ശ്രേഷ്ഠമായതിനേക്കാൾ തരംതാണതായിരിക്കുകയും ചെയ്യും."

"അതുകൊണ്ട് കുടുംബത്തിലെ മാർഗ്ഗദർശികളെപ്പോഴും തങ്ങളുടെ വാക്കുകളോടു കൂറു പുലർത്തുകയും അവ പാലിക്കുകയും വേണം." ഞാൻ ഉപസംഹരിച്ചു.

"ദുരിതപൂർണ്ണവും തരംതാണതുമായ വീടുകളിൽ അവർക്ക് താമസിക്കേണ്ടി വരരുതെങ്കിൽ മാത്രം. കുടുംബാംഗങ്ങളോട് പറയുന്ന വാക്കുകൾ മാത്രമല്ല അവർ പാലിച്ചുകൊണ്ടിരിക്കുന്നത്, കാതറിൻ. അവർ സ്വയം നല്കിയിട്ടുള്ള വാക്കുകളും പാലിക്കണം. മറ്റുള്ളവരോട് പറഞ്ഞിട്ടുള്ള വാക്കുകൾ പാലിക്കുന്നത് വഴി കുടുംബത്തിൽ വിശ്വാസമുണ്ടാക്കിയെടുക്കാനും കുടുംബസംസ്കാരത്തെ പരിപോഷിപ്പിക്കാനും സാധിക്കും. സ്വയം നല്കിയിട്ടുള്ള വാക്കുകൾ ആത്മവിശ്വാസമുണ്ടാക്കുകയും വ്യക്തിപരമായ സ്വഭാവത്തെ സമ്പന്നമാക്കുകയും ചെയ്യും."

"അത് തീർച്ചയായും ശരിയാണ്, ജൂലിയൻ. നിനക്ക് അറിയാവുന്നതുപോലെ ഞാൻ കൃത്യമായ പദ്ധതികൾ രൂപവത്ക്കരിക്കാൻ തുടങ്ങിയിട്ടുണ്ട്."

"ഞാൻ ശ്രദ്ധിച്ചു. ഇതിനെക്കാൾ നന്നായി നിന്നെ ഞാൻ കണ്ടിട്ടില്ല."

"നന്ദി, വല്യേട്ടാ. ഉദ്ദേശിച്ച പദ്ധതി ഒരെണ്ണം പോലും നടന്നില്ലെങ്കിൽ എനിക്ക് കുറ്റബോധം തോന്നും. ഞാൻ സ്വയം തരംതാണപോലെയൊ മറ്റൊവാക്കെ പോലെയാണ് അപ്പോൾ."

“അത് ശരിയാണ്. സ്വയമെടുത്ത പ്രതിജ്ഞകൾ നിറവേറ്റുന്നതിന് അർത്ഥം നിങ്ങൾ സ്വന്തം അസ്തിത്വത്തെ മാനിക്കുന്നുവെന്നാണ്. വ്യായാമത്തിനൊ പ്രകൃതിയോട് സംവദിക്കാനോ തിരക്കേറിയ ആഴ്ചയ്ക്ക് ശേഷമൊരു തിരുമ്മുചികിത്സയൊ അങ്ങനെ എന്തുമായ്ക്കോട്ടെ. സ്വന്തം പ്രതിബദ്ധതകളെ പിന്തുണയ്ക്കുമ്പോൾ നിങ്ങൾ കൂടുതലായി സ്വയം പരിഗണിക്കാൻ തുടങ്ങിയിട്ടുണ്ടെന്നാണ് അർത്ഥം. ഫലത്തിലത് സ്വയം ആദരിക്കലാണ്. വാക്കുകൾ ലംഘിക്കപ്പെടുമ്പോൾ നിങ്ങൾക്ക് സ്വന്തമായുള്ള വിശ്വാസം നഷ്ടപ്പെടുകയാണ്. അവസാനം, ഒരു വ്യക്തിയെന്ന നിലയിലെ സകല ആത്മാവിശ്വാസവും നിങ്ങൾക്ക് കൈമോശം വരുന്നു. അത് നഷ്ടപ്പെട്ടു കഴിഞ്ഞാൽ, നിങ്ങൾക്ക് സർവ്വതും നഷ്ടപ്പെട്ടു.” ജൂലിയൻ നാടകീയമായി പറഞ്ഞു. അവന്റെ വസ്ത്രത്തിലെ സുവർണ്ണനിറത്തിലുള്ള കരവേലകളിലൂടെ സൂര്യപ്രകാശം നൃത്തം ചവിട്ടി.

“ജൂലിയൻ, അതിലൊരുപാടു കാര്യങ്ങളുണ്ട്. ഗ്രേഡ് സ്കൂളിലൊ ഹൈസ്കൂളിലൊ ബിസിനസ്സ് സ്കൂളിലൊന്നും ആരുമിതു പോലെയുള്ള കാര്യങ്ങൾ എനിക്ക് പഠിപ്പിച്ചു തന്നിട്ടില്ല. അതുകൊണ്ട് ദയവായി തുടർന്നാലും.”

“ജോലിക്കിടയിലായാലും വീട്ടിലായാലും എല്ലാ മാനുഷിക ബന്ധങ്ങളുടെയും അടിത്തറ വിശ്വാസമാണ്. കുടുംബബന്ധങ്ങളെ ദൃഢപ്പെടുത്താൻ അവിടെയുള്ള വിശ്വാസത്തെ വർദ്ധിപ്പിക്കണം. വാക്കു പാലിക്കുന്നയൊരു വ്യക്തിയാകുകയെന്നതാണ് അതിനുള്ളയൊരു ശക്തമായ മാർഗം. വാക്കുകൾക്ക് വലിയ ശക്തിയാണുള്ളത്. ചെയ്യാൻ കഴിയുമെന്നുറപ്പില്ലാത്ത കാര്യങ്ങൾ പറയാതിരിക്കുക. പറയുന്ന വാക്കുകളെല്ലാം പാലിക്കാൻ ശ്രമിക്കുക. *വാക്കുകൾ ഉപയോഗിക്കുന്നതിൽ അതീവജാഗ്രത പുലർത്താൻ ശ്രമിക്കുക*. അങ്ങനെ വന്നാൽ നിനക്ക് നിന്റെ ജീവിതത്തെ പൂർണ്ണമായി മാറ്റിമറിയ്ക്കാൻ കഴിയും. അതെനിക്ക് ഉറപ്പ് തരാം.”

“വാക്കുകൾ ഉപയോഗിക്കുമ്പോൾ ജാഗ്രത പാലിക്കണമെന്നത് പ്രയാസമായിരിക്കുമെന്ന് തോന്നുന്നു. എനിക്ക് ധാരാളം ചുമതലകളുണ്ടെന്നാണ് ഞാൻ ഉദ്ദേശിച്ചത്. അതെല്ലാം പാലിക്കുകയെന്നു വെച്ചാൽ അത്ര എളുപ്പമല്ല.”

“അങ്ങനെയാണെങ്കിൽ ധാരാളമെന്നത് കുറയ്ക്കുക. വാക്കുകൾ കുറച്ച് നല്കിയാൽ എപ്പോഴും പറഞ്ഞതിനേക്കാൾ കൂടുതൽ കാര്യങ്ങൾ നല്കാൻ സാധിക്കും. വാക്കു കൊടുക്കുമ്പോൾ

കൂടുതൽ *ആവശ്യമുള്ളത് തിരഞ്ഞെടുക്കുക.* വീട്ടിൽ വലിയൊരു മാർഗദർശിയാകണമെങ്കിൽ നീ സ്വഭാവദാർഢ്യത്തിന്റെ പ്രതിരൂപമാകണം. ഓരോ പ്രാവശ്യവും ശരികൾ മാത്രം ചെയ്യുന്ന വ്യക്തി. സ്വകാര്യമായ ആദരവിന്റെ നീതിശാസ്ത്രം അനുസരിച്ച് ജീവിക്കുന്നയൊരു വ്യക്തി. അങ്ങനെ ചെയ്യുമ്പോൾ നീ മറ്റുള്ളവരുടെ ബഹുമാനം നേടും. *വാക്കുകൾ പാലിക്കുന്നവർ വിശ്വാസം നേടുന്നുവെന്നതാണ്* അതിനെക്കാൾ പ്രധാനം. അവരുടെ കുടുംബം അവരിൽ ആശ്രയിക്കുകയും അവർ പറയുന്നതൊക്കെ ദൃഢമായി വിശ്വസിക്കുകയും ചെയ്യും...

"അതായിരിക്കാം സത്യമെന്നവർക്ക് അറിയാവുന്നത് കൊണ്ട്." ആവേശത്തോടെ ഞാനിടയ്ക്ക് കയറി.

"ശരിയാണ്, അവർക്കത് സത്യമെന്നറിയാം. മാത്രമല്ല, സത്യം നിന്നെ ശരിക്കും മോചിതയാക്കുകയും ചെയ്യും, അനിയത്തി."

"കുടുംബാംഗങ്ങളുടെ കണ്ണുകളിൽ വിശ്വാസ്യതയുണ്ടാക്കിയെടുക്കുകയെന്നത് പ്രാധാന്യം അർഹിക്കുന്നയൊന്നാണെന്ന് ഞാൻ ഇതുവരെ കരുതിയിരുന്നില്ല. ഒരു പങ്കാളിയെന്നും രക്ഷിതാവെന്നുമുള്ള നിലയിൽ എനിക്ക് മറ്റു പരിഗണനകളുണ്ടെന്നായിരുന്നു എന്റെ ധാരണ."

"കാതറിൻ, വിശ്വാസ്യതയാണ് താക്കോൽ. വിശ്വാസ്യത വിശ്വാസത്തെ അഭിവൃദ്ധിപ്പെടുത്തുന്നു. ഞാൻ പറഞ്ഞപോലെ, ഓരോ ദൃഢവും അർത്ഥവത്തുമായ ബന്ധത്തിന്റെയും ഹൃദയത്തിൽ വിശ്വാസം കിടക്കുന്നു. വാക്ക് നല്കിയത് അനുസരിച്ച് പ്രവർത്തിക്കാൻ കഴിയുമെന്ന് ഉറപ്പില്ലെങ്കിൽ ആർക്കും വാക്കുകൾ നല്കാനോ ചുമതലയേല്ക്കാനോ പോകരുതെന്നാണ് ഞാൻ നിർദ്ദേശിക്കുന്നത്. കഴിയില്ലെങ്കിൽ ആഴ്ചാവസാനം പോർട്ടറിനെയും സരിതയെയും സർക്കസിന് കൊണ്ട് പോകാമെന്ന് പറയരുത്. രക്ഷിതാക്കളുടെ വാക്കുകളാണ് കൊച്ചുകുട്ടികളുടെ ലോകം. നിങ്ങൾ പറഞ്ഞ വാക്ക് ലംഘിക്കുമ്പോൾ അവരുടെ ഹൃദയമാണ് ഭേദിക്കപ്പെടുന്നതെന്ന് മനസ്സിലാക്കുക. ചെയ്യാൻ കഴിയുമെന്ന ശുഭാപ്തിവിശ്വാസമില്ലാതെ ജോൺ പറഞ്ഞുകൊണ്ടിരുന്ന പുതിയ കച്ചവടപദ്ധതിയെ കുറിച്ചെഴുതാൻ സഹായിക്കാമെന്ന് പറയരുത്. വളരെ ചെറിയ കാലയളവിനുള്ളിൽ തന്നെ എന്തൊ മനോഹരമായത് തന്റെ ജീവിതത്തിൽ തുടങ്ങുന്നുവെന്ന് നിനക്ക് കാണാം. മുമ്പൊരിക്കലുമില്ലാതിരുന്ന ശ്രദ്ധയോടെ കുടുംബാംഗങ്ങൾ

നിങ്ങൾ പറയുന്നത് കേൾക്കും. അവർ നിങ്ങളെ വളരെയേറെ ബഹുമാനിക്കും. എപ്പോഴും വാക്കുകൾ പാലിക്കുന്ന ഒരുവളെന്ന നിലയിൽ അവർ നിങ്ങളെ അറിയുകയും സ്നേഹിക്കുകയും ചെയ്യും. അത് നിങ്ങൾ തമ്മിൽ പരസ്പരസ്നേഹം സൃഷ്ടിച്ചെടുക്കും."

"അദ്ഭുതകരമായ വിവരം മാത്രമല്ല, അത് നിഗൂഢവും വളരെയേറെ എളുപ്പവുമാണ്."

എളുപ്പമുള്ള നിഗൂഢമായ കാര്യമെന്നാണ് ആ സന്യാസിമാർ എന്നോട് പങ്കുവയ്ക്കാൻ സന്മനസ്സ് കാണിച്ച ഇക്കാര്യങ്ങളെക്കുറിച്ച് പറയാൻ ഞാൻ തിരഞ്ഞെടുക്കുന്ന വാക്കുകൾ ശൈലിയിൽ താൻ തന്ത്രപരമായി നടത്തിയ മാറ്റത്തിൽ സ്പഷ്ടമായി ഇക്കിളിപ്പെട്ടുകൊണ്ട് ജൂലിയൻ മറുപടി പറഞ്ഞു.

"ശരി, ജൂലിയൻ വാക്കുകൾ പാലിക്കുന്നതിലും ചുമതലകൾ നിറവേറ്റുന്നതിലും ഞാനിനി മുതൽ ശരിക്കും ഗൗരവം പുലർത്തും. വാക്കുകൾ പ്രയോഗിക്കുന്നതിൽ ഞാൻ സൂക്ഷ്മത കാണിക്കും. എന്തെങ്കിലും ചെയ്യുമെന്ന് ഞാൻ പറയുമ്പോൾ അത് ചെയ്യാനുള്ള ശക്തി എന്നിലുണ്ടാകും. എന്റെ വാക്കുകൾക്ക് അനുസൃതമായ സ്ത്രീയാകും ഞാൻ. എന്റെ വാക്കുകളോടു ഞാൻ കൂറു പുലർത്തും. എളുപ്പമുള്ള കാര്യങ്ങൾ ചെയ്യുന്നതിന് പകരം ശരിയായ കാര്യങ്ങൾ ചെയ്ത് ജീവിക്കുന്നതിൽ ഞാൻ ശ്രദ്ധ കേന്ദ്രീകരിക്കും. ഞങ്ങളുടെ വീട്ടിൽ മാനുഷിക ബന്ധങ്ങളെ ദൃഢപ്പെടുത്താൻ ഞാൻ മറ്റെന്താണ് ചെയ്യേണ്ടത്?"

"മനസ്സിലായില്ലേ?"

"വീട്ടിനുള്ളിലെ മാനുഷികബന്ധങ്ങൾ ദൃഢപ്പെടുത്താൻ മറ്റെന്താണ് ചെയ്യേണ്ടതെന്നാണ് ഞാൻ ചോദിച്ചത്."

"മനസ്സിലായില്ല?"

"ഞാൻ ചോദിച്ചത്..." അസാമാന്യമായ ആരോഗ്യമുണ്ടായിട്ടും ജൂലിയന്റെ കേൾവിശക്തി ബാധിക്കപ്പെട്ടുണ്ടാകാമെന്ന ആശ്ചര്യത്തിൽ ഞാൻ അലറാൻ തുടങ്ങി. "മാനുഷിക ബന്ധങ്ങളെ ദൃഢപ്പെടുത്താൻ എനിക്ക് മറ്റെന്തൊക്കെ ചെയ്യാൻ കഴിയുമെന്ന്?"

"അനിയത്തി, ഒരിക്കൽകൂടി എനിക്ക് വേണ്ടിയതൊന്ന് ചോദിക്കാമോ?"

"ജൂലിയൻ നീയെന്നെ കളിയാക്കുകയായിരിക്കും. ഒരേ ചോദ്യം ഞാൻ മൂന്നുതവണ ചോദിച്ചു. നീയെന്താ കേൾക്കാത്തത്? എനിക്ക് ചെറുതായി ദേഷ്യം വരുന്നുണ്ട്, കേട്ടോ?"

"ഉം, ശരി. ഞാൻ ഉദ്ദേശിച്ച പ്രതികരണം തന്നെ." കുലുങ്ങി ചിരിച്ചു കൊണ്ട് തൃപ്തിയോടെ ജൂലിയൻ പറഞ്ഞു. "വീട്ടിനകത്ത് ബന്ധങ്ങൾ പടുത്തുയർത്താനുള്ള അടുത്ത പടിയിലേയ്ക്ക് പോകാൻ മനോഹരമായി നീ എന്നെ സഹായിച്ചു."

"ഞാനങ്ങനെ ചെയ്തൊ?"

"ചെയ്തു. മാനുഷികബന്ധങ്ങളെ ദൃഢപ്പെടുത്താനും കുടുംബാംഗങ്ങളുടെ ഹൃദയത്തെ തുടർച്ചയായി സ്പർശിക്കുന്നതിലൂടെ കുടുംബജീവിതം മെച്ചപ്പെടുത്താൻ ആക്രമണസ്വഭാവമുള്ള കേൾവിക്കാരനാകാണം."

"മാനുഷിക ബന്ധങ്ങളെ ദൃഢപ്പെടുത്താൻ സൗമ്യവും കരുണാർദ്രവുമായ മാർഗ്ഗം വേണമെന്നല്ലെ നിന്റെ സന്ദേശത്തിന്റെ പൂർണ്ണമായ ഉള്ളടക്കം? ജൂലിയൻ, ആക്രമണസ്വഭാവം വേണമെന്നത് എന്തിനാണ്? അങ്ങനെയായി ഞാൻ മടുത്തു. മനസ്സിൽ അലിവില്ലാതെ രാത്രിയന്തിയോളം ആളുകളെ കഠിനമായി അനുസരിപ്പിച്ച് ഞാൻ ക്ഷീണിച്ചു. നഗരതിരക്കുകൾക്കിടയിലും ഞാൻ ചെയ്തത് അതു തന്നെയായിരുന്നു."

"പഴയ രീതികളിലേക്ക് പോകണമെന്നല്ല ഞാൻ പറഞ്ഞത്, കാതറിൻ. അത് അന്നത്തെ നീയാണ്. അതുവെച്ച് ഇപ്പോഴും സ്വയം വീക്ഷിക്കാൻ പോകരുത്. നിന്റെ ഓർമ്മക്ക് അനുസൃതമായല്ല, സങ്കല്പങ്ങൾ അനുസരിച്ച് ജീവിക്കാൻ തുടങ്ങുക."

"ഹൊ, എനിക്കാ ശൈലിയിഷ്ടപ്പെട്ടു, ജൂലിയൻ. അത് നന്നായിട്ടുണ്ട്."

ജൂലിയൻ തന്റെ ശിക്ഷണവുമായി തുടർന്നു. "ആക്രമണസ്വഭാവമുള്ള കേൾവിക്കാരെന്നാൽ അങ്ങനെയുള്ള വ്യക്തിയെന്നല്ല. കൂടുതൽ അർപ്പണബോധമുള്ള നേതാവെന്നതാണ് ഉദ്ദേശിക്കുന്നത്. വേഗതയേറിയ ഈ കാലഘട്ടത്തിൽ മറ്റുള്ളവർ സംസാരിച്ചു തീർക്കുന്നതിന് മുമ്പെ ഇടയ്ക്ക് ചാടിക്കയറുന്നവരാണ് മിക്കവാറും ആളുകളും. അമിതമായ ദിനചര്യകളുടെ ഈ കാലയളവിൽ കുടുംബങ്ങൾക്കിടയിൽ വിശ്വാസമുണ്ടാക്കിയെടുക്കാനുള്ള ആവശ്യമായ മാർഗ്ഗമാണെങ്കിൽപോലും ആ വൈദഗ്ദ്ധ്യം കൈമോശം വന്നു പോയി. സങ്കല്പങ്ങൾക്ക് അതീതമായി രീതികളിൽ അത് കുടുംബസംസ്ക്കാരത്തെ വളർത്തി

യെടുക്കും. മാനുഷികതൃഷ്ണകളിൽ ഏറ്റവും ഗാഢമായതെന്താണെന്ന് നീ കാണും."

"മാനുഷിക തൃഷ്ണയെന്നാലെന്താണ്?" ഞാനിടയ്ക്ക് കയറി.

"മാനുഷിക ആവശ്യങ്ങളുടെ കാതലായ പരമ്പര നമുക്കെല്ലാമുണ്ട്. അതിനെയാണ് മുനിമാർ മാനുഷികതൃഷ്ണകളെന്ന് വിളിക്കുന്നത്. അതല്ലാത്തതിനെ നിർവചിക്കാനും അവർ സമയം കണ്ടെത്തി. നമ്മുടെ പ്രതിഭകളെ യഥാർത്ഥവത്കരിക്കുന്നതിന്റെയും, സ്നേഹത്തിന്റെയും സമൂഹത്തിന്റെയും ആവശ്യകതയെല്ലാം ഞാൻ പറഞ്ഞു കൊണ്ടുവന്ന മാനുഷികതൃഷ്ണയിൽപ്പെടും. നമ്മൾ വളരുന്നുവെന്നും പഠിക്കുന്നുവെന്നും ജീവിതത്തിന്റെ പാതകളിലൂടെ സഞ്ചരിക്കുമ്പോൾ നമ്മൾ മറ്റുള്ളവരുടെ ജീവിതങ്ങളിലേയ്ക്കും സംഭാവന ചെയ്യുന്നുണ്ടെന്ന തോന്നലുമെല്ലാം മാനുഷികതൃഷ്ണകളാണ്. പരിലാളിക്കപ്പെടാനും നമ്മെ മനസ്സിലാക്കാനുമുള്ള ആവശ്യകതയാണ് മറ്റൊരു മാനുഷികമായ തൃഷ്ണ. ആരോടാണോ സംസാരിക്കുന്നത് അവർ നമ്മുടെ വാക്കുകൾ കേൾക്കണമെന്നും ശ്രദ്ധിക്കണമെന്നുമുള്ള അടങ്ങാത്ത ആഗ്രഹം നമ്മളിലുണ്ട്. ആക്രമണപരമായി ശ്രവിക്കുമ്പോൾ, ഇതര വ്യക്തി പറയുന്ന ഓരോ വാക്കിലും നിങ്ങൾ സ്വന്തം ശ്രദ്ധയുടെ ചെറിയൊരു അംശം കേന്ദ്രീകരിപ്പിക്കുന്നു. സൂക്ഷ്മതയോടും തൻമയീഭാവത്തോടെയും നിങ്ങളത് ശ്രദ്ധിക്കുന്നു. സംസാരിക്കുന്ന വ്യക്തിക്ക് താൻ പറയുന്നതിൽ താല്പര്യവും ബഹുമാനവും മൂലമുണ്ടാകുന്ന ശക്തമായ സൂചന അത് തിരിച്ച് നല്കുന്നു. അങ്ങനെയത് ആ ബന്ധത്തിലെ വിശ്വാസ്യതയുടെ അളവിനെ വർദ്ധിപ്പിക്കുന്നു."

"മറ്റുള്ളവരുടെ ഹൃദയത്തിൽ സ്പർശിക്കാതെ അവർ നിങ്ങളെ സഹായിക്കില്ലെന്ന് നീ പറഞ്ഞ കാര്യത്തിലേയ്ക്ക് തിരികെ പോകുകയാണെന്ന് തോന്നുന്നു. ആരുടെയെങ്കിലും ഹൃദയത്തിലേക്ക് യഥാർത്ഥമായ ബന്ധം സ്ഥാപിക്കാനുള്ള നല്ലൊരു വഴിയാണ് ആക്രമണസ്വഭാവമുള്ള കേൾവിക്കാരനാകുകയെന്നത്."

"ശരിയാണ്, കാതറിൻ. നിങ്ങൾക്കൊപ്പമുള്ളയാളെ ശ്രദ്ധയോടെ ശ്രവിക്കാനുള്ള കഴിവ് ഈ ഗ്രഹത്തിലെ അമൂല്യ സമ്മാനങ്ങളിലൊന്നാണ്. പൂർണ്ണമായി മനസ്സിലാക്കപ്പെടുന്നുവെന്ന് മറ്റൊരു തരത്തിലത് കാണിച്ചു കൊടുക്കുകയാണ്. പരിശീലിക്കാൻ നമ്മളാരും മെനക്കെടാത്ത മനുഷ്യത്വത്തിന്റെ അപൂർവ്വമായ പ്രവർത്തികളിലൊന്നാണ് അത്. കേൾവിശക്തി വർദ്ധിപ്പിക്കുന്ന മഹ

ത്തായ ധാരണ ഈ ലോകത്തെ കൂടുതൽ മെച്ചപ്പെടുത്തും. സ്നേഹത്തിന്റെ അടിസ്ഥാനസാമഗ്രിയാണ് പരസ്പര ധാരണ. ഉദാഹരണത്തിന് പോർട്ടറെ എടുക്കുക. അവിഭാജ്യമായ ശ്രദ്ധ നീയവന് നല്കുന്നതവന് ഇഷ്ടമാണെന്ന് എനിക്ക് അറിയാവുന്ന വസ്തുതയാണ്. സ്കൂളുകളിൽ ഇന്നെത്തുന്നുണ്ടോയെന്നും മുറ്റത്ത് കൂട്ടുകാർക്കൊപ്പമെന്തു ചെയ്തുവെന്നും അവൻ നിന്നോട് പറയുമ്പോൾ നീ ശാരീരികമായി മാത്രമല്ല, മാനസികമായും അവിടെ തന്നെയാണ്. ക്ഷീണിതയാണെങ്കിലും ഉദ്യോഗപരമായ പ്രതിസന്ധിയിലാണെങ്കിലും നീയവന്റെ വാക്കുകൾ ശ്രദ്ധിക്കുന്നു. ഇത് ചിലപ്പോഴൊക്കെ പ്രയാസമായിരിക്കുമെന്ന് എനിക്കറിയാം. പക്ഷെ ഏകാഗ്രതയെ വ്യതിചലിക്കുന്നവയെ തടഞ്ഞു നിർത്തി, സംഭാഷണത്തിൽ ശ്രദ്ധ കേന്ദ്രീകരിക്കാൻ പരിശീലിക്കുന്തോറും നിങ്ങൾ അതിൽ പുരോഗതിയുണ്ടാക്കും. ജന്മസിദ്ധമെന്നതിനെക്കാൾ സ്വായത്തമാക്കേണ്ടതായ സിദ്ധിയാണ് ശ്രദ്ധിക്കാനുള്ള കഴിവ്. കൂടുതൽ ചെയ്യുന്തോറും നിങ്ങൾക്ക് അതിൽ ഫലം ലഭിച്ചു കൊണ്ടിരിക്കും."

"നീ പറഞ്ഞത് ശരിയാണ്. ഇഷ്ടമുള്ള കാര്യങ്ങളെക്കുറിച്ച് ചോദിച്ചശേഷം അവന്റെ മറുപടി ഞാൻ ആത്മാർത്ഥതയോടെയും സ്നേഹത്തോടെയും കേൾക്കുമ്പോൾ പോർട്ടറുടെ കണ്ണുകൾ തിളങ്ങാറുണ്ട്. അത് അവനിൽ പ്രധാനമായൊരു ബോധമുണ്ടാക്കുന്നുവെന്ന് എനിക്കറിയാം."

"തന്നെ മനസ്സിലാക്കുന്നുവെന്നും." ജൂലിയൻ കൂട്ടിച്ചേർത്തു.

"മനസ്സിലാക്കുന്നുവെന്നും കൂടാതെ മറ്റെന്തെങ്കിലും?" ഞാൻ ആവർത്തിച്ചു.

"അവസാനമായൊരു കാര്യം കൂടി, കാതറിൻ, നിനക്കിന്ന് രാവിലെ ധാരാളം കാര്യങ്ങൾ ചിന്തിക്കാനുള്ളതുകൊണ്ട് ഞാനത് പെട്ടെന്ന് പറയാം."

"എന്നെ വിശ്വസിക്കൂ ജൂലിയൻ. ഞാൻ ഈ അറിവിനെ ഇഷ്ടപ്പെടുന്നു. അതിനെ പ്രവഹിപ്പിച്ചാലും."

"ശരി. കുടുംബനേതൃത്വത്തിന്റെ ദ്വിതീയ ആധിപത്യത്തിലെ അവസാന പാഠം *അതീവശ്രദ്ധയുള്ള സത്യസന്ധനാകുകയെന്നതാണ്."*

"എന്നുവെച്ചാൽ?"

"സത്യം പറയാൻ പ്രയാസമുള്ള സാഹചര്യം എന്തു തന്നെയായാലും, നിങ്ങളുടെ സത്യങ്ങളെ വെളിപ്പെടുത്താനുള്ള പ്രയാസം നേരിട്ടാലും സത്യസന്ധനാകുക. പറയാൻ ഉദ്ദേശിച്ചത് മാത്രം പറയുക.

"എന്റേതായ സത്യം പറയുക? ജൂലിയന്റെ പഴയൊരു പാഠം പ്രതിഫലിപ്പിച്ചു കൊണ്ട് ഞാൻ പറഞ്ഞു.

അതു തന്നെ. നീ വളരെ മെച്ചപ്പെട്ടിരിക്കുന്നു, സഹോദരി. അതീവശ്രദ്ധയുള്ള സത്യസന്ധനാകുകയെന്ന് പറഞ്ഞപ്പോൾ മറ്റു ള്ളവരെ അപമാനിക്കുന്നതിലും നിഷേധിക്കുന്നതിലും വിട്ടുവീ ഴ്ചയുണ്ടാകരുതെന്നല്ല ഞാൻ ഉദ്ദേശിച്ചത്. എന്റെ സന്ദേശം വ്യത്യ സ്തമാണ്. ഈ ലോകത്ത് അതീവശ്രദ്ധയുള്ള സത്യസന്ധനാ കുക വഴി നിനക്ക് ഞാൻ നേരത്തേ പറഞ്ഞ കാര്യം തിരികെ ലഭിക്കും. സ്വന്തം വാക്ക് കൃത്യതയോടെ പാലിക്കുകയെന്നതാണ് അതിലെ കാര്യം. പറഞ്ഞ വാക്കുകളെ ലഘുവായെടുക്കരുത്. അവർ ശക്തമാണ്. എന്തെങ്കിലും പറയുമ്പോൾ അതുതന്നെയാണ് ഉദ്ദേശിച്ചതെന്ന് ഉറപ്പു വരുത്തുക. ഉദാഹരണത്തിന്, ജോണിനൊ പ്പമുള്ള അവസരങ്ങളിലെന്തെങ്കിലും തോന്നുന്നെങ്കിൽ അത് പ്രക ടിപ്പിക്കുക. മുഖസ്തുതിയും സൗമ്യമായ വാക്കുകളും പകർന്നു നല്കുന്നതിന് പകരം എല്ലാ സംഭാഷണങ്ങളിലും സത്യത്തിലേ ക്കിറങ്ങി ചെല്ലുക."

"അതീവശ്രദ്ധയുള്ള സത്യസന്ധനാകുന്നതിലുള്ള ഗുണമെ ന്താണ്?" ഞാൻ അത്ഭുതപ്പെട്ടു.

"വളരെ നാടകീയമായ ഗുണമാണ്." ജൂലിയൻ പ്രതികരിച്ചു. "സ്വന്തം വാക്കുകൾ പാലിക്കുകയും ചുമതലകൾ നിറവേറ്റുകയും ചെയ്യുന്ന ഗുണം തന്നെ. മറ്റുള്ളവർക്ക് നിന്നിലുള്ള വിശ്വാസത്തെ അത് ദൃഢപ്പെടുത്തും. നീയെന്തെങ്കിലും പറയുമ്പോൾ അത് സത്യ മായിരിക്കുമെന്ന അവർക്ക് അറിയാം. അവരുടെ കണ്ണുകളിൽ നീ അമിത ആദരവ് നേടും. എല്ലാ സാഹചര്യങ്ങളിലും സത്യം പറ യുന്നത് വഴി മനുഷ്യനെന്ന നിലയിൽ നീ ശക്തി പ്രാപിക്കും. നീയെവിടെയാണ് നില്ക്കുന്നതെന്ന് മറ്റുള്ളവർക്ക് അറിയാം. നിന്നെക്കുറിച്ച് കപടതകളൊന്നുമില്ല. നമ്മുടെ വ്യക്തിത്വങ്ങളെ ആവരണം ചെയ്യുന്ന സർവ്വ ഉപരിപ്ലവവും നീക്കം ചെയ്യപ്പെട്ടു. മാനുഷികമായ നഗ്നത നിന്നിലുണ്ടാകും. മാത്രമല്ല, അത് വളരെ ശക്തവുമാണ്, കാതറിൻ. വ്യക്തിയെന്ന നിലയെക്കാൾ അധികം പ്രകൃതിശക്തിയുടെ നിലയിലേയ്ക്കമർന്ന് അത്തരമൊരു തേജോ

വലയം നിന്നെ പ്രസരിപ്പിക്കും. എന്നെ വിശ്വസിക്കൂ, മറ്റുള്ളവർക്ക് നിന്നിലെ ഈ ശക്തി തിരിച്ചറിയാൻ കഴിയും."

"മുനിമാർ ഈ ശക്തിയുണ്ടായിരുന്നോ?"

"അസാധാരണമാം വിധമുണ്ടായിരുന്നു," ആകാശത്തേയ്ക്ക് നോക്കികൊണ്ട് ജൂലിയൻ വ്യാഖ്യാനിച്ചു. സ്നേഹസമ്പന്നരായ ആ അദ്ധ്യാപകരെക്കുറിച്ച് ഞാൻ ഏറ്റവും അധികം ഓർക്കുന്നതും അതു തന്നെയാണ്. അവരിലോരോരുത്തരും വെറും വാക്കുകളിൽ മാത്രമല്ല, ചിന്തകളിലും സത്യത്തിൽ സമർപ്പിച്ചിരുന്നു. വലിയ റോമൻ തത്വചിന്തകനായിരുന്ന സെനിക്കയുടെ വാക്കുകളെന്നെ ഓർമ്മപ്പെടുത്തുന്നു. അദ്ദേഹം എഴുതി: കാണുന്നതല്ലാതെ മറ്റൊന്നായിരിക്കും ഈ ലോകം മുഴുവനും വായിക്കുകയെന്ന രീതിയാണ് എന്റെ ജീവിതത്തെയും ചിന്തകളെയും ഭരിക്കുന്നത്."

"എനിക്ക് ആ ശൈലി പൂർണ്ണമായും മനസ്സിലായില്ല." ഞാൻ പറഞ്ഞു.

"വളരെ മനോഹരവും ശക്തവുമായ വാക്കുകളാണ് അവ, അല്ലേ?" ജൂലിയൻ നിരീക്ഷിച്ചു. "മുനിമാർ ശരിക്കും സത്യത്തിൽ സമർപ്പിക്കപ്പെട്ട അത്തരം തത്വത്തിലധിഷ്ഠിതമായാണ് ജീവിച്ചു പോന്നത്. അതിനൊരു പരിണതഫലമായാണ് അവർക്ക് എന്റെ മേൽ സ്വാധീനം ചെലുത്താൻ സാധിച്ചത്. സത്യം പറയുകയും സത്യസന്ധരാകുന്നതിൽ അമിതാസക്തിയുമുണ്ടായാൽ അത് കുടുംബജീവിതത്തെ അവിശ്വസനീയമായ പുരോഗതിയിലേക്ക് നയിക്കും, കാതറിൻ."

"ബിസിനസ്സ് ജീവിതത്തിലും അങ്ങനെയായിരിക്കുമെന്ന് എനിക്ക് ഉറപ്പാണ്."

"നീ വളരെ നന്നായി പറഞ്ഞു. എപ്പോഴും കള്ളം മാത്രം പറയുന്ന ജനങ്ങളുള്ള ഇക്കാലത്ത് ജനമദ്ധ്യത്തിൽ നീ സമഗ്രതയുടെ ദീപസ്തംഭമായി ഉയർന്നു നില്ക്കും. സമഗ്രതയും മാന്യതയും നിനക്ക് നല്കാവുന്ന ഏതു പുതിയ കച്ചവട പ്രക്രിയയേക്കാളും ശക്തമായ മാത്സര്യതീവ്രത നല്കുമെന്നതിൽ നിനക്ക് എന്നെ വിശ്വസിക്കാം."

"ജീവിതത്തിന്റെയെല്ലാ തലങ്ങളിലും നേതൃത്വം കാണിക്കണമെന്ന് എനിക്ക് തോന്നുന്നു. മഹാത്മാഗാന്ധി ഒരിക്കൽ പറഞ്ഞത് ഞാനോർക്കുന്നു: എന്തെങ്കിലും തെറ്റായത് ചെയ്തുകൊണ്ടിരിക്കുന്നതിൽ വ്യാപൃതനാകുമ്പോൾ ജീവിതത്തിന്റെ മറ്റൊരു ഭാഗത്ത് ശരി പ്രവർത്തിക്കാനാകില്ല. അവിഭാജിതമായ

പൂർണ്ണതയാണ് ജീവിതം. ഭാരവാഹികൾ മഹത്തായ കച്ചവടം കെട്ടിപടുക്കാനായി ഉപയോഗിക്കേണ്ടി വരുന്ന നേതൃത്വ തത്ത്വങ്ങൾ വീട്ടിലും അതുപോലെതന്നെ മറിച്ചു പ്രയോഗികമാക്കാവുന്നതാണെന്ന് ഞാൻ മനസ്സിലാക്കി തുടങ്ങുന്നു. മാസങ്ങളായി നീയിതെക്കുറിച്ചെന്നോട് പറയുന്നുണ്ടെങ്കിലും ഇപ്പോഴാണത് ശരിക്കും വ്യക്തമാകുന്നത്. മാത്രമല്ല, നീ പറയുന്നത് ശരിയുമാണ്. നേതൃത്വമെന്നാലൊരു സി.ഇ.ഒ. വിന്റെ മാത്രം കുത്തകയല്ല. വിശ്വാസം പടുത്തുയർത്തുമെന്നും ജനങ്ങളെ ഭേദപ്പെടുത്തി കൊണ്ടുവരുന്നുവെന്നതും കണ്ട് നേതൃത്വം പരിശീലിക്കുന്നതിലൂടെ ഉദ്യോഗസ്ഥലത്തും വീട്ടിലുമൊക്കെയുള്ള സകല ബന്ധങ്ങളിലും എനിക്ക് അത്ഭുതങ്ങൾ സൃഷ്ടിക്കാനാകും."

"ഇപ്പോൾ നിനക്കത് മനസ്സിലായി." മിന്നിതിളങ്ങുന്ന തടാകത്തിലേയ്ക്ക് ഉറ്റുനോക്കി നില്ക്കുന്ന വളഞ്ഞു പുളഞ്ഞ നടുമുറ്റത്തിലേയ്ക്ക് നടന്നുകൊണ്ട് ജൂലിയൻ പറഞ്ഞു. സൂര്യപ്രകാശം തിരകൾക്ക് മേൽ നൃത്തം ചവിട്ടിയപ്പോൾ അവയിൽ കണ്ണഞ്ചിപ്പിക്കുന്ന പ്രതീതിയുണ്ടായി. തന്റെ വസ്ത്രത്തിന്റെ ഒരെയൊരു പോക്കറ്റിൽനിന്നും സൺഗ്ലാസുകളുടെ ജോടിയെടുത്ത് ജൂലിയൻ ധരിച്ചു. അവൻ ആഹ്ലാദഭരിതനായി കാണപ്പെട്ടു. "നല്ലനിറം, ജ്യേഷ്ഠാ." ഞാൻ കളിയാക്കി.

"അതിപ്രഭയെ എന്റെ കണ്ണുകൾക്ക് താങ്ങാനാകില്ല." ജൂലിയൻ മറുപടി പറഞ്ഞു. "കണ്ണുകളെപ്പറ്റി പറഞ്ഞപ്പോഴാണ് ഓർത്തത്, സഹോദരി. എനിക്കൊരു കവിത നീയുമായി പങ്കുവെയ്ക്കണം." ജൂലിയൻ തന്റെ പോക്കറ്റിൽ നിന്നും പുരാതനവും കട്ടിയില്ലാത്തതുമായ ആനക്കൊമ്പിന്റെ നിറമുള്ള ഒരു തുണ്ടു കടലാസ്സ് വലിച്ചെടുത്തു. അതിൽ കൊത്തി വെച്ചിരുന്ന വാക്കുകൾ വായിക്കുന്നതിന് മുമ്പ് അവൻ പറഞ്ഞു.

"നിന്റെ കുട്ടിക്കാലത്തിന്റെ സൃഷ്ടികർത്താവ് നീയാണ്."

ജൂലിയന്റെ പ്രസ്താവനയിൽ ഞാൻ സ്തബ്ധയായി. പൂർണ്ണമായി മനസ്സിലാക്കിയില്ലെങ്കിലും അതിലൊരു പ്രത്യേക അർത്ഥവും വിവേകവുമുണ്ടെന്ന് എനിക്ക് തോന്നി. ഞാൻ മിണ്ടാതിരുന്നു.

"ദിനംപ്രതി നീയിപ്പോൾ ചെയ്യുന്ന പ്രവർത്തികളും ശീലങ്ങളും പോർട്ടറെയും സരിതയെയും അവരുടെ ജീവിതകാലം മുഴുവൻ സ്വാധീനിക്കും. രക്ഷിതാവെന്ന നിലയിലെ നിന്റെ പെരുമാറ്റമാണ് കുട്ടികളുടെ ജീവിതത്തെ നിർവചിക്കുന്നത്. ജീവനുള്ള കാലത്തോളം ഓരോ ദിവസവും നിന്റെ പെരുമാറ്റത്തിന്റെ സ്വാധീനം

അവരിലുണ്ടാകും. കാതറിൻ, എല്ലാകണ്ണുകളും നിന്നിലാണെന്ന് ഒരിക്കലും മറക്കാതിരിക്കുക." മറച്ചുവെച്ച നിധിപോലെ തന്റെ വസ്ത്രത്തിനുള്ളിൽനിന്നും ഒരു കടലാസ്സുതുണ്ട് ജൂലിയൻ എനിക്കെടുത്തു തന്നു. അതിലെ വാക്കുകൾ ഇങ്ങനെയായിരുന്നു:

രാവും പകലും നിന്നെ നിരീക്ഷിക്കുന്ന
കൊച്ചു നയനങ്ങൾ നിന്റെ മേലാണ്
നീ പറയുന്ന വാരോ വാക്കും വളരെ വേഗത്തിൽ കേൾക്കുന്ന
കൊച്ചു കാതുകളുണ്ട്.
നീ ചെയ്യുന്നതെല്ലാമതുപോലെ ചെയ്യാൻ
ആകാംക്ഷയോടെ നില്ക്കുന്ന കൊച്ചു കരങ്ങളുണ്ട്.
നിന്നെപ്പോലെയാകുന്നൊരു ദിവസവും കാത്തിരിക്കുന്ന-
യൊരു കൊച്ചു കുട്ടിയുമുണ്ട്.

ആ കൊച്ചു മനുഷ്യന്റെ പ്രതിഷ്ഠ നീയാണ്;
ബുദ്ധിമാന്മാരിൽ ബുദ്ധിമാൻ നീയാണ്.
അവന്റെ കൊച്ചുമനസ്സിൽ നിന്നെക്കുറിച്ച് യാതൊരു
സംശയവുമുണ്ടാകില്ല.
ശക്തിനിർഭരതയോടെ നിന്നിൽ അവൻ വിശ്വസിക്കുന്നു.
നീ പറയുന്നതും ചെയ്യുന്നതുമെല്ലാം
അവൻ കൈപ്പിടിലൊതുക്കുന്നു.
മുതിർന്നു കഴിയുമ്പോൾ നിന്നെപ്പോലെ അവൻ
സംസാരിക്കുകയും പ്രവർത്തിക്കുകയും ചെയ്യും.

നീ ചെയ്യുന്നതെല്ലാമെപ്പോഴും ശരിയാണെന്ന്
വിശ്വസിക്കുന്ന വിശാലമായ
കണ്ണുകളുള്ളയൊരു കൊച്ചുപയ്യനുണ്ട്.
അവന്റെ കണ്ണുകളെപ്പോഴും തുറന്നിരിക്കും,
അവൻ രാവും പകലും നിങ്ങളെ നിരീക്ഷിക്കും.
നിന്നെപ്പോലെ വളരാൻ കാത്തിരിക്കുന്ന കൊച്ചുപയ്യന്
ദിവസവുമുള്ള പ്രവർത്തികളിലൂടെ
നീ മാതൃകയാകുകയാണ്.

അജ്ഞാതൻ

കവിത വായിച്ചുകഴിഞ്ഞപ്പോഴേയ്ക്കും എന്നിൽനിന്നും കണ്ണുനീർ ഒഴുകി. ഞാനിപ്പോൾ വായിച്ചതും ആ വാക്കുകളിലെ വികാരനിർഭരതയും എന്നെ വല്ലാതെ സ്വാധീനിച്ചു. വാക്കുകൾക്ക് ശക്തിയുണ്ടെന്ന് ജൂലിയൻ പറഞ്ഞത് വളരെ ശരിയാണ്. എന്റെ വാക്കുകൾ ഞാൻ സൂക്ഷ്മതയോടെ തിരഞ്ഞെടുത്തേ മതിയാകൂ. ആ നിമിഷത്തിൽ സ്വന്തം കുടുംബത്തിലെ മാർഗദർശിയാണെന്നും ലോകോത്തര നിലവാരമുള്ള രക്ഷിതാവാകുകയെന്നത് സവിശേഷമായ കാര്യമാണെന്നും എനിക്ക് തോന്നാൻ തുടങ്ങി. വലിയൊരു രക്ഷിതാവിന് കുടുംബത്തിലെ മാർഗ്ഗദർശിയാകാനുമുള്ള ധൈര്യമുണ്ടാകുകയെന്നത് ശരിക്കും നായകതുല്യമായ പ്രവർത്തിയാണ്.

ദിവസം മുഴുവൻ നീണ്ട ഉദ്യോഗവും രാത്രിയിലെ വീട്ടുജോലികൾക്കുംശേഷം മക്കൾക്ക്വേണ്ടി വായിച്ചു കൊടുക്കാൻ സമയം കണ്ടെത്തുന്ന അച്ഛനുമമ്മയും ഒരുതരത്തിൽ നായകന്മാർ തന്നെയാണ്. തങ്ങളുടെ മക്കൾക്ക്വേണ്ടി സ്വന്തം വീടുകളെ പഠനത്തിന്റെയും നേതൃത്വത്തിന്റെയും സ്നേഹത്തിന്റെയും ഇടമാക്കി പരിവർത്തനം ചെയ്യാൻ പ്രതികൂലവും പ്രയാസകരവുമായ സാഹചര്യങ്ങളെപോലും മാറ്റിയെടുക്കുന്ന ഓരോ രക്ഷിതാവും ഒരുതരത്തിലല്ലെങ്കിൽ മറ്റൊരു തരത്തിൽ വീരപുരുഷന്മാരാണ്. എത്ര പ്രയാസപ്പെട്ടാണെങ്കിലും മനുഷ്യരെന്ന നിലയിൽ തങ്ങളുടെ മക്കൾക്ക് നല്കാവുന്നതിൽ വെച്ചേറ്റവും മികച്ചത് നല്കാനായി ബോധപൂർവ്വം തയ്യാറാക്കുന്നവരെല്ലാം തന്നെ ബഹുമാനിക്കപ്പെടേണ്ടവരും ആദരിക്കപ്പെടേണ്ടതും പലപ്പോഴും പൂജിക്കപ്പെടേണ്ടതുമാണ്.

വളർന്നുവരുന്ന കാലത്ത് ജീവിതത്തിൽ അടിസ്ഥാനപരമായി തീരുമാനമെടുക്കേണ്ടതാണെന്ന് ജൂലിയൻ എന്നോട് പറഞ്ഞിട്ടുണ്ട്. ഒന്നുകിൽ ഇരുട്ടിനെ ശപിക്കാം, അല്ലെങ്കിൽ മെഴുകുതിരി കത്തിക്കുന്ന ഒരുവളാകാം. അതെ മനോഭാവത്തോടെ പുരാതനചിന്തകനായ പ്ലേറ്റോ പറഞ്ഞതും ഞാനടുത്തിടെ കണ്ടു:

ഇരുട്ടിനെ ഭയക്കുന്ന കുഞ്ഞുങ്ങളോട് നമുക്ക് എളുപ്പത്തിൽ ക്ഷമിക്കാം. പക്ഷേ, മുതിർന്നവർ വെളിച്ചത്തെ ഭയക്കുന്നതാണ് യഥാർത്ഥ ദുരന്തം. ചിലപ്പോൾ ജീവിതത്തിലെ ആദ്യ തവണയായിരിക്കാം വീട്ടിൽ മാർശദർശിത്വം പ്രകടിപ്പിക്കുന്നതിലും ഞാനൊരു പ്രകാശമാണെന്ന തിരിച്ചറിവും എന്നിലുണ്ടാകുന്നത്. അതെന്നെ മഹാനായൊരു വ്യക്തിയാക്കുന്നു. വലിയ വ്യക്തിത്വ

മുള്ളയാൾ. കൂടാതെ അതെന്നെയൊരു നായികയുമാക്കുന്നു. ആ നിമിഷം ഞങ്ങളുടെ കുടുംബത്തിന്റെ പല മനോഹരമായ മുഹൂർത്തങ്ങൾക്കും സാക്ഷിയായിരുന്ന സൂര്യപ്രകാശത്തിൽ കുതിർന്ന ആ നടുമുറ്റത്ത് ഞാൻ നില്ക്കയാണ്. എന്റെ രണ്ടു നല്ല കുട്ടികളെ മാന്യതയും സ്നേഹവും പ്രാപ്തിയുമുള്ള മുതിർന്നവരായി വളർത്തിയെടുക്കുകയെന്ന പ്രവർത്തിയാണ് എനിക്ക് ചെയ്യാവുന്നതിൽ വെച്ചേറ്റവും മികച്ച പ്രവർത്തിയെന്ന ബോധമെനിക്ക് അപ്പോളുണ്ടായി.

ജൂലിയനോട് നന്ദി പറയാൻ ഞാൻ അവനെ നോക്കി. കണ്ണെത്താദൂരത്ത് എവിടെയും അവൻ ഉണ്ടായിരുന്നില്ല. എനിക്ക് പൂർണ്ണമായും ഒറ്റപ്പെട്ടതായി തോന്നി. സൽക്കാരമുറിയും അടുക്കളയും ഞാൻ പരിശോധിച്ചു. പക്ഷെ, അവിടെയൊന്നും ജൂലിയനില്ല. മുൻവശത്തെ വിശാലമായ പുൽത്തകിടിയിലേക്ക് ഞാൻ ചെന്നു. മനോഹരമായ വസന്തകാലത്തെ പുലർകാല മഞ്ഞിൽ അപ്പോഴും പുൽത്തകിടി നനഞ്ഞു കുതിർന്നു കിടക്കുകയായിരുന്നുവെങ്കിലും അവിടെയും സഹോദരന്റെ യാതൊരു സൂചനയുമുണ്ടായിരുന്നില്ല. എനിക്ക് ആധിയായി. ഞാൻ തടാകത്തിലേയ്ക്ക് നോക്കി. അവിടത്തെ കാഴ്ച എന്നെ സ്തബ്ധയാക്കി. ജലമദ്ധ്യത്തിലെ പൊങ്ങിൽ ജൂലിയൻ ഉണ്ടായിരുന്നു. തന്റെ വസ്ത്രത്തെ കരയിൽ ഉപേക്ഷിച്ച് അവൻ പരിഭ്രാന്തമായി നീന്തുകയാണ്. ചെറുപ്പകാലത്ത് സ്കൂളിൽ വേനലവധിക്കാലം വരുമ്പോൾ ആദ്യത്തെ നീന്തലിനായി ഞങ്ങൾ ഈ തടാകത്തിൽ വരുമായിരുന്നു. അപ്പോഴും അവൻ ഇതു പോലെ നീന്തും. ശ്രദ്ധിച്ചു നോക്കിയപ്പോൾ അവന്റെ മുഖത്തെ വിടർന്ന പുഞ്ചിരി ഞാൻ കണ്ടു. പിന്നെയും ശ്രദ്ധിച്ചപ്പോൾ അവനെന്തോ പാടുന്നത് എനിക്ക് കേൾക്കാമായിരുന്നു. ഞങ്ങളെ ഉറക്കാൻ വേണ്ടി അമ്മ പാടുന്ന പാട്ടായിരുന്നു അത്.

കുടുംബനായകന്റെ
മൂന്നാമത് ആധിപത്യം

കുട്ടിയുടെ ദൗർബല്യങ്ങളില്ല, മഹത്വത്തിൽ കേന്ദ്രീകരിക്കുക

അകലെയുള്ള സൂര്യപ്രകാശത്തിൽ ഞാനെന്റെ ആഗ്രഹങ്ങൾ കാണുന്നു. എനിക്ക് അവിടെ എത്തിപ്പെടാൻ പറ്റില്ലായിരിക്കാം. പക്ഷെ, അവയെ കണ്ട് അവയുടെ സൗന്ദര്യം ആസ്വദിക്കുകയും അവയെ വിശ്വസിച്ച് അതിനെ പിന്തുടരുകയും ചെയ്യാം.

ലൂയിസ മെയ് ആൽകോട്ട്

ലക്ഷ്യം വളരെ ഉയരത്തിലായതുകൊണ്ടതിൽ എത്തിപ്പെടാൻ സാധിക്കാത്തതല്ല, ലക്ഷ്യം ചെറുതായതു കൊണ്ട് നാം അതിൽ എത്തിപ്പെടുന്നുവെന്നതാണ് ഏറ്റവും വലിയ ദുരന്തം.

മൈക്കലാഞ്ചലോ

കല-ചരിത്ര ദേശീയ മ്യൂസിയത്തിന്റെ ഭൂഗർഭ പാർക്കിങ്ങിൽ ഞാൻ എത്തുമ്പോഴേയ്ക്കും എന്റെ വാഹനത്തിന്റെ മേൽതട്ടിൽ മഴ വീഴുന്നുണ്ടായിരുന്നു. ചാറ്റൽ മഴയുള്ള ഇന്ന് ഉച്ചയ്ക്ക് ഇവിടെ വെച്ച് സന്ധിക്കാമെന്നാണ് ജൂലിയൻ എന്നോട് പറഞ്ഞത്. കോട്ടേജിൽ ഞങ്ങൾ ഒരുമിച്ചതിനുശേഷം കൃത്യം രണ്ടാഴ്ച കഴിച്ചു. ഒരു വ്യക്തിയെന്ന നിലയിലും രക്ഷിതാവെന്ന നിലയിലും അന്ന് അവൻ പങ്കുവെച്ച പാഠങ്ങൾ എന്റെ ജീവിതത്തിൽ വലിയ പുരോഗതികളുണ്ടാക്കിയിരുന്നു. എന്റെ പ്രവർത്തനങ്ങളെ

എപ്പോഴും നിശ്ചയിച്ചിരുന്ന മാനുഷികമായ ചരടുകൾ പുതിയ മനോഭാവങ്ങളും ഉൾക്കാഴ്ചകളും പരിവേഷങ്ങളുമായി പുനരാവിഷ്ക്കരിക്കപ്പെട്ടു തുടങ്ങി. ഞങ്ങളുടെ മുമ്പിൽ തുറക്കുന്ന ജീവിത മാർഗങ്ങളിൽ ഞാൻ കൂടുതൽ സന്തോഷവതിയാണെന്ന് മാത്രമല്ല, വീട്ടുകാര്യങ്ങളിൽ ഞാൻ ശുഭാപ്തിവിശ്വാസം കൈവരിക്കുകയും ചെയ്തു.

കുട്ടികൾക്ക് കാണിച്ചു കൊടുക്കുന്ന മാർഗ്ഗദർശിത്വവും ജോണിന് നല്കുന്ന പുതുമയുള്ള സ്നേഹവും കൊണ്ട് ഞങ്ങളുടെ കുടുംബജീവിതത്തിന് ആദ്ധ്യാത്മികമായൊരു സവിശേഷത കൈവന്നു. അത് ഞങ്ങളെ പൂർണ്ണമായും മറ്റൊരു തലത്തിലേയ്ക്ക് തള്ളിവിട്ടു. മാനുഷിക ബന്ധങ്ങൾ ദൃഢമാകുന്തോറും ഞങ്ങളിൽ മയങ്ങി കിടന്ന വ്യക്തിപരമായ അനുഗ്രഹങ്ങൾ ഉപരിതലത്തിലേയ്ക്ക് അദൃശ്യമായി ഉയർന്നു വന്നു. ബഹുമാനവും വിശ്വാസവും സത്യവും ആദരിക്കപ്പെടുന്നൊരു സ്ഥലമായി ഞങ്ങളുടെ വീട് മാറികൊണ്ടിരുന്നപ്പോൾ തങ്ങളിൽ ഓരോരുത്തരും സവിശേഷരാകുന്ന വികാരങ്ങളും കഴിവുകളും പ്രകടിപ്പിക്കാനുള്ള സ്വാതന്ത്ര്യം ഞങ്ങൾക്ക് കൂടുതലായി ലഭിച്ചു.

ലോകത്തിൽ ഏറ്റവും സന്തോഷമുള്ള കുടുംബങ്ങളെയുണ്ടാക്കുന്ന കാരണമെന്താണെന്ന് നെബറാസ്ക സർവകലാശാല നടത്തിയ ഗവേഷണത്തെക്കുറിച്ച് ഞാടെുത്തിടെ വായിച്ചിട്ടുണ്ടായിരുന്നു. പൊതുവായ സ്വഭാവങ്ങൾ പലതും ആ പഠനം വെളിപ്പെടുത്തി. സന്തുഷ്ടകുടുംബങ്ങളിൽ കുടുംബജീവിതത്തിന് മുൻഗണനന കൊടുക്കുന്നതിൽ അർപ്പണബോധം കാണിക്കുന്നുവെന്നതായിരുന്നു അതിൽ ആദ്യത്തേത്. ജൂലിയന്റെ വാക്കുകളിൽ പറഞ്ഞാൽ ജീവിത നേതൃത്വം ആരംഭിക്കുന്നത് വീട്ടിൽനിന്നുമാണെന്ന് അവർ തിരിച്ചറിയുന്നു. ഒന്നാമതായി, അത്തരം കുടുംബങ്ങളിലെ അംഗങ്ങൾ പരസ്പരമുള്ള സ്നേഹം പ്രകടിപ്പിക്കുന്നവരായിരുന്നു. മാനുഷിക നിമിഷങ്ങളെക്കുറിച്ചും കുടുംബസംസ്കാരത്തിലെ ഭയാനുകമ്പയെക്കുറിച്ചും ഉപദേശിച്ച് ജൂലിയൻ അവനത് ശരിയായിതന്നെ വിശദീകരിച്ചു. ക്രിയാത്മകമായ ആശയവിനിമയത്തിന്റെ പ്രാധാന്യത്തെക്കുറിച്ച് ആരോഗ്യകരമായ ബഹുമാനം അത്തരം സന്തുഷ്ടകുടുംബങ്ങളെല്ലാം പുലർത്തി പോന്നി

രുന്നു. ജൂലിയൻ ഉപദേശിച്ചത്പോലെ ശ്രദ്ധയും ധാരാളം കുടുംബ ചർച്ചകളും അനിവാര്യമാണെന്ന് അവർ വിശ്വസിച്ചുപോന്നു. നാലാമതായി, അങ്ങനെ പരമോച്ചത്തിലുള്ള പ്രകടനം കാഴ്ച വെച്ചിരുന്ന കുടുംബങ്ങളെല്ലാം ഒരുമിച്ചിരിക്കാൻ ധാരാളം സമയം ചിലവഴിക്കുകയും ചെയ്തുവെന്ന് കണ്ടുപിടിക്കപ്പെട്ടു. ജൂലിയൻ പറഞ്ഞപോലെ ഗുണനിലവാരമുള്ള സമയം മാത്രമല്ല, ഫലസിദ്ധിയും സമ്പന്നവുമായ കുടുംബജീവിതം പടുത്തുയർത്തുന്നതിൽ ശരിയായ *അളവും* പ്രധാനം തന്നെ.

ദാമ്പത്യജീവിതത്തിലെ സന്തോഷം കുടുംബത്തിന്റെ മൊത്തമായ സന്തോഷത്തിൽ വലിയൊരു പങ്ക് വഹിക്കുന്നുണ്ടെന്നും പഠനം തെളിയിച്ചു. രക്ഷിതാക്കൾ തമ്മിലുള്ള ബന്ധം സ്നേഹമയവും പരസ്പര ബഹുമാനത്തിലും അധിഷ്ഠിതമാകുമ്പോൾ കുടുംബാംഗങ്ങളും കൂടുതൽ സ്നേഹസമ്പന്നരാകും. മറ്റുള്ളവരുടെ ആവശ്യങ്ങൾക്ക് അധിക ബഹുമാനം നല്കാൻ ഓരോ കുടുംബാംഗവും തയ്യാറാകും. ദമ്പതിമാർ നന്നായി പോകുകയാണെങ്കിൽ കുടുംബവും മൊത്തത്തിൽ മെച്ചപ്പെടും.

ജൂലിയൻ എന്നോടൊപ്പമുണ്ടായിരുന്ന ദിവസങ്ങളാണ് വിജയം കൈവരിച്ച കുടുംബങ്ങളെക്കുറിച്ച് എന്നെ കൂടുതൽ വായിക്കാൻ പ്രചോദിപ്പിച്ചത്. സമകാലികമായ കുടുംബങ്ങളുടെ ചമയം വലുതായി മാറിയിരിക്കുന്നത് ഞാൻ തിരിച്ചറിയുന്നു. തനിയെയുള്ള അച്ഛന്മാർപോലും നല്ല രക്ഷകർത്താവായി മേന്മയുള്ള കുട്ടികളെ വളർത്തിയെടുക്കുന്നു. പകൽ മുഴുവൻ തിരക്കേറിയ ജോലി ചെയ്തും രാത്രി വീട്ടിൽ വന്ന് കുട്ടികൾക്കായി മനോഹരമായ സാഹചര്യം അവരുണ്ടാക്കി കൊടുക്കുന്നു. ഒറ്റപ്പെട്ട അമ്മമാരെക്കുറിച്ചും ഞാൻ പഠിച്ചു. സമർപ്പണബോധമുള്ള അത്തരം അമ്മമാർ തങ്ങളുടെ ശാരീരികമായ വേദനകളോ പാദങ്ങളിലെ നൊമ്പരമൊവൊന്നും കാര്യമാക്കുന്നില്ല. പല കാരണങ്ങളാൽ തങ്ങളുടെ പേരക്കുട്ടികൾക്ക് പ്രാഥമികമായ പരിരക്ഷ നല്കേണ്ടി വരികയും ആ പ്രവർത്തി മനോഹരമായി നിർവഹിക്കുകയും ചെയ്യുന്ന മുത്തച്ഛന്മാരുടെയും മുത്തശ്ശിമാരുടെയും എണ്ണം കൂടിവരുന്നത് ഞാൻ കണ്ടു. അടുത്തിടെ നടന്ന വേദനാജനകമായ വിവാഹമോചനത്തിന്ശേഷം തന്റെ മൂന്നു ചെറിയ കുട്ടികളെ വളർത്തിക്കൊണ്ടുവരുന്ന ഒരു സ്ത്രീയുമായുള്ള ബന്ധം എനിക്ക് പുനഃസ്ഥാപിക്കാൻ കഴിഞ്ഞു. അവൾ ബിസിനസ്സ് സ്കൂളിലെ എന്റെ പഴയ ചങ്ങാതിമാരിലൊരാളായിരുന്നു. തിരക്കുപിടിച്ച് മണിക്കൂറുകളോളം തന്റെ മേലുള്ള ചുമതലകൾ പലതുമായിട്ടും തന്റെ ജീവി

തത്തിലൊരിക്കലും ഇത്രത്തോളം അവർ സഫലീകരിക്കപ്പെട്ടില്ലെന്ന് ഞാൻ മനസ്സിലാക്കി.

കുടുംബമെന്ന് നമ്മൾ വിളിക്കുന്ന ഈ മനുഷ്യസംഘടനയുടെ ആഴങ്ങൾ കുഴിച്ചു നോക്കിയപ്പോൾ ഞാൻ കൂടുതൽ ബോധവതിയായി. ഭൂഗ്രഹത്തിലെ മറ്റേതൊരു സംഘത്തെയുംപോലെ ഈ കാലപഴക്കം ചെന്ന സ്ഥാപനത്തിനും നാടകീയമായ മാറ്റങ്ങൾ വരുന്നുണ്ടെന്ന് ഞാൻ തിരിച്ചറിഞ്ഞു. രക്ഷാകർത്താക്കളിലെ പേരിലെ പുരുഷൻ പുറത്ത് ജോലി ചെയ്യുകയും സ്ത്രീ അകത്തായിരിക്കുകയും വേണമെന്ന പാരമ്പര്യ നിയമമല്ല ഇപ്പോഴുള്ളത്. ഞാൻ പിന്നെയുമെന്റെ കണ്ണുകൾ തുറന്നു നോക്കുകയും കൂടുതൽ കാണുകയും ചെയ്തു. മദ്ധ്യാഹ്നത്തിൽ കുട്ടികൾക്കൊപ്പം വീട്ടിലിരിക്കുന്ന അച്ഛന്മാർ പലചരക്കു വാങ്ങാൻ വരുന്നത് ഞാൻ ശ്രദ്ധിക്കാൻ തുടങ്ങി. എന്നെപ്പോലെ ഓഫീസുകൾ തങ്ങളുടെ വീട്ടിലേയ്ക്ക് മാറ്റി സ്ഥാപിച്ച് അവർ വളരെയധികം കഠിനാദ്ധ്വാനം ചെയ്യുന്നു. മറ്റുള്ള സ്ത്രീ എക്സിക്യൂട്ടിവുമാരെ കുറിച്ചെനിക്ക് ബോധമുണ്ടായി. തിരക്കുപിടിച്ച ജീവിതം നയിച്ചിരുന്ന പല അച്ഛന്മാരും തങ്ങളുടെ മക്കളെ വളർത്തിക്കൊണ്ടുവരാനായി കുറച്ചു വർഷങ്ങൾ നീക്കിവെച്ചിരിക്കുന്നത് അയൽപക്കക്കാരുടെ അസൂയയ്ക്ക് കാരണമാകുന്നു. ചില ഒത്തൊരുമയുള്ള കുടുംബങ്ങളെ ഞാൻ കണ്ടു. വ്യത്യസ്തമായ തലമുറകളിൽപ്പെട്ട കുട്ടികൾ, അവരുടെ രക്ഷകർത്താക്കൾ, മുത്തശ്ശനും മുത്തശ്ശിയുമൊക്കെ ചേർന്ന് ഒരു മേശയ്ക്കു ചുറ്റും അവർക്കിടയിൽ തമാശയും സ്നേഹവുമൊക്കെയായി അത്താഴ സമയത്തിരിക്കുന്നത് കാണാം. വൻകിട കമ്പനികളുണ്ടാക്കുന്ന പുതിയ സാമ്പത്തിക നയമോ കച്ചവടസംസ്ക്കാരമോവൊന്നും മാത്രമല്ല ഒരു ദിവസത്തെ പ്രധാന വാർത്തകൾ, പുതിയൊരു കുടുംബത്തിന്റെ ഉയർച്ചയാണ്. അതിന്റേതായ സകല പരിവർത്തനങ്ങളും പാരമ്പര്യാധിഷ്ഠിതമല്ലാത്ത ഘടനയുമൊക്കെയാണ് മനുഷ്യസംസ്ക്കാരത്തെ ദ്രുതഗതിയിൽ പുനരാവിഷ്ക്കരിക്കുന്നതെന്ന് ഞാൻ കണ്ടുപിടിച്ചു.

മ്യൂസിയത്തിലെ പാർക്കിങ്ങിലേയ്ക്കുള്ള ലിഫ്റ്റിലൂടെ കയറുമ്പോൾ എന്റെ ചിന്തകൾ അച്ഛനമ്മമാരിലേയ്ക്ക് ചാഞ്ഞു. തന്റെ ആഗ്രഹങ്ങൾ തന്നെ നിയമ ലോകത്തിന്റെ കൊടുമുടിയിലെത്തിച്ച് അനുഗ്രഹീതനായൊരു മനുഷ്യനായിരുന്നു എന്റെ അച്ഛൻ. അദ്ദേ

ഹത്തിന്റെ വിശാലഹൃദയമായിരുന്നു എന്നിലും അദ്ദേഹത്തെ ഉച്ചത്തിലെത്തിച്ചത്. സ്വന്തം കുട്ടികളെ സ്നേഹിക്കുന്നയത്രയും തന്നെ കലയേയും സ്നേഹിച്ച് പ്രതിഭാശാലിയായ എഴുത്തുകാരിയായിരുന്നു എന്റെ അമ്മ. അവരുടെ ഇഷ്ടഭാജനം ജൂലിയനായിരുന്നുവെന്ന് വളരുന്തോറും എനിക്ക് എപ്പോഴും തോന്നുമായിരുന്നു. പക്ഷെ അവസാനകാലത്തോട് അടുക്കുന്തോറും ഒരിക്കലും അങ്ങനെയല്ലായിരുന്നുവെന്ന് അവരെന്നെ അറിയിച്ചു. ഒരേ തീവ്രതയോടെയാണ് ഞങ്ങളിരുവരെയും അമ്മ സ്നേഹിച്ചത്. ജൂലിയൻ അമ്മയെക്കുറിച്ച് അപൂർവ്വമായെ സംസാരിക്കാറുള്ളുവെങ്കിലും അവനും അമ്മയുടെ അഭാവം എന്നെപ്പോലെ തന്നെ അനുഭവിക്കുന്നുണ്ടെന്ന് എനിക്കറിയാം. നിങ്ങളുടെ മക്കളെ എപ്രകാരം വളർത്തുന്നുവൊ അപ്രകാരമാണ് നിങ്ങൾ നിങ്ങളുടെ തലമുറയെയും വളർത്തുന്നതെന്ന് ആരൊയെന്നോടൊരിക്കൽ പറഞ്ഞിട്ടുണ്ട്. വീട്ടിൽ വലിയ മാർഗദർശികളായിരുന്നുവെന്ന് ഞാനിപ്പോൾ തിരിച്ചറിയുന്ന രണ്ടു മഹത്തായ രക്ഷാകർത്താക്കളെ ലഭിക്കാനുള്ള ഭാഗ്യം എനിക്ക് സിദ്ധിച്ചു. അവർ തങ്ങളുടെ തലമുറയ്ക്ക് മനോഹരമായൊരു തുടക്കമാണ് നല്കിയതെന്ന് ഞാൻ കരുതുന്നു.

വാതിലുകൾ തുറന്നതോടെ മ്യൂസിയത്തിന്റെ പ്രധാന മുറിയിലേക്ക് ഞാൻ നടന്നു. സ്തബ്ധമാക്കുന്ന പിക്കാസ്സോകളും വശീകരിപ്പിക്കുന്ന പ്രതിമകളുമൊക്കെയുള്ള ഇവിടത്തേയ്ക്ക് വരാൻ ഞാനെപ്പോഴും ഇഷ്ടപ്പെടുന്നു. ആഴ്ചാവസാനങ്ങളിൽ കഴിയുമ്പോഴൊക്കെ പോർട്ടറെയും സരിതയെയും ഇങ്ങോട്ട് കൊണ്ടുവരാൻ ഞാനിപ്പോൾ ശ്രമിക്കാറുണ്ട്. ഐശ്വര്യകരമായ ജീവിതത്തിനുള്ള പദ്ധതിയുടെ ഭാഗമായും ഞങ്ങളുടെ കുട്ടികൾക്ക് നല്ലൊരു മാതൃകയാകുവാനും വേണ്ടി ജോൺ ആവിഷ്ക്കരിച്ചിട്ടുള്ള പുതിയ നയമാണ് ജിമ്മിൽ പോകുകയെന്നത്. അവിടത്തെ വ്യായാമത്തിന് ശേഷം ജോൺ ഞങ്ങളോടൊപ്പം വന്നുചേരും. കലകളെക്കുറിച്ച് ആരോഗ്യകരമായൊരു ആദരവുണ്ടാക്കുകയും മനുഷ്യവംശത്തിന്റെ മഹത്സൃഷ്ടികളെ അവർക്ക് പരിചയപ്പെടുത്തികൊടുക്കുകയും ചെയ്യുകയെന്നത് എന്റെ നിയന്ത്രണത്തിലാണ്. അത് വളരെ പ്രധാനവുമാണെന്ന് എനിക്ക് തോന്നുന്നു. അവസാനം അതിന് ക്രിയാത്മകമായൊരു ഫലമുണ്ടാകുമെന്ന് എനിക്ക് അറിയാം.

മൈക്കലാഞ്ചലോവിന്റെ മുറിയിൽ സന്ധിക്കാനാണ് ജൂലിയൻ എന്നോട് ആവശ്യപ്പെട്ടിരുന്നത്. ആ മഹത്തായ കലാകാ

രനെക്കുറിച്ച് അവൻ ധാരാളം വായിച്ചിട്ടുണ്ടെന്ന് എനിക്ക് അറിയാം. തന്റെ കരകൗശലസൃഷ്ടികളിൽ അദ്ദേഹം പ്രകടിപ്പിച്ച മികവിന്റേതായ സമർപ്പണത്തെ അവനെന്നും ആദരിച്ചു. ഞാൻ മുറിയിലേയ്ക്ക് പ്രവേശിച്ചു. തിളങ്ങുന്ന ചുവപ്പ് വസ്ത്രം ധരിച്ച്, എടുത്തു കാണിക്കുന്ന സൗന്ദര്യവും പൊക്കമുള്ള ഒരാളെയാണ് ഞാൻ നോക്കുന്നത്. പക്ഷെ അവിടെയെങ്ങും ജൂലിയനെ കണ്ടില്ല. ദേശസഞ്ചാരം നടത്തുന്ന ഒരുപറ്റം ആളുകളും അവരെ നയിക്കുന്ന ഗൈഡുമാണ് എനിക്ക് ആകെ കൂട്ടുണ്ടായിരുന്നത്. ജൂലിയൻ വരുന്നതുവരെ മരത്തിന്റെ ഇരിപ്പിടത്തിലിരുന്നു കാഴ്ചകൾ കാണാമെന്ന് ഞാൻ കരുതി. എഴുന്നേറ്റിരിക്കുന്ന ഓരോ നിമിഷവും തിരക്കുപിടിച്ച പ്രവർത്തികൾ കൊണ്ട് നിറയ്ക്കണമെന്ന് തോന്നുന്നയൊരു സ്വഭാവം ജീവിതകാലം മുഴുവൻ എനിക്കുണ്ടായിരുന്നു. എന്റെ ജീവിതത്തെ ലഘൂകരിക്കുന്ന പ്രക്രിയയുടെ ഒരു ഭാഗമാണ് അത്തരമൊരു സ്വഭാവത്തെ തകർത്തെറിയുകയെന്നത്. ജീവിതത്തിന്റെ അടിസ്ഥാനപരവും പക്ഷെ, മനോഹരവുമായ ചില നിമിഷങ്ങൾ സ്വയം അനുഭവിക്കാനായി കുറച്ചുസമയം ചിലവിടുന്നതിൽ ഞാൻ സുഖം കണ്ടെത്തി തുടങ്ങിയിരുന്നു. കാറ്റും മഴയ്ക്കും ശേഷം ചിലന്തിവല തിളങ്ങുന്നതുപോലെയോ നിശ്ശബ്ദവും മേഘമില്ലാത്തതുമായ രാത്രിയിൽ നക്ഷത്രങ്ങൾ നൃത്തം ചെയ്യുന്നതു പോലെയൊവൊക്കെയായിരുന്നു അത്. ഉപയോഗിച്ച പുസ്തകങ്ങൾ വില്ക്കുന്ന പുസ്തകശാലയിലേയ്ക്ക് ഞങ്ങളുടെ വീട്ടിൽ നിന്നും നടക്കാവുന്ന അകലമെയുണ്ടായിരുന്നുള്ളു. അവിടെപ്പോയി വെറുതെയൊരു മണിക്കൂർ തനിയെ ഞാൻ ചിലവിടാറുണ്ട്. വീടിനു പിറകിലുള്ള പൊതുവായ ഉദ്യാനത്തിലേയ്ക്ക് പിൻവാങ്ങാൻ ചിലപ്പോഴൊക്കെ ജോൺ പ്രോത്സാഹിപ്പിക്കുമായിരുന്നു.

ഞങ്ങളുടെ കുടുംബവുമൊന്നിച്ചിരിക്കുമ്പോൾ കളിതമാശകൾ നിറഞ്ഞ ശബ്ദമുഖരിതമായ അവസരങ്ങളെ സ്നേഹിക്കുന്നത്രയും തന്നെ ജീവിതത്തിലെ അശാന്തമായ അത്തരം നിമിഷങ്ങളേയും ഞാൻ സ്നേഹിക്കാൻ തുടങ്ങി. സമ്പന്നമായ ഒരു ഹൃദയമില്ലെങ്കിൽ സമ്പന്നതയൊരു വൃത്തികെട്ട പിച്ചക്കാരനാണ്. പണത്തിന് പിറകെ പാഞ്ഞ് സമ്പത്ത് കുമിഞ്ഞുകൂടാൻ ശ്രമിച്ച കാലത്തൊന്നും എനിക്ക് സമ്പന്നമായൊരു ഹൃദയമുണ്ടായിരുന്നില്ല. ഇപ്പോൾ ഞാൻ ചെയ്യുന്ന ആന്തരികമായ പ്രവർത്തികളാൽ അവസാനം എന്നിൽ സമ്പന്നമായൊരു ഹൃദയം മിടിക്കാൻ തുടങ്ങിയിരിക്കുന്നു.

മുറിയിലെ മാർബിൾ പ്രതിമകളിൽ നോക്കി കാണുമ്പോൾ ഞാൻ വിനോദസഞ്ചാരിക്കൊപ്പമുള്ള ഗൈഡിന്റെ വിശദീകരണങ്ങൾ ശ്രദ്ധിക്കാൻ തുടങ്ങിയിരുന്നു. അയാളുടെ അറിവിന്റെ ആഴവും മ്യൂസിയത്തിലുണ്ടായിരുന്ന ശ്രേഷ്ഠമായ സൃഷ്ടികളോട് അയാൾ പ്രകടിപ്പിക്കുന്ന തീവ്രമായ വികാരവും എന്നെ സ്തബ്ധയാക്കി. അയാളുടെ വേഷവും എന്നെ അത്ഭുതപ്പെടുത്തി. പരമ്പരാഗതഗൈഡുകളുടെ യൂണിഫോമായ കുപ്പായവും ടൈയ്ക്ക് ചേരുന്ന പാന്റ്സുമാണ് അയാൾ ധരിച്ചിരുന്നത്. തന്റെ മുഖത്തെ വെളുത്ത തൊങ്ങലുകൾകൊണ്ട് മറയ്ക്കുന്ന ബെയ്സ്ബോൾ കളിക്കാർ ഉപയോഗിക്കുന്ന വലിയ തൊപ്പിയും അയാൾ തലയിൽ വെച്ചിരുന്നു. ഫ്ളോറിഡയിൽ വസന്തകാലത്തെ ഇടവേളകൾ ചിലവിടാൻ വരുന്ന കോളേജ് വിദ്യാർത്ഥികൾ അത്തരത്തിലുള്ള ശിരോവസ്ത്രം അണിഞ്ഞ് ഞാൻ കണ്ടിട്ടുണ്ട്. കടൽക്കരയിൽ വിശ്രമിച്ച് കൊണ്ട് വീപ്പകണക്കിന് ബിയർ അകത്താക്കുമ്പോൾ സൂര്യാഘാതത്തിൽനിന്നും രക്ഷനേടാനാണ് അവരത് ധരിക്കാറുള്ളത്. എനിക്ക് ഗൈഡിനെ കണ്ടപ്പോൾ അസാധാരണത്വം അനുഭവപ്പെട്ടെങ്കിലും അയാളുടെ വസ്ത്രത്തിലെ അപര്യാപ്തത മറ്റാരും ശ്രദ്ധിച്ചതായി എനിക്ക് തോന്നിയില്ല. ഒരു ഗൈഡിന്റെ സാധാരണ വേഷമാണിതെന്ന് സഞ്ചാരികൾ കരുതി കാണും. യാത്രയ്ക്കൊടുവിൽ അതുപോലൊരു തൊപ്പി സ്വന്തമാക്കണമെന്ന് അവർ തീരുമാനിച്ചിട്ടുമുണ്ടാകാം.

ഗൈഡ് സംസാരിച്ചു കൊണ്ടേയിരുന്നു. വിനോദസഞ്ചാരികൾ കർത്തവ്യബോധത്തോടെ കേട്ടുകൊണ്ടിരുന്നു. ആരും തിരിച്ച് ചോദ്യമൊന്നും ചോദിച്ചില്ല. അപ്പോഴാണിടയ്ക്കുവെച്ച് എന്നെ ചിരിപ്പിച്ചയൊരു പ്രവർത്തി ഗൈഡ് ചെയ്തത്. അയാൾ തന്റെ പാന്റ്സിന്റെ പോക്കറ്റിലേയ്ക്ക് കൈയിട്ട് അതിൽ കുത്തി നിറച്ചിരുന്ന റൊട്ടിയുടെ വലിയൊരു വിഭവമെടുത്തു. അത് ആർത്തിയോടെ ഭക്ഷിക്കുമ്പോഴും മൈക്കലാഞ്ചലോവിന്റെ സൃഷ്ടികളെയും അതിന്റെ സ്വാധീനത്തെയും കുറിച്ചുള്ള തന്റെ പ്രഭാഷണം തുടരാനുള്ള ധൈര്യം അയാൾ കാണിച്ചു. സദാസമയവും അയാളുടെ വായിൽനിന്നും ഭക്ഷണം തെറിച്ചു പോകുന്നുമുണ്ടായിരുന്നു.

പെട്ടെന്ന് കൂട്ടത്തിൽ പിറകെ നിന്നിരുന്ന പ്രായം ചെന്നൊരു സ്ത്രീ തന്റെ പഴ്സിൽ നിന്നും ഡിജോൺ കടുകും സ്പൂണുമായി ഗൈഡിന് അരികിലേയ്ക്ക് ചെന്നു. അയാളൊടൊന്ന് പറയുക പോലും ചെയ്യാതെ അവർ റൊട്ടിയിൽ വിശാലമായി കടുക് തേച്ചു

പിടിപ്പിക്കാനും തുടങ്ങി. ഗൈഡൊന്നും പറഞ്ഞില്ല. ജനക്കൂട്ടം ശ്രദ്ധിച്ചതായി തോന്നുന്നുമില്ല. സേവനം ചെയ്തശേഷം ആ സ്ത്രീ തന്റെ സ്ഥാനത്തേയ്ക്ക് തിരികെ പോയി. തന്റെ റൊട്ടിയെ മിനുസപ്പെടുത്തികൊണ്ട് ഗൈഡ് തന്റെ പ്രഭാഷണം തുടരുകയും ചെയ്തു. ആ കാഴ്ച പ്രതീകാത്മകമായിരുന്നു. ലോകം മുഴുവനും ഉറങ്ങിക്കിടക്കുമ്പോൾ പ്രഭാതമദ്ധ്യെ തനിച്ചിരുന്നു കാണാൻ വിധിക്കപ്പെട്ട ബ്ലാക്ക് ആൻഡ് വൈറ്റ് ചിത്രത്തിലെ രംഗം പോലെയിരുന്നു അത്. പക്ഷെ സ്വന്തം കാര്യം നോക്കിയിരിക്കുകയാണ് നല്ലതെന്ന് എനിക്ക് തോന്നി. ജൂലിയൻ വേഗം വരണമെന്ന് ഞാൻ പ്രാർത്ഥിച്ചു.

കത്തിയെടുക്കുന്നതിനുപോലും മുമ്പായി സകല വലിയ ശക്തികളും തങ്ങളുടെ കലാസൃഷ്ടികളെ മുൻകൂട്ടി കാണും. കീഴ്ചുണ്ടിൽ നിന്നും കടുക് ഒലിച്ചു വീണു കൊണ്ടിരിക്കെ ഗൈഡ് തുടർന്നു. “മാന്യരെ, നിങ്ങൾ നോക്കുക. ജീവിതത്തിൽ എല്ലാ കാര്യങ്ങളും രണ്ടു വട്ടം സൃഷ്ടിക്കപ്പെടാറുണ്ട്. ആദ്യം നമ്മൾ അവയെ സ്വപ്നം കാണുമ്പോൾ, പിന്നീട് നമ്മൾ അവയെ സൃഷ്ടിക്കുമ്പോൾ.”

ഏയ് ഇവൻ ആള് കൊള്ളാമല്ലോ. ഞാൻ ചിന്തിച്ചു. ഇവന്റെ വേഷധാരണവും ചെയ്തികളുമൊക്കെ മ്യൂസിയത്തിന്റെ അധികാരികൾ വകവെച്ചു കൊടുക്കുന്നത് വെറുതെയല്ല.

നിങ്ങളുടെ സ്വന്തം ജീവിതത്തിലും പാന്റ്സിന്റെ മറ്റെ പോക്കറ്റിൽനിന്നും ഒരു ഗ്രാനോളയുടെ കട്ടയെടുത്ത് അതിൽ ചവയ്ക്കാൻ തുടങ്ങി കൊണ്ട് അയാൾ പറഞ്ഞു. സങ്കല്പത്തിന്റെ തിരശ്ശീലയിൽ നിർബന്ധിതമായൊരു കാഴ്ച സൃഷ്ടിച്ചശേഷം അത്തരം ആദർശത്തെ അനുഭവിച്ച് ജീവിക്കണം.

ഏയ്, ഒരു നിമിഷം സ്വയം നിയന്ത്രിക്കാനാകാതെ ഞാൻ ഉറക്കെവിളിച്ചു പറഞ്ഞു. ഞാനീ വാക്കുകൾ മുമ്പ് കേട്ടിട്ടുണ്ട്. യോഗാത്മകമായ കടങ്കഥയുടെ ഭാഗങ്ങൾ ഒരുമിച്ചു ചേർക്കാൻ ശ്രമിച്ചുകൊണ്ട് ഞാൻ ആശ്ചര്യപ്പെട്ടു. ഈ കാഴ്ച പൂർണ്ണമായും യാഥാർത്ഥ്യത്തിൽ നിന്നും വിട്ട് വളരെ വിചിത്രമായിരിക്കുന്നു. ഇതെന്തൊ കുസൃതിയാണെന്ന് ഓർത്ത് ഞാൻ അത്ഭുതപ്പെടുകയാണ്. കുട്ടിത്തം വിട്ടുമാറാത്തൊരു വല്യേട്ടൻ ഒപ്പിക്കുന്ന കുസൃതി. കുട്ടിക്കാലം മുതലെ ഇത്തരത്തിലുള്ള പ്രായോഗികമായ തമാശകൾ ആളുകൾക്ക്മേൽ കാണിക്കുന്നവനായിരുന്നു അവൻ.

മുറി പൂർണ്ണമായും നിശ്ശബ്ദമായി. സഞ്ചാരികൾ അമ്പരന്നു. അവസാനം, അതിലൊരാൾ സംസാരിച്ചു. കടുകു കൊണ്ടുവന്ന സ്ത്രീയായിരുന്നു അത്.

“മാഡം ക്ഷമിക്കണം.” നേരേയെന്റെ കണ്ണുകളിലേയ്ക്ക് നോക്കികൊണ്ട് അവർ ചോദിച്ചു. “എന്തിനെക്കുറിച്ചാണ് നിങ്ങൾ സംസാരിക്കുന്നത്?”

“ഇത് മുഴുവനൊരു തമാശയല്ലേ?” ഞാൻ നിർബന്ധം പിടിച്ചു.

“ജൂലിയൻ എന്നെയിങ്ങോട്ട് വിളിപ്പിച്ചു. സഞ്ചാരികളായി അഭിനയിക്കുന്ന നിങ്ങളെല്ലാം അവനറിയുന്നവരാണ്, ശരിയല്ലേ? ഞാൻ സമ്മതിച്ചിരിക്കുന്നു. നാടകം അവസാനിപ്പിക്കാം. കുറച്ചു നേരമെന്നെ കബളിപ്പിച്ചുവെങ്കിലും നന്നായിരുന്നു.” ഭയാനകമായൊരു ഇളിഭ്യതയും ആകെ ആശ്ചര്യകരമായ പ്രതീതിയുമുണ്ടാക്കാനായി കൈകൾ കൊട്ടിക്കൊണ്ട് ഞാൻ പറഞ്ഞു.

മുറിയാകെ നിശ്ശബ്ദമായി. അപ്പോൾ ഗൈഡ് പറഞ്ഞു.

“സുരക്ഷാ ജീവനക്കാരെ വിളിക്കുന്നതാണ് നല്ലത്. മാന്യരെ ഇവിടെ ചിലപ്പോൾ ചെറിയൊരു പ്രശ്നമുണ്ടാകാൻ സാധ്യതയുണ്ട്.” പ്രതിമകൾക്കിടയിലുള്ള ചുവന്ന ഫോണെടുക്കാനായി അയാളാഞ്ഞു.

ഞാൻ സംഭ്രമിച്ചു. ജൂലിയന്റെ പതിവ് തട്ടിപ്പ് പരിപാടികളിലൊന്നല്ലയിതെന്ന് വരുമൊ? ഞാൻ സ്വയം സംശയിച്ചു. ഞാൻ ചിന്തിച്ചു: ദൈവമേ, ഇവർ ശരിക്കുള്ള സഞ്ചാരികളും ആ ഗൈഡ് നിയമപരിരക്ഷയുള്ളവനുമാണെങ്കിൽ? കക്ഷത്തിൽ വിയർപ്പുതുള്ളികൾ സമ്മേളിക്കാൻ തുടങ്ങി. ശ്വാസോച്ഛ്വാസം ദ്രുതഗതിയിലായി. മൈക്കലാഞ്ചലോവിന്റെ മുറിയിൽ തീക്ഷ്ണമായ ചൂട് അനുഭവപ്പെടാൻ തുടങ്ങി. വിചിത്രമായ ഈ കാഴ്ചയിൽ ജൂലിയൻ തന്റേതായ ഭാഗം അവതരിപ്പിക്കുന്നുണ്ടെന്ന് പറയുന്ന എന്റെയുള്ളിലെ നേരിയ ശബ്ദത്തിന് കാതോർക്കാനായി സ്വയം അടക്കി നിർത്താൻ എനിക്ക് സാധിച്ചു. ഇക്കാര്യത്തിൽ *ഞാനായിരിക്കണം* ശരി.

നവോന്മേഷത്തോടെ ഗൈഡിനടുത്തേയ്ക്ക് ചെന്ന് ഞാൻ അയാളുടെ തൊപ്പിയൂരി മാറ്റി. ജനക്കൂട്ടം ഭയന്നു പോയി. ഞാൻ ചിരിക്കാൻ തുടങ്ങി. അതു ജൂലിയനായിരുന്നുവെന്ന് എനിക്ക് ഉറപ്പായി.

"ഏയ് അനിയത്തി, ഒരാൾക്ക് സമാധാനത്തോടെയീ റൊട്ടിയുടെ വിഭവം കഴിക്കാൻ സാധിക്കില്ലെന്നുണ്ടോ?" അലറി ചിരിക്കാൻ തുടങ്ങുന്നതിനുമുമ്പ് അവൻ പറഞ്ഞു. ജൂലിയന്റെ കൈകളുമായി കൂട്ടിക്കെട്ടികൊണ്ട് അവർ വിജയഭാവത്തോടെ പൊട്ടിച്ചിരിച്ച് അവനെ പിന്താങ്ങി.

"നമ്മളവരെ പറ്റിച്ചു, മിസ്റ്റർ മാന്റിൽ." കടുക് കൊണ്ടുവന്ന സ്ത്രീ അലറിവിളിച്ചു. "ശരിക്കും നമ്മളവരെ പറ്റിച്ചു."

ജൂലിയൻ എന്റെയരികിൽ വന്നെന്നെ മുറുകെ കെട്ടിപ്പുണർന്നു. "കുറച്ചു നേരത്തേയ്ക്ക് ഞങ്ങൾ നിന്നെ ശരിക്കും വിഡ്ഢിയാക്കി." എന്നെ അമർത്തിപ്പിടിച്ചുകൊണ്ട് ചിരിക്കിടയിൽ അവനെന്റെ കാതിൽ മന്ത്രിച്ചു.

"മാന്യരെ, ഞാനെന്റെ അനിയത്തി കാതറിനെ നിങ്ങൾക്ക് നല്കുകയാണ്." ഇംഗ്ലീഷ് നാടകവേദിയെ അനുകരിച്ചുകൊണ്ട് അവൻ ആ സംഘത്തോട് പറഞ്ഞു.

ജൂലിയൻ കാഴ്ചവെച്ച പ്രകടനത്തിൽ വ്യക്തമായി മതിമറന്ന് ആ സംഘം ഉറക്കെ കൈയ്യടിച്ചു.

"കൂട്ടരെ, ഇന്ന് നിങ്ങളെന്നെ സഹായിച്ചതിന് വളരെ നന്ദിയുണ്ട്." വർദ്ധിച്ച ഊഷ്മളതയോടെ ജൂലിയൻ പറഞ്ഞു.

"ഇതൊക്കെയാരാണ്?" ഞാൻ സഹോദരനോട് ചോദിച്ചു.

"ഇവരൊക്കെ ഫെൺബ്രൂക്ക് സംഘടനയിലെ വലിയ അഭിനേതാക്കളാണ്."

"വർഷംതോറും പ്രധാനപ്പെട്ട അവാർഡുകളൊക്കെ വാങ്ങികൂട്ടുന്ന ആ അഭിനേതാക്കളുടെ സംഘടനയൊ?" ഞാൻ അത്ഭുതപ്പെട്ടു.

"അതെ, അവർ ശരിക്കും വലിയവരാണ്, അല്ലെ? നിയമം അഭ്യസിച്ചു കൊണ്ടിരിക്കുമ്പോൾ അവർക്ക് വേണ്ടി വലിയൊരു വ്യവഹാരം ഞാൻ ജയിച്ചു. ഹോളിവുഡ് നിർമ്മാണശാല അവരുടെയൊരു ആശയം മോഷ്ടിച്ച് സിനിമയാക്കാൻ ശ്രമിച്ചതാണ്. അതിന് പ്രത്യുപകാരമായി ഇന്നുച്ചയ്ക്ക് ഞാൻ അവരെ വിളിച്ചു."

"മിസ്റ്റർ മാന്റിൽ, എപ്പോൾ വേണമെങ്കിലും ഞങ്ങളെ വിളിച്ചോളൂ." സംഘത്തിന്റെ നേതാവെന്ന് തോന്നിപ്പിക്കുന്ന കടുക് സ്ത്രീ ആദരവോടെ പറഞ്ഞു.

അഭിനേതാക്കൾ ജൂലിയന് കൈകൊടുത്ത് അവന്റെ പുറകിൽ ബഹുമാനത്തോടെ തലോടിക്കൊണ്ടാണ് പുറത്തേക്കിറങ്ങി

യത്. കുറച്ചു നിമിഷങ്ങൾക്കകം എന്നെയും ജൂലിയനെയുമൊഴി ച്ചാൽ മുറി വിജനമായിരുന്നു.

"ജൂലിയൻ നിന്നെ അഭിനന്ദിച്ചേ മതിയാകൂ. ഇപ്പോഴും നീയൊരു നല്ല നടനാണ്."

"നന്ദി, കാതറിൻ." വിശാലമായൊരു ചിരിയോടെ ജൂലി യൻ മറുപടി പറഞ്ഞു. നമ്മളിടയ്ക്കൊക്കെ സ്വതന്ത്രരാവണം.

"ഏയ്, നിന്റെ പഴയ വസ്ത്രമെവിടെപ്പോയി? അതില്ലാതെ ഞാൻ നിന്നെ ആദ്യമായിട്ടാണ് കാണുന്നത്."

"അത് ഡ്രൈക്ലീനിങ്ങിന് കൊടുത്തിരിക്കുകയാണ്." ക്രിയാ ത്മകമക ഊർജ്ജവുമായി മുഖം പ്രകാശിച്ചു കൊണ്ടിരിക്കുമ്പോൾ ജൂലിയൻ ചിരിച്ചു.

"ശരി, നമ്മളിവിടെ എന്തിനാണ് നിൽക്കുന്നത്?" കാര്യത്തി ലേക്ക് കടക്കാനായി ഞാൻ ചോദിച്ചു. "നീയെന്റെ മേൽ കാണിച്ച പ്രായോഗിക വിനോദത്തിനേക്കാളുപരി ഈ കൂടിക്കാഴ്ചയ്ക്ക് മറ്റെന്തോ ഉദ്ദേശ്യമുണ്ടെന്ന് എനിക്ക് അറിയാം. എന്തായാലും നീയെന്നെ ശരിക്കും സംഭ്രമപ്പെടുത്തി കളഞ്ഞു. വേഗതയേറിയ മറ്റു ചില തമാശകളും നീയെന്റെ മേലൊപ്പിച്ചിട്ടുണ്ടെങ്കിലും ഇതാണതിൽ വെച്ചേറ്റവും മികച്ചത്!"

"ശരിയാണ്, നല്ല രസമായിരുന്നു, അല്ലേ?" അപ്പോഴും അട ക്കിപ്പിടിച്ച് ചിരിച്ചുകൊണ്ട് ജൂലിയൻ പ്രസ്താവിച്ചു. "നല്ലൊരു കളിപ്പാട്ടമായതിന് നന്ദി. നീ പറഞ്ഞത് ശരിയാണ്, ഇന്ന് നിന്നോട് പങ്കുവെയ്ക്കാൻ എനിക്ക് പ്രധാനപ്പെട്ടൊരു പാഠമുണ്ട്. ശരിക്ക് പറഞ്ഞാൽ കുടുംബനായകന്റെ മൂന്നാമത് ആധിപത്യമാണത്. ഏറ്റവും പ്രധാനപ്പെട്ടതും അതു തന്നെ."

"ആ മൂന്നാം ആധിപത്യമാണ്...?" ഞാൻ പ്രതീക്ഷയോടെ ചോദിച്ചു.

"*ദൗർബല്യങ്ങളിലല്ല, മക്കളുടെ മഹത്വത്തിലാണ് നാം കേന്ദ്രീകരിക്കേണ്ടത്* എന്നാണ് കുടുംബനായകന്റെ മൂന്നാം ആധി പത്യം."

"ഓ, കേട്ടിട്ട് ഇതും നല്ലതാണെന്ന് തോന്നുന്നു."

"ഫലപ്രദമായ മനുഷ്യരും നേതാക്കളുമായി മക്കളെ വളർത്തിയെടുക്കുന്നതിന് അത് അനിവാര്യമാണ്. പോർട്ടറിന്റേയും സരിതയുടേയും കഴിവുകളെ തിരിച്ചറിഞ്ഞ് അവയിൽ ശ്രദ്ധ കേന്ദ്രീകരിക്കുക. അങ്ങനെ അവരെ വികസിപ്പിച്ചെടുക്കുന്നതിനെ കുറിച്ചാണ് മൂന്നാമത് ആധിപത്യം പറയുന്നത്. നോക്കൂ, കാത റിൻ, *സ്വന്തം കഴിവുകളെ വികസിപ്പിക്കുന്നതിനേക്കാൾ കൂടുതൽ*

സമയം മിക്കവരും ചിലവഴിക്കുന്നത് തങ്ങളുടെ ദൗർബ്ബല്യങ്ങളിൽ കേന്ദ്രീകരിച്ചാണ്. അതുകൊണ്ട് തന്നെ അത് തിരിച്ചറിയാനുള്ള കഴിവ് തങ്ങളുടേതാണെന്ന മഹത്വവുമായി അവർ ബന്ധപ്പെടുന്നുമില്ല."

"സ്വന്തം ജീവിതത്തിൽ മഹത്വങ്ങൾക്കായുള്ള അന്തർലീനമായ കഴിവ് സകലരിലുമുണ്ടോ."

"ഉണ്ട്." ദ്വയാർത്ഥപരമായ മറുപടി വന്നു. "ഞാൻ നേരത്തെ പറഞ്ഞതുപോലെ, എന്തെങ്കിലും പ്രത്യേക കാരണത്താലാണ് നമ്മളീ ഭൂമിയിൽ അവതരിച്ചിട്ടുള്ളത്. തനതായ രീതിയിൽ സവിശേഷമായതെന്തെങ്കിലും ഈ ലോകത്തിന് നല്കാൻ നമ്മൾ ഓരോരുത്തരിലുമുണ്ട്. പ്രാപ്തരാക്കാൻ വേണ്ടി അവരുടെ അതുല്യമായ കഴിവുകളും പ്രാഗല്ഭ്യങ്ങളും പരിപോഷിപ്പിക്കുകയെന്നതാണ് രക്ഷിതാവെന്ന് നിലയിൽ നിന്റെ ചുമതല."

"ജൂലിയൻ, നീ പറയുന്നതിൽ വിവേകമുണ്ടെന്ന് നിനക്ക് അറിയാം. ഉദാഹരണത്തിന്, ബിസിനസ്സിലെ സകല മേഖലകളിലും പ്രാഗല്ഭ്യം തെളിയിക്കാൻ ഞാൻ ശ്രമിക്കുമായിരുന്നു. ആശയവിനിമയം നന്നായി നടത്തുവാനും മിടുക്കുള്ള ഭരണാധികാരിയുമാകാൻ ഞാൻ ശ്രമിച്ചു. ദീർഘവീക്ഷണമുള്ള മാർഗ്ഗദർശിയും മികച്ചൊരു ധനനിയന്ത്രണ അധികാരിയുമാകാൻ ഞാൻ നോക്കി. കമ്പനിയ്ക്കകത്തെ സകല കാര്യങ്ങളിലും ശ്രേഷ്ഠത കൈവരിക്കാൻ ശ്രമിച്ചെങ്കിലും ഒന്നിന്റെയും കുലപതിയാകാൻ എനിക്ക് കഴിഞ്ഞില്ല."

"ശരിക്കും അതെ. നിന്നെ സംബന്ധിച്ച് സ്വയം വിജയിച്ചിരുന്നെങ്കിലെന്ന പോലെയാണ് അത്, കാതറിൻ. പക്ഷെ പലരും അത്രയ്ക്ക് ഭാഗ്യവാന്മാരല്ല. മിക്കവാറും പേർ പല കാര്യങ്ങളൊരുമിച്ച് ചെയ്യാൻ ശ്രമിക്കുകയും അവസാനമൊന്നിലും പ്രാഗല്ഭ്യം നേടാൻ കഴിയാതെ പോകുകയും ചെയ്യും. ശരിയായ മാർഗ്ഗം *വിശേഷജ്ഞാനം* ആർജ്ജിക്കുകയെന്നതാണ്."

"വിശേഷജ്ഞാനമോ?"

"അതെ. സകലർക്കും സകലതുമായി സാർവ്വജനീനമാകാൻ ജീവിതത്തിന്റെ കളിക്കളത്തിൽ സാധ്യമല്ല. അവിടെയങ്ങനെ ഫലപ്രദമായൊരു മാർഗദർശിയും മികച്ച പ്രകടനക്കാരനാകാനും സാധിക്കില്ല. ഭൂഗ്രഹത്തിൽ നമ്മെ ഇതിന് മുമ്പ് ആശീർവദിച്ചിട്ടുള്ള പ്രതിഭകൾക്കെല്ലാമൊരു കാര്യം പൊതുവായുണ്ടായിരുന്നു. തങ്ങളെ വിശിഷ്ടരാക്കുന്ന സമ്മാനങ്ങളെ പരിപോഷിപ്പിക്കുന്നതിൽ ജീവിതത്തെ കേന്ദ്രീകരിക്കുക. ഉദാഹരണത്തിന്, ഐൻസ്റ്റീ

നെയെടുക്കാം. ഊർജ്ജതന്ത്രത്തിൽ അസാമാന്യമായൊരു പ്രതിഭ തനിക്കുണ്ടെന്ന് തിരിച്ചറിയാനുള്ള വിവേകം അദ്ദേഹത്തിനുണ്ടായി. ജീവശാസ്ത്രത്തിന്റേയോ രസതന്ത്രത്തിന്റേയോ മേഖലയിലേക്ക് അദ്ദേഹം നീങ്ങിയില്ല. തന്റെ കാതലായ യോഗ്യതയിൽ അദ്ദേഹം വിശേഷജ്ഞാനം കൈവരിച്ചു. നന്നായി ചെയ്ത മേഖലയിൽ ഉറച്ചു നിന്നുകൊണ്ട് വർഷങ്ങൾ ആ പ്രാഗല്ഭ്യത്തിന് വേണ്ടി സമർപ്പിച്ചപ്പോൾ മനുഷ്യനെന്ന നിലയിലും മഹത്വം സിദ്ധിക്കുന്നയൊരു അവസ്ഥ വന്നു."

"ജൂലിയൻ, മറ്റേതെങ്കിലും ഉദാരണങ്ങൾ മനസ്സിലേക്ക് വരുന്നുണ്ടോ?"

"ശരി, റോക്ക് സംഗീതം എനിക്ക് ഇഷ്ടമായിരുന്നെന്ന് നിനക്ക് അറിയാമല്ലോ? അതുകൊണ്ട് എക്കാലത്തേയും ഗിത്താർ വായിക്കാനുള്ള അസാമാന്യമായ കഴിവുണ്ടെന്ന് ജിമ്മി ഹെൻഡ്രിക്സ് തിരിച്ചറിഞ്ഞു. അതുകൊണ്ട് ചെണ്ടയിലും കൊമ്പുവാദ്യത്തിലും സവിശേഷത തെളിയിക്കാൻ ശ്രമിക്കാതെ തന്റെ കഴിവിൽ പ്രാഗല്ഭ്യം നേടുവാനായി അദ്ദേഹം വിനിയോഗിച്ചു. അല്ല ആത്മസമർപ്പണം നൽകിയെന്നു തന്നെ പറയാം. അവശേഷിച്ച കാലം മുഴുവൻ എഴുന്നേറ്റിരിക്കുന്ന സമയത്തൊക്കെ തന്റെയീ അഭിനിവേശത്തെ പരിപോഷിപ്പിക്കാൻ അദ്ദേഹം വിനിയോഗിച്ചു. അപ്പോൾ ഐൻസ്റ്റീനെ പോലെ മഹത്വം കൈവരിക്കുന്നയൊരു അവസ്ഥ അദ്ദേഹത്തിനുമുണ്ടായി."

"പക്ഷെ, ജീവിതത്തോട് സന്തുലിതമായൊരു സമീപനമാണ് വേണ്ടതെന്നല്ലെ നീയിതുവരെയെന്നെ പഠിപ്പിച്ചത്? മാനുഷികമായ കഴിവ് വളർത്തിയെടുക്കുന്നതിനായുള്ള സമർപ്പണബുദ്ധി അതിര് കടക്കുന്നതായിട്ടാണ് എനിക്ക് തോന്നുന്നത്." ജൂലിയൻ പങ്കുവയ്ക്കുന്ന ആശയത്തിൽ പൂർണ്ണമായും വ്യാപൃതമായി കൊണ്ട് ഞാൻ ഗൗരവത്തോടെ പറഞ്ഞു.

"നല്ല അഭിപ്രായം, കാതറിൻ. നിന്റെ മേധാശക്തി തുടർച്ചയായിട്ടെന്നെ അദ്ഭുതപ്പെടുത്തുന്നു. പക്ഷെ, ഞാനൊരു നിർദ്ദേശം വെച്ചോട്ടെ?"

"തീർച്ചയായും ഹൃദയത്തിന് കൂടുതൽ കാതോർക്കുക. നോക്ക്, ബുദ്ധിശക്തി ചിന്തിക്കുകയേയുള്ളു, പക്ഷെ ഹൃദയമെപ്പോഴും അറിയുകയാണ് ചെയ്യുന്നത്."

"എന്നു വെച്ചാൽ?"

"മിക്കവാറും പേർ കൂടുതൽ സമയം ചിന്തിച്ചാണ് ചിലവഴിക്കുന്നത്. അനുഭവിച്ചറിയാൻ അവർ ആവശ്യത്തിന് സമയം കണ്ടെ

ത്തുന്നില്ല. കൂടുതലായി സ്വന്തം ഹൃദയത്തിന് കാതോർക്കുക. അത് ചുമക്കുന്ന ആന്തരികമായ ജ്ഞാനവുമായി ബന്ധപ്പെടുക. നിന്റെ അകത്ത് വസിക്കുന്ന ആ കൊച്ചു ശബ്ദത്തെ കാതോർക്കുമ്പോൾ ജീവിക്കാനുള്ള ശരിയായ മാർഗ്ഗം നീ അറിയും. ശരിയാണ്, തീവ്രമെന്ന് വിശേഷിപ്പിക്കാവുന്ന ജീവിതമാണ് പല പ്രതികൾക്കുമുണ്ടായിരുന്നത്. സന്തുലിതമായ അവസ്ഥയ്ക്ക് വേണ്ടി പരിശ്രമിക്കുകയും സമാധാനത്തോടെ ജീവിക്കുകയും വേണമെന്ന് തന്നെയാണ് ഞാൻ തീർച്ചയായും വിശ്വസിക്കുന്നത്. പക്ഷെ, അവസാനം വരുമ്പോൾ നമുക്കൊരു വിധിയുണ്ട്. ഐൻസ്റ്റീനും ഹെൻഡ്രിക്സിനും അവരുടെ പാതയിൽ തങ്ങളുടെ വ്യക്തിപരമായ കഴിവുകൾക്കായി ദൃഢമായ സമർപ്പണം ആവശ്യമായിരുന്നു. മിക്കവർക്കും തങ്ങളുടെ ഉയർന്ന കഴിവുകൾ ശുദ്ധീകരിച്ചെടുക്കാനായുള്ള ലളിതമായ അർപ്പണബോധം മാത്രം അവർ അർഹിക്കുന്ന വിജയത്തെ നേടി കൊടുക്കും. ഹൃദയത്തിനുള്ളിലേക്ക് ചെന്ന് സ്വന്തം പാത തന്നോട് ആവശ്യപ്പെടുന്നതെന്തെന്ന് തിരിച്ചറിയുക."

"ജൂലിയൻ, ഞാൻ ചെയ്യാനുള്ളതെന്താണെന്ന് എനിക്ക് ആദ്യമെ അറിയാം. ബുദ്ധിമാൻമാരും, മാന്യരും, ശക്തരും വിജയികളുമായ മുതിർന്നവരാകാൻ പോർട്ടറെയും സരിതയെയും വളർത്തിയെടുക്കുന്ന പ്രചോദനദായകമായ രക്ഷിതാവാകണം ഞാൻ. കുറച്ചു കാലത്തേക്കെങ്കിലും എന്റെ പാത ആവശ്യപ്പെടുന്നതാണെന്ന് എനിക്ക് ഏതാണ്ട് ഉറപ്പാണ്. എന്റെ ഉദ്യോഗവും പ്രധാനപ്പെട്ടതു തന്നെ. പക്ഷെ കഴിഞ്ഞ കുറച്ച് വർഷങ്ങളായി മിക്കവാറുമാളുകൾ ഒരു ആയുസ്സ് മുഴുവനും നേടാവുന്നത്ര ഞാൻ നേടി കഴിഞ്ഞു. അക്കാര്യത്തിൽ ഞാൻ അനുഗ്രഹീതയാണ്. ഇപ്പോൾ ഞാൻ കുട്ടികളിൽ വ്യാപൃതയാകേണ്ട ജോലി ഏറ്റെടുക്കാനുള്ള സമയമായെന്ന് തോന്നുന്നു."

"നീ പിന്തുടരുന്ന പാതയതാണെന്ന് എനിക്ക് അറിയാം." ജൂലിയൻ മറുപടി പറഞ്ഞു. "അത് കുറച്ചു കാലമായിട്ടെനിക്ക് അറിയുകയും ചെയ്യാം. നിഗൂഢതയോടെ അവൻ കൂട്ടിച്ചേർത്തു. അതു കൊണ്ടാണ് കുടുംബ മാർഗ്ഗദർശിയുടെ മൂന്നാമത് ആധിപത്യം നിന്നെ സംബന്ധിച്ച് പ്രസക്തമാകുന്നത്. തന്റെ ദുർബലതകളിൽപ്പെട്ട് നശിക്കാൻ അനുവദിക്കുന്നതിന് പകരം ജീവിതത്തിന്റെ ഉന്നതി എത്തിപ്പിടിക്കുന്നതിൽ പോർട്ടറിന്റെയും സരിതയുടെയും ശ്രദ്ധ നീ കേന്ദ്രീകരിപ്പിക്കണം. അന്തർലീനമായ കഴിവുകളെ അംഗീകരിക്കുന്ന നിലയിലേക്ക് കുട്ടികളെ നയിക്കുകയെ

ന്നതാണ് ഒരു കുടുംബനായകന്റെ പ്രധാന ചുമതലകളിലൊന്ന്. അത്തരം അന്തർലീനമായ കഴിവുകളെയാണ് ഒരു വ്യക്തിയുടെ സവിശേഷമായ ശക്തിയും അവരുടെ ശരിയായ പ്രാഗല്ഭ്യവുമെന്ന് മുനിമാർ വിളിക്കുന്നത്. ഇങ്ങനെയുള്ള തീപ്പൊരികളെ ജ്വലിപ്പിച്ച് ആളിക്കത്തുന്ന തീയാക്കി മാറ്റാൻ നീ അവരെ പ്രചോദിപ്പിക്കണം. ആ തീയായിരിക്കണം കത്തിജ്വലിച്ച് ലോകമാകമാനം കാണാൻ സാധിക്കേണ്ടത്."

"പക്ഷെ ഐൻസ്റ്റീനെയോ ജിമ്മി ഹെൻഡ്രിക്സിനേയോ മൈക്കലാഞ്ചലേയോയുമൊക്കെപ്പോലെ പ്രഗല്ഭരും പ്രശസ്തരുമായി പോർട്ടറും സരിതയും വരണമെന്ന് പ്രതീക്ഷിക്കുന്നത് അവരുടെ ചുമലിൽ കുറച്ച് ഭാരക്കൂടുതൽ വെച്ചുകൊടുക്കലല്ലേ? അത് അവരെ പരാജയത്തിന് പ്രാപ്തരാക്കുകയായിരിക്കല്ലെയെന്നാണ് ഞാൻ ഉദ്ദേശിച്ചത്. അത്തരമൊരു സമ്മർദ്ദം ആരിലും ചെലുത്താൻ ഞാൻ ആഗ്രഹിക്കുമെന്ന് എനിക്ക് തോന്നുന്നില്ല.

"കാതറിൻ, നിനക്കെന്റെ ആശയം മനസ്സിലാകുന്നില്ല. വാത്സല്യത്തോടെ ജൂലിയൻ നിരീക്ഷിച്ചു. പ്രവർത്തിയിലും ജീവിതത്തിലും ലോകത്തിലെ മികച്ചവരാക്കി മാറ്റിയെടുക്കാൻ കുട്ടികളെ വളർത്തിയെടുക്കണമെന്നല്ല ഞാൻ പറയുന്നത്. അവർക്കാകാവുന്നതിൽ വെച്ചേറ്റവും മികച്ചതാക്കാൻ അവരെ പ്രോത്സാഹിപ്പിക്കണമെന്നാണ് ഞാൻ പറഞ്ഞത്. അവരുടെ ഏറ്റവും ഉയർന്ന വ്യക്തിപരമായ കഴിവിലേയ്ക്കും മികച്ച ജീവിതം ജീവിക്കുന്നതിലേക്കും നയിക്കണം. അങ്ങനെ ചെയ്താൽ, ഒരു രക്ഷാകർത്താവാകാനുള്ള മാനദണ്ഡം നീ പൂർത്തീകരിച്ചു കഴിഞ്ഞു."

"ഇതും നിന്നെ പഠിപ്പിച്ചത് ആ സന്യാസിമാരാണോ?"

"കാതറിൻ, ഞാൻ നിന്നോട് പറഞ്ഞില്ലേ, അവർ അസാമാന്യമായ ചിന്താശക്തിയുള്ളവരായിരുന്നു. പുരോഗമനചിന്താഗതിയുള്ള മനുഷ്യരുമെന്ന് ഞാൻ കൂട്ടിച്ചേർക്കേണ്ടി വരും. ദിവസം മുഴുവൻ മലമുകളിലിരുന്ന് ധ്യാനിച്ചതുകൊണ്ട് ജീവിത സഫലീകരണമുണ്ടാകുമെന്ന് അവർ വിശ്വസിച്ചില്ല. പകരം നിശ്ശബ്ദതയ്ക്കും പ്രതിഫലനത്തിനുമായി ദിവസവും സമയം കണ്ടെത്തുന്നതിലാണ് അവർ വിശ്വസിച്ചത്. മാനുഷികമായ കഴിവുകളെ വിമോചിപ്പിക്കുന്നതിലും കൂടുതൽ മഹത്തരമായ ശ്രേഷ്ഠതയ്ക്ക് വേണ്ടി നമ്മുടെ ഏറ്റവും വലിയ കഴിവുകളെ പ്രത്യക്ഷപ്പെടുത്തുന്നതിലുമാണ് യഥാർത്ഥ വിജയമെന്ന് അവർ കരുതിപ്പോന്നു. *ലോകത്തെ മെച്ചപ്പെട്ടൊരിടമാക്കി മാറ്റാനുള്ള മൂല്യം വർദ്ധിപ്പിക്കാനായി നമ്മുടെ ഉന്നതമായ കഴിവുകളെ വെളിപ്പെടുത്തുകയെ*

ന്നതാണ് ജീവിതത്തിന്റെ ആത്യന്തികമായ ലക്ഷ്യമെന്ന് അവർ വിശ്വസിച്ചു. ആൽബർട്ട് ഷ്വീറ്റ്സറിന്റെ വാക്കുകളാണ് എനിക്കിപ്പോൾ ഓർമ്മ വരുന്നത്: ' നിങ്ങളുടെ കഴിവുകൾ പ്രാപഞ്ചിക ആവശ്യവുമായി എവിടെ കൂട്ടിമുട്ടുന്നുവോ അവിടെയാണ് നിങ്ങൾ എത്തണമെന്ന് ദൈവം വിചാരിക്കുന്നത്. '"

"ശരിക്കും ആ മുനിമാർ സ്തുത്യർഹർ തന്നെ." ഞാൻ സൗമ്യമായി പിറുപിറുത്തു.

"അതെ. അതുകൊണ്ട് ഞാൻ പറയുന്നത്, പോർട്ടറിനും സരിതയ്ക്കും തങ്ങളുടെ സവിശേഷമായ കഴിവുകളെ തിരിച്ചറിഞ്ഞ് ശുദ്ധീകരിക്കാനായിട്ടുള്ള സഹായം നൽകുന്നതിന് നീ മുൻഗണന കൊടുക്കണം. അങ്ങനെ അവരൊരു ദിവസം വ്യക്തിപരമായ മഹത്വത്തിന്റെ സ്ഥാനത്തെത്തും. ജനക്കൂട്ടത്തിൽ ഉയർന്ന് നിൽക്കും വിധം അവർ അതുല്യരും അസാമാന്യരുമായ വ്യക്തികളായി മാറും."

"പക്ഷെ, ഇപ്പോളവർ അതിനൊക്കെ വളരെ ചെറുപ്പമല്ലെ?" എപ്പോഴും പ്രായോഗികവാദിയായ ഞാൻ ചോദിച്ചു.

"അല്ല." പൊടുന്നനെ പ്രതികരണം വന്നു. "യഥാർത്ഥത്തിൽ, ആദ്യദിവസം മുതലെ നിങ്ങളുടെ കുട്ടികൾ വിശേഷമായ കഴിവുകളും ശരിയായ പ്രാഗല്ഭ്യവും തിരിച്ചറിയാൻ തുടങ്ങും. പലപ്പോഴും അവരുടെ ശരിയായ കഴിവുകളെന്തെന്ന് നിങ്ങൾ മനസ്സിലാക്കിയെടുക്കാൻ വർഷങ്ങൾ വേണ്ടി വരുമെന്ന് മാത്രം."

"അവരുടെ കഴിവുകളും പ്രാഗല്ഭ്യവും ഞാനും ജോണും തിരിച്ചറിഞ്ഞു കഴിഞ്ഞാൽ അടുത്ത പരിപാടിയെന്താണെന്നതിനെ കുറിച്ച് എനിക്ക് ഇപ്പോഴും നിശ്ചയമില്ല." ഞാൻ തുടർന്നു.

"അത് മനസ്സിലാക്കി കഴിഞ്ഞാൽ തങ്ങളുടെ വ്യക്തിപരമായ കഴിവുകളെക്കുറിച്ച് *ബോധവാന്മാരാക്കാൻ* സഹായിക്കണം. മനുഷ്യരെന്ന നിലയിൽ തങ്ങളേതു രീതിയിലാണ് സവിശേഷരാകുന്നതെന്നതിനെക്കുറിച്ചൊരു ധാരണ അങ്ങനെ അവരിലുണ്ടാകും. അവിടെ നിന്നുമാണ് നീയും ജോണും ആ പ്രക്രിയയുടെ പരിപോഷണഘട്ടത്തിലെത്തുന്നത്. അപ്പോൾ കുട്ടികളുടെ കഴിവുകൾ വികസിക്കുകയും വെളിച്ചം കാണുകയും ചെയ്യും. സവിശേഷമായ കഴിവുകളും ശരിയായ പ്രാഗല്ഭ്യവും വളർത്തിയെടുക്കുന്നതിൽ കുഞ്ഞുങ്ങളെ സഹായിക്കുകയെന്നതിൽ അവരെ ചർച്ചായോഗങ്ങൾക്ക് വിടുകയും പുസ്തക വായന പ്രോത്സാഹിപ്പിക്കുന്നതുമൊക്കെ ഉൾപ്പെടും. അങ്ങനെ അവർ തങ്ങളുടെ കഴിവുകളെ തുടർച്ചയായി ഭേദപ്പെടുത്തി കൊണ്ടിരിക്കും. പക്ഷെ,

തങ്ങളുടെതായ കഴിവുകളിൽ കേന്ദ്രീകരിക്കാനുള്ള പ്രോത്സാഹനം എത്രയും നേരത്തെ തുടങ്ങി സാധിക്കുന്ന കാലത്തോളം നൽകണം."

"അപ്പോൾ കുട്ടിയുടെ ദൗർബല്യങ്ങളില്ല, മഹത്വത്തിലാണ് കേന്ദ്രീകരിക്കേണ്ടതെന്നാണ് മൂന്നാം മാർഗ്ഗദർശിത്വത്തിന്റെ കാതൽ." രക്ഷിതാക്കളെന്ന നിലയിൽ കുട്ടികൾക്കുള്ള ഉന്നതമായ കഴിവുകളെ ജ്വലിപ്പിക്കുകയെന്ന ആജ്ഞാസ്വഭാവം ആ വാക്കുകളിലുണ്ട്.

"ശരിയാണ്. സുഖകരമായ ധ്വനിയോടെ ജൂലിയൻ മറുപടി പറഞ്ഞു. അതിനുവേണ്ടിയാണ് ഇന്ന് ഞാൻ നിന്നെ മൈക്കലാഞ്ചലോയുടെ മുറിയിലേക്ക് വരാൻ പറഞ്ഞത്. അദ്ദേഹം ശരിക്കുമൊരു ഹൃദയഹാരിയായ മനുഷ്യനായിരുന്നുവെന്ന് ഞാൻ തിരിച്ചറിഞ്ഞു കഴിഞ്ഞു.

"മൈക്കലാഞ്ചലോവിനെക്കുറിച്ച് നിനക്ക് അറിയാവുന്നതൊക്കെ പഠിപ്പിച്ചു തന്നതും ആ മുനിമാരാണെന്ന് പറയരുത്?"

"ഇല്ല. വായനയിലൂടെയാണ് ഈ വ്യക്തിയുടെ അസാമാന്യമായ കഴിവുകൾ ഞാൻ ശരിക്കും മനസ്സിലാക്കുന്നത്. മാർബിൾ കഷണങ്ങളിൽ നിന്നുമാണ് തന്റെ പല മികച്ച കലാസൃഷ്ടികളുടെയും തുടക്കമെന്ന് തിരിച്ചറിവാണ് ഒരു കലാകാരൻ എന്ന നിലയിൽ അദ്ദേഹത്തിന്റെ സംഘടിത തത്വങ്ങളിലൊന്ന്. പക്ഷെ, ദിവസവുമുള്ള കൊത്തും മിനുക്കും പണികളിലൂടെ ദൃഢമായ കരങ്ങളും സമർപ്പണബോധവുമുള്ള കണ്ണുകളുമായി അന്തമില്ലാത്ത പരിശ്രമവും അദ്ധ്വാനവും കൊണ്ട് അസംസ്കൃത വസ്തുവിനെ ശ്രദ്ധ പിടിച്ചുപറ്റുന്ന കലാസൃഷ്ടിയാക്കി മാറ്റാം."

"ശരിക്കും പ്രപഞ്ചത്തിലെ അദ്ഭുതംതന്നെ." ഞാൻ കൂട്ടിച്ചേർത്തു.

"ശരി. ഏത് വലിയ കലാകാരന്റേയും ചിന്തകളുടെ രൂപമെടുക്കാൻ ഇനിയും കൊത്തിമിനുക്കിയിട്ടില്ലാത്ത മാർബിൾ കഷ്ണത്തിന് കഴിയുമെന്ന് മൈക്കലാഞ്ചലോ പറഞ്ഞിട്ടുണ്ട്. പക്ഷെ തന്റെ *വീക്ഷണം പ്രായോഗികമാക്കാനുള്ള* അസാമാന്യ കഴിവാണ് അദ്ദേഹത്തിന്റെ മഹത്വത്തിന്റെ ശരിയായ അടിസ്ഥാനമെന്ന് ഞാൻ വിശ്വസിക്കുന്നു." ജൂലിയൻ നിരീക്ഷിച്ചു. "അദ്ദേഹം കർമ്മോത്സുകനായ വ്യക്തിയായിരുന്നു. വലിയ സ്വപ്നങ്ങളും മഹത്തായ ചിന്തകളും മാത്രം പോരായെന്ന് അദ്ദേഹം മനസ്സിലാക്കി. ജീവിത

വൈദഗ്ദ്ധ്യത്തിന്റെ കാതൽ സ്വപ്നത്തെ യാഥാർത്ഥ്യമാക്കാൻ വേണ്ടിയെന്തും ചെയ്യുകയെന്നതിനാലാണ് വർത്തിക്കുന്നത്."

"സർവ്വതും തുടങ്ങുന്നത് ഒരു സ്വപ്നമായിട്ടാണ്. അത് സംഭവിപ്പിക്കുകയെന്നത് സ്വപ്നം കാണുന്നയാളിന്റെ ചുമതലയാണെന്ന് നീ നേരത്തേ പറഞ്ഞതുപോലെ തന്നെയാണതും."

"അതെ, കാതറിൻ. ആ ചിന്താഗതി തന്നെയാണ് രക്ഷാകർത്താവെന്ന നിലയിൽ നീ പ്രാവർത്തികമാക്കേണ്ടത്. കഴിവുകളാൽ സമ്പന്നവും അഭിരുചികളിൽ അസംസ്കൃതവുമായ മാർബിൾ കഷണങ്ങൾ പോലെയാണ് നിന്റെ കുട്ടികൾ. അവരെ കൊത്തിയെടുത്ത്, രൂപാന്തരം വരുത്തി, നീ പ്രകടിപ്പിക്കുന്ന മാർഗ്ഗദർശിത്വത്തിലൂടെ അവരെ നിർവ്വചിക്കാൻ നീ വലിയൊരു കലാകാരിയെപ്പോലെയാകണം."

"അങ്ങനെ തങ്ങളുടെ നിയോഗം അനുസരിച്ച് ജീവിക്കാൻ അവർക്ക് കഴിയും."

"ശരിയാണ് ഏറ്റവും മികച്ച രീതിയിൽ ജീവിക്കാൻ അവർക്ക് കഴിയും."

"വലിയേട്ടന്റെ കൈയ്യിൽ എനിക്കു വേണ്ടി ഇന്നത്തേയ്ക്കെന്ത് പ്രായോഗികമായ ഉപകരണങ്ങളും നയതന്ത്രങ്ങളുമാണുള്ളത്?"

"കൃത്യമായി പറഞ്ഞാൽ നാലെണ്ണമുണ്ട്. *വ്യക്തിപരമായ മഹത്വത്തിനുള്ള നാല് ചിട്ടകളെന്നാണ്* അവയെ മുനിമാർ വിളിച്ചിരുന്നത്. ലളിതമായി പറഞ്ഞാൽ അവയിവയൊക്കെയാണ്: ദിവസേന അവലോകനം ചെയ്യുക, ആഴ്ചതോറും ലക്ഷ്യങ്ങൾ ക്രമീകരിക്കുക, പതിവായി പ്രതിഭാശാലികൾക്കൊപ്പം സമയം ചിലവഴിക്കുക, ആദരവോടെ നല്കുക."

"കേട്ടിട്ട് സങ്കീർണ്ണമെന്ന് തോന്നുന്നു. ഈ നാല് ചിട്ടകളും മുനിമാരുടെ കുട്ടികൾ മാത്രമേ പരിശീലിച്ചിരുന്നുള്ളോ?"

"അല്ല, കാതറിൻ സമുദായത്തിലെ സകലരും ഈ നാല് ധർമ്മങ്ങൾക്ക് അനുസൃതമായാണ് ജീവിച്ചത്. അങ്ങനെ വന്നാൽ, ദിവസാടിസ്ഥാനത്തിൽതന്നെ തങ്ങളിൽ പരിണാമമുണ്ടാകുമെന്ന് അവർക്ക് തീർച്ചയായിരുന്നു. കാലക്രമേണ അവർ സ്വയം മനസ്സിലാക്കാൻ തുടങ്ങും."

"ജൂലിയൻ, എനിക്ക് മനസ്സിലാകുന്നുണ്ടെന്ന് തോന്നുന്നില്ല. അസാമാന്യമായ ബോധോദയം സിദ്ധിച്ച അവർക്ക് തങ്ങളാരാണെന്ന് അറിയില്ലായിരുന്നുവെന്നാണോ നീ പറയുന്നത്?' ഞാൻ ചെറുതായി കുഴഞ്ഞുപോകുന്നു."

"ജീവിതം പൂർണ്ണമായൊരു അന്വേഷണമല്ലാതെ മറ്റൊന്നുമല്ല." ഒരു നിമിഷത്തെ പുനരാലോചനയ്ക്ക് ശേഷം മറുപടി വന്നു. "യഥാർത്ഥത്തിൽ നീയാരാണെന്നും നിന്റെ ജീവിതലക്ഷ്യമെന്താണെന്നും തിരിച്ചറിയാൻ ശ്രമിക്കുകയെന്നതാണ് ആ കളിയുടെ ഉദ്ദേശ്യമെന്ന് ബോധോദയം ലഭിച്ചവർക്ക് അറിയാം. അത് തിരിച്ചറിയുകയും അനിവാര്യമായ സ്വന്തം സത്തയെ വെളിപ്പെടുത്തുകയും ചെയ്യുകയെന്നതാണ് പൂർണ്ണമായ ലക്ഷ്യം."

"നമ്മുടെ സവിശേഷമായ കഴിവുകളും യഥാർത്ഥ അഭിരുചികളും ചികഞ്ഞെടുക്കുകയെന്നതാണ് ജീവിതോദ്ദേശ്യമെന്നാണോ നീ പറയുന്നത്?" ഞാൻ ഗൗരവമായി ചോദിച്ചു.

"അതും അതിൽ കൂടുതലുമുണ്ട്. ഒരു മനുഷ്യനെന്ന നിലയിൽ നിന്നെ സവിശേഷമാക്കുന്ന കഴിവുകൾ കണ്ടുപിടിക്കുകയെന്നത് അതിന്റെയൊരു ഭാഗം മാത്രമാണ്. ആത്യന്തികമായി ജീവിതക്രീഢ കാതുകൾക്കിടയിൽ കളിക്കുന്ന ആന്തരിക വിനോദമാണ്. *വസ്തുക്കൾ കുമിഞ്ഞുകൂട്ടുന്നതിലല്ല, സ്വന്തം സത്തയെ യാഥാർത്ഥ്യവത്കരിക്കുന്നതിലാണ് ജീവിതത്തിന്റെ സഫലീകരണം.* നല്ല വസ്തുക്കൾ ശേഖരിക്കുന്നതല്ല ജീവിതം. പക്ഷെ അതുണ്ടാക്കുന്നതിൽ തെറ്റൊന്നുമില്ലെന്ന് മാത്രം. പക്ഷെ, നിന്റെ ദിവസത്തെ നിയന്ത്രിക്കുന്ന പ്രധാന ലക്ഷ്യം ഭൗതികമായ അന്വേഷണങ്ങളാകരുത്. അങ്ങനെയായാൽ, അതായത് സ്വയം വികസിപ്പിച്ചെടുക്കാനും കുടുംബത്തോടൊപ്പം ചിലവഴിക്കേണ്ടതുമായ സമയം വസ്തുക്കൾക്ക് പിന്നാലെ പോയി കളഞ്ഞാൽ, ഒരുദിവസം വളരെ വിഷാദപൂർണ്ണമായ അവസ്ഥയിൽ നീയെത്തും. നോക്കൂ, കാതറിൻ എന്റെ ജീവിതത്തിലെ പോരാട്ടങ്ങളിലും പരാജയങ്ങളിലുംനിന്ന് ഞാൻ മനസ്സിലാക്കിയത് *ലഭിക്കുന്നതിൽ നിന്നുമല്ല, അസ്തിത്വത്തിൽ നിന്നുമാണ് ജീവിതത്തിൽ സന്തോഷമുണ്ടാകുന്നതെന്നാണ്.*"

"ദയവായി കുറച്ചുകൂടി വിശദീകരിക്കാമോ? ശരിക്ക് പറഞ്ഞാൽ, ഇക്കാര്യം ഞാനെന്നും ചിന്തിക്കാറുണ്ട്. അതിൽ കുറച്ചുകൂടി വെളിച്ചം നീ വീശിയാൽ എനിക്ക് ഇഷ്ടപ്പെടുകയെയുള്ളു."

"തീർച്ചയായും സവാളയുടെ ഓരോ അടുക്കും പൊളിച്ചെടുക്കുന്നതിലാണ് ജീവിതത്തിലെ യഥാർത്ഥ സന്തോഷം കിടക്കുന്നത്."

"എന്ത്? വെളിച്ചം വീശാൻ പറഞ്ഞപ്പോൾ നീയെന്നെ കൂടുതൽ അന്ധകാരത്തിലേയ്ക്ക് തള്ളിയിടുകയാണോ?" വികൃതസ്മിതത്തോടെ ഞാൻ ചോദിച്ചു.

"മനുഷ്യർ സവാള പോലെയാണ്. മദ്ധ്യഭാഗത്താണ് നമ്മുടെ ഉന്നതമായ അസ്ഥിത്വം, നമ്മളാരാണോ അത്. മികച്ച സ്വന്തം അസ്ഥിത്വം കണ്ടുപിടിക്കുന്നതുവരെ ഓരോ പാളിയും പൊളിച്ചെടുത്ത് അനിവാര്യമായ ആന്തരിക പ്രവർത്തികൾ ചെയ്തു കൊണ്ടിരിക്കുകയെന്നതാണ് മനുഷ്യരെന്ന നിലയിലെ നമ്മുടെ പ്രാഥമിക കർത്തവ്യം. താനാകാൻ ഉദ്ദേശിച്ചിട്ടുള്ള വ്യക്തിയാരെന്നതിന്റെ അല്പദർശനം പോലുമില്ലാതെ വലിയ കാറും വീടും വസ്ത്രങ്ങളുമൊക്കെ തികച്ചും അർത്ഥശൂന്യമാണ്. *അതുകൊണ്ട് ജീവിതത്തിൽ കൂടുതൽ നേടാൻ ശ്രമിക്കുന്നത് നിർത്തി ജീവിതത്തിന് വേണ്ടി കൂടുതലെന്തെങ്കിലുമാകാൻ ശ്രമിക്കുക. ശാശ്വതമായ സന്തോഷം സ്ഥിതി ചെയ്യുന്നത് അവിടെയാണ്."*

"മറ്റുള്ളവർക്ക് നല്കുകയെന്നതാണ് ജീവിതത്തിന്റെ ആത്യന്തിക ലക്ഷ്യമെന്നാണ് നീ പറയുന്നതെന്നാണ് ഞാൻ കരുതിയത്- നമ്മൾ കൂട്ടിച്ചേർത്ത് മൂല്യങ്ങളിലൂടെ മറ്റുള്ളവരുടെ ജീവിതങ്ങളെ മാറ്റിമറിക്കുക?"

"മനോഹരമായ ആശയം. നീ വളരെയധികം ഗാഢമായി ചിന്തിക്കുന്നുണ്ട്. നിന്നോടൊപ്പം ചിലവഴിക്കുന്ന സമയം പ്രയോജനപ്രദമാകുന്നുവെന്നതിൽ ഞാൻ തൃപ്തനാണ്, കാതറിൻ. ജീവിതത്തിന്റെ ആത്യന്തികമായ ലക്ഷ്യം നാം സ്പർശിക്കുന്ന ജീവിതങ്ങളിലൂടെ ഈ ലോകത്തെ മെച്ചപ്പെട്ടൊരിടമാക്കി മാറ്റുകയെന്നതാണ്. *ശരിക്കും ജീവിതത്തിന്റെ ലക്ഷ്യമെന്ന് പറഞ്ഞാൽ ലക്ഷ്യബോധമുള്ള ജീവിതം തന്നെയാണ്. പക്ഷെ മറ്റുള്ളവരുടെ മൂല്യം വർദ്ധിപ്പിക്കാനും നിന്നിൽ നിന്നും ഏറ്റവും മികച്ചത് ലോകത്തിന് സംഭാവന ചെയ്യാനും വേണ്ടി ആദ്യമൊരു മനുഷ്യനെന്ന നിലയിൽ നീയാരാണെന്ന് സ്വയം മനസ്സിലാക്കണം.* അനിവാര്യമായ സ്വന്തം അസ്തിത്വത്തെക്കുറിച്ചോ അടിസ്ഥാനപരമായ സ്വഭാവത്തെക്കുറിച്ചോ മിക്കവർക്കും യാതൊരു ധാരണയുമുണ്ടാകില്ല. ജീവിതത്തിലെ ഡി.എൻ.എയുടെ ഉള്ളിലേക്ക് ആഴത്തിൽ കടന്നു ചെല്ലാനും തങ്ങളെ നയിക്കുന്നതെന്തെന്നും മനസ്സിലാക്കിയെടുക്കാനുള്ള സമയം അവർ കണ്ടെത്തിയിട്ടില്ല. സ്വന്തം വഴികളിൽ വീശുന്ന കാറ്റിന് അനുസരിച്ച് ജീവിതത്തിലൂടെ നീങ്ങാൻ പലരും ആയാസപ്പെടുകയാണ്. നമ്മളൊരിക്കലും കളി തുടങ്ങുന്നില്ല. പക്ഷെ ബുദ്ധിമാന്മാർ - യഥാർത്ഥ നേതാക്കൾ - സ്വയം

നയിക്കുന്ന മാർഗം വ്യത്യസ്തമാണ്. ആന്തരികമായ പ്രവർത്തനങ്ങൾക്കായിട്ടും സ്വന്തം ആവശ്യത്തിനും അവർ സമയം കണ്ടെത്തുന്നു. അങ്ങനെ അവർ സ്വയം അറിയാൻ തുടങ്ങുന്നു."

"എല്ലാ തത്ത്വചിന്തകരും അങ്ങനെ പറഞ്ഞിട്ടുമുണ്ട്, അല്ലെ?" ഞാൻ ഇടയ്ക്ക് കയറി ചോദിച്ചു. "നിന്നെ അറിയുക, പരിശോധനയ്ക്ക് വിധേയമാകാത്ത ജീവിതം മൂല്യവത്തല്ലയെന്നുള്ളതു പോലെയാണ് അവരുടെ പ്രസ്താവനകളെല്ലാം."

"ശരിക്കും അതെ. ഭൂഗ്രഹത്തിലെ മഹാന്മാരായ ചിന്തകരെല്ലാം തന്നെ യഥാർത്ഥത്തിൽ നാമാരാണെന്ന് അറിയാൻ ആന്തരികമായ പ്രവർത്തനം വേണമെന്ന് തിരിച്ചറിഞ്ഞവരായിരുന്നു. എങ്കിൽ മാത്രമേ നമ്മൾ അദ്ഭുതകരമായ ജീവിതങ്ങൾ സൃഷ്ടിക്കൂ. ഇവിടെ, നീയെന്റെ കൂടെ വരിക. മ്യൂസിയത്തിൽ നിനക്ക് കാണിച്ചു തരാൻ മറ്റൊരു കാര്യമുണ്ട്."

ജൂലിയൻ എന്റെ കൈക്ക് കടന്നുപിടിച്ച് അടുത്തുള്ള പ്രദർശന മുറിയിലേക്ക് തിടുക്കത്തിൽ കൂട്ടിക്കൊണ്ടുപോയി. പ്രവേശന കവാടത്തിൽ ടി.എസ്. ഇലിയട്ട് ശേഖരം എന്ന സൂചികയുണ്ടായിരുന്നു.

"ടി.എസ്. ഇലിയട്ടിന്റെ പല പ്രശസ്തമായ സൃഷ്ടികളുമാണ് ഈ മുറിയിലുള്ളത്. തുറന്ന് വച്ചിട്ടുള്ള താളുകളിലെയൊരു വചനം ഞാനിന്ന് അതിരാവിലെ വായിച്ചു."

"അദ്ദേഹത്തിന്റെ സ്വന്തം കൈപ്പടയിലാണ് അതെഴുതിയിട്ടുള്ളത്! ഇവിടെ, ഇത് വായിച്ചു," സംരക്ഷണോദ്ദേശ്യത്തോടെ സ്ഫടികക്കൂട്ടിനകത്ത് വെച്ചിട്ടുള്ള പഴയൊരു പുസ്തകത്തിന്റെ മഞ്ഞതാളുകളിലേക്ക് ചൂണ്ടി ജൂലിയൻ ആവേശത്തോടെ പറഞ്ഞു. ആ ഉദ്ധരണി ഇങ്ങനെയായിരുന്നു.

നമ്മൾ അന്വേഷണത്തിൽ തടസ്സപ്പെടരുത്. എല്ലാ അന്വേഷണങ്ങൾക്കും ഒടുവിൽ നാം തുടങ്ങിയിടത്ത് തന്നെയെത്തും. അവിടെ ആദ്യമായാണ് എത്തിപ്പെടുന്നതെന്ന് നമ്മൾ മനസ്സിലാക്കുകയും ചെയ്യും.

ആ വാക്കുകളിലെ ശക്തി എന്നെ അദ്ഭുതപ്പെടുത്തി. അവസാനം, ജൂലിയനെന്താണ് പറഞ്ഞതെന്ന് ഞാൻ മനസ്സിലാക്കി. ഞാൻ അവസാനമെന്ന് തന്നെയാണ് ഉദ്ദേശിച്ചത്. എനിക്കത്

ശരിക്കും മനസ്സിലായി. നമ്മൾ പരിപൂർണ്ണതയിലേയ്ക്കാണ് ജനിച്ചു വീഴുന്നത്.

"പ്രഭാവപൂർണ്ണമായ ജീവിതം നയിക്കുന്നതിന് ആവശ്യമായതൊന്നും പുറത്തല്ലയുള്ളത്. അത് അകത്താണ്. വിജയത്തെ ഭൗതീകമായ വസ്തുവകകൾക്ക് പിന്നാലെ പാഞ്ഞ് ജീവിതം ചിലവിടുന്നവർ തികച്ചും വഴിതെറ്റിയാണ് പോകുന്നതെന്നൊക്കെയാണ് ജൂലിയൻ പറയാൻ ശ്രമിച്ചത്. ആ പാതയ്ക്കൊടുവിൽ സന്തോഷമല്ല, ദുരിതമാണുള്ളത്. *സ്വയം അന്വേഷിച്ചു കണ്ടെത്തുന്നതിലും, നമ്മുടെ മഹത്തായ കഴിവുകളെ തിരിച്ചറിയുന്നതിലും ഒരു വ്യക്തിയെന്ന നിലയിൽ നാമാരെന്ന് മനസ്സിലാക്കുന്നതിലുമാണ് അസാമാന്യമായ ജീവിതം നയിക്കാനുള്ള മാർഗം സ്ഥിതി ചെയ്യുന്നത്. അനിവാര്യമായ ആ അറിവിനാൽ സജ്ജമായി കഴിഞ്ഞാൽ ഈ ലോകത്ത് ചെയ്യാൻ നിയോഗിക്കപ്പെട്ടിട്ടുള്ള പ്രവർത്തി ചെയ്യാനും ഇവിടെയെന്ത് നന്മയുണ്ടാക്കാനാണോ നാം സൃഷ്ടിക്കപ്പെട്ടിട്ടുള്ളത് അത് ഉണ്ടാക്കിയെടുക്കാനും നമുക്ക് ഇറങ്ങാം.* അനുകരിക്കാനാകാത്ത സ്വന്തം രീതിയിൽ എന്റെ സഹോദരൻ പറഞ്ഞത് അതായിരുന്നു. ആ നിമിഷം എന്നിലൊരു സ്വിച്ച് പ്രവർത്തനയോഗ്യമായി. എന്റെയുള്ളിൽ വളരെയാഴത്തിലെന്തോവൊന്ന് വിജയിച്ചു. അടിസ്ഥാനപരമായി എന്റെ ജീവിതം മാറണമെങ്കിൽ അടിസ്ഥാനപരമായി ഞാൻ മാറണം. ആഗ്രഹിക്കുന്ന സാധനങ്ങൾ *സ്വന്തമാക്കാൻ* ഇനി മണിക്കൂറുകൾ ത്യജിക്കില്ലെന്ന് ഹൃദയത്തിന്റെ അഗാധമായ കോണിൽ നിന്നും ഞാൻ പ്രതിജ്ഞയെടുത്തു, അന്നുമുതൽ എനിക്കാകാമെന്ന് അറിയുന്ന വ്യക്തിയായി *മാറുന്നതിലായിരിക്കും* ഞാൻ ശ്രദ്ധ കേന്ദ്രീകരിക്കുന്നത്."

"അപ്പോൾ നമുക്ക് *വ്യക്തിപരമായ മഹത്വത്തിലേക്കുള്ള നാല് ചിട്ടകളിലേക്ക്* മടങ്ങിവരാം." ജൂലിയൻ പതിവ് ഉത്സാത്തോടെ പറഞ്ഞു.

"മികച്ച ജീവിതം നയിക്കാൻ അത് കുട്ടികളെ സഹായിക്കും." ഞാനിടയ്ക്ക് കയറിപ്പറഞ്ഞു.

"കാതറിൻ, എന്നെ വിശ്വസിക്കാം. ഈ നാല് ആശയങ്ങൾ *നിനക്കും* സഹായകമാവും. പക്ഷെ അതെ, പോർട്ടറെയും സരിതയെയും അത് പഠിപ്പിക്കുന്നതിലൂടെ മക്കൾ എങ്ങനെയായിത്തീരണമെന്ന് നമ്മൾ സ്വപ്നം കാണുന്നുവോ മുതിർന്നു കഴിയുമ്പോൾ അവർ അത്തരക്കാരായി മാറാനും അവരുടെ പെരുമാറ്റത്തിൽ വലിയ മാറ്റങ്ങളുണ്ടാക്കാനും സാധിക്കും. സ്വപ്നത്തെക്കു

റിച്ച് പറയുകയാണെങ്കിൽ ദിവസവും സ്വപ്നാവലോകനം നടത്തുകയെന്ന ആദ്യത്തെ ചട്ടത്തിലേയ്ക്ക് ഞാൻ ഭംഗിയായി കടന്നു ചെല്ലേണ്ടി വരും. ചിന്തകളെ യാഥാർത്ഥ്യവത്ക്കരിക്കാനായി നമ്മുടെ ക്രിയാത്മകമായ ഭാവനകളെ ഉപയോഗപ്പെടുത്തുന്നതിനെക്കുറിച്ചുള്ളതാണ് അത്."

"ജൂലിയൻ, കേട്ടിട്ട് നിഗൂഢമെന്ന് തോന്നുന്നു."

"യഥാർത്ഥത്തിൽ, നിന്നോട് പങ്കുവച്ച തത്ത്വങ്ങൾപോലെയിതും വളരെയധികം പ്രായോഗികമാക്കാവുന്നതാണ്. ദിവസേനയുള്ള സ്വപ്നാവലോകനങ്ങളുടെ ചിട്ടയിൽ ദൃശ്യവത്ക്കരണത്തിന്റെ ശക്തിയാണ് അപഗ്രഥിക്കപ്പെടുന്നത്. ഭാവനയുടെ ചിത്രഫലകത്തിൽ നാം എന്ത് ആഗ്രഹിക്കുന്നുവോ അതിന്റെ മാനസികമായ രൂപങ്ങൾ സൃഷ്ടിച്ചെടുത്ത് നമ്മുടെ പ്രവർത്തനരീതികളെ എങ്ങനെ മെച്ചപ്പെടുത്താമെന്നതാണ് ആ ചിട്ടയുടെ ഉള്ളടക്കം. സമയം കിട്ടുമ്പോൾ പി.എച്ച്.ഡിയുള്ള ചാൾസ് ഗാർഫീൽഡ് എഴുതിയ *പീക്ക് പെർഫോർമെൻസെ* എന്ന പുസ്തകം നീ വായിക്കണം. ഒരിക്കലും ആസ്വദിച്ചിട്ടില്ലാത്തത്ര മാത്സര്യപരമായ ഗുണങ്ങൾ ദൃശ്യവത്ക്കരണത്തിലൂടെ ഒളിംപിക്സിലെ ഓട്ടക്കാർ എങ്ങനെ നേടിയെടുത്തുവെന്ന് അതിൽ പ്രതിപാദിക്കുന്നുണ്ട്. ഈ പ്രക്രിയയുടെ കൃത്യമായ പരിശീലനത്തിലൂടെ മറഞ്ഞു കിടക്കുന്ന കഴിവുകളുടെ ശേഖരത്തെ പുറത്ത് കൊണ്ടുവരാനും തങ്ങളുടെ കളിയിൽ ഉയർന്ന പ്രകടനം കാഴ്ചവെയ്ക്കാനും അവർക്ക് സാധിച്ചു. പരിശീലനത്തിന്റെ ഭാഗമായി ദൃശ്യവത്കരണത്തെക്കുറിച്ച് അറിയുകയും അത് ഉപയോഗപ്പെടുത്തുകയും ചെയ്യാത്ത ഒരൊറ്റ പ്രശസ്ത കായികതാരത്തെപ്പോലും ഞാൻ അറിയില്ല. മനക്കണ്ണിലൂടെ മാതൃകാപരമായ മത്സരഫലം കാണുകയും വിജയത്തിന്റെ പരിണിതഫലം അഭ്യസിക്കുകയും ചെയ്യുന്നത് വഴി തലച്ചോറിലെ തന്ത്രികൾ മത്സരസമയത്തും വിജയം പ്രാപ്തമാക്കാൻ ഉന്മുഖരാകുന്നു."

"അദ്ഭുതം തന്നെ."

"ശരിക്കും അതെ. ഇനിയിതാണ് എന്റെ ആശയം: പരമോന്നതമായ പ്രകടനം കാഴ്ചവെയ്ക്കാൻ ക്രിയാത്മകമായ ദൃശ്യവത്കരണ പ്രക്രിയയിലൂടെ ഓരോ പ്രശസ്ത കായികതാരത്തിനും സാധിക്കുമെങ്കിൽ തങ്ങളുടെ കഴിവിന്റെ നിരപ്പിൽ ജീവിക്കാൻ ശക്തമായ ഈ മാർഗം മക്കൾക്കും നമുക്ക് പങ്കുവച്ച് നല്കിക്കൂടെ?"

"സമ്മതിച്ചു. അപ്പോളെങ്ങനെ എനിക്കിത് പോർട്ടറിനും സരിതയ്ക്കും പഠിപ്പിച്ചു കൊടുക്കാൻ സാധിക്കും - അല്ലെങ്കിലും അവരിപ്പോൾ വളരെ ചെറുപ്പമല്ലേ?"

"ദൃശ്യവത്കരണമെന്ന കല ഫലപ്രദമായ പരിശീലിക്കുന്ന മൂന്നുവയസ്സുകാരെ വരെ ഞാൻ അറിയും. ഭൂഗ്രഹത്തിലെ ഏറ്റവും മികച്ച സ്വപ്നം കാണുമ്പോൾ ആരാണെന്ന് നമ്മൾ മറക്കാതിരിക്കുക."

"കൊച്ചുകുട്ടികളാണോ?"

"തീർച്ചയായും. മൂന്നാലു വയസ്സുള്ള കുട്ടികൾ പോലും കളിക്കുന്നത് നോക്കുക. എവറസ്റ്റ് അളക്കുന്നതും ചന്ദ്രനിൽ നടക്കുന്നതുമൊക്കെ അവർ അഭിനയിക്കുന്നു. അവർ ജീവിക്കുന്നത് തങ്ങളുടെ ഭാവനകളിലാണ്. എന്താകാമെന്നും ഏതു ചെയ്യാമെന്നുമുള്ളതിന് അവർ പരിധികൾ വയ്ക്കുന്നില്ല. കൊച്ചുകുട്ടികൾ കാണുന്ന സ്വപ്നങ്ങൾക്ക് ക്രമപ്രകാരമുള്ളയൊരു രൂപം നല്കുകയെന്നതിൽ കവിഞ്ഞ് മറ്റൊന്നും അവരെ ദൃശ്യവത്കരണമെന്ന് പറഞ്ഞ് പഠിപ്പിക്കേണ്ടതില്ല."

"അതിൽ ശരിക്കും കാര്യമുണ്ടെന്ന് തോന്നുന്നു."

"അതെനിക്കും അറിയാം. അരിസ്റ്റോട്ടിൽ ഒരിക്കൽ നിരീക്ഷിച്ചത് മറക്കുകയും അരുത്: മാനസികമായ ചിത്രമില്ലാതെ ആത്മാവൊരിക്കലും ചിന്തിക്കുകയില്ല."

"മനോഹരം."

"കാതറിൻ, നീ ചെയ്യേണ്ടതെന്താണെന്ന് ഞാൻ പറയാം. ആഴ്ചയിലൊരിക്കലോ രണ്ടാഴ്ച കൂടുമ്പോഴോ അയൽപ്പക്കത്തെ ആ വലിയ ഉദ്യാനത്തിലേക്ക് കുട്ടികളെ കൂട്ടിക്കൊണ്ടു പോകുക. അവിടത്തെ ഓക്കുമരത്തിന് കീഴിലിരുന്ന് അവരോട് കണ്ണുകളടച്ച് നന്നായി ശ്വസിക്കാൻ പറയുക. അത് അവരുടെ മനസ്സിനെ പിടിച്ചു നിർത്തി കൂടുതൽ അയവേകും. അങ്ങനെ അവർ ഉത്പാദിപ്പിക്കുന്ന ചിത്രങ്ങളുടെ വേരുകൾ ആഴത്തിലോടാൻ തുടങ്ങും."

"ശരി, എന്നിട്ട് ഞാനെന്തു ചെയ്യണം?"

"ശരി, അടുത്തതായി പുതിയ കഴിവും പ്രാപ്തിയുമായി ജീവിക്കുന്നത് സങ്കല്പിക്കാൻ തുടങ്ങുക. ഞാനൊരു ഉദാഹരണം പറയാം."

"നന്നായി. ഒരു ഉദാഹരണം വേണമെന്ന് എനിക്കും തോന്നുന്നു."

"മക്കൾക്ക് കൂടുതൽ ധൈര്യം-അതായത് നിർഭയത - വേണമെന്ന് നീ ആഗ്രഹിക്കുന്നു. മരത്തിന് കീഴിൽ വിശ്രമിക്കുമ്പോൾ തങ്ങൾ ധൈര്യസമേതം പ്രവർത്തിക്കുന്നതായി സങ്കല്പിക്കാൻ അവരോട് പറയുക. വലിയൊരു പർവ്വതാരോഹണം

നടത്തുന്നത് ദൃശ്യവത്ക്കരിക്കുന്നത്പോലെ എന്തെങ്കിലുമാകാം. ക്ലാസ്സിലെ ഉപദ്രവകാരിയ്ക്കൊപ്പം തങ്ങൾ നിൽക്കുന്ന ചിത്രം മനസ്സിൽ കൊണ്ടു വരാൻ നിനക്ക് വേണമെങ്കിൽ നിർദ്ദേശിക്കാം. എന്തായാലും, തങ്ങളുടെ ഭാവനകളെ വളച്ചെടുക്കാൻ തുടങ്ങുകയും തങ്ങളെ പിന്നിലോട്ട് വലിക്കുന്ന ഭയത്തെ മാറ്റി പകരം മുമ്പിലോട്ട് തള്ളാനുതകുന്ന ശക്തിയെ പുനഃസ്ഥാപിക്കുന്ന തരത്തിൽ തലച്ചോറിലെ തന്ത്രികളെ പുനർവിന്യാസം നടത്തുകയും ചെയ്യാൻ പ്രോത്സാഹിപ്പിക്കുകയെന്നതാണ് പ്രധാന കാര്യം."

"പിയാനോ ക്ലാസ്സുകളിലും ക്രിയാത്മകമായ ദൃശ്യവത്കരണപ്രക്രിയ പ്രയോജനപ്പെടുത്താൻ എനിക്ക് പോർട്ടറെ സഹായിക്കാമോ?"

"തീർച്ചയായും." എന്റെ ചുമലുകളിൽ കൈപിടിച്ച് നേരെ മ്യൂസിയത്തിന്റെ പ്രധാനമുറിയിലേക്ക് നടക്കുമ്പോൾ ജൂലിയൻ മറുപടി പറഞ്ഞു. "വിശ്രമാവസ്ഥയിലാകുമ്പോൾ സൽക്കാരമുറിയിലെ പിയാനൊയ്ക്ക് മുമ്പിലിരിക്കുന്നതായി അവനോട് സങ്കല്പിക്കാൻ പറയുക. ഭാവന യാഥാർത്ഥ്യമാണെന്ന് അവനെ ശരിക്കും വിശ്വസിപ്പിക്കുക. അവൻ സൃഷ്ടിക്കുന്ന ചിത്രങ്ങൾ വ്യക്തമാകുന്തോറും ഫലവും ശക്തിവത്താകും. *വൈകാരികത്വം നേടുന്നതാണ് യാഥാർത്ഥ്യവത്കരിക്കപ്പെടുന്നത്.* പ്രവർത്തിയെ നിയന്ത്രിക്കുന്നത് വികാരങ്ങളാണ്. താൻ പിയാനോ വായിക്കുകയാണെന്നും തന്റെ കഴിവിന്റെ പരമാവധി പ്രകടിപ്പിക്കുന്നുണ്ടെന്നും അവന് ശരിക്കും തോന്നണം. നിർദ്ദോഷപരമായി വായിച്ചു കൊണ്ടിരിക്കുന്ന മനോഹരമായ സംഗീതം എങ്ങനെയായിരിക്കുമെന്ന് അനുഭവിക്കാൻ അവനെ പ്രാപ്തനാക്കുക. പൂർണ്ണമായും പുതിയൊരു തലത്തിൽ അവനാ പിയാനോ വായിച്ച് പൂർത്തിയാക്കുമ്പോൾ ജോണും സരിതയും സോന്മാദം കൈയ്യടിക്കുമ്പോഴവന് ഉണ്ടാകുന്ന വികാരം അനുഭവിക്കാൻ അവനെ പ്രോത്സാഹിപ്പിക്കുക. അവന്റെ അതുല്യമായ കഴിവിന്റെ പ്രകടനത്തെ അദ്ധ്യാപിക അഭിനന്ദിക്കുമ്പോൾ അവനുണ്ടാകാവുന്ന സന്തോഷവുമായി അവനെ ബന്ധപ്പെടുത്തുക."

"ഈ ദൃശ്യവത്കരണം എത്ര നേരം തുടരണം, ജൂലിയൻ?"

"നല്ല ചോദ്യം. മുതിർന്നവർക്കാണെങ്കിൽ സമയം കൂടുന്തോറും നല്ലതെന്നെ ഞാൻ പറയൂ. പക്ഷെ, മിക്കവാറും പേരുടെ തിരക്കേറിയ ജീവിതരീതികൾ വച്ച് നോക്കുമ്പോൾ, ദൃശ്യവത്കരണത്തിന് ഇരുപത് മിനിറ്റ് ധാരാളമാണ്. കുട്ടികൾക്ക് അഞ്ച് മിനിറ്റുപ്പോലും സഹായകമാകും. ഈ മാർഗം അവർക്ക് പകർന്നു നൽകുകയാണ് പ്രധാനമെന്ന് എനിക്ക് തോന്നുന്നു. തങ്ങളുടെ ദൗർബല്യങ്ങളില്ലാതാക്കാനും പെരുമാറ്റ രീതികൾ മെച്ചപ്പെടു

ത്താനും ഭയത്തെ കീഴ്പ്പെടുത്തി ഉയർന്ന പ്രകടനം കാഴ്ചവെയ്ക്കാനുമുള്ള മാർഗമാണ് ഇതെന്ന് അവർ അറിയട്ടെ. കഷ്ടപ്പാടുകളെ അഭിമുഖീകരിക്കാനും മറ്റുള്ളവർക്ക് ദുഃഖം അനുഭവിക്കുന്ന കാര്യങ്ങളിൽ സന്തോഷം തോന്നുന്നു നിഷേധാത്മകതയിൽ ക്രിയാത്മകത സൃഷ്ടിക്കാനുമുള്ള മാർഗമാണതെന്ന് അവർ ഉൾക്കൊള്ളട്ടെ. അപ്പോഴത് അവരുടെ ചുമലിൽ വീഴും. അങ്ങനെ വളരുന്തോറും ആ പ്രക്രിയയിൽ അവർ പ്രാഗല്ഭ്യം നേടുകയും അത് തങ്ങളുടെ ജീവിതത്തിലെ ഒരു ഭാഗമാക്കി മാറ്റുകയും ചെയ്യും."

"ഇന്ന് രാത്രി ഇന്റർനെറ്റിൽ കയറി ദൃശ്യവത്കരണത്തെക്കുറിച്ചുള്ള കുറെക്കൂടി ലേഖനങ്ങൾ പകർത്തിയെടുക്കണം. എനിക്കാ പ്രക്രിയയെപ്പറ്റി കൂടുതൽ മനസ്സിലാക്കണമെന്നുണ്ട്. എന്നിട്ട് വേണം ഗുണങ്ങൾ മക്കളുമായി പങ്കുവെയ്ക്കാൻ. ഈ മാസത്തെ എന്റെ ലക്ഷ്യങ്ങളിലൊന്ന് അതായിരിക്കും."

"അടുത്ത ചിട്ടയിലേയ്ക്ക് കടക്കാനുള്ള കുറ്റമറ്റ പ്രവേശന സ്ഥാനം തന്നെ വീണ്ടും." ജൂലിയൻ ചിരിച്ചു. "വളരെ മനോഹരമായ രീതിയിലാണ് പ്രപഞ്ചം ഇവിടത്തെ കാര്യങ്ങളെ പരിരക്ഷിക്കുന്നത്."

"ശരിക്കും?"

"അതെ. ആഴ്ചതോറുമുള്ള ലക്ഷ്യങ്ങൾ തയ്യാറാക്കിവെയ്ക്കുകയെന്നതാണ് വ്യക്തിപരമായ മാഹാത്മ്യത്തിന്റെ രണ്ടാമത്തെ ചിട്ട. കാതറിൻ, കുട്ടികളിൽ പരിപോഷിപ്പിക്കേണ്ടതായ വളരെ പ്രധാനപ്പെട്ട ചിട്ടയാണ് ലക്ഷ്യങ്ങളെ നിർണ്ണയിക്കുന്നത്. വ്യക്തികളാൽ നിർവചിക്കപ്പെടുന്ന ലക്ഷ്യങ്ങൾക്ക് പല പ്രയോജനങ്ങളുണ്ട്. ആദ്യമായി, ധാരാളം ഐച്ഛികങ്ങളാൽ സങ്കീർണ്ണമാക്കപ്പെട്ട നമ്മുടെ ജീവിതത്തിൽ കേന്ദ്രീകരണത്തിന്റേതായ അവബോധം പുനഃസ്ഥാപിക്കപ്പെടുന്നു. ഉള്ള സമയത്ത് ചെയ്തുതീർക്കാനായി അനവധി കാര്യങ്ങളാണ് ഇക്കാലത്തുള്ളത്. നമ്മുടെ ശ്രദ്ധതിരിക്കാനായി മത്സരിക്കുന്ന വിവിധ ഘടകങ്ങളുമുണ്ട്. ലക്ഷ്യം നമ്മുടെ ഇംഗിതങ്ങളെ സ്പഷ്ടമാക്കാനും നമ്മുടെ ലക്ഷ്യത്തിലേക്ക് നയിക്കുന്ന പ്രവർത്തികളിൽ മാത്രം ശ്രദ്ധ കേന്ദ്രീകരിക്കാനും സഹായിക്കുന്നു. അസാധാരണ കഴിവുകളുണ്ടായിരുന്ന ഇന്ദ്രജാലവിദ്യക്കാർ ഫ്ളൈയിങ്ങ് കരമസോവ് സഹോദരങ്ങളുടെ വാക്കുകളാണ്എനിക്ക് ഓർമ്മ വരുന്നത്: നിങ്ങളെങ്ങോട്ടാണ് പോകുന്നതെന്ന് അറിയില്ലെങ്കിൽ അവിടെയെങ്ങനെ എത്തിപ്പെടുമെന്നത് കാര്യമാക്കേണ്ടതില്ല."

"നന്നായിട്ടുണ്ട്." ഒരു പുഞ്ചിരിയോടെ ഞാൻ നിരീക്ഷിച്ചു.

വ്യക്തമായി നിർവചിക്കപ്പെട്ടിട്ടുള്ള ലക്ഷ്യങ്ങൾ ബുദ്ധിപരമായ തീരുമാനങ്ങൾക്കുള്ള ചട്ടക്കൂട് നിങ്ങൾക്കായി ലഭ്യമാക്കും. എങ്ങോട്ടാണ് പോകുന്നതെന്ന് അറിയാമെങ്കിൽ ഏതൊക്കെ പ്രവർത്തികളാണ് നിങ്ങളെ അങ്ങോട്ട് നയിക്കുന്നതെന്ന് തീരുമാനിക്കാൻ എളുപ്പമാകും. മറ്റൊരു മാർഗം ജീവിതത്തെകൊണ്ട് നിങ്ങളെ അനുസരിപ്പിക്കുകയും ആഗ്രഹിക്കാത്ത ഒരു ജീവിതം നിങ്ങൾ നയിക്കേണ്ടി വരികയുമെന്നതാണ്. നിങ്ങൾ ആഗ്രഹിക്കുന്നത് ലഭിച്ചില്ലെങ്കിൽ നിങ്ങൾക്ക് ലഭിച്ചത് ഇഷ്ടപ്പെടാൻ നിങ്ങൾ നിർബന്ധിതരാകും ജോർജ്ജ് ബെർണാർഡ് ഷാ എഴുതി. ലക്ഷ്യങ്ങൾ എഴുതിവെയ്ക്കുന്നത് നിങ്ങളുടെ ഉദ്ദേശ്യങ്ങൾക്ക് വ്യക്തത നൽകും. സ്വപ്നങ്ങൾ സാക്ഷാത്ക്കരിക്കാനുള്ള ആദ്യപടി അതിനെ നിർവ്വചിക്കുന്നതാണെന്ന് ബ്രേവ്ലൈഫ്. കോമിലെ വിജയത്തിൽ നിന്നും നിനക്ക് അറിയാം. ലക്ഷ്യങ്ങൾ നിർണ്ണയിക്കപ്പെട്ടു കഴിഞ്ഞാൽ, നിങ്ങളുടെ വികാരങ്ങളല്ല മറിച്ച് ജീവിത ദൗത്യങ്ങളായിരിക്കും നിങ്ങളുടെ ദിനങ്ങളെ നിയന്ത്രിക്കുന്നത്."

"നന്നായി പറഞ്ഞിരിക്കുന്നു, ജൂലിയൻ." ഞാൻ പ്രോത്സാഹനം നല്കി.

"ലക്ഷ്യമുണ്ടാകുകയെന്നതിന് പ്രാധാന്യമുണ്ടാകാനുള്ള മറ്റൊരു കാരണം പുതിയ അവസരങ്ങൾക്ക് നേരെ നിങ്ങൾ ശ്രദ്ധാലുവായിരിക്കുമെന്നതാണ്. ലക്ഷ്യം നിർണ്ണയിക്കാനുള്ള ചിട്ടയും വ്യക്തിപരം, ഔദ്യോഗികം, സാമൂഹീകം, ആദ്ധ്യാത്മികമെന്നീ ലക്ഷ്യങ്ങളെ ആഴ്ചതോറും പുനരവലോകനം ചെയ്യുന്നത് അവയുടെ സാക്ഷാത്കാരത്തിനായുള്ള അവസരങ്ങൾ തേടാൻ മനസ്സിനൊരു കാന്തികശക്തി നല്കും. അതിന് ഞായറാഴ്ച രാത്രിയാണ് ഉത്തമം. ലക്ഷ്യമുണ്ടാക്കി കഴിഞ്ഞാൽ പ്രവർത്തനത്തിന്റെതായ ഒരു പ്രത്യേകതയുണ്ടാകുമെന്ന് ഞാനും കണ്ടിട്ടുണ്ട്. നമ്മളിൽ ജ്വലിക്കുന്ന ആന്തരികമായ അഗ്നിയുമായി സ്വയം ബന്ധപ്പെടുത്താനും നാമെല്ലാവരിലുമുള്ള പ്രചോദനത്തിന്റെ ഉറവിടത്തെ പ്രവർത്തനസജ്ജമാക്കാനും എളുപ്പമാകും. സമ്പന്നമായൊരു അസ്തിത്വത്തിന്റെ പ്രതിജ്ഞയാൽ നമ്മുടെ ജീവിതം നിറയും. ഒരു പ്രത്യേക നിമിഷത്തിൽ ആരുടെയെങ്കിലും ജീവിതം മോശമായി വന്നാലും, ഇപ്പോളവർക്ക് എത്രത്തോളം സങ്കടവും മോഹവിമുക്തിയും അനുഭവപ്പെട്ടാലും അത് കാര്യമാക്കേണ്ട."

"ലക്ഷ്യബോധം അവരുടെ പ്രസരിപ്പ് വർദ്ധിപ്പിച്ച് വളരെയധികം സ്വാസ്ഥ്യം അനുഭവപ്പെടാൻ വെറുതെയൊരു കഷണം കട

ലാസെടുത്ത് അതിൽ തങ്ങളുടെ സ്വപ്നങ്ങൾ എഴുതിയാൽ മതി. മൂല്യവത്തായ ലക്ഷ്യങ്ങളുണ്ടാക്കിയെടുക്കുകയെന്നു വെച്ചാൽ നമ്മിൽ ഉറങ്ങിക്കിടക്കുന്ന വികാരങ്ങളെ കത്തിജ്വലിപ്പിക്കുകയെന്നത് മാത്രമാണെന്നാണ് എനിക്ക് തോന്നുന്നത്."

"ശരിക്കും അങ്ങനെയാണോ?"

"അതെ. രസപൂർണ്ണവും വലുതുമായ ലക്ഷ്യങ്ങളുണ്ടാക്കുന്നതുവഴി നമ്മിലെ വികാരങ്ങൾ ഉണരും. മുതിരുന്തോറും ലോകത്തോടുള്ള വിദ്വേഷം കാരണം നമ്മിൽ സ്തംഭിപ്പിക്കപ്പെട്ട് കിടക്കുകയാണ് ആ വികാരങ്ങൾ. കുട്ടികളാകുമ്പോൾ നമുക്ക് അറിയാമായിരുന്ന അനന്തമായ സാധ്യതകളുടെ അവബോധവുമായുള്ള ബന്ധത്തെ ലക്ഷ്യം പുനഃസ്ഥാപിക്കുന്നു. ലക്ഷ്യങ്ങളോടുള്ള സമർപ്പണബോധം ആഴത്തിലോടുകയാണെങ്കിൽ നമുക്ക് ശരിക്കുമെന്തും നേടാനാകുമെന്ന് നമ്മളോട് ഓർമ്മിപ്പിക്കാം. തീവ്രനൈരാശ്യത്തോടെ എന്തെങ്കിലും വേണമെന്ന് കൊതിച്ചാൽ നിങ്ങൾക്ക് അതൊക്കെ നേടാം. പക്ഷെ ത്വക്കിലൂടെ ഒരുമിച്ച് പ്രപഞ്ചത്തെ സൃഷ്ടിച്ച ഊർജ്ജവുമായി സംയോജിക്കും വിധമുള്ള വൈപുല്യം ആഗ്രഹത്തിന് വേണമെന്ന് മാത്രം." ഷീല ഗ്രഹാം പറഞ്ഞു.

"അത് മനോഹരമായൊരു ഉദ്ധരണിയാണ്. ജൂലിയൻ. ഈ പ്രപഞ്ചത്തെ സൃഷ്ടിച്ച ഊർജ്ജവുമായി ബന്ധപ്പെടാൻ എനിക്ക് താൽപര്യമുണ്ട്."

"അനിയത്തിക്ക് എന്നെ വിശ്വസിക്കാം. അതു തന്നെയാണ് നീയിപ്പോൾ ചെയ്തു കൊണ്ടിരിക്കുന്നതും." നിഗൂഢതയോടെ ജൂലിയൻ മറുപടി പറഞ്ഞു.

"ലക്ഷ്യം ഉറപ്പിക്കുമ്പോൾ ശ്രദ്ധിക്കേണ്ട മറ്റൊരു പ്രധാന കാര്യമുണ്ട്. *ലക്ഷ്യപ്രാപ്തിയിലേക്കുള്ള എന്തെങ്കിലും പ്രവർത്തനം നടത്താതെ ലക്ഷ്യസ്ഥാനത്ത് നിന്നും പിൻമാറില്ലെന്ന് ഉറപ്പ് വരുത്തണം.*"

"മനോഹരമായ ആശയം." ഞാൻ പ്രശംസ അർപ്പിച്ചു.

"ബ്രേവ്ലൈഫ്.കോമിൽ ഞങ്ങളുടെയൊരു നിയമം അതാണ്. പുതിയൊരു ആശയമോ പ്രധാനപ്പെട്ടൊരു രീതിയോ വായി ആരെങ്കിലും മുന്നോട്ട് വന്നാൽ തങ്ങളുടെ ആശയം പ്രാവർത്തികമാക്കാൻ അവരെന്തെങ്കിലും ചെയ്യണം. വെറുതെ മുമ്പിലോട്ട് വന്നാൽ മാത്രം പോര. തൊഴിലാളി അതിന് അനുസരിച്ച് പ്രവർത്തിക്കണം. പുതിയ ആശയത്തിന്റെ പ്രായോഗികതയെ കുറിച്ചാരായാനൊരു ഫോൺ വിളിയാകാം അത്. അല്ലെങ്കിൽ ഒരൊറ്റ പേജിൽ കവിയാത്തൊരു പ്രമേയം എഴുതി എനിക്ക് സമർപ്പിക്ക

ലാകാം. ബാക്കിയുള്ള സഹപ്രവർത്തകർക്ക് വിശദീകരിച്ചു കൊടുക്കലാകാം. പക്ഷെ ആശയത്തെ പ്രാവർത്തികമാക്കുക എന്നതാണ് കാതൽ. അതിന് പിന്നിൽ കുറച്ച് ചലനശക്തി ആർജ്ജിക്കുക. അല്ലെങ്കിൽ ഇടയ്ക്ക്വച്ച് ജീവിതം വഴി മുടക്കുകയും ആശയത്തിന് ജീവഹാനി സംഭവിക്കുകയും ചെയ്യും."

"കാതറിൻ, ഞാൻ പൂർണ്ണമായും യോജിക്കുന്ന നമ്മുടെ ജീവിതത്തെ വിപ്ലവാത്മകമായ രീതിയിൽ മാറ്റിമറിക്കാനുള്ള ആശയങ്ങളുമായാണ് ഓരോരുത്തരും ഭൂഗ്രഹത്തിൽ അവതരിക്കുന്നത്. ചിലർ അത് അടിസ്ഥാനപ്പെടുത്തി പ്രവർത്തിക്കുന്നു. അങ്ങനെ അവർ മഹത്തായ ജീവിതങ്ങൾ സൃഷ്ടിക്കുന്നു. മറ്റു ചിലർ അത്തരം ആശയങ്ങൾക്ക് മേൽ കയറിയിരുന്ന് സാധാരണക്കാരായി പിൻവാങ്ങുന്നു."

ലക്ഷ്യത്തെ നിർണ്ണയിക്കുന്നത് മാന്ത്രികശക്തിയുള്ള പ്രക്രിയയാണെന്ന മട്ടിലാണല്ലോ നീ സംസാരിക്കുന്നത്, ജൂലിയൻ.

ഹാർവാർഡിൽ പരിശീലനം സിദ്ധിച്ച അഭിഭാഷകനെന്ന നിലയ്ക്ക് ജാലവിദ്യയെന്ന വാക്കുപയോഗിക്കാൻ എനിക്ക് വൈമുഖ്യമുണ്ട്. പക്ഷെ സ്വന്തം അനുഭവത്തിൽ നിന്നും ലക്ഷ്യബോധം അദ്ഭുതങ്ങളെ സൃഷ്ടിക്കുമെന്ന് ഞാൻ മനസ്സിലാക്കിയിട്ടുമുണ്ട്. ഈ പ്രക്രിയയിൽ പ്രാഗല്ഭ്യം നേടാതെ അത് കുട്ടികളെ അഭ്യസിപ്പിക്കുന്നതിൽ കാര്യമില്ല. കൃത്യമായ ഔദ്യോഗിക ലക്ഷ്യങ്ങളും മറ്റുമുണ്ടാകാൻ അവരിപ്പോൾ ചെറുപ്പമാണെന്നത് ശരി തന്നെ. പക്ഷെ അത്തരമൊരു പ്രക്രിയ അവർക്ക് മുമ്പിൽ പ്രകടമാക്കാനും അതെത്ര നന്നായി പ്രവർത്തിക്കുന്നുണ്ടെന്ന് സ്വയം മനസ്സിലാക്കാനും അവർക്ക് സാധിക്കുകയും ചെയ്യുകയെന്നതാണ് നിദാനം. കുട്ടികളുടെ മഹത്വം പ്രകാശിപ്പിക്കാൻ സഹായിക്കുകയെന്നത് രക്ഷിതാവിന്റെ ചുമതലയിൽപ്പെട്ടതാണ്."

"എന്റെ കുട്ടികളുടെ മഹത്വമോ?" പുതിയ ശൈലിയുടെ ശക്തിയിൽ സ്തബ്ധയായി ഞാൻ ചോദിച്ചു.

"തീർച്ചയായും അതെ. ഭൂമിയിലെ സർവ്വ മുതിർന്നവരും വീഴുന്ന കെണിയിൽ തങ്ങളുടെ മക്കൾ വീഴില്ലെന്ന് ഉറപ്പ് വരുത്തേണ്ടത് ഓരോ രക്ഷിതാവിന്റെയും പ്രാഥമിക ചുമതലകളിലൊന്നാണ്."

"അതെന്താണ്?" ശ്രദ്ധപൂർണ്ണമായി കേന്ദ്രീകരിച്ച് ഞാൻ അന്വേഷിച്ചു.

"നമ്മളെല്ലാവരും ചെറിയ ജീവിതങ്ങളാണ് നയിക്കുന്നത്. നമ്മുടെ ചിന്തകളും ചെറുതാണ്. നാം ചെറുതായി അഭിനയിക്കുകയും കുട്ടികളെപ്പോലെ പ്രവർത്തിക്കുകയും ചെയ്യുന്നു."

"മുതിർന്നവർ കുട്ടികളെപ്പോലെ പ്രവർത്തിക്കുമൊ?"

"അതെ. ജീവിതത്തിന്റെ മാംസരഹിതമായ ശാഖകളിൽ നിന്ന് പുറത്തോട്ടിറങ്ങി ധൈര്യസമേതം സാഹസികതയ്ക്കായി നാം മുതിരുന്നില്ല. ദിവസവും ഒരേ ചിന്തകളും ഒരേ കാര്യങ്ങളും ഒരേ രീതിയിലുള്ള പ്രവർത്തികളുമായി നാം ചിലവഴിക്കുന്നു. സംരക്ഷണത്തിന്റെ മായാമേഖലയിൽ സുരക്ഷിതമായ സ്ഥലമെന്ന് കരുതി നാം ജീവിച്ചുപോരുന്നു."

"ശരിക്ക് പറഞ്ഞാൽ തീരെ *സുരക്ഷിതമല്ലാത്ത* സ്ഥലമായിരിക്കും അത്." സഹോദരനൊന്നിച്ച് ചിലവഴിച്ച സമയത്ത് പഠിച്ച പാഠങ്ങളിൽ അഭിമാനം പൂണ്ട് ഞാനിടയ്ക്ക് കയറി പറഞ്ഞു.

"അതുതന്നെ. അജ്ഞാതമായ മേഖലയിൽ പ്രവേശിക്കുമ്പോഴാണ് ജീവിതം യഥാർത്ഥമാകുന്നത്. സാധാരണ പരിധി കടന്ന് സ്വയം വലിഞ്ഞ് ഒരു തരത്തിലല്ലെങ്കിൽ മറ്റൊരു തരത്തിൽ നക്ഷത്രങ്ങളെ എത്തിപ്പിടിക്കാൻ ശ്രമിക്കുന്ന നിമിഷങ്ങളിൽ മാത്രമേ നാം പൂർണ്ണമായി സജീവമാകുന്നുള്ളു. കുട്ടികളെപ്പോലെ പ്രവർത്തിക്കുന്നത് ഇടത്തരം ജീവിതത്തിലേക്കുള്ള പാതയാണ്. ആധിപത്യത്തിലേക്കുള്ള മാർഗം നമ്മുടെ മഹത്വത്തെ പ്രകാശിക്കാൻ അനുവദിക്കുകയെന്നതാണ്."

"മഹത്തായൊരു ജീവിതത്തിനുള്ള മാർഗ്ഗം സാഹസികതയാണോ?"

"അതെ. ബുദ്ധിപരവും കുശാഗ്രവുമായ സാഹസികതയാകുന്നിടത്തോളം കാലം അത് തന്നെയാണ് മാർഗ്ഗം. വിഡ്ഢിത്തം പ്രവർത്തിക്കാൻ നിങ്ങളുടെ മക്കളെ പഠിപ്പിക്കാൻ ആരും പറയുന്നില്ല. പതിവായി കൂടുതൽ കാര്യങ്ങൾ ചെയ്യാനുള്ള പ്രവണത വേണമെന്ന വസ്തുത അവർക്ക് മനസ്സിലാക്കി കൊടുക്കാൻ നിനക്ക് കഴിയുമെന്നതാണ് എന്റെ ജ്ഞാനോദ്ദേശ്യം. തങ്ങളുടെ ഹൃദയത്തിന്റെ വിളിപ്പാടുകൾ അവർ കൃത്യമായി കേൾക്കണം. ജീവിതത്തിന്റെ കാതലായ ഏതെങ്കിലും ഭാഗം മെച്ചപ്പെടുത്താവുന്ന തരത്തിലുള്ള വലിയൊരു ആശയം ലഭിച്ചു കഴിഞ്ഞാൽ അതിന്മേൽ പ്രവർത്തിക്കാനുള്ള ധൈര്യം അവർക്കുണ്ടാകണം. ജീവിതത്തിൽ വലിയൊരു മാർഗദർശിയാകാനുള്ള മാർഗം പ്രവർത്തനബദ്ധത മാത്രമാണെന്ന് ഓർക്കുക."

"അതുകൊണ്ട് ഇടയ്ക്കിടെ ബുദ്ധിപരമായ സാഹസികതകൾ ഏറ്റെടുക്കാനും ധൈര്യം കാണിക്കാനും അവരെ പഠിപ്പിക്കണം. ശരിയല്ലേ?"

"അതെ, ഇനി വ്യക്തിപരമായ മഹത്വത്തിന്റെ രണ്ടാമത്തെ ചിട്ടയിലേക്ക് തിരിച്ചു വരാം. വരുന്ന ആഴ്ചയിലെ ജീവിതത്തിൽ പ്രകടമാകേണ്ട ഒന്നോ രണ്ടോ ലക്ഷ്യമാണെങ്കിൽപോലും ആഴ്ചാ

ടിസ്ഥാനത്തിൽ ലക്ഷ്യനിർണ്ണയം നടത്തുന്ന ആചാരം അവർ വളർത്തിയെടുക്കുന്നുണ്ടെന്ന് ഉറപ്പ് വരുത്തുക. അവരോടൊപ്പമിരുന്ന് നീ അവരെയൊരു സ്വപ്ന പുസ്തകമുണ്ടാക്കാൻ സഹായിക്കണമെന്നാണ് എനിക്ക് പറയാനുള്ളത്."

"സ്വപ്ന പുസ്തകമെന്നാലെന്താണ്?" ഞാൻ ചോദിച്ചു.

"നിങ്ങളോരോരുത്തരുടെയും ലക്ഷ്യങ്ങളെഴുതി നിറയ്ക്കാവുന്ന ശൂന്യമായ കുറിപ്പ് പുസ്തകമാണത്. നിങ്ങൾക്കുള്ളിലെയൊരു പാത്രമായി അതിനെ കരുതുക. അങ്ങനെ കുട്ടികൾക്ക് നിന്റെ ആഗ്രഹങ്ങളെ കീഴടക്കാൻ കഴിയും. ഓരോ ലക്ഷ്യവും പട്ടികയിൽ ചേർത്തതിന് ശേഷം അതിൽ വലിയ ആഗ്രഹങ്ങൾ രേഖപ്പെടുത്തുക. നിന്റെ നായകന്മാരുടെ ചിത്രങ്ങളോ ആവശ്യമുള്ള മറ്റെന്തെങ്കിലുമോ സന്ദർശിക്കാൻ ഉദ്ദേശിക്കുന്ന സ്ഥലങ്ങളുടെ ചിത്രങ്ങളൊവൊക്കെ ആയതിൽ പതിപ്പിക്കാം. പ്രോത്സാഹനജനകമായ വാക്കുകളും മഹത്തായ ഉദ്ധരണികളും അതിൽ മുഴുവൻ കുറിച്ചു വെയ്ക്കാം. ലക്ഷ്യനിർണ്ണയത്തെക്കാളുപരി ലക്ഷ്യപ്രാപ്തിയിലേക്ക് മക്കളെ നയിക്കാൻ ഉത്തമമായൊരു മാർഗമാണ് അത്."

ജൂലിയൻ, എനിക്കാ ആശയം ഇഷ്ടപ്പെട്ടു. ശരിക്കും ഉജ്ജ്വലമായൊരു ആശയം. എനിക്കിപ്പോഴേ പ്രചോദനം സിദ്ധിച്ചു കഴിഞ്ഞു.

"അനിയത്തി, ഇവിടെ." ഞാൻ ശ്രദ്ധിക്കാതിരുന്നൊരു ചെറിയ മുറിയിലേക്ക് എന്റെ കൈപിടിച്ച് നയിച്ചുകൊണ്ട് ജൂലിയൻ പറഞ്ഞു. ഓട് നിർമ്മിതമായ അക്ഷരങ്ങളാൽ മഹാന്മാരുടെ ചിത്രസഞ്ചയമെന്ന് കവാടത്തിൽ രേഖപ്പെടുത്തിയിരുന്നു.

"ഞാനിതിനു മുമ്പ് ഇവിടെ വന്നിട്ടില്ല. ചരിത്രത്തിലെ മഹത്തായ സ്ത്രീകളുടെയും പുരുഷന്മാരുടെയും ജീവൻ തുടിക്കുന്നതും മനോഹരവുമായ ഛായാചിത്രങ്ങളുടെ സ്തബ്ധരാക്കുന്ന പരമ്പരയിലൂടെ ഞങ്ങൾ കടന്നു പോയപ്പോൾ ഞാൻ നിരൂപിച്ചു."

"ശരിക്കു പറഞ്ഞാലിത് പുത്തൻ പുതിയതാണ്. ഞാൻ തന്നെയീ മുറി ഇപ്പോഴാണ് കണ്ടത്. ഈ വലിയ മനുഷ്യരുടെ ഊർജ്ജം ഉൾക്കൊണ്ട്, അവർ നയിച്ച ജീവിതരീതികളെ പ്രതിഫലിപ്പിച്ച് മണിക്കൂറുകളെനിക്ക് ഇവിടെ ചിലവഴിക്കാനാകുമെന്ന് തോന്നുന്നു. സഞ്ചരിക്കുന്ന പാതയിൽ പ്രചോദനം ലഭിക്കാനും സമർപ്പണബോധം സിദ്ധിക്കാനും ഞാനെപ്പോഴും അവസരമുണ്ടാക്കും."

"വ്യക്തിപരമായ മഹത്വത്തിന്റെ മൂന്നാം ചിട്ടയുമായി ഇങ്ങോട്ടുള്ള ആഗമനത്തിനെന്തെങ്കിലും ബന്ധമുണ്ടോ?"

"ഉണ്ടാകുമെന്ന് പന്തയം വെച്ചോളൂ." പെട്ടെന്ന് കറങ്ങിക്കൊണ്ട് തന്റെ മുഷ്ടികൾ വായുവിലേക്ക് ചലിപ്പിച്ചുകൊണ്ട് ജൂലിയൻ മറുപടി പറഞ്ഞു. "ഞാനീ ചിട്ടയെ ഇഷ്ടപ്പെടുന്നു!" അവൻ അലറി വിളിച്ചു.

"ശരി, ശരി - നമുക്കത് കേൾക്കാം."

"മഹാരഥന്മാരോടൊപ്പം പതിവായി സഞ്ചരിക്കുക. വ്യക്തിപരമായ മഹത്വത്തിന്റെയീ മൂന്നാമത്തെ ചിട്ടയ്ക്കാണ് പോർട്ടറിന്റെയും സരിതയുടെയും ജീവിതത്തിൽ വലിയ സ്വാധീനം ചെലുത്താനാകുമെന്ന് എനിക്ക് ഉറപ്പുള്ളത്."

"അത് കൂടുതൽ വ്യക്തമാക്കണമെന്ന് നിനക്കിപ്പോൾ മനസ്സിലായി കാണുമല്ലോ?" മുറിയുടെ മദ്ധ്യഭാഗത്തെ പലകമേൽ കൈകെട്ടിയിരുന്നു കൊണ്ട് ഞാൻ വശീകൃതമായി ചോദിച്ചു.

"ചരിത്രത്തിലെ മഹാന്മാർക്കൊപ്പം സമയം ചിലവഴിക്കുകയെന്നതാണ് മഹാരഥന്മാർക്കൊപ്പം സഞ്ചരിക്കുകയെന്നതിന്റെ പ്രതിപാദനം. മനസ്സിന്റെ മാർഗദർശിയാകാൻ മഹാത്മാക്കളെ അനുവദിക്കുക. ഇന്ന് രാത്രി വൈകി മദർ തെരേസയ്ക്കൊപ്പം ചിലവഴിക്കാൻ നിനക്ക് താല്പര്യമുണ്ടോ?" കണ്ണിൽ തിളക്കവുമായി ജൂലിയൻ ചോദിച്ചു.

"നീ പന്തയം വെച്ചോളൂ."

"നെൽസൺ മണ്ഡേലയ്ക്കൊപ്പം വിശ്രമിക്കാനോ ഗാന്ധിജിക്കൊപ്പം പ്രതിഫലിക്കാനോ ആഗ്രഹമുണ്ടോ?"

"എന്നെ കണക്കാക്കിക്കോളൂ." ഈ ചോദ്യരേഖയിലൂടെ ജൂലിയൻ എങ്ങോട്ടാണ് പോകുന്നതെന്ന് തീർച്ചയില്ലാതെ ഞാൻ സമ്മതിച്ചു.

"നോക്കൂ. അറിവിന്റെ ഇക്കാലത്ത് നമുക്ക് ലഭിച്ച സമ്മാനം ഭൂമിയിലുണ്ടായിട്ടുള്ള വലിയ ചിന്തകന്മാർക്കൊപ്പം വേണമെങ്കിൽ എല്ലാ ദിവസവും എല്ലാവർക്കും സമയം ചിലവഴിക്കാമെന്നതാണ്. ഗ്രന്ഥശാലയിലെ ഒരു ചീട്ടുമായി ഗാന്ധിജിയുടെ ആന്തരികമായ ചിന്തകളിലേക്ക് കുട്ടികളെ നിനക്ക് തുറന്നു വിടാം. ഇന്റർനെറ്റ് ബന്ധത്തിൽ കൂടുതൽ മറ്റൊന്നുമില്ലാതെ ഹെലൻ കെല്ലറിന്റെയോ ബെൻ ഫ്രാങ്ക്ളിന്റെയോ കൺഫ്യൂഷ്യസിന്റേയോ ആർബർട്ട് ഷ്വീറ്റ്സറിന്റെയൊക്കെ മനസ്സിലേക്ക് ആഴത്തിൽ കയറാം. ഈ നേതാക്കളെയൊക്കെ ചിരിപ്പിച്ചതും കരയിപ്പിച്ചതുമെന്താണെന്ന് കണ്ടുപിടിക്കാം. അവർ പ്രതികൂലമായ സാഹചര്യങ്ങളെ കൈകാര്യം ചെയ്തത് എങ്ങനെയെന്ന് മനസ്സിലാക്കാം. ജീവിതത്തിൽ അവർ പ്രായോഗികമാക്കിയ സംഘടിത തത്ത്വങ്ങളെക്കുറിച്ച് പഠിക്കാം. എന്നെ സംബന്ധിച്ച് അത് ആശ്ചര്യാവഹമാണ്. ബുക്കുകൾ, ടേപ്പു

കൾ, വീഡിയോകൾ, മറ്റ് വിദ്യാഭ്യാസ മാധ്യമങ്ങൾ എന്നിവയിലൂടെ ലോകത്തിലെ ഏറ്റവും വിസ്മയാവഹമായ വ്യക്തികളെ നമുക്ക് അനുകൂലിക്കാം. ഇനി, ശരിയായ താക്കോലിതാണ്: കാതറിൻ, ചരിത്രത്തിലെ ബുദ്ധിമാന്മാരായ വ്യക്തികൾക്കൊപ്പം സമയം ചിലവിടുമ്പോൾ, അടിസ്ഥാനപരമായി മെച്ചപ്പെട്ടൊരു മനുഷ്യനാകുന്ന അനുഭവത്തിൽ നിന്നും നിങ്ങൾക്ക് മാറി നിൽക്കാൻ സാധിക്കില്ല. ഡൊറാത്തിയ ബ്രാൻഡെയുടെ വാക്കുകൾ ഞാൻ ഓർത്തു പോകുന്നു: എന്നെ വിമോചിപ്പിച്ച ആശയം ഞാൻ വാർക്കുന്നു. ഞാനതിന് വേണ്ടി ബോധപൂർവ്വം തിരഞ്ഞതല്ല. മറ്റൊരു മേഖലയിലെ ഗവേഷണത്തിൽ വ്യാപൃതയായിരുന്നു ഞാൻ. ഞാൻ വായിച്ചു കൊണ്ടിരുന്ന പുസ്തകത്തിലെയൊരു വാചകം എന്റെ കണ്ണിൽപ്പെട്ടു.അതിലെ ആശയങ്ങളെയൊക്കെ പരിഗണിക്കാൻ ആ പുസ്തകത്തെ മാറ്റിവെയ്ക്കാൻ പ്രേരിപ്പിക്കുമാറ് അതത്ര ശോഭനീയമായിരുന്നു. പുസ്തകം വീണ്ടുമെടുത്തപ്പോഴേക്കും ഞാൻ വ്യത്യസ്തമായൊരു വ്യക്തമായി മാറിക്കഴിഞ്ഞു. സ്വന്തം മനസ്സിന്റെ ഗുണനിലവാരം മെച്ചപ്പെടുത്താൻ ഏറ്റവും നല്ല മാർഗ്ഗങ്ങളിലൊന്നാണ് മഹത്തായ മനസ്സുകളുമായി ബന്ധപ്പെടുകയെന്നത്. ടെന്നീസ് കളിക്കുമ്പോൾ നമ്മളെക്കാൾ നന്നായി കളിക്കുന്നവർ ക്കൊപ്പം കളിക്കുന്നതു പോലെയാണത്.

"ഇതുവരെ കളിച്ചതിനെക്കാൾ മെച്ചപ്പെട്ട രീതിയിൽ കളിക്കാൻ നിങ്ങൾക്കെപ്പോഴും സാധിക്കും." ഓർക്കാവുന്നതിനപ്പുറം പല സന്ദർഭങ്ങളിലും ആ പ്രതിഭാസം അനുഭവിച്ചറിഞ്ഞിട്ടുള്ള ഞാൻ മറുപടി പറഞ്ഞു.

"ശരി. ലോകത്തിലെ മാനസികവും, തത്വശാസ്ത്രം, ശാസ്ത്രീയം, ആദ്ധ്യാത്മീകം എന്നീ മേഖലകളിലെയും അതികായരുടെ പുസ്തകങ്ങൾ പതിവായി വായിക്കുമ്പോൾ നിങ്ങളുടെ ചിന്താരീതിയും പ്രവർത്തനരീതിയും അതു പ്രകാരം ഭേദപ്പെട്ടു വരും. നിങ്ങൾ അവരുടെ നിലയിലേക്ക് ഉയരും. മുമ്പൊരിക്കലുമില്ലാതിരുന്ന ചിന്തകളുണ്ടാകുകയും സ്വയം അദ്ഭുതപ്പെടുത്തുന്ന ചില ക്രിയാത്മകമായ രീതിയിൽ നിങ്ങൾ പെരുമാറുകയും ചെയ്യും. അതു കൊണ്ട് നമ്മുടെ സംസ്കാരത്തിന് പ്രമുഖമായ സംഭാവനകൾ നല്കിയിട്ടുള്ള നമുക്കിടയിലെ അതികായന്മാരുടെ ചിന്തകളിലേക്കും പ്രവർത്തനങ്ങളിലേയ്ക്കും ആഴ്ചതോറും കുറച്ച് സമയം കണ്ടെത്തി പോർട്ടറെയും സരിതയെയും തുറന്നു വിടുക. ഭാവിയിലെ നേതാക്കളെയും ഭൂതകാലത്തിലെ പ്രതിഭാധനരെയും അവർക്ക് പരിചയപ്പെടുത്തി കൊടുക്കുക. സോസർ കളിയുടെയൊ

നൃത്യാഭിനയത്തിന്റെയോ പരിശീലനത്തിന് കൊണ്ടുപോകുമ്പോൾ ഐൻസ്റ്റീന്റെയോ മൊസാർട്ടിന്റെയോ തോമസ് എഡിസന്റെയോവൊക്കെ ജീവചരിത്രത്തിന്റെ സി.ഡി.കൾ വാഹനത്തിൽ പ്രവർത്തിപ്പിക്കുക. നിന്റെ കുട്ടികളുടെ സ്വഭാവരൂപീകരണത്തിൽ അവിശ്വസനീയമായ സ്വാധീനം അത് ചെലുത്തുമെന്ന് നിനക്ക് ഉറപ്പിക്കാം. അങ്ങനെ കൂടുതൽ പ്രതിഭാധനരായ കുട്ടികളാകാൻ അവർക്ക് പ്രചോദനം ലഭിക്കും. തന്റെ മനസ്സിന്റെ സഹവർത്തിത്വത്തിൽ നിന്നുമാണ് ഒരാൾ തിരിച്ചറിയപ്പെടുന്നതെന്ന് തോമസ് ബെയ്‌ലി ആൽഡ്‌റിച്ച് എഴുതി."

അഴുക്ക് പുരണ്ട പാദങ്ങളുമായി എന്റെ മനസ്സിലൂടെ നടക്കാൻ ഞാൻ ആരെയും അനുവദിക്കില്ല. ഗാന്ധിയുടെ ആത്മകഥ അടുത്തിടെ വായിക്കാനിടയായതിൽ മഹത്തായ മാർഗദർശി പറയുന്നു.

"മനോഹരം, കാതറിൻ. മനസ്സിലിടുന്നത് ജീവിതരീതികളുടെ പ്രകടനത്തെ ബാധിക്കുമെന്ന് അദ്ദേഹം മനസ്സിലാക്കി."

ജൂലിയൻ തുടർന്നു. "അതികായരുടെ പുസ്തകത്തിൽ നിന്നുമാണ് ഞാനെന്റെ സഹചാരികളെ കണ്ടെത്തുന്നത്. എന്നെ സംബന്ധിച്ച് മഹത്തായ പുസ്തകങ്ങൾ പ്രത്യാശയുടെ പ്രതീകമാണ്, അനിയത്തി. മെച്ചപ്പെട്ടൊരു ജീവിതത്തെയാണ് അത് പ്രതിനിധാനം ചെയ്യുന്നത്. വിവേകപൂർണ്ണവും ഭേദപ്പെട്ടതുമായൊരു ലോകത്തെ ദൃശ്യവത്കരിക്കാൻ അതെന്നെ പ്രാപ്തമാക്കുന്നു. അതു തന്നെയാണ് ദിവസേനയുള്ള പുസ്തകവായനയെ ജീവിതത്തിലെയൊരു പ്രധാന അനുഷ്ഠാനമാക്കി മാറ്റുന്നതും."

"പോർട്ടറും സരിതയും ഇപ്പോൾ ചെറുപ്പമായതുകൊണ്ട് നീ പറയുന്നയീ മഹത്തായ പുസ്തകങ്ങൾ ശേഖരിക്കാൻ എനിക്ക് ഇപ്പോഴെ തുടങ്ങാം. ബ്രേവ്‌ലൈഫ്. കോമിന്റെ പ്രവർത്തനവുമായി ബന്ധപ്പെട്ട് എനിക്ക് ഇപ്പോഴും കുറച്ചൊക്കെ യാത്ര ചെയ്യേണ്ടി വരാറുള്ളതുകൊണ്ട് എനിക്ക് വിമാനത്താവളങ്ങളിൽ സമയം കൊല്ലേണ്ടതായി വരും. അവിടെയാണല്ലോ എപ്പോഴും ഏറ്റവും മികച്ച പുസ്തകശാലകളുണ്ടാകാറുള്ളത്."

"തീർച്ചയായും." ജൂലിയൻ പ്രതികരിച്ചു. "മികച്ച വിജയം നേടിയവർ പതിവായി പറക്കും. അവർ തന്നെയാണ് എപ്പോഴും വായിക്കുകയും ചെയ്യുന്നത്. അതു മനസ്സിലാക്കിയാണ് അത്തരം പുസ്തകശാലകൾ ഏറ്റവും ശ്രേഷ്ഠമായ പുസ്തകങ്ങൾ അവിടെ വെയ്ക്കുന്നത്."

"അങ്ങനെയുള്ള വലിയ കടകൾ സന്ദർശിച്ച് വളരുന്തോറും മക്കളിൽ പ്രചോദനവും സ്വാധീനവുമുണ്ടാക്കാവുന്ന ചില അദ്ഭുതകരമായ പുസ്തകങ്ങൾ കണ്ടെടുക്കാമെന്ന് എനിക്ക് തോന്നുന്നു."

"നല്ലൊരു കാര്യമാണത്, കാതറിൻ." ജൂലിയൻ മറുപടി പറഞ്ഞു. അത്തരം പുസ്തകക്കെട്ടുകളിൽ മനസ്സും ശരീരവും സ്വഭാവവും ശക്തമായ മക്കളെ വളർത്തിയെടുക്കുന്നതിനെക്കുറിച്ചുള്ള അറിവിന്റെ രത്നങ്ങൾ കണ്ടു പിടിക്കാൻ സാധിക്കും. കുടുംബജീവിതവും ഔദ്യോഗിക ജീവിതവും സംയോജിപ്പിച്ച് കൊണ്ടു പോകാൻ സഹായിക്കുന്ന പുസ്തകങ്ങളുമുണ്ടാകും. മികച്ച അസ്തിത്വം സ്വന്തമാക്കാൻ പ്രചോദിപ്പിക്കുന്നതും പിന്തുടരാൻ നിയോഗിക്കപ്പെട്ടിട്ടുള്ള പാതയിൽ വെളിച്ചം വീശാനും കഴിവുള്ള പുസ്തകങ്ങൾ അവയ്ക്കിടയിൽ കാണും. നിനക്കുള്ള ചോദ്യങ്ങൾക്കൊക്കെ കവിഞ്ഞൊഴുകുന്ന ഉത്തരങ്ങളടങ്ങിയ പുസ്തകം നിനക്ക് കണ്ടുപിടിക്കാൻ സാധിക്കും. ശരിയായ പുസ്തകങ്ങൾ തിരഞ്ഞെടുക്കാനുള്ള മുൻകൈയെടുക്കലും അത് വായിക്കാനുള്ള അച്ചടക്കവും മാത്രമാണ് ആവശ്യം."

"ജൂലിയൻ, അച്ചടക്കത്തെക്കുറിച്ച് പറയുകയാണെങ്കിൽ കുട്ടികളുടെ അച്ചടക്കത്തെപ്പറ്റി നിനക്കെന്താണ് പറയാനുള്ളത്? ബ്രേവ്ലൈഫ്. കോമിലെ ജീവനക്കാരിൽ അച്ചടക്കമുണ്ടാക്കാൻ എനിക്ക് ഇതുവരെ പ്രശ്നമൊന്നുമുണ്ടായിട്ടില്ല. പക്ഷെ, കുടുംബജീവിതത്തിൽ അതെന്നും എനിക്കൊരു വെല്ലുവിളിയാണ്. മക്കളുടെ കാര്യം വരുമ്പോൾ പറ്റില്ലയെന്ന് പറയാൻ എനിക്ക് എപ്പോഴും പ്രയാസമാണ്."

"എളുപ്പത്തിലുള്ളതിനേക്കാൾ അച്ചടക്കത്തിന്റെ കാര്യം വരുമ്പോൾ ഉയർന്ന പാത പിന്തുടരുകയെന്നതാണ് രക്ഷാകർതൃത്വത്തിന്റെ കാതൽ. സ്വന്തം മൂല്യങ്ങളും ധർമ്മവും അടിസ്ഥാനപ്പെടുത്തി തന്റെ ഹൃദയവും മനഃസാക്ഷിയും ശരിയെന്ന് പറയുന്നത് ചെയ്യുക. അല്ലാതെയൊരു പ്രത്യേക നിമിഷത്തിൽ എളുപ്പമെന്ന് തോന്നുന്നതല്ല ചെയ്യേണ്ടത്."

"നീ നേരത്തേ പറഞ്ഞ കാര്യത്തിലേയ്ക്കാണത് തിരികെ പോകുന്നത്. ശരിയായ കാര്യങ്ങൾ പ്രവർത്തിക്കുന്നതെന്നതാണ് മാർഗദർശിത്വം."

"അതെ. കൂടാതെ അച്ചടക്കമൊരു സമ്മാനമാണെന്നും നീയെപ്പോഴും ഓർക്കണം."

"എന്നുവെച്ചാലെന്താണ്?"

"കുട്ടികളുടെ ആവശ്യങ്ങളെപ്പോഴും അംഗീകരിച്ചു കൊടുക്കുകയും പറ്റില്ലയെന്നൊരിക്കലും പറയാതിരിക്കുകയും

ചെയ്താൽ അവരോടുള്ള സ്നേഹം പ്രകടിപ്പിക്കലാണെന്നാണ് മിക്ക രക്ഷാകർത്താക്കളുടെയും വിശ്വാസം. പക്ഷെ തങ്ങളുടെ മക്കൾക്ക് അതിർവരമ്പുകളാണ് ആവശ്യമെന്ന് അവർ മറക്കുന്നു. ജീവിതത്തിന് രൂപം നൽകാൻ അചഞ്ചലമായ മാതൃകകൾക്ക് വേണ്ടി അവർ കേഴുന്നു. അത് നിങ്ങളോട് അവർ പറഞ്ഞോളണ മെന്നില്ല. അച്ഛനമ്മമാർ പരിധികൾ നിശ്ചയിക്കുമ്പോഴും കുടും ബനിയമങ്ങൾ പാലിക്കുമ്പോഴും തങ്ങൾ സ്നേഹിക്കപ്പെടുന്നു ണ്ടെന്ന് കുട്ടിക ൾക്ക് തോന്നുന്നു. ന്യായമായ രീതിയിൽ അച്ച ടക്കം വിനിയോഗിക്കുന്നത് കുട്ടികളിൽ സ്വഭാവരൂപീകരണത്തിന് സഹായകമാകും. കാരണം ഓരോ സാഹചര്യത്തിലും ശരിയേത് തെറ്റേത് എന്നതിന്റെ ശരിയായ ബോധം അവർക്കങ്ങനെ ലഭി ക്കുന്നു."

"അത് വളരെ ശരിയാണ്, ജൂലിയൻ. അച്ഛനുമമ്മയും വരച്ച നേർരേഖയ്ക്ക് അനുസരിച്ച് വളർത്തുന്നത് എനിക്ക് ഇഷ്ടമല്ലാ യിരുന്നെങ്കിലും അത് അവരുടെ സ്നേഹത്തിന്റെ സൂചനയാ ണെന്ന് രഹസ്യമായി ഞാൻ മനസ്സിലാക്കിയിരുന്നു. വളരെക്കാല മായി പോർട്ടറിനും സരിതയ്ക്കും കൂടുതൽ സ്വാതന്ത്ര്യം ഞാൻ അനുവദിച്ചു കൊടുക്കുന്നുണ്ടെന്ന് തോന്നുന്നു. കുറച്ചുകൂടി കർശ നമായി നിലപാടെടുക്കണമെന്ന് എനിക്ക് തോന്നുന്നു."

"കാതറിൻ, ഒന്നും അമിതമാകരുത്. കുട്ടികളെ കുട്ടികളാക്കി നിലനിർത്തുകയും അതിനോടൊപ്പം അച്ചടക്കത്തിന്റെ പ്രാധാന്യം സന്തുലിതാവസ്ഥയിൽ കൊണ്ടുപോകുകയുമാണ് വേണ്ടത്. ശിക്ഷയുടെ കാര്യം വരുമ്പോൾ കുട്ടിയെയല്ല, സ്വഭാവത്തെയാണ് നേരെയാക്കേണ്ടതെന്ന് എപ്പോഴും ഓർക്കുക."

"ദയവായി വിശദീകരിച്ചാലും."

"മക്കളുടെ ആത്മാഭിമാനത്തെ തകർക്കാതിരിക്കുകയെന്നത് വളരെ പ്രാധാന്യമാണ്. എന്തെങ്കിലും തെറ്റുകൾ ചെയ്യുമ്പോൾ അവരല്ല, *അവരുടെ സ്വഭാവമായിരുന്നു* മോശമെന്ന് പറയുന്നു ണ്ടെന്ന് ഉറപ്പ് വരുത്തുക. വ്യവസ്ഥാരഹിതമായ സ്നേഹമാണ് നീയവർക്ക് നല്കുന്നതെന്നത് പ്രധാനമാണ്. അവരെന്തു ചെയ്താലും അത് നിന്റെ സ്നേഹത്തെ ബാധിക്കുന്നില്ലെന്ന് അവർ അറിയട്ടെ. ഇതു പറയുന്നതോടൊപ്പം നടപ്പിലാക്കേണ്ട ചില നിയമങ്ങളും പരിധികളുമുണ്ട്. ആ പരിശുദ്ധിക്ക് പുറത്ത് കാലു വെയ്ക്കുമ്പോഴൊക്കെ അച്ചടക്കമുണ്ടാകുമെന്നത് നിന്റെ മക്കള റിയണം."

"ജൂലിയൻ, അതിൽ കാര്യമുണ്ട്. കുട്ടികളുടെ ആത്മാഭിമാനം ദുർബലമെന്നത് സത്യം തന്നെ. ചെറുപ്പത്തിൽ അവർ കേൾക്കുന്ന വാക്കുകൾ വർഷങ്ങളോളം അവരോടൊപ്പമുണ്ടാകും."

"തികച്ചും ശരിയാണ്. നിനക്ക് ദേഷ്യം വന്നിരിക്കുമ്പോൾ ഒരിക്കലും കുട്ടിയെ അച്ചടക്കം പഠിപ്പിക്കരുതെന്ന നിർദ്ദേശവും എനിക്കുണ്ട്."

"ശരിക്കും?" ഞാൻ അദ്ഭുതപ്പെട്ടു. ഉപദേശത്തിന്റെ അത്തരമൊരു സത്തിലുള്ള ആശ്ചര്യം തികച്ചും ന്യായമായിരുന്നു.

"അതെ. തന്റെ ഊർജ്ജം കൂടുതൽ ഉചിതമായി വിനിയോഗിക്കാനുള്ള മാർഗമുണ്ടാക്കാൻ സഹായിക്കുകയെന്നതാണ് അച്ചടക്കം കൊണ്ട് പൂർണ്ണമായി ഉദ്ദേശിക്കുന്നത്. അത് രക്ഷിതാക്കളുടെ നിരാശയുടെ നിർക്ഷമനമാർഗ്ഗമാകാൻ ഒരിക്കലും പാടില്ല. സമ്മർദ്ദത്തെ ലഘൂകരിക്കുവാനുള്ള മാർഗവുമാക്കരുത്. കുട്ടികളുടെയെന്തെങ്കിലും ദുഷ്പ്രവണതയ്ക്ക് നേരെ ദേഷ്യപ്പെട്ടുകൊണ്ട് സ്വസ്ഥത നേടാനുള്ള മാർഗവുമായിരിക്കരുത് അത്. കുട്ടികളുടെ സ്വഭാവവികാസത്തിനുള്ള ഉപകരണമായി അതിനെ സൂക്ഷിക്കുകയും ആദരിക്കുകയും ചെയ്യുക. അപ്പോഴേ നിങ്ങൾ ഉദ്ദേശിക്കുന്ന പ്രയോജനം അതിൽ നിന്നും നിങ്ങൾക്ക് ലഭിക്കുകയുള്ളൂ."

"ഇനി ആദരവോടെ നല്കുകയെന്നതാണ് വ്യക്തിപരമായ മാഹാത്മ്യത്തിന്റെ നാലാമത് ചിട്ട. തുറന്ന മനസ്സോടെയും വിശാലമായ കൈകളോടെയും ദാനം നല്കുന്നതിന്റെ പ്രാധാന്യം പഠിപ്പിക്കുകയെന്നതാണ് അതിന്റെ ഉള്ളടക്കം. *കൊടുക്കുന്ന കരങ്ങളാണ് ശേഖരിക്കുന്നതെന്നും സ്വീകരണപ്രക്രിയയുടെ തുടക്കം നല്കലാണെന്നും* ഓർക്കുക. ഏറ്റവും കൂടുതൽ കൊടുക്കുന്നവളോ/അവനോ ആണ് വിജയിക്കുന്നത്. പലപ്പോഴും നമ്മൾ മറന്നു പോകുന്ന കാലബന്ധിതമല്ലാത്ത മനുഷ്യതത്ത്വമാണ് അത്. മറ്റുള്ളവരെ സഹായിക്കുന്നതിലും ലോകത്തിലേയ്ക്ക് അവർ കൂട്ടിച്ചേർക്കുന്ന മൂല്യങ്ങളെ പ്രശംസിക്കുന്നതിലും ശ്രദ്ധ കേന്ദ്രീകരിച്ച് നിർത്തുന്നതിന്റെ പ്രാധാന്യം പോർട്ടറിനും സരിതയ്ക്കും പഠിപ്പിച്ചു കൊടുക്കുക. അർഹതയുള്ളവർക്ക് പ്രശംസയെന്ന സമ്മാനം നല്കുന്നത് നിരന്തരമായ ഒരു ശീലമാക്കി മാറ്റുക. കുട്ടികളുമായി നിന്റെയേതെങ്കിലും സുഹൃത്തുക്കളുടെ വീട്ടിൽ പോകുമ്പോൾ കൂടെയെന്തെങ്കിലും സമ്മാനവും കരുതുക. അങ്ങനെ കുട്ടികളും ആ സ്വഭാവം പഠിച്ചോളും. സമ്മാനം വിപുലമായിരിക്കണമെന്നില്ല. ആ ചിന്തയാണ് പ്രധാനം. പിന്നാമ്പുറത്തെ മുറ്റത്ത് നിന്നും വിടർന്നൊരു പുഷ്പമോ നിർമ്മിതി കടലാസ്സിൽ നിന്നും കുട്ടികളുണ്ടാക്കിയ കാർഡോ അങ്ങനെയെന്തെങ്കിലും ലളിതമായവ മതി. ഊഷ്മളമായൊരു ആലിംഗനമോ ഒരു വലിയ പുഞ്ചിരിയൊ ആവാം. അപ്പോളവരും നല്കലിന്റേതായ ശിക്ഷണത്തിൽപ്പെടും. മറ്റുള്ളവരുമായി പങ്കുവെയ്ക്കുന്നതിന്റെ മാഹാത്മ്യം ഉടൻ

തന്നെ അവർ തിരിച്ചറിയും. തങ്ങളുടെ തന്നെ ഉന്നതമായൊരു ഭാഗത്തിലേയ്ക്ക് അവർ ബന്ധപ്പെടുകയും ആ പ്രക്രിയയിൽ വലിയ പുരോഗതി അനുഭവിക്കുകയും ചെയ്യും. അങ്ങനെ പതിവ് അടിസ്ഥാനത്തിൽ നല്കുന്നതിന്റെ ഏറ്റവും പ്രധാന പാഠങ്ങളി ലൊന്ന് അവർ പഠിച്ചു കഴിഞ്ഞു."

"നന്ദി, വലിയേട്ടായ" ഹൃദയശൂന്യമായ ദൃഢവിശ്വാസ ത്തോടെ ഞാൻ മറുപടി പറഞ്ഞു. "ഞാൻ നിങ്ങളെ സ്നേഹി ക്കുന്നു."

"കാതറിൻ, ഞാൻ നിന്നെയും സ്നേഹിക്കുന്നു. ഓ, മറന്നു പോകുന്നതിന്മുമ്പ് ഞാൻ നിനക്ക് എന്റെതായൊരു സമ്മാനം നല്കട്ടെ."

ജൂലിയൻ താൻ ധരിച്ചിരുന്ന പാന്റ്സിന്റെ കീശയിൽ നിന്നും എത്തിപ്പിടിച്ച് ചുളിഞ്ഞൊരു തൂവാലയെടുത്തു. അതിൽ കടു കിന്റെ അവശിഷ്ടങ്ങളുണ്ടായിരുന്നു.

"കാഴ്ചയിലിതിന് കാര്യമായിട്ടൊന്നുമില്ലെന്ന് എനിക്കറി യാം. പക്ഷെ ഞാനതിൽ എഴുതിയിട്ടുള്ള വാക്കുകൾക്ക് സ്വർണ്ണ ത്തിന്റെ തൂക്കമുണ്ട്. വീട്ടിലെ എല്ലാവർക്കും വായിക്കാൻ സാധി ക്കുന്ന സ്ഥലത്ത് ഒരു തട്ടത്തിൽ വേണമിത് അച്ചടിച്ച് തൂക്കാനെ ന്നാണ് എന്റെ അഭിപ്രായം. ഞാനിന്നു വായിച്ചു തന്നാൽ കുഴപ്പ മുണ്ടൊ?" വികാരഭരിതനായി കണ്ണുനീർ നിറച്ചുകൊണ്ട് ജൂലി യൻ അപേക്ഷിച്ചു.

"ദയവായി തുടർന്നാലും." സൗമ്യതയോടെ ഞാൻ പറഞ്ഞു.

"ഈ വാക്കുകൾ എന്നോടൊപ്പം ശക്തമായി പ്രതിധ്വനിക്കു ന്നതെന്തു കൊണ്ടാണെന്ന് എനിക്കറിയില്ല. ഞാനവരുമായി വളരെ ദൃഢമായ ബന്ധത്തിലേർപ്പെടുന്നു. അവരത്രയും എനിക്ക് വഴി കാട്ടിയാകുന്നു. ഞാൻ കാണുന്ന ജീവിതസ്വപ്നത്തിന്റെ കാത ലായ ഭാഗം കൈയ്യടക്കി ഞാനാകാൻ ആഗ്രഹിക്കുന്ന വ്യക്തി യോട് സംസാരിക്കാൻ അതെന്നെ പ്രാപ്തനാക്കുന്നുവെന്ന് എനിക്ക് തോന്നുന്നു."

വില്യം പെന്നിന്റെ ഉദ്ധരണിയിലെ വാക്കുകൾ ജൂലിയൻ വായിച്ചു:

ഒരെയൊരിക്കൽ ജീവിതത്തിലൂടെ കടന്നുപോകാൻ ഞാൻ ആഗ്രഹിക്കുന്നു. അതുകൊണ്ട് എനിക്ക് പ്രകടിപ്പി ക്കാവുന്ന ദയയോ സഹവർത്തികളോട് ചെയ്യാവുന്ന നന്മയോ വുണ്ടെങ്കിൽ

ഞാനിപ്പോൾ തന്നെ ചെയ്യട്ടെ. ഞാനീ വഴിയി ലൂടെ വീണ്ടും സഞ്ചരിക്കില്ലയെന്നതുകൊണ്ട് ഞാനത് അവഗണിക്കുകയോ നീട്ടിവയ്ക്കുകയോ ചെയ്യാതിരിക്കട്ടെ.

ഞാനും ജൂലിയനും കൈകോർത്ത് പിടിച്ച് മ്യൂസിയത്തിൽ നിന്നും പുറത്തിറങ്ങിയപ്പോൾ മഴ ചാറുന്നുണ്ടായിരുന്നു.

"ഇന്ത്യയിൽ ചാറ്റൽമഴ ശുഭസൂചകമായിട്ടാണ് കരുതപ്പെടുന്നത്." ഞാൻ കേൾക്കാൻ പ്രയാസപ്പെടും വിധം നേരിയ ശബ്ദത്തിലായിരുന്നു ജൂലിയൻ പറഞ്ഞത്. മഴത്തുള്ളികൾ തന്റെ മുഖത്ത് നൃത്തം ചെയ്യുമ്പോൾ അവൻ ആകാശത്തേയ്ക്ക് നോക്കി. കണ്ണുകളടച്ച്, മുഖത്ത് അതിമാനുഷമായ ചിരിയോടെ, വഴിയിലൂടെ നടക്കുന്ന മനുഷ്യരെ സ്തബ്ധരാക്കുംവണ്ണം അവൻ അലറി വിളിച്ചു. "ജീവിതമെന്നത് മഹത്തായൊരു കാലമാണ്."

സമ്പന്നമായ നേതൃത്വപാഠങ്ങൾ നിറഞ്ഞ മനസ്സും മുമ്പത്തേക്കാൾ വിശാലമായ ഹൃദയവുമായി എനിക്ക് സമ്മതിക്കാതെ നിവൃത്തിയുണ്ടായിരുന്നില്ല.

സമ്പന്നമായ നേതൃത്വപാടവ പാഠങ്ങൾകൊണ്ട് നിറഞ്ഞ മനസ്സും പഴയതിനേക്കാൾ വിശാലമായ ഹൃദയവുമായി എനിക്കത് സമ്മതിക്കാതെ തരമില്ലായിരുന്നു.

കുടുംബനായകന്റെ നാലാമത് ആധിപത്യം

മികച്ചയൊരു രക്ഷിതാവാകാൻ മികച്ചൊരു വ്യക്തിയാകുക

ജീവിതമൊരു നാട്യമാണ്. ദൈർഘ്യമല്ല,
അഭിനയത്തിലെ മികവാണ് പ്രധാനം.
സെനക്ക

സ്വന്തം ഹൃദയങ്ങളിലോടി നടക്കുന്നവരാണ്
ലോകത്തിലാകെയുള്ള പിശാചുക്കൾ.
അവിടെയാണ് പൊരുതേണ്ടത്.
മഹാത്മ ഗാന്ധി

അത് വളരെ വിചിത്രമായ സന്ദേശമായിരുന്നു. ഏകാന്തവാസിയായ മിസ്സ് വില്യംസൺ അവരുടെ വീടിന്റെ പിറകിൽ മേഞ്ഞിരുന്ന ഉദ്യാനത്തിൽ എന്നെ കാണണമെന്ന് പറഞ്ഞ് അയച്ച വോയ്സ് മെയിൽ സന്ദേശമായിരുന്നു അത്. പതിനാല് പൂച്ചകൾക്കൊപ്പം തനിച്ച് ജീവിച്ചുപോന്ന അവർക്ക് ജൂലിയനോട് താല്പര്യമുണ്ടായിരുന്നുവെന്ന് പറഞ്ഞ് ഞാൻ അവനെ കളിയാക്കുമായിരുന്നു. പിറ്റേ ദിവസം രാവിലെ അഞ്ചുമണിയ്ക്ക് ഞാനവിടെയുണ്ടാകണമെന്ന വസ്തുതയാണ് എന്നെ കൂടുതൽ അമ്പരിപ്പിച്ചത്. കാതറിന് എന്നെ വിശ്വസിക്കാം. തക്കാളി തുണ്ടുകൾക്കിടയിൽ നിനക്കായിട്ടൊരു സമ്മാനം കാത്തിരിപ്പുണ്ടാകും. അവർ തന്റെ ചിലമ്പിക്കുന്ന ശബ്ദത്തിൽ അടക്കം പറഞ്ഞു.

മിസ്സ് വില്യംസിനെ ഭ്രാന്തിയെന്ന് വിളിച്ചാൽ അത് അവരോട് അന്യായം പ്രവർത്തിക്കലാകും. ഞാൻ കണ്ടിട്ടുള്ളതിൽ

വെച്ച് വളരെ വ്യത്യസ്തമായൊരു സ്ത്രീയായിരുന്നു അവർ. അവര ങ്ങനെ ജീവിക്കുന്നതെന്തിനാണെന്ന് എനിക്കിതുവരെ മനസ്സിലാ യിട്ടില്ല. പക്ഷെ അവരൊരു കൂറുള്ള അയൽവാസിയായിരുന്നു. ഞാനതിലൂടെ കടന്നുപോകുമ്പോഴൊക്കെ അവരൊരു പുഞ്ചിരി എനിക്ക് സമർപ്പിക്കുമായിരുന്നു. അതുകൊണ്ട് നിശ്ചയിച്ച സമ യത്ത് അവിടെ സന്നിഹിതയാകാൻ സന്തോഷമെയുള്ളുവെന്ന് ഞാനവരെ വിളിച്ചറിയിച്ചു.

അടുത്ത പ്രഭാതത്തിൽ, കുളിച്ചതിനും ജോണിനെയും കുട്ടികളേയും മയത്തിൽ ചുംബിച്ചതിനും ശേഷം വശത്തെ മതിലി ലൂടെ നടന്നുകയറുമ്പോൾ പിറകിലെ കുറ്റിചെടികൾക്കിടയിൽ നിന്നും മൂന്നു പൂച്ചകൾ ചാടിയെന്നെ ഭയപ്പെടുത്തികളഞ്ഞു. നിയ ന്ത്രണാതീതമായി ഹൃദയം ഉന്മാദാവസ്ഥയിലിരിക്കുമ്പോൾ ഞാൻ അദ്ഭുതത്തോടെ കുറച്ചു നിമിഷങ്ങൾ അവിടെ വെറുതെ നിന്നു. വേഗം ബോധത്തെ തിരികെ പിടിച്ച് ഞാനവരുടെ വീടിനു പുറ കിലെ വലിയ ഉദ്യാനത്തിലേക്ക് സസൂക്ഷ്മം നടന്നു. അവരുടെ ഉണർന്നിരിക്കുന്ന മണിക്കൂറുകൾ അവർ മിക്കവാറും സമർപ്പിച്ചി രിക്കുന്നത് അവിടെയായിരുന്നു. ഞാൻ കണ്ട കാഴ്ച എനിക്ക് വിശ്വ സിക്കാനായില്ല.

തക്കാളി തുണ്ടുകൾക്ക് തൊട്ടടുത്തായി ആറടിയോളം പൊക്കമുള്ള കാക്കയുടെ കോലം. അതിനെ മറയ്ക്കാൻ തൊങ്ങ ലുള്ള വസ്ത്രം. ഏതെങ്കിലും പ്രദർശനശാലകളിൽ നിന്നുമായി രിക്കും മിസ്സ് വില്യംസ് അത് വാങ്ങിച്ചതെന്ന് ഞാൻ ഊഹിച്ചു. ഡിസ്കവറി ചാനലിൽ ഞാനും ജോണും കുട്ടികളൊപ്പമിരുന്നു കാണാറുണ്ടായിരുന്ന ഡോക്യുമെന്ററികളിൽ ചില യോഗികൾ നിൽക്കാറുണ്ടായിരുന്ന ഭ്രമാത്മകമായ അംഗവിന്യാസത്തോടെ യാണ് അതിന്റെ നിൽപ്പ്. ആ കോലത്തിൽ നിന്നും മിസ്സ് വില്യം സന്റെ പൂമുഖം വരെ നീണ്ടു കിടക്കുന്ന വലിയൊരു കൊടിയ്ക്കും വിശദീകരണം നൽകാൻ സാധിച്ചില്ല. അതിൽ മാർക്ക് ട്വൈയിന്റെ യൊരു ഉദ്ധരണി കൊത്തിവച്ചിട്ടുണ്ടായിരുന്നു. പ്രഭാത സൂര്യന്റെ സുവർണ്ണ കിരണങ്ങളാൽ തിളങ്ങുന്ന ചുവപ്പ് നിറത്തിൽ അതിലെ അക്ഷരങ്ങൾ തുള്ളിചാടി. ഉദ്ധരണി ലളിതമായി വായിച്ചാൽ ഇ ങ്ങനെയാണ്:

എല്ലാവരും സ്വയം തൃപ്തിപ്പെട്ടിരുന്നെങ്കിൽ ഇവിടെ നായ കനുണ്ടാകില്ലായിരുന്നു.

അടുത്തിരുന്ന വിനോദ സഞ്ചരമേശയ്ക്ക് മുകളിൽ തന്ത്ര പ്രധാനമായി ആരോ കൊണ്ടുവെച്ചിരുന്ന ഉച്ചഭാഷിണിയിൽ നിന്നും വന്ന സംഗീതം പുലർകാലത്തെ നിശ്ശബ്ദതയെ ഭഞ്ജിച്ചു കൊണ്ടിരുന്നു. സംഗീതവും കുറ്റമറ്റതായിരുന്നു. മഹാനായ ലൂയി ആംസ്ട്രോങ്ങിന്റെ വാട്ട് എ വണ്ടർഫുൾ വേൾഡ്. ഈ അസാമാന്യ കാഴ്ചയുടെ ക്രിയാത്മകമായ ഊർജ്ജത്തിന്റെ ചൂട് നുകർന്നുകൊണ്ട് ഞാനവിടെ വെറുതെ നിന്നു. എന്താണ് സംഭവിക്കുന്നതെന്നതിനെകുറിച്ച് എനിക്ക് യാതൊരു ബോധവുമുണ്ടായിരുന്നില്ല. ഞാനവിടെ ക്ഷണിക്കപ്പെട്ടതെന്തിനാണെന്നും എനിക്ക് മനസ്സിലായില്ല. സത്യം പറയുകയാണെങ്കിൽ ഞാനത് കാര്യമാക്കിയില്ല. ജൂലിയൻ വന്നത് മുതൽ എന്തോയൊന്ന് എന്റെ മനസ്സിൽ അദ്ഭുതകരമായി വളരുന്നുണ്ടായിരുന്നു. ദിവസംതോറും അത് മനസ്സിലാക്കാൻ എനിക്ക് സന്തോഷമെയുണ്ടായിരുന്നുള്ളൂ. പേരക്കുട്ടികൾക്കു വേണ്ടി മറ്റൊരു ഭാസുരമായ കഥയായിരിക്കും ഈ അനുഭവമെന്ന് എനിക്ക് അറിയാം.

"മിസ്സ് വില്യംസൺ? നിങ്ങളിവിടെയുണ്ടോ?" ലൂയിയുടെ മൂളിപ്പാട്ടിന്റെ ഭഞ്ജിച്ച് എന്റെ ശബ്ദം കേൾപ്പിക്കാൻ ശ്രമിച്ചു കൊണ്ട് ഞാൻ അലറി വിളിച്ചു. പ്രതികരണം ലഭിക്കാതായപ്പോൾ ഞാൻ വീണ്ടും ശ്രമിച്ചു.

"ഹലോ, മിസ്സ് വില്യസൺ, നിങ്ങൾ ഇവിടെയുണ്ടോ?"

പിന്നേയും മറുപടിയൊന്നുമില്ല. ലൂയി പാട്ട് പൂർത്തിയാക്കുക മാത്രം ചെയ്തു. ഞാനെന്നോട് തന്നെ പറഞ്ഞു...... എത്ര മനോഹരമായ ലോോാാാകം.

അവസാനം ഉദ്യാനം നിശ്ശബ്ദമായി. ഞാൻ തക്കാളി തുണ്ടുകൾക്കും ആർഭാടകരമായി വസ്ത്രധാരണം ചെയ്തിരുന്ന കാക്കയുടെ കോലത്തിനും നേരെ നടന്നു. പെട്ടെന്ന് ഗാഢമായി മുഴങ്ങുന്ന ശബ്ദം പുറത്തുവന്നു, ഞാനെന്നോട് പറയുന്നു, 'ഇതൊരു മനോഹരമായ ലോകമാണ്.' ഞാൻ ചുറ്റും നോക്കിയെങ്കിലും ആരെയും കണ്ടില്ല. ഉദ്യാനത്തിലെ നടവഴിയിലൂടെ നടന്നപ്പോൾ വീണ്ടും ഞാൻ ആ ശബ്ദം കേട്ടു. ഇത്തവണ മനോഹരമായ ലോകമെന്ന് മാത്രമാണ് മുഴങ്ങിയത്. കാക്കയുടെ ലോകത്തിന്റെ സമീപത്തെ തക്കാളി തുണ്ടുകളുടെ തൊട്ടടുത്തുനിന്നുമാണ്

ശബ്ദം വരുന്നത്. വോയ്സ് മെയിലിൽ മിസ്സ് വില്യംസൺ പറഞ്ഞ സമ്മാനവുമായി ഇതിനെന്തെങ്കിലും ബന്ധം കാണും. ഞാൻ കരുതി.

അടുത്തേയ്ക്ക് ചെല്ലുന്തോറും മനോഹരമെന്ന വാക്ക് കാക്കയുടെ കോലത്തിലെ ചുണ്ടുകളിൽ നിന്നുമാണ് ഉദ്ഭവിക്കുന്നതെന്ന് എനിക്ക് തോന്നി. ആ ചുണ്ടുകൾ മടക്കുകളുള്ള കറുപ്പ വസ്ത്രത്താൽ മിക്കവാറും മറയ്ക്കപ്പെട്ടിരുന്നു. അതെ വസ്ത്രം തന്നെയാണ് മുഖത്തിന്റെ ശേഷിച്ചഭാഗവും അതിന്റെ ശിരസ്സിനെയുമൊക്കെ വലയം ചെയ്തിരുന്നതും.

ഈ പരിഹാസ്യമായ അഭിനയത്തിൽ ജൂലിയന്റെ പേര് സകലയിടത്തും എഴുതപ്പെട്ടിരുന്നു. പക്ഷെ, ഏഴുദിവസം നീണ്ടു നിൽക്കുന്ന വ്യക്തിവികസന പരിപാടിയ്ക്കായി കണ്ണാടിക്കൂട്ടിൽ പോയിരുന്ന ജൂലിയൻ അവിടെയുണ്ടാകില്ലെന്ന് എനിക്ക് അറിയാം.

“എന്നിലേയ്ക്കിനിയും ഗാഢമായെനിക്ക് കടന്നു ചെല്ലണം” അവനെ യാത്രയാക്കാൻ വിമാനത്താവളത്തിൽ ഞങ്ങൾ ചെന്നപ്പോൾ അവൻ പറഞ്ഞു.

കോലത്തിനടുത്തെത്തിയപ്പോഴേയ്ക്കും എല്ലാവരും സ്വയം തൃപ്തിപ്പെട്ടിരുന്നെങ്കിൽ ഇവിടെ നായകന്മാരുണ്ടാകില്ലായിരുന്നു. വന്ന വാക്കുകൾ ഉച്ചഭാഷണിയിൽ നിന്നും നിർഗ്ഗമിച്ചു. എനിക്ക് ചെറിയ പേടി തോന്നി. ഈ സജ്ജീകരണത്തിന് പിന്നിലാരായിരിക്കും?

അതിലെന്നെ ഉൾപ്പെടുത്തേണ്ട ആവശ്യം?

“പെട്ടെന്ന് ആ കോലം അനങ്ങാൻ തുടങ്ങി. ആദ്യം പതുക്കെ. പിന്നീട് കൈകാലുകൾ ചിത്തപാരവശ്യത്തോടെ ഉലഞ്ഞു. പെട്ടെന്നത് കറങ്ങുന്ന പിശാചിനെപ്പോലെ തക്കാളി തുണ്ടങ്ങൾക്കിടയിൽ ചുറ്റിതിരിയാൻ തുടങ്ങി. തിരിഞ്ഞ് തിരിഞ്ഞ് അവസാനം അത് തലചുറ്റി നിലത്ത് വീണു. അതോടെ ആ കോലം നിശ്ചലമായി.

എന്നിട്ടത് ചിരിക്കാൻ തുടങ്ങി. അതു ചിരിച്ചു കൊണ്ടേയിരുന്നു.

എനിക്ക് നന്നായി അറിയാവുന്ന വേഷപ്രച്ഛന്നനായൊരു മനുഷ്യനാണ് അതിന് പിന്നിലെന്ന് വ്യക്തം. ഞാൻ താഴോട്ടെത്തിപ്പിടിച്ച് കോലത്തിന്റെ മുഖത്ത് നിന്നും തുണി മാറ്റി കളഞ്ഞു. കോപ്രാട്ടികളുടെ രാജകുമാരൻ വീണ്ടും ശോഭിച്ചുവെന്ന് എനിക്ക് തീർച്ചയായി. അതു ജൂലിയനായിരുന്നു.

"ഉന്നതമായ നീതിയുമായി ബന്ധം പുനഃസ്ഥാപിക്കാൻ നീ കണ്ണാടിക്കൂട്ടിലായിരിക്കുമെന്നാണ് ഞാൻ കരുതിയത്?" കപടമായ ദേഷ്യത്തോടെ ഞാൻ പറഞ്ഞു. "പക്ഷേ എന്റെ മുഖത്തൊരു ചിരി വിടരുന്നത് ഞാൻ അറിഞ്ഞിരുന്നു. എന്നെ പേടിപ്പിക്കാനുള്ള ഇത്തരം രംഗങ്ങൾ സജ്ജീകരിക്കുകയല്ലാതെ നിനക്ക് മറ്റൊന്നും ചെയ്യാനില്ലേ?"

"അനിയത്തി, ഇത്തരം കോമാളിത്തരങ്ങളെ ഞാൻ ഇഷ്ട പ്പെടുന്നു." ജൂലിയൻ പറഞ്ഞു. "എല്ലാ ദിവസവും രാവിലെ സൂര്യനൊപ്പം എഴുന്നേല്ക്കുമ്പോൾ കാര്യങ്ങൾ നിസ്സഹായമായി തോന്നും."

"ശരി. ഈ പാഠമെന്തിനെകുറിച്ചാണെന്ന് നീ പറയാത്ത തെന്ത്? പ്രായോഗികമായ ഈ തമാശയ്ക്കു വേണ്ടി മിസ്സ് വില്യംസ ണെന്ന പാവത്തെ നിയോഗിച്ചുവെന്ന് എനിക്ക് വിശ്വസിക്കാനാ കില്ല. നിനക്കറിയാമല്ലോ, അവർക്ക് തൊണ്ണൂറ് വയസ്സായി."

"അവർക്ക് ആശയം ഇഷ്ടപ്പെട്ടു. ഞാൻ വലിയയെന്തോവാ ണെന്നാണ് അവരുടെ ധാരണ." മിസ്സ് വില്യംസണിന്റെ രണ്ടാം നിലയിലെ കിടപ്പുമുറിയുടെ മട്ടുപ്പാവിലേയ്ക്ക് നോക്കികൊണ്ട് ജൂലിയൻ പ്രതികരിച്ചു.

"ഹായ്, ജൂലിയൻ." വീട്ടുകുപ്പായവും ധരിച്ച് വീടിനു മുമ്പിൽ ചാരി നിന്നുകൊണ്ട് അവർ അലറി. "കുട്ടാ, നീ നല്ലവനാണ്. കുറെ ക്കാലത്തിന് ശേഷം ഞാൻ കണ്ട രസകരമായൊരു കാര്യമാണിത്. കാതറിനോടൊപ്പമുള്ള കാര്യം കഴിഞ്ഞിട്ട് ഒരു കപ്പ് ചായയ്ക്കായി ഇങ്ങോട്ട് വരിക. ഭാരതത്തിലെ നിന്റെ സാഹസികയാത്രകളെ ക്കുറിച്ച് ഇനിയും കേൾക്കാൻ എനിക്ക് താല്പര്യമുണ്ട്. ടാറ്റാ, സുന്ദരാ." ഇതിനു മുമ്പൊരിക്കലും കേട്ടിട്ടില്ലാത്തത്ര കാമാതുര മായ ശബ്ദത്തോടെ അവർ പറഞ്ഞു.

ജൂലിയൻ എന്നെ വെറുതെ കണ്ണിറുക്കി കാണിച്ചു.

ഇപ്പോഴും ഇവൻ മനം മയക്കുന്നവൻ തന്നെ. ഞാൻ നിരീ ക്ഷിച്ചു.

"ഏയ്, അവർ നല്ലൊരു സ്ത്രീയാണെന്ന് മാത്രമല്ല ഞാൻ രുചിച്ചിട്ടുള്ളതിൽ വെച്ചേറ്റവും മികച്ച കാമോമില്ല ചായ അവരു ണ്ടാക്കുകയും ചെയ്യും."

"പക്ഷെ നീ ആധ്യാത്മികമായ പിൻവാങ്ങൽ നടത്തിയെ ന്നാണ് ഞാൻ ഗൗരവമായി കരുതിയിരുന്നത്. നീ എങ്ങനെ വീണ്ടും തിരിച്ചുവന്നു?"

"ഞാൻ ചെയ്തിട്ടുള്ളതിൽ വെച്ചേറ്റവും ഉത്തരവാദിത്വപ്പെട്ട കാര്യമൊന്നുമല്ലയിതെന്ന് എനിക്കറിയാം. ഞാനതിന് മാപ്പ് ചോദിക്കുന്നു. കാതറിൻ, പക്ഷേ വൈകുംമുമ്പ് കുടുംബനായകന്റെ നാലാമത് ആധിപത്യം നീയുമായി പങ്കുവെയ്ക്കണമെന്ന് എനിക്കുണ്ട്. ശിവാനയിലെ സന്യാസിമാർക്കൊപ്പം ഞാനുണ്ടായ കാലം മുതൽ ആന്തരീകമായ നിശ്ശബ്ദ മന്ത്രണത്തെകുറിച്ച് ഞാൻ കൂടുതൽ ബോധവാനായി."

"ഓ, ഈ വെടിപറച്ചിൽ നിന്നുമെന്നെ ഒഴിവാക്കി താ, ജൂലിയൻ." ഞാൻ പ്രതികരിച്ചു. അവനെ അദ്ഭുതപ്പെടുത്തിയ തന്റെ അക്ഷമയുടെ ഉത്തരവാദിത്വം ഞാൻ അസമയത്തിൽ ചുമത്തി.

"ഞാൻ വളരെ ഗൗരവമായി പറഞ്ഞതാണ്. ജീവിതത്തിലെ സാഹചര്യങ്ങളിലെല്ലാം സത്യം കണ്ടുപിടിക്കാനുള്ള അദൃശ്യമായ കഴിവ് നമ്മളില്ലുണ്ട്. പരമോന്നതമായ അസ്തിത്വവുമായി ബന്ധം സ്ഥാപിക്കാനുള്ള ആന്തരികമായ പ്രവർത്തനങ്ങൾ നടത്തുമ്പോൾ അത് സ്പഷ്ടമാകും. അതിനെയാണ് ആളുകൾ ഉൾവിളിയെന്ന് പറയുന്നത്. ഒരാഴ്ചത്തെ വ്യക്തിവികാസവും പ്രതിഫലനത്തെക്കാളും കൂടുതൽ ആവശ്യം നാലാം ആധിപത്യത്തെകുറിച്ച് നിന്നോട് പറയുകയെന്നതാണെന്ന് എന്റെ ഉൾവിളി എന്നോട് പറഞ്ഞു. അതുകൊണ്ട് ഞാനിവിടെ നിന്റെ സേവനത്തിനായുണ്ട്." പാചകക്കാരൻ തന്റെ യജമാനന്റെ മുമ്പിൽ തലകുനിച്ച് നിൽക്കുന്നത് അനുകരിച്ചുകൊണ്ട് ജൂലിയൻ കളി പറഞ്ഞു.

"എല്ലാവരും സ്വയം തൃപ്തിപ്പെട്ടിരുന്നെങ്കിൽ ഇവിടെ നായകന് മാറ്റമുണ്ടാകില്ലായിരുന്നുവെന്ന കാര്യം ഞാനുമായിട്ടെങ്ങനെയാണ് ബന്ധപ്പെട്ടു കിടക്കുന്നതെന്ന് പറഞ്ഞാലും."

"കാതറിൻ, അതിന് നീയുമായി ബന്ധമുണ്ട്. നീയിവിടെയൊരു ഉദ്യാനത്തിലാണെന്നതിനും മിസ്റ്റർ ആംസ്ട്രാങ്ങിന്റെ പാട്ട് നിനക്കു വേണ്ടിയിവിടെ വെച്ചതിനുമൊക്കെ നീയുമായി ബന്ധമുണ്ട്."

"കാര്യത്തിലേയ്ക്ക് വരൂ, വല്യേട്ടാ." ഞാൻ പ്രേരിപ്പിച്ചു.

"നീയാകാൻ ഉദ്ദേശിച്ചിട്ടുള്ള വ്യക്തിയാകുന്നതിനെക്കുറിച്ചാണ് കുടുംബനായകന്റെ നാലാം ആധിപത്യം പ്രതിപാദിക്കുന്നത്. മികച്ച അസ്തിത്വമുണ്ടാക്കാനും മനസ്സ്, ശരീരം, ആത്മാവ് എന്നിവയുടെ പൂർണ്ണമായ പ്രബലത തിരിച്ചറിയാനുമുള്ളതാണ് നാലാമത് ആധിപത്യം. ജീവിതത്തിലൊരു നായകനായി എങ്ങനെ മാറാമെന്നതാണ് അതിന്റെ ഉള്ളടക്കം." സൗമ്യതയോടെ ജൂലിയൻ സമ്മതിച്ചു.

"ജൂലിയൻ, കുടുംബനായകന്റെ നാലാമത്തെ ആധിപത്യം എന്താണ്?" പ്രസന്നചിത്തതയോടെ ഞാൻ ചോദിച്ചു. അടുത്ത ജീവിതപാഠം വികസിക്കുന്തോറും എന്റെ താല്പര്യവും വർദ്ധിച്ചു.

"ഫലപ്രദമായ ജീവിതത്തിനുള്ള മറ്റു മാർഗ്ഗങ്ങൾപോലെ അതും ലളിതമായി പറയാം. *മികച്ച രക്ഷിതാവാകണമെങ്കിൽ മികച്ചൊരു വ്യക്തിയാകണം*. സ്വയം വരുത്തേണ്ട നവീകരണവും പരിഷ്കാരവുമാണതിന്റെ പ്രതിപാദ്യം."

"അവസാനം ഉപയോഗിച്ച പദമെനിക്ക് അത്ര പരിചിതമല്ല. ഗവേഷണത്തിനും വികസത്തിനുമായി സമയമൊ പണമൊ ചിലവഴിക്കാത്ത സഭയെക്കുറിച്ച് നിന്റെ അഭിപ്രായമെന്താണ്?"

"കൂടുതലൊന്നുമില്ല. അതിലൊരിക്കലും ഞാൻ നിക്ഷേപിക്കില്ലയെന്നത് തീർച്ചയാണ്." ഞാൻ പറഞ്ഞു.

"ശരിയാണ് ഞാനും ചെയ്യില്ല."

"ഓ, നീ വീണ്ടും ഓഹരി കച്ചവടം കളിക്കുന്നുവെന്നു മാത്രം പറയരുത്. എനിക്ക് തലക്കെട്ടുകൾ ഇപ്പോൾ തന്നെ കാണാം. കോടീശ്വരനായ അഭിഭാഷകൻ ബോധോദയം സിദ്ധിച്ച മുനിയായി മാറുകയും കമ്പോളത്തെ കീഴടക്കുകയും ചെയ്യുന്നു. തന്റെ സമ്പാദ്യം കൊണ്ടയാളൊരു ഫെറാറി വാങ്ങുന്നു." ഞാൻ പൊട്ടിച്ചിരിച്ചു.

"എന്റെ കമ്പോള നിക്ഷേപത്തിന്റെ കാലം കഴിഞ്ഞു. പക്ഷെ എന്നിൽ സ്വയം നിക്ഷേപിക്കുന്ന കാലം ഇപ്പോൾ തുടങ്ങിയതേയുള്ളൂ. ഞാൻ നടത്തിയിട്ടുള്ളതിൽ വെച്ചേറ്റവും മികച്ച നിക്ഷേപമാണതു താനും. നോക്ക്, ദിവസംതോറും പുരോഗതി കൈവരിക്കുന്നതിൽ ശ്രദ്ധയില്ലാത്ത കമ്പനിയിൽ ഒരൊറ്റ പൈസപോലും നീ നിക്ഷേപിക്കില്ല. പക്ഷേ സ്വയം മെച്ചപ്പെടുത്താനായി മാസത്തിലൊരു മണിക്കൂർപോലും ചിലവിടുന്നതിൽ പരാജയപ്പെടുന്ന മനുഷ്യരുള്ള ലോകത്താണ് നമ്മൾ ജീവിക്കുന്നത്. അതുകൊണ്ടാണ് എല്ലാവരും സ്വയം തൃപ്തിപ്പെടുമായിരുന്നെങ്കിൽ ഇവിടെ നായകന് ആരുമുണ്ടാകില്ലായിരുന്നുവെന്ന വചനം ഞാൻ വളരെയധികം ഇഷ്ടപ്പെടുന്നത്. *ഈ ലോകത്തത് വ്യക്തിപരവും പ്രവർത്തിപരവും ആധ്യാത്മികപരവുമായ ഉയർന്ന ജീവിത ങ്ങൾ നയിക്കുന്നവർ സ്വയം തങ്ങളിലൊരിക്കലും തൃപ്തരല്ല. കഴിവുകളുടെ ആവരണത്തെ തുടർച്ചയായി തള്ളിനീക്കി കൊണ്ട് കൂടുതൽ ശക്തരും ജ്ഞാനികളും സഫലരുമായി അവർ മാറുകയാണ്.*"

"പക്ഷേ, തങ്ങളിൽ സ്വയം തൃപ്തരാകുന്നതിലും ഇഷ്ടപ്പെടുന്നതിലും പറയാനൊന്നുമില്ല?"

"വ്യക്തിപരമായ കഴിവുകൾക്ക് കൃതജ്ഞത വേണമെന്നും നിങ്ങളെയുള്ളപ്പോലെ സ്നേഹിക്കരുതെന്നുമല്ല ഞാൻ പറയുന്നത്. ജീവിതത്തെ മനോഹരമാക്കാൻ തുടർച്ചയായി പരിശ്രമിക്കേണ്ട ആവശ്യമുണ്ട്. മനോ-ഹരം." ജൂലിയൻ ഊന്നി പറഞ്ഞു.

"ആ, ഇപ്പോൾ നീയാ പാട്ട് വെച്ചതും പാടിയതുമെന്തിനാണെന്ന് എനിക്ക് മനസ്സിലായി." ഞാൻ നെടുവീർപ്പിട്ടു.

"ഇപ്പോൾ നീ വേവിച്ചെടുക്കുന്നുണ്ട്." എന്റെ കവിൾത്തടത്തിൽ ചുംബിച്ചുകൊണ്ട് ജൂലിയൻ മറുപടി പറഞ്ഞു.

"ഇപ്പോൾ നമ്മളീ ഉദ്യാനത്തിൽ വന്നതെന്തിനാണെന്ന് മനസ്സിലായില്ല."

"സ്വന്തം പുനരുദ്ധാരണത്തിനും വ്യക്തിപരമായ പരിഷ്കരണത്തിനുമുള്ള ഉത്തമമായ രൂപമാണ് ഉദ്യാനം. കൃഷി, പരിചരണം, ശ്രദ്ധ എന്നിവയെ പ്രകൃതിയെങ്ങനെ സമ്മാനിക്കുന്നുവെന്നതിന്റെ ശ്രേഷ്ഠമായ ഉദാഹരണമാണത്. ഈ പച്ചക്കറികളെ പരിപാലിച്ച്, അവർ ശരിയായി സംരക്ഷിക്കപ്പെടുന്നുണ്ടെന്നും അവർക്ക് വളരാനുള്ള മികച്ച അന്തരീക്ഷം ലഭ്യമാക്കുന്നുണ്ടെന്നും ഉറപ്പു വരുത്തികൊണ്ട് മിസ്സ് വില്യംസൺ മിക്കവാറും ദിവസങ്ങൾ ഇവിടെ ചിലവിടുന്നു. അവർ വിതച്ചത് കൊയ്യുകയും ചെയ്യുന്നു. നല്ലൊരു സമയം അവരവിടെ ചിലവഴിക്കുമ്പോൾ അനിവാര്യമായും പ്രകൃതി അവർക്ക് സമ്പന്നമായ കൊയ്ത്തു നല്കുന്നു. മനുഷ്യരുടെ കാര്യവും അങ്ങനെ തന്നെയാണ്. തിരക്കേറിയ ദിനചര്യകളിൽ നിന്നും സമയമെടുത്ത് കുറച്ച് സ്വന്തമായ പുനരുദ്ധാരണത്തിനും വ്യക്തിപരമായ പരിഷ്കരണത്തിനും ഉപയോഗിച്ചാൽ ജീവിതത്തിന്റെ സമസ്തമേഖലകളിലും അത് ക്രിയാത്മകമായ ഫലം നൽകും."

"ജൂലിയൻ, സ്വന്തമായ പുനരുദ്ധാരണമെന്നതുകൊണ്ട് ഉദ്ദേശിക്കുന്നതെന്താണ്? വ്യായാമത്തിനും നല്ലവണ്ണം ഭക്ഷിക്കാനുമൊക്കെ സമയം കണ്ടെത്തുന്നതാണോ?"

"അതു മാത്രമല്ല, അതിനെക്കാൾ കൂടുതൽ മറ്റു പലതുമുണ്ട്." ജൂലിയൻ നിർത്തി. ഉദ്യാനത്തിലെ മേശയിലേയ്ക്ക് അവനെന്നെ നയിച്ചു. ശുദ്ധമായ തക്കാളിച്ചാർ ഗ്ലാസ്സിലോട്ട് ഒഴിച്ചുകൊണ്ട് നാലാമത് ആധിപത്യത്തെകുറിച്ചുള്ള പ്രഭാഷണം അവൻ തുടർന്നു.

"ഹതഭാഗ്യമായ ആ വിമാനത്തിൽ നീ കയറിയതോർമ്മയുണ്ടോ?"

"ഉണ്ടെന്ന് സങ്കടത്തോടെ എനിക്ക് പറയേണ്ടി വരും." മൃദുവായി ഞാൻ മറുപടി പറഞ്ഞു.

"വിമാനത്തിലെ ജീവനക്കാരുടെ നിർദ്ദേശങ്ങൾ ഓർത്ത് നോക്കൂ."

"ശരി, ആശങ്കപ്പെടാതെ ശാന്തരായി കുനിഞ്ഞിരിക്കാൻ അവർ പറഞ്ഞു."

"ഓക്സിജന്റെ മുഖമൂടിയെ കുറിച്ച് അവരെന്തു പറഞ്ഞു?"

"ശരി. വിമാനത്തിൽ കയറുമ്പോഴൊക്കെ അതിലെ ജോലിക്കാർ ഒരേ കാര്യം തന്നെയാണ് പറയാറുള്ളത്."

"അതെന്താണ്?"

"അനിവാര്യമായും സ്വന്തം മുഖത്ത് ഓക്സിജൻ മുഖംമൂടി വെച്ചു നോക്കിയെന്ന് ഉറപ്പു വരുത്തിയിട്ടേ മറ്റുള്ളവരെ അതിനുവേണ്ടി സഹായിക്കാൻ പോകാവൂ."

"ഉത്തമമായ ഉത്തരം." എന്റെ മറുപടിയിൽ സന്തോഷവാനായി ജൂലിയൻ നിരീക്ഷിച്ചു. "കുടുംബനായകന്റെ നാലാമത് ആധിപത്യവും സ്വന്തം പുനരുദ്ധാരണവുമെല്ലാം അതിനെക്കുറിച്ചു തന്നെയാണ്."

"ഇപ്പോഴുമെനിക്ക് പൂർണ്ണമായി മനസ്സിലായില്ല." ജ്യൂസ് വലിച്ചു കുടിക്കാൻ തുടങ്ങുമ്പോൾ ഞാൻ കുമ്പസാരിച്ചു.

"മറ്റുള്ളവരെ സഹായിക്കാൻ പോകുന്നതിന് മുമ്പ് സ്വയം സഹായിക്കണം. മെച്ചപ്പെട്ടൊരു രക്ഷകർത്താവാകാൻ ആദ്യം മെച്ചപ്പെട്ടൊരു വ്യക്തിയാകണം. മികച്ച രീതിയിൽ കുടുംബത്തെ കൈകാര്യം ചെയ്യാൻ ആദ്യം മികച്ച തരത്തിൽ സ്വയം കൈകാര്യം ചെയ്യണം."

"ബാഹ്യമായ മാർഗ്ഗദർശിത്വം ആന്തരികമായതിൽ നിന്നുമാണ് ആരംഭിക്കുന്നത്."

"ശരിയാണ്." ഞാൻ സമ്മതിച്ചു.

"മഹത്തായ ചിന്തകളാദ്യമെയില്ലെങ്കിൽ കുട്ടികൾക്ക് വേണ്ടി നിനക്ക് വലുതായിട്ടൊന്നും ചെയ്യാൻ കഴിയില്ല." വ്യക്തമായി ഊർജ്ജവത്ക്കരിക്കപ്പെട്ട ജ്ഞാനസ്നാനിയായ ഉപദേശി ഉരുണ്ടു നീങ്ങുന്നതുപോലെ ചലിച്ചുകൊണ്ട് ജൂലിയൻ തുടർന്നു.

"സത്യം." ഞാൻ അലറി.

"സ്വയം നന്മ അനുഭവിക്കാതെ ജീവിതത്തിൽ നല്ലത് ചെയ്യാൻ നിനക്ക് കഴിയില്ല."

"വീണ്ടും ശരി തന്നെ." തലയാട്ടി കൊണ്ട് ഞാൻ പറഞ്ഞു.

"സ്വയം സ്നേഹിക്കാതെ നിന്റെ മക്കളെ സ്നേഹിക്കാനും നിനക്ക് സാധിക്കില്ല." ജൂലിയൻ വിലപിച്ചു.

ഞാൻ നിശ്ശബ്ദയായി. അവസാനത്തെ വാചകം എന്നിൽ പ്രഹരിച്ചു. അതെന്നെ കണ്ണീരിലാഴ്ത്തി. ജൂലിയന്റെ അറിവ് എന്റെ ആത്മാവിലാണ് തുളഞ്ഞു കയറിയത്. അവൻ വളരെ ശരിയായിരുന്നു. ആത്മാനുരാഗമില്ലാതെ കുട്ടികൾക്കും ജോണിനും സ്നേഹം നല്കാൻ എനിക്കെങ്ങനെ സാധിക്കും? സ്വയം സ്നേഹം കണ്ടെത്താൻ കഴിയാതെ മറ്റുള്ളവർക്ക് സ്നേഹം നൽകാൻ ഒരു മനുഷ്യനെങ്ങനെയാണ് സാധിക്കുക? പോർട്ടറിനും സരിതയ്ക്കും അർഹിക്കുന്ന രീതിയിലെ രക്ഷിതാവാകാൻ ആശിക്കുന്നതിന് മുമ്പ് എന്നെ തന്നെ വികസിപ്പിക്കുകയെന്നത് ഗൗരവത്തോടെ കാണുകയും അന്തർലീനമായതിനെ പുറത്തോട്ട് കൊണ്ട് വരാൻ തുടങ്ങുകയും വേണം.

"സ്വന്തം പുനരുദ്ധാരണത്തിനും പരിഷ്കാരത്തിനുമുള്ള സമർപ്പണബോധം ഫലപ്രദമായൊരു രക്ഷിതാവായി മാത്രമല്ല. കൂടുതൽ സന്തോഷവാനായ മനുഷ്യനായി കൂടി നിന്നെ മാറ്റും. ശ്രേഷ്ഠതയുടെ രേഖയിലൂടെ ഒരുവന്റെ ശക്തിയുടെ പൂർണ്ണമായ ഉപയോഗമാണ് സന്തോഷമെന്ന് ജോൺ എഫ്.കെന്നഡി ഒരിക്കൽ പറഞ്ഞിട്ടുണ്ട്."

"ശരി, ജൂലിയൻ. സ്വയം പുനരുദ്ധരിക്കാനും മെച്ചപ്പെട്ട വിവേകിയും കൂടുതൽ പൂർണ്ണനുമായ മനുഷ്യനായി മാറാൻ എനിക്കെന്തൊക്കെ ചെയ്യാൻ കഴിയും?"

"നേരത്തെ തുടങ്ങുകയെന്നതാണ് ഒരു കാര്യം." മറുപടി പൊടുന്നനെ വന്നു.

"ദയവായി വിശദീകരിക്കാമോ?"

"മികച്ചൊരു മനുഷ്യനാകണമെങ്കിൽ ഇന്ന് ചെയ്തതു പോലെ അഞ്ചുമണി സംഘത്തിൽ ചേരുന്നതിൽനിന്ന് തുടങ്ങാമെന്നാണ് എന്റെ അഭിപ്രായം."

"എല്ലാ ദിവസവും നിനക്കെന്നെ രാവിലെ അഞ്ചുമണിയ്ക്ക് ഉണർത്തണൊ?"ഞാൻ ആശ്ചര്യപ്പെട്ടു."നിനക്കെന്താ ഭ്രാന്തുണ്ടോ?"

"മുനിമാർ നാല് മണിയ്ക്ക് എഴുന്നേൽക്കുമായിരുന്നു. പക്ഷെ കാതറിൻ, നീ അഞ്ചു മണിയ്ക്ക് എഴുന്നേറ്റാലും കുഴപ്പമില്ല. കട്ടിലുമായുള്ള പോരാട്ടത്തിൽ വിജയിച്ച്, മനസ്സിനെ കിടക്കക്ക് അതീതമായി സ്ഥാപിച്ചശേഷം നേരത്തെ എഴുന്നേറ്റാൽ ജീവിതത്തിൽ നിന്നും നിനക്ക് കൂടുതൽ ജീവനം നിനക്ക് ലഭിക്കും. അഞ്ചുമണിയ്ക്കെഴുന്നേല്ക്കുന്നതിന് മാനസികമായ ഗുണവുമുണ്ട്. മഹത്തായ ജീവിതത്തിന് പ്രധാനമെന്ന് അറിയാമെങ്കിലും

അവശേഷിക്കുന്ന ലോക ജനതയ്ക്ക് ചെയ്യാൻ സമയം ലഭിക്കാതെ അവർ മുഴുവൻ കിടന്നുറങ്ങുമ്പോഴാണ് നീ എഴുന്നേറ്റിരുന്ന് അതൊക്കെ ചെയ്യുന്നത്."

"എന്തൊക്കെ?"

"സൂര്യനുദിക്കുന്നത് നോക്കി നില്ക്കുക, വൃക്ഷങ്ങൾക്കിടയിൽ നടക്കുക, മഹത്തായ പുസ്തകങ്ങൾ വായിക്കുക. ഞാൻ നേരത്തെ പറഞ്ഞതുപോലെ എല്ലാ ദിവസവും കുറച്ച് വായന നിന്റെ ജീവിതത്തെ മാറ്റി മറിക്കും. ദിനാരംഭത്തിൽ മുപ്പത് മിനിറ്റ് നേരത്തേയ്ക്കെങ്കിലും പ്രചോദനപരവും അഭിവൃദ്ധിദായകവുമായ പുസ്തകങ്ങൾ വായിക്കുന്നത് ദിവസത്തിലെ അവശേഷിക്കുന്ന നിമിഷങ്ങളിലെല്ലാം മറ്റുള്ളവർ ഉറങ്ങുമ്പോൾ ബന്ധം സ്ഥാപിച്ച അറിവുമായി നിന്നെ ബന്ധപ്പെടുത്തും. മക്കളുമായുള്ള ആശയ വിനിമയം മെച്ചപ്പെടുത്തും. ജോണുമായി സമ്പർക്കം പുലർത്തുന്ന രീതി ഭേദപ്പെടുത്തും. ജീവനക്കാരുമായുള്ള ബന്ധത്തിൽ പുരോഗതിയുണ്ടാക്കും. പൂർണ്ണമായും അപരിചിതരായവരോടുപോലും നീ കൂടുതൽ ദയ കാണിക്കും." ജൂഡാ ഇബ്ന്- തിബൺ ഋഷി തുല്യനായി നിരീക്ഷിച്ചതിങ്ങനെയാണ്: പുസ്തകങ്ങളെ നിന്റെ സഹചാരികളാക്കൂ. പെട്ടികളും അറകളും നിന്റെ കളിക്കളങ്ങളും ഉദ്യാനങ്ങളുമാകട്ടെ; ശക്തമായ പ്രസ്താവന.

"ബാക്കിയുള്ള ജീവിതത്തിലെ എല്ലാ ദിവസവും രാവിലെ ഒന്നോ രണ്ടോ മണിക്കൂർ അധികമുള്ളതായി സങ്കല്പ്പിക്കുക. ആന്തരികമായ പ്രവർത്തനത്തിനുവേണ്ടി ആ സമയം മാറ്റി വെച്ചാൽ നിന്റെ ജീവിതത്തെ പുതിയൊരു തലത്തിലേയ്ക്കത് ഉയർത്തി കൊണ്ടുപോകുന്നത് കാണാം. ഉത്തമമായൊരു ദിവസമൊ ജീവിതമൊ ദൃശ്യവത്കരിക്കാനോ ധ്യാനിക്കാനോ ആ സമയത്തെ പ്രയോജനപ്പെടുത്തുക. മനോഹരമായ സംഗീതം കേട്ട് ആത്മാവിന് സുഖം പകരുകയോ ഒരു ഉദ്യാനം വളർത്തിയെടുക്കാൻ സമയം ചിലവഴിച്ച് പ്രകൃതിയോട് സംവദിക്കുകയുമാകാം. നമ്മുടെ പ്രിയപ്പെട്ട പഴയ സുഹൃത്ത് മിസ്സ് വില്യംസണെപോലെ. വസ്തുനിഷ്ഠമായി പറഞ്ഞാൽ, കഴിഞ്ഞ എഴുപതു വർഷക്കാലമായി അവർ രാവിലെ അഞ്ചു മണിയ്ക്ക് എഴുന്നേൽക്കുന്നവരാണെന്നാണ് ഇന്നലെ അവരെന്നോട് പറഞ്ഞത്. തന്റെ ജീവിതത്തിൽ അവർ വളർത്തിയെടുത്ത ഏറ്റവും നല്ല സ്വഭാവവും അതു തന്നെ."

"എനിക്കത് അറിയില്ലായിരുന്നു."

"കാതറിൻ, ഈ ഭൂഗ്രഹത്തിലെല്ലാവർക്കും-എല്ലാവർക്കുമെന്ന് തന്നെയാണ് ഞാൻ ഉദ്ദേശിച്ചത്-പറയാനൊരു കഥയും പഠിക്കാനൊരു പാഠവുമുണ്ട്. പ്രശ്നം നമുക്കെല്ലാവർക്കും തിരക്കാണെന്നതാണ്. നമ്മുടെ കാര്യങ്ങളിൽ പൂർണ്ണമായി വ്യാപൃതമായതുകൊണ്ട് ചുറ്റുമുള്ളവരിൽനിന്നും പഠിക്കാൻ നമ്മൾ സമയമെടുക്കുന്നില്ല. ഞാൻ നിന്നെ കുറ്റം പറയുകയല്ല. അനിയത്തീ, നിന്റെ ശ്രദ്ധ അവകാശപ്പെടുന്ന തിരക്കേറിയ ഉദ്യോഗവും മനോഹരമായ കുടുംബമാണ് നിനക്കുള്ളത്. മഹത്തായ ബന്ധങ്ങളാൽ വാർത്തെടുത്താണ് മഹത്തായ ജീവിതമെന്ന് ഞാൻ നിന്നെ ഓർമ്മപ്പെടുത്തുന്നുവെന്നേയുള്ളൂ. ജീവിതത്തിൽ കൂടുതൽ സന്തോഷം വേണമെങ്കിൽ ചുറ്റുമുള്ള ആളുകളുമായി ബന്ധപ്പെടുകയും വളർന്നു വരുന്ന സന്തോഷത്തെ നിരീക്ഷിക്കുകയും വേണം. *കൂടുതൽ സാധനങ്ങൾ ശേഖരിക്കുന്നതിലല്ല സഫലീകരണം. കൂടുതൽ സ്നേഹം അനുഭവിക്കുന്നതിലാണ്.*"

"ഞാൻ പൂർണ്ണമായി യോജിക്കുന്നു, ജൂലിയൻ. കഴിഞ്ഞ കുറച്ചു മാസങ്ങളായിരുന്നു എന്റെ ജീവിതത്തിലേറ്റവും മികച്ചവ. പോർട്ടറോടും സരിതയോടും അത്രയധികം ഞാനിതുവരെ അടുത്തിട്ടില്ല. ജോണെന്നെ ഇത്രയധികം സ്നേഹിക്കുന്നതായി എനിക്ക് തോന്നിയിട്ടില്ല. ജീവനക്കാരെന്നെ അംഗീകരിക്കുന്നതായി ഞാൻ മനസ്സിലാക്കിയിട്ടില്ല. ഇതു വരെ നിന്നോടെനിക്ക് ഇത്രയ്ക്ക് കടപ്പാട് തോന്നിയിട്ടുമില്ല. എനിക്ക് സഞ്ചരിക്കാൻ കൂടുതൽ ദൂരമുണ്ടെങ്കിലും ഞാൻ ശരിയായ ദിശയിലാണ് നീങ്ങുന്നതെന്ന് എനിക്കറിയാം."

"അതിനെക്കുറിച്ച് സംശയമെ വേണ്ട. നീ ശരിയായ ദിശയിൽ തന്നെയാണ്."

"മെച്ചപ്പെട്ട വ്യക്തിയാകാൻ എനിക്ക് മറ്റെന്താണ് ചെയ്യാനുള്ളത്?"

"ക്ഷേത്രത്തെ പരിപാലിക്കുക." ജൂലിയന്റെ മറുപടി വന്നു.

"ക്ഷേത്രമെന്നാൽ?" ഞാൻ ഉറക്കെ ആശ്ചര്യപ്പെട്ടു.

"നിന്റെ ശരീരമാണ് നിന്റെ ക്ഷേത്രം." തന്റെ അടയാളമായിരുന്ന വസ്ത്രത്തെ അനാവരണം ചെയ്യാൻ കോലത്തിന്റെ അവസാനത്തെ അവശിഷ്ടങ്ങളും നീക്കം ചെയ്തുകൊണ്ട് അവൻ മറുപടി പറഞ്ഞു. പുരാതന തത്ത്വചിന്തകർക്ക് ഒരു വചനമുണ്ടായിരുന്നു. മെൻസ് സന ഇൻ കോർപ്പോറ സനൊ.

"പരിഭാഷപ്പെടുത്തിയാലും. ഇപ്പോൾ പഴയപോലെ എനിക്ക് ലാറ്റിൻ അറിയില്ല." കണ്ണിറുക്കികൊണ്ട് ഞാൻ പറഞ്ഞു.

"ആരോഗ്യമുള്ള ശരീരത്തിലാണ് ആരോഗ്യകരമായ മനസ്സ് വസിക്കുന്നതെന്നെ അതിന് അർത്ഥമുള്ളൂ. ജ്ഞാനത്തിന്റെ അവിശ്വസനീയമായ സൂചനയാണെങ്കിലും മിക്കവരും അത് അവഗണിക്കുന്നു. ശരിക്കും നിന്റെ ശരീരമാണ് നിന്റെ ക്ഷേത്രം. അർഹതപ്പെട്ട ആദരവും പരിപാലനവും നല്കിയതിനെയൊരു വാഹനമായി കണ്ടാൽ അത് നിന്നെ ജീവിതത്തിന്റെ അത്യുന്നതങ്ങളിലേയ്ക്ക് നയിക്കും. ശാരീരികമായ പ്രാവീണ്യം നേടുകയെന്നത് വ്യക്തിപരമായ ആധിപത്യത്തിലേയ്ക്കെത്താനുള്ള ഉജ്ജ്വലമായ മാർഗ്ഗമാണ്."

"ശരിക്കും?"

"അതെ. ആഴ്ചയിൽ അഞ്ചോ ആറോ തവണ ജിമ്മിൽ കയറുന്ന കാര്യം ആലോചിച്ച് നോക്കൂ. വ്യായാമം ചെയ്യുന്ന അവസ്ഥയിൽ നമ്മുടെ ആശ്വാസകരമായ മേഖലയിൽ നിന്നും വ്യാപരിക്കുന്നതിലെ കഷ്ടപ്പാടുകളെ കുറിച്ച് ചിന്തിക്കുക. ഓരോ പ്രാവശ്യവും കുറച്ചുകൂടി കഠിനമായി വ്യായാമം ചെയ്യുന്നതിലെ വെല്ലുവിളി ഓർക്കുക. ഓരോ സ്ഥലത്തു പോകേണ്ടി വരുമ്പോഴും അവിടത്തെ പ്രലോഭനങ്ങളിൽപ്പെടാതെ ആരോഗ്യദായകരും പ്രകൃതിദത്തവുമായ ഭക്ഷണം കഴിക്കാനും ധാരാളം വെള്ളം കുടിക്കാനും ആവശ്യമുള്ള സ്വപ്രതിജ്ഞയെ കുറിച്ച് ആലോചിക്കുക. പക്ഷെ, സ്വന്തം ശരീരത്തെ ബഹുമാനിക്കാനുള്ള ധൈര്യമുണ്ടെങ്കിൽ വ്യക്തിപരമായ ആധിപത്യം അകലെയാകില്ല. നിങ്ങളെന്ന വ്യക്തിയുടെ വാസസ്ഥാനമാണ് ശരീരം. വ്യായാമം ചെയ്യണമെന്ന് തോന്നാത്ത ദിവസങ്ങളിൽ ഓരോ പ്രാവശ്യവും നിങ്ങൾ ജിമ്മിൽ പോകുമ്പോൾ മനുഷ്യനെന്ന നിലയിൽ നിങ്ങൾ ശക്തി പ്രാപിക്കുയാണ്. ശീതകാലത്തെ തണുത്തുറഞ്ഞ ദിവസം പുതച്ചു കിടക്കുന്നതാണ് ഉത്തമമെന്ന് തോന്നുമ്പോൾ ഇറങ്ങിയോടാൻ പോകുന്ന ഓരോ തവണയും സ്വന്തം മനുഷ്യത്വത്തെ നിങ്ങൾ കുറച്ചുകൂടി യാഥാർത്ഥ്യവത്കരിക്കുകയാണ്. ശാരീരിക നില മെച്ചപ്പെടുത്തുന്ന മാർഗ്ഗങ്ങൾ ജീവിതനിലവാരത്തെയും സ്വഭാവത്തെയും മെച്ചപ്പെടുത്താനുള്ള നല്ല വഴിയാണ്. അത് വ്യക്തിയെന്ന നിലയിൽ മാത്രമല്ല, രക്ഷകർത്താവെന്ന നിലയിലും നിങ്ങളെ മെച്ചപ്പെടുത്തും."

"എനിക്കാ ബന്ധം മനസ്സിലാകുന്നില്ല വലിയേട്ടാ?"

"പതിവായി വ്യായാമം ചെയ്യുകയും നന്നായി ഭക്ഷണം കഴിക്കുകയും വിശ്രമിക്കാനും ശരീരത്തെ പരിപോഷിപ്പിക്കാൻ സമയം കണ്ടെത്തുകയും ചെയ്യുന്നത് നിങ്ങളെ സന്തോഷിപ്പിക്കും. അറിഞ്ഞിട്ടുള്ളതിനെക്കാൾ വലിയ ഊർജ്ജം അത് നിങ്ങൾക്ക്

നൽകും. കൂടുതൽ ശാരീരികക്ഷമതയും മാനസികദൃഢതയും ഉറപ്പു വരുത്തും. ക്ഷമയും സ്നേഹശീലവും നിങ്ങളിലുണ്ടാവും. നിങ്ങൾക്കെപ്പോഴും ശാന്തത അനുഭവപ്പെടും. പോർട്ടറിനും സരിതയ്ക്കും വേണ്ടപ്പെട്ടയൊരു രക്ഷിതാവായി മാറാൻ ഇത്രയും ഗുണങ്ങൾ പോരെ?" അഹങ്കാരിയായി ജൂലിയൻ ചോദിച്ചു.

"തീർച്ചയായും."

"ശരീരമെന്ന സമ്മാനത്തെ പരിപാലിക്കുന്നതിലൂടെ നിങ്ങൾ വ്യക്തവും ശക്തവുമായ ചിന്തകരാകും. നിങ്ങളുടെ ലോകത്തെ ആത്യന്തികമായി പടുത്തുയർത്തുന്നത് ചിന്തകളാണ്. അതു കൊണ്ട് ആ ഒരൊറ്റ പ്രയോജനം തന്നെ വിലമതിക്കാവുന്നതിലപ്പുറമാണ്. ആഴ്ചയിൽ 168 മണിക്കൂറുകളുണ്ട്. തിരക്കേറിയ ദിനചര്യകൾക്കിടയിലും അതിൽനിന്നും നാലഞ്ചെണ്ണമെടുത്ത് നമ്മുടെ ശാരീരികപരിപാലനത്തിനുവേണ്ടിയും ശരീരത്തിൽ ആധിപത്യം സ്ഥാപിക്കാനുള്ള പ്രവർത്തനങ്ങൾക്കുമായി പ്രയോജനപ്പെടുത്താം. അടുത്തിടെയായി നീ വ്യായാമം ചെയ്യുന്നുണ്ടെന്ന് എനിക്കറിയാം. നിന്റെ പുരോഗതിയെ ഞാൻ പ്രശംസിക്കുന്നു. പക്ഷെ അതിന്റെ അടുത്ത നിലയിലേയ്ക്ക് നീ കയറണമെന്നാണെന്റെ അഭിപ്രായം. ശാരീരികമായ കഴിവുകളെ മോചിപ്പിച്ച സാധ്യമായതിൽ വെച്ചേറ്റവും മികച്ച അവസ്ഥയിതെന്നുള്ള പരിശ്രമത്തെ കൂടുതൽ ഗൗരവമായി കാണുക."

"പക്ഷെ, ജൂലിയൻ ഞാനൊന്ന് ചോദിച്ചോട്ടെ. ശരീരത്തെ ഉത്തമമായ അനാരോഗ്യത്തിൽ കാത്തുസൂക്ഷിക്കുകയെന്നത് ശല്യപ്പെടുത്തുന്ന കാര്യമല്ല. പ്രത്യേകിച്ചും ചുറ്റുപാടുമുള്ള മാധ്യമക്കാരുടെയിടയിലൊരു സ്ത്രീയെന്ന നിലയിലെ പ്രതിച്ഛായ കാത്തുസൂക്ഷിക്കാനായി ഞാൻ ധാരാളം സമ്മർദ്ദമനുഭവിക്കാറുണ്ട്."

"നല്ല സൂചന ഇതാണ് കാര്യം, ശാരീരികാധിപത്യത്തിനുള്ള പരിശ്രമം വലിയൊരു മോഡലൊ സിനിമാതാരത്തെയോപോലെയാകാൻ വേണ്ടിയല്ല. *നിന്നിലെ ഏറ്റവും മികച്ചത് കണ്ടെടുക്കുക*യെന്നതാണ് ആ അന്വേഷണത്തിൽ സമഗ്രമായ ഉദ്ദേശ്യം. ആ അവസ്ഥയിലെത്തുമ്പോൾ ബാഹ്യമായ ശ്രദ്ധ ആന്തരീകമായതിലേയ്ക്ക് തിരിക്കുകയെന്നത് അനിവാര്യമായി വരും. ഫാഷൻ മാസികകളിൽ കാണുന്ന സ്ത്രീകളോടു താരതമ്യം ചെയ്യുന്നതും മുമ്പുണ്ടായിരുന്ന നീതിയുമായി സ്വയം അളന്ന് വിധിനിർണ്ണയം നടത്തുന്നതും നിർത്തുക."

"അസാമാന്യമായ ആശയമാണത്, ജൂലിയൻ നീയത് പറഞ്ഞപ്പോൾ തന്നെ എന്റെ നട്ടെല്ലിലൊരു തരിപ്പ് അനുഭവപ്പെട്ടു."

"അതെന്നെ പഠിപ്പിച്ചതും മഹാ മുനിമാരാണ് ഭാരതത്തിലെ പഴയൊരു പഴഞ്ചൊല്ല് ഞാൻ നിനക്ക് പറഞ്ഞു തന്നത് ഓർമ്മയുണ്ടോ? മറ്റുള്ളവരുടെമേൽ ആധിപത്യമുണ്ടാകുന്നതിൽ മഹത്വമൊന്നുമില്ല. മുമ്പുണ്ടായിരുന്ന നിങ്ങളിൽനിന്നും സ്വയം മേൽക്കോയ്മയുണ്ടാകുന്നതാണ് യഥാർത്ഥ മഹത്വം. എന്താണത് പറയുന്നത്."

"ഞാനോർക്കുന്നു. എനിക്കിനിഷ്ടപ്പെടുകയും ചെയ്തു." ഞാൻ ആർത്തുവിളിച്ചു. "കുറച്ചുകൂടി വിവേകപൂർണ്ണവും ബോധദീപ്തവുമായ സമീപനവുമാണത്."

"അതുകൊണ്ട് ഭൂതകാലത്തിലെ നിന്നെയാണ് അളവുകോലാക്കേണ്ടത്. മാത്രമല്ല, *വ്യായാമത്തിന് സമയം കണ്ടെത്താത്തവർ കാലക്രമേണ രോഗത്തിനുവേണ്ടി സമയമുണ്ടാക്കേണ്ടി വരുമെന്നും* ഓർക്കുക."

"ശരിയാണ്." ചിന്താമഗ്നയായി ഞാൻ പറഞ്ഞു. ജൂലിയൻ വലിയ ഉത്സാഹത്തോടെ തുടർന്നു, ചെറുപ്പത്തിൽ കുറച്ച് സമ്പാദ്യത്തിനായി നമ്മൾ ആരോഗ്യത്തെ ത്യജിക്കാൻ സന്നദ്ധരാണ്. പ്രായമായി ബുദ്ധിയുണ്ടാകുമ്പോൾ സകലസമ്പാദ്യവും ത്യജിക്കാൻ നമ്മൾ സന്നദ്ധരാകുന്നുവെന്നത് എന്നെയിപ്പോഴും അദ്ഭുതപ്പെടുത്തുന്നു."

"കുറച്ച് ആരോഗ്യത്തിനുവേണ്ടി." ഞാനിടയ്ക്ക് കയറി പറഞ്ഞു.

"അതുതന്നെ പരമോന്നതമായ രൂപത്തിൽ തുടരുമ്പോഴും ആരോഗ്യത്തിനുവേണ്ടി വ്യായാമം ചെയ്യുമ്പോഴും ഓരോ പ്രാവശ്യവും ശരിയായട്ടല്ല ചെയ്യുന്നതെങ്കിൽ നീ തെറ്റായ പ്രവൃത്തി ചെയ്യാനുള്ള സ്വഭാവത്തിന് ഇന്ധനം നല്കുകയാണ്."

"വീണ്ടും നീ പറഞ്ഞത് എനിക്ക് മനസ്സിലായില്ല."

"ശരി ഞാൻ വേരൊരു തരത്തിൽ പറയാം. പതിവ് വ്യായാമം മുടങ്ങുന്നതിന് വ്യായാമം മുടങ്ങുന്നതിനെക്കാൾ മൂല്യമുണ്ട്."

"ജൂലിയൻ, കളിയാക്കുന്നത് മതിയാക്ക്." ഞാൻ പ്രസ്താവിച്ചു.

"ശരി ഞാൻ പറയുന്നത് ഓരോ തവണയും നീ വ്യായാമം മുടക്കുമ്പോൾ പഴയ നിലയിൽ തുടരുക മാത്രമല്ല നീ ചെയ്യുന്നത്, ശരിക്കും നീ പുറകിലോട്ട് കുറച്ചടി നീങ്ങുന്നും കൂടിയുണ്ട്. വ്യായാമം മുടക്കുമ്പോഴൊക്കെ വ്യായാമം മുടക്കുകയെന്ന സ്വഭാവത്തെ ശക്തിപ്പെടുത്തുകയാണ് നീ ചെയ്യുന്നത്. കൂടുതൽ പ്രാവശ്യം വ്യായാമം മുടക്കുന്തോറും ആ നിഷേധാത്മക സ്വഭാവം വളരും. ആവശ്യത്തിന് വ്യായാമം മുടക്കി കഴിയുമ്പോൾ വളരെ

കഷ്ടപ്പെട്ട് നീ വളർത്തിയെടുത്ത വ്യായാമം ചെയ്യുകയെന്ന ക്രിയാത്മക സ്വഭാവത്തിന് പകരം വ്യായാമം ചെയ്യാതിരിക്കുകയെന്ന നിഷേധാത്മക സ്വഭാവം നിലനിൽക്കും അതുകൊണ്ടാണ് ഓരോ പ്രാവശ്യവും ശരിയായ കാര്യം ചെയ്യാൻ പരാജയപ്പെടുമ്പോൾ തെറ്റായത് ചെയ്യാനുള്ള ഇന്ധനം നൽകുകയാണ് ചെയ്യപ്പെടുന്നതെന്ന് ഞാൻ പറയുന്നത്. ഈ തത്ത്വം ജീവിതത്തിലാകമാനം പ്രായോഗികമാണ്. ആരോടെങ്കിലും നന്ദി പറയാൻ ഓരോ തവണ മറക്കുമ്പോഴും ഒരിക്കലും നന്ദി പറയാതിരിക്കുകയെന്ന സ്വഭാവത്തെ വളർത്തിയെടുക്കാനുള്ള പ്രവർത്തനമാണ് നീ യഥാർത്ഥത്തിൽ നടത്തിയത് കൃത്യമായി ഫോൺ വിളികൾ തിരികെ നടത്താൻ മറക്കുന്ന ഓരോ പ്രാവശ്യവും ഒരിക്കലും കൃത്യസമയത്ത് ഫോൺ വിളികൾ നടത്താതിരിക്കുകയെന്ന സ്വഭാവത്തെ വളർത്തിയെടുക്കാനുള്ള സ്വഭാവത്തിലേയ്ക്കുള്ള ഒരു പടിയായി കഴിഞ്ഞു.ഉറങ്ങാൻ പോകുന്ന സമയത്ത് പുസ്തകം വായിക്കാൻ ക്ഷീണമാണെന്ന് കുട്ടികളോട് പറയുന്നതോരോ പ്രാവശ്യം ഉറക്കത്തിന് മുമ്പ് അവർക്കൊരിക്കലും വായിച്ചു കൊടുക്കാതിരിക്കുകയെന്ന സ്വഭാവം വളർത്തിയെടുക്കാൻ നീയെന്തോ ചെയ്തു കഴിഞ്ഞു. ഓർത്തോളൂ, കാതറിൻ *ജീവിതത്തിൽ ചെറിയ കാര്യങ്ങളാണ് ശരിക്കും വലിയവ. ജീവിതത്തിൽ നീ അനുഭവിക്കാൻ പോകുന്ന വിജയത്തിന്റെ മാറ്റ് ഓരോ ദിവസവും ഓരോ മണിക്കൂറിലും ഓരോ നിമിഷത്തിലും നീയെടുക്കുന്ന ചെറിയ തീരുമാനങ്ങളെ ആശ്രയിച്ചിരിക്കും."*

"ഞാൻ സമ്മതിക്കുന്നു, ജൂലിയൻ. ജീവിതത്തിൽ ലഭിക്കുന്ന മഹത്വത്തെ നിർവചിക്കുന്നത് ദിവസേനയുള്ള ചെറിയ പ്രവർത്തികളാണെന്ന് മറക്കാൻ എളുപ്പമാണ്." ദിവസം ചെല്ലുന്തോറും ജൂലിയനോട് കൂടുതൽ താദാത്മ്യം പ്രാപിക്കാൻ തുടങ്ങുന്നുവെന്ന് തിരിച്ചറിഞ്ഞ് ഞാൻ കൂട്ടിചേർത്തു. "നമ്മൾ നയിക്കുന്ന തിരക്കേറിയ ജീവിതത്തിനിടയിൽ പ്രാധാന്യം അർഹിക്കുന്ന പല കാര്യങ്ങളുടേയും കാഴ്ച നമുക്ക് നഷ്ടപ്പെടുകയും നമ്മുടെ ശ്രദ്ധ വ്യതിചലിപ്പിക്കുന്ന കാര്യങ്ങളിൽ നമ്മൾ കേന്ദ്രീകരിക്കുകയും ചെയ്യും. കാര്യനിർവ്വഹണ ഗുരുവായ പീറ്റർ ഡ്രക്കറിന്റെ വാക്കുകളാണ് എനിക്ക് ഓർമ്മ വരുന്നത്. ചെയ്യേണ്ടതല്ലാത്ത കാര്യങ്ങൾ കൃത്യമായി ചെയ്യുന്നതുപോലെ നിഷ്ഫലമായി മറ്റൊന്നുമില്ല."

ജൂലിയൻ ചിരിക്കാൻ തുടങ്ങി. "അത് ഭാസുരമായിരിക്കുന്നു. എന്തായാലുമത് ഞാനോർത്തു വയ്ക്കും. പ്രസ്താവനയിൽ സത്യമുണ്ട്. അപ്രധാനമായ കാര്യങ്ങൾ ചെയ്യാൻ ദിവസത്തിലെ പ്രധാന

സമയം ചിലവിടുന്നത് അസംബന്ധമാണ്. ബുദ്ധിയുള്ള നേതാക്കളൊക്കെ ജീവിത അനിവാര്യതകളിലും മൂല്യവത്തായവയ്ക്കും വേണ്ടിയാണ് സമയം ചിലവാക്കിയത്. ഓർക്കുക, നമ്മളും ഒരു തരത്തിലല്ലെങ്കിൽ മറ്റൊരു തരത്തിൽ നേതാക്കൾ തന്നെയാണ്. ഏറ്റവും ഉന്നതമായ സ്വാധീനം ചെലുത്തേണ്ടപ്രവർത്തനങ്ങൾ നിക്ഷേപത്തിന് കൂടുതൽ ആദായം നൽകുന്നവ ഏതെന്ന് കണക്കാക്കി അത്തരം കാര്യങ്ങൾക്കെ അവർ തങ്ങളുടെ ഊർജ്ജത്തെ സമർപ്പിക്കുകയുള്ളൂ യഥാർത്ഥ മുൻഗണനകളുടെ ചുറ്റുമുള്ള ഉയർന്ന ഏകാഗ്രതയാണ് വിജയത്തിന്റെ രഹസ്യവും. ലിൻ യുതാരെന്ന ചൈനക്കാൻ യോഗി നിരീക്ഷിച്ചതിങ്ങനെയാണ്. കാര്യങ്ങൾ ചെയ്തുതീർക്കുന്ന മഹത്തരമായ കലയെക്കാൾ കാര്യങ്ങൾ ചെയ്യാതെ വാടുന്ന കലയിൽ പ്രാവീണ്യം നേടുക. അപ്രധാനമായ നമ്മുടെ ഉന്മൂലനത്തിലാണ് ജീവിതജ്ഞാനം നിലക്കൊള്ളുന്നത്.”

“ജൂലിയൻ, സ്വയം പുനരുദ്ധരിക്കാനും ആന്തരികമായി നയിക്കാനും മറ്റെന്താണ് എനിക്ക് ചെയ്യാനുള്ളത്? നേരത്തെ എഴുന്നേൽക്കുകയെന്നതും ക്ഷേത്രത്തെ പരിപാലിക്കുന്നതും ഉജ്ജ്വലമായ അഭിപ്രായങ്ങളാണ്. ഞാൻ കൂടുതൽ പഠിക്കാൻ താല്പര്യപ്പെടുന്നു.”

“സ്വയം മേൽക്കോയ്മ നേടാൻ എനിക്ക് പറയാനുള്ള മറ്റൊരു മാർഗ്ഗം ജീവിതത്തെ രേഖപ്പെടുത്തുകയെന്നതാണ്.”

“വീണ്ടുമെനിക്ക് മനസ്സിലാകുന്നില്ല, ജൂലിയൻ.” കൂടെ പറഞ്ഞുകൊണ്ട് ഞാൻ അഭിപ്രായപ്പെട്ടു. “ജീവിതത്തെ രേഖപ്പെടുത്തുകയെന്നു വെച്ചാലെന്താണ്?”

“ഒരു രേഖാപുസ്തകം വെച്ചു തുടങ്ങാനാണ് ഞാൻ നിന്നെ പ്രോത്സാഹിപ്പിക്കുക. ജീവിതത്തിലെ പ്രധാന സംഭവങ്ങളിൽ നിന്നും പാഠമുൾകൊണ്ട് ഓരോ ദിവസവും ബുദ്ധിവികാസം സാധ്യമാക്കാൻ അത് നിന്നെ പ്രാപ്തമാക്കുന്നു. രേഖാപുസ്തകം ഭൂതകാലത്തെ നിനക്കുവേണ്ടി സേവനസന്നദ്ധമാക്കും ഭൂതകാലത്തെ അനുഭവങ്ങളെ ഭാവിയിലെ വിജയമാക്കി മാറ്റാനുള്ള പ്രേരണ നല്കുന്നയൊരു ഉപകരണമാണത് നല്കുന്നത്. ദിവസത്തിലെ സംഭവങ്ങൾക്കൊപ്പം ഉൾക്കൊണ്ട പാഠങ്ങളും എഴുതി വെച്ചാൽ വർദ്ധിച്ച സ്വഭാവബോധം നിനക്ക് ലഭിക്കും. നീ ചെയ്യുന്ന പ്രവർത്തികളെന്തിനു വേണ്ടിയെന്നതിന് വ്യക്തതയും ജീവിതത്തിന്റെ അടുത്ത ഘട്ടത്തിലേയ്ക്കുള്ള പരിണാമത്തിന് ആവശ്യ

മുള്ള പ്രവർത്തനങ്ങളുടെ വീക്ഷണങ്ങളും നിനക്ക് കിട്ടും പതിവായി സ്വയം സംഭാഷണങ്ങളിലേർപ്പെടാനുള്ള രേഖാപുസ്തകം എഴുതുന്നതിലൂടെ നിനക്ക് സാധിക്കും. ഗാഢമായ ചിന്തകൾക്കും ആത്മാവലോകത്തിനും അർഹിക്കുന്ന മൂല്യം ലഭിക്കാത്ത ഈ ലോകത്ത് അത്തരമൊരു കീഴ്വഴക്കം ആഴമേറിയ ചിന്തകൾക്ക് നിന്നെ പ്രാപ്തമാക്കും. ബോധപരവും സോദ്ദേശ്യപരവുമായ രീതിയിൽ ജീവിക്കാത്തത് നിന്നെ സഹായിക്കും. അതുകൊണ്ട് നിന്നെ നയിക്കുന്ന ജീവിതത്തിന് പകരം ജീവിതത്തെ നീ നിയന്ത്രിക്കും."

"രേഖാപുസ്തകം അത്രയ്ക്കും ശക്തമായ പ്രക്രിയയാണോ?"

"അതെ." മിസ്സ് വില്യസന്റെ ഉദ്യാനത്തിൽനിന്നും വലിയൊരു തക്കാളിയെടുത്ത് കടിച്ചുകൊണ്ട് ജൂലിയൻ മറുപടി പറഞ്ഞു.

"ജൂലിയൻ, അതു കഴിക്കേണ്ണോ?" ഞാൻ ആശ്ചര്യപ്പെട്ടു.

"കാതറിൻ, നീ ധാരാളം വിഷമിക്കുന്നു. എനിക്ക് കുഴപ്പമൊന്നുമുണ്ടാകില്ല. കൂടാതെ രേഖാപുസ്തകം പ്രധാന സംഭവങ്ങളെക്കുറിച്ചുള്ള ഉൾക്കാഴ്ചകളും മറ്റുള്ളവരിൽനിന്നും നിരീക്ഷണത്തിൽ നിന്നും സ്വായത്തമാക്കിയ വിജയതന്ത്രങ്ങളും രേഖപ്പെടുത്താനുള്ള പ്രധാന സ്ഥലമായി മാറും. ഉയർന്ന നിലവാരത്തിൽ അർഹിക്കുന്ന വ്യക്തിപരവും ഔദ്യോഗികപരവും ആധ്യാത്മികപരവുമായ ജീവിതത്തിന് അനിവാര്യമായ കാര്യങ്ങൾക്കായി സ്വയം സമർപ്പിക്കുന്നത് നിന്നെ പ്രാപ്തരാക്കും."

"ആദ്ധ്യാത്മിക ജീവിതമെന്ന് ഉദ്ദേശിക്കുന്നതെന്താണെന്ന് വിശദീകരിക്കാമോ?"

"തീർച്ചയായും. ഇക്കാലത്ത് ആ പദത്തെക്കുറിച്ച് ധാരാളം ആശയകുഴപ്പങ്ങളുണ്ട്. ഞാൻ ദലൈലാമയുടെ ഉദ്ധരണിമാത്രം പറയാം. അടിസ്ഥാനപരമായ മാനുഷികഗുണങ്ങളാണ്. വാത്സല്യം, നിമഗ്നത, ബോധം, സത്യസന്ധത, അച്ചടക്കം, ശരിയായ പ്രചോദനത്താൽ നയിക്കപ്പെടുന്ന എന്തിലേക്കാണത്. നോക്കൂ, കാതറിൻ. നമ്മളെ മനുഷ്യനാക്കുന്നത് ഈ സ്വഭാവങ്ങളൊക്കെയാ. ജന്മനാ അവയൊക്കെ നമുക്ക് സിദ്ധിച്ചിട്ടുമുണ്ട്."

"നമ്മൾ?"

"അതെ. ആദ്ധ്യാത്മികമായ അസ്തിത്വത്തോടെയാണ് അനിവാര്യമായും നമ്മളെല്ലാം ജനിക്കുന്നത്. നമ്മുടെ അപൂർണ്ണതകളിൽ പൂർണ്ണരായി. ദൗർഭാഗ്യവശാൽ, നമുക്ക് ചുറ്റുമുള്ളവരുടെ ആദ്യം രക്ഷിതാക്കളുടെയും പിന്നെ അദ്ധ്യാപകരുടെയും മറ്റുള്ളവരുടെയും നിഷേധാത്മകമായ രീതികൾ നമ്മൾ ഉൾക്കൊള്ളുന്നു. യഥാർത്ഥവും ആധികാരികവുമായ സ്വന്തം അസ്തിത്വത്തിൽ നിന്നും അവർ വളരെയധികം വ്യതിചലിക്കുന്നു. പ്രായം ചെല്ലുന്തോറും തങ്ങൾ കാണുന്ന ലോകത്തിലവർ തളർന്ന് അവശരാകുന്നു. സ്വന്തം സത്തയിലേയ്ക്ക് മടങ്ങി വന്ന് ഞാനാരാണെന്ന പുനരാവിഷ്കാരം നടത്തുകയാണ് എന്റെ ലക്ഷ്യം. പ്രപഞ്ചത്തെ ഞാൻ കാണുന്ന ഭൂതക്കണ്ണാടിയെ മറയ്ക്കുംവിധം നിഷേധാത്മകതയെ അനുഭവിച്ചതിനുമുമ്പ് ഞാൻ കൈവശം വെച്ചിരുന്നപൂർണ്ണതയിലേയ്ക്ക് തിരികെയെത്തുക."

"ജൂലിയൻ, നീയെന്നെ ശരിക്കും ചിന്തിപ്പിക്കുന്നു. രേഖ സൂക്ഷിക്കുന്നതിലേയ്ക്ക് തിരിച്ചു വരികയാണെങ്കിൽ, രേഖാപുസ്തകമൊരു ഡയറിയാണോ?"

"മറ്റൊരു നല്ല ചോദ്യം. അല്ല, സംഭവങ്ങൾ രേഖപ്പെടുത്തുന്ന സ്ഥലത്ത് ഡയറി. പക്ഷെ അവയെ അപഗ്രഥിക്കുകയും വിലയിരുത്തുകയും ചെയ്യുന്ന സ്ഥലമാണ് രേഖാപുസ്തകം."

"നല്ല ഉൾക്കാഴ്ച." ഞാൻ അഭിനന്ദിച്ചു.

"രേഖാപുസ്തകം സൂക്ഷിക്കുന്നത് സ്വന്തം പ്രവർത്തികളെന്താണെന്നും എന്തിനാണെന്നും അതിൽ നിന്നുമെന്തു പഠിച്ചുവെന്നുമൊക്കെ ചിന്തിക്കാൻ നിന്നെ പ്രോത്സാഹിപ്പിക്കും. മൊത്തത്തിലുള്ള മനോഭാവത്തെയും പ്രതിരോധ ശക്തിയുടേയും പ്രവർത്തനത്തെ മെച്ചപ്പെടുത്തി ആരോഗ്യം കാത്തുസൂക്ഷിക്കാനുള്ള കഴിവ് ദിവസേന വെറും പതിനഞ്ച് മിനിറ്റ് സ്വകാര്യമായ രേഖാപുസ്തകമെഴുതുന്നതുണ്ടെന്ന വൈദ്യശാസ്ത്രരംഗത്തെ ഗവേഷകർ കണ്ടെത്തി കഴിഞ്ഞു. കൊച്ചനിയത്തി ഒന്നോർക്കുക, ചിന്തായോഗ്യമാണ് നിന്റെ ജീവിതമെങ്കിൽ അത് ലിഖിതയോഗ്യവുമാണ്-അതെ."

"മനോഹരമായ ഉപദേശം."

"സ്വന്തം പുനരുദ്ധാരണത്തിനും വ്യക്തിപരമായ മേൽക്കോയ്മയ്ക്കും വേണ്ടിയുള്ള അവസാന ശുപാർശയിലേയ്ക്കതെന്നെ എത്തിക്കുന്നു. ആഴ്ചതോറും ശാബത്തിന് പോകുക."

"ഇക്കാലത്ത് ശാബത്തുകൾ ജനപ്രിയമായി വരികയാണ്. കുടുംബത്തിനൊപ്പം ലോകപര്യടനം നടത്താൻ ഒരു വർഷം അവധി വേണമെന്ന നിവേദനം ഒരു കാര്യനിർവ്വാഹകൻ എന്റെയടുത്ത് സമർപ്പിച്ചതേയുള്ളൂ. തന്റെ കുട്ടികളെ അറിയില്ലെന്നും ഭാര്യയുമായുള്ള ബന്ധം നഷ്ടപ്പെട്ടുവെന്നുമാണ് അയാളെന്നോട് പറഞ്ഞത്. എന്തായിരുന്നിരിക്കും എന്റെ ഉത്തരമെന്ന് ഊഹിക്കാമൊ?" ഞാൻ പുഞ്ചിരിച്ചു.

"എനിക്കറിയാം. അത് നിനക്കും നല്ലതാണ്. പക്ഷെ ഞാൻ പറയുന്ന ശാബത്തിന് അത്രയ്ക്കും നാടകീയതയില്ലെന്ന് മാത്രമല്ല, തുല്യമായ ഗുണവും പ്രദാനം ചെയ്യും. പുരാതനകാലത്ത്, ആഴ്ചയുടെ ഏഴാമത്തെ ദിവസത്തെയാണ് ശാബത്തെന്ന് വിളിക്കുന്നത്. പ്രധാനമെങ്കിലും അവഗണിക്കപ്പെട്ടിട്ടുള്ള നിഷ്ഠകളായ സ്വന്തം വികാരങ്ങളെ ഉൾക്കൊള്ളുകയും കുടുംബവുമൊന്നിച്ച് സമയം ചിലവിടുകയെന്നതുമൊക്കെപ്പോലെയുള്ള കാര്യങ്ങൾക്കായാണ് ആ ദിവസം മാറ്റിവെയ്ക്കപ്പെട്ടിട്ടുണ്ടായിരുന്നത്. കഠിനാദ്ധ്വാനം നടത്തുന്ന വ്യക്തികൾക്ക് ശാബത്ത് ദിനം ഉത്സാഹം വീണ്ടെടുക്കാനും അന്ന് കൂടുതൽ പൂർണ്ണതയോടെ ജീവിക്കാനുള്ള അവസരം ലഭ്യമാക്കുകയും ചെയ്തു. അതിൽനിന്നും സിദ്ധിച്ചിരുന്ന വ്യക്തിപരമായ ബൃഹത് പ്രയോജനങ്ങൾക്കൊപ്പം ഈ മനോഹരമായ ആചാരവും ജീവിത തിരക്കുകളുടെ അതിപ്രസരത്തിൽ നഷ്ടപ്പെട്ടു. സ്വന്തം ജീവിതത്തിലും അതെ ആചാരം പുനഃസ്ഥാപിക്കാനാണ് ഞാൻ പ്രോത്സാഹിപ്പിക്കുന്നത്. ഇഷ്ടമാണെങ്കിലും ചെയ്യാൻ കഴിയാത്ത കാര്യങ്ങൾ ആസ്വദിച്ച് ചെയ്യാനായി ആഴ്ചയിൽ ആറോ ഏഴോ മണിക്കൂർ നീക്കിവയ്ക്കുക. ആഴ്ചയവസാനമൊ വഴങ്ങുന്ന ദിനചര്യയെങ്കിൽ ചൊവ്വാഴ്ചയോ വ്യാഴാഴ്ചയൊക്കെ നിനക്ക് സാബത്ത് നടത്താം. സ്നേഹവും വാത്സല്യവും സ്വയം പ്രകടിപ്പിക്കാൻ കുറച്ച് സമയമെടുക്കാതെ ഒരാഴ്ചപോലും കടന്നു പോകില്ലെന്ന് ഉറപ്പ് വരുത്തുകയാണ് കാര്യം."

"രണ്ട് ചോദ്യങ്ങളെന്റെ മനസ്സിലേയ്ക്കു വരുന്നു. ഒന്ന്, ആഴ്ചതോറുമുള്ള സാബത്തിന് ഞാൻ തനിച്ചിരിക്കണമോ? രണ്ട്, ഞാൻ ചെയ്യേണ്ടതൊക്കയാണ്?"

"അതെ, തീർച്ചയായും അത് തനിച്ചാണ് ചെയ്യേണ്ടത്. ചിന്തിക്കാനും യഥാർത്ഥവത്കരിക്കാനുമുള്ള നിന്റെ അവസരമാണത് വൃക്ഷങ്ങൾക്കിടയിൽ ഏകാന്തമായി മുഖത്ത് കാറ്റടിക്കുന്നത്

അനുഭവിക്കാനുള്ള അവസരം. അടുത്ത കൂടിക്കാഴ്ചയ്ക്ക് തിരക്കിട്ട് പോകുന്ന കാര്യം ആലോചിച്ച് മെനക്കെടാതെ തെരുവോര ഗായകന്റെ പാട്ട് കേട്ട് നില്ക്കാനുള്ള അവസരം. ചൂട് ചോക്കലേറ്റ് നുകർന്ന്കൊണ്ട് ഇഷ്ടപ്പെട്ട പുസ്തകശാലയുടെ അറകൾക്കിടയിൽ സ്വയം മുഴുകാനുള്ള അവസരം. പാദരക്ഷകളില്ലാതെ പാർക്കിൽ നടക്കാനും മഴയ്ക്ക്ശേഷം ചിലന്തിവലയെ നിരീക്ഷിക്കാനുമുള്ള അവസരം, അതും പൂർണ്ണശ്രദ്ധയോടെ പൂർണ്ണ സാന്നിദ്ധ്യത്തിൽ. അവശേഷിക്കുന്ന ജീവിതകാലം ആഴ്ചതോറും പൂർണ്ണമായി സചേതനമാക്കാനുള്ള ഉജ്ജ്വലമായൊരു അവസരമാണ് ശരിക്കുമത്."

"അതുകൊണ്ട് ആഴ്ചതോറുമുള്ള ശാബത്ത് ഞാൻ സ്വയം നല്കുന്ന സമ്മാനമാണ്," ഞാൻ സമർപ്പിച്ചു.

"മനോഹരമായ ആശയം. ശരിക്കും അതങ്ങനെയാണ്. നന്നായി ചിലവഴിച്ച ആഴ്ചയ്ക്കുള്ള പ്രതിഫലമായി സന്തോഷവും, നവോന്മേഷവും, ചൈതന്യവും ആശ്വാസവും ഉല്ലാസവുമൊക്കെ നിന്നിൽ സംരക്ഷിക്കുകയെന്ന ഗുണം അത് നിസ്സംശയം നിനക്ക് പ്രദാനം ചെയ്യും. നിന്റെ സമയത്തിന്റെ മികച്ചൊരു പ്രയോജനപ്പെടുത്തലായിരിക്കുമത്. രക്ഷിതാവ്, പങ്കാളി, വ്യക്തിയെന്നീ നിലകളിൽ മികച്ച പ്രകടനം ആഴ്ച മുഴുവൻ കാഴ്ചവെയ്ക്കാൻ നിന്നെ പ്രാപ്തമാക്കുന്ന ഒരു നിക്ഷേപം."

"ആ സ്വഭാവമെന്നിൽ അത്ഭുതം പ്രവർത്തിക്കുമെന്ന് നിനക്കുമെനിക്കും ഇപ്പോളറിയാം. കുറച്ചുകൂടി ശ്വാസോച്ഛ്വാസത്തിനുള്ള സ്ഥലം എനിക്ക് ലഭിക്കും. ഞാനതീ വെള്ളിയാഴ്ച തുടങ്ങാമെന്ന് കരുതുന്നു. രാവിലെയൊരു തിരുമ്മലോടെ ആരംഭിക്കാം. പ്രകൃതിരമണീയമായ ഏതെങ്കിലും സ്ഥലത്തിരുന്ന് ഞാൻ രേഖാപുസ്തകം എഴുതും. പുഴയരികിലെ പുതിയ ഭക്ഷണശാലയിലെ സസ്യമാത്രമായ ഉച്ചയൂണുമായി ഞാൻ പ്രഭാതത്തിന് വിട ചൊല്ലും."

"അവിടത്തെ ഭക്ഷണം ഉഗ്രനാണ്. ജൂലിയൻ സ്വരഭേദം വരുത്തി. അതിന്റെ ഉടമസ്ഥൻ എന്റെ കക്ഷിയായിരുന്നു. വെളുത്തുള്ളിയെടുത്ത് ഞാൻ വയറു നിറക്കുമ്പോഴൊക്കെ അയാളെന്നോട് രാജകുമാരനെപ്പോലെയാണ് പെരുമാറുക. ഉം...ഉം.... വെളുത്തുള്ളിയുടെ ശക്തി ! സദ്യയ്ക്ക്ശേഷം മുറി മറ്റാർക്കും പങ്കുവയ്ക്കാനില്ലയെന്നതിൽ ഞാൻ ഭാഗ്യവാനാണ്." അവൻ സന്തോഷത്തോടെ അടക്കിപ്പിടിച്ച് ചിരിച്ചു.

"നിനക്ക് കുറച്ച് കൂടുന്നുണ്ട്, ജൂലിയൻ. ചിലപ്പോഴൊക്കെ നീ എങ്ങോട്ടാണ് അപ്രത്യക്ഷമാകുന്നതെന്ന് എനിക്ക് യാതൊരു സൂചനയുമില്ല. മണിക്കൂറുകളോളം നിന്നെ ചിലപ്പോൾ കാണാറില്ല. ഞാൻ ശ്രദ്ധയോടെ തുടർന്നു. നിന്റെ മുറിയിൽ നിന്നും ചിലപ്പോൾ അറക്കുന്ന ശബ്ദമൊക്കെ കേൾക്കാറുണ്ട്, ചിലപ്പോൾ ചുറ്റികയുടെ ശബ്ദവും. മറ്റു ചിലപ്പോൾ പാതിരാത്രിയ്ക്ക് നീ പുറത്ത് പോകുന്നത് കേൾക്കാം. നിനക്ക് നിന്റേതായ സ്വാതന്ത്ര്യമുണ്ട്. പക്ഷെ, അതിലെനിക്ക് ശരിക്കും ആധിയുണ്ടെന്ന് ഞാൻ സമ്മതിച്ചേ പറ്റൂ."

"നിന്റെ താത്പര്യത്തിന് നന്ദി, കാതറിൻ. എനിക്ക് ചെയ്തു തീർക്കാൻ കാര്യങ്ങളുണ്ട്, കാണാൻ വ്യക്തികളും. എന്ന മറുപടി മാത്രമാണ് എനിക്ക് പുറത്തു കൊണ്ടുവരാനുള്ളത്."

"ശരി. ആഴ്ചതോറും സ്വയം പുനരുജ്ജീവിപ്പിക്കാൻ ശാബത്തുകളെടുക്കുന്ന മനോഹരമായ കാര്യത്തിലേയ്ക്ക് തിരിച്ചു വരാം. അതെക്കുറിച്ച് ഞാനറിയേണ്ട മറ്റെന്തെങ്കിലും കാര്യമുണ്ടോ?"

"നീ ശരിയായ പാതയിലാണെന്നാണ് എനിക്ക് തോന്നുന്നത്. കളിക്കാനും, നൃത്തം വയ്ക്കാനും, ചിന്തിക്കാനും, ആത്മാവിനെ പ്രസരിപ്പിക്കാനും ജീവിതാത്ഭുതങ്ങളെ ഉണർത്താനുമൊക്കെ ആ സമയത്തെ പ്രയോജനപ്പെടുത്താം. കടപ്പാടിന്റേതായ മനോഭാവം വളർത്തിയെടുക്കാനും അതു നല്ലൊരു അവസരമാണ്. ആഴ്ചതോറും കുറച്ചു സമയമെടുത്ത് രേഖാപുസ്തകത്തിൽ നിനക്ക് ലഭിച്ചിട്ടുള്ള സമ്മാനങ്ങളെല്ലാം കുറിച്ചിടുക. കേന്ദ്രീകരിക്കുന്ന താരങ്ങൾ വളരും, ചിന്തിക്കുന്നവ വികസിക്കും, തങ്ങിനിൽക്കുന്നവ നിന്റെ വിധിയെ നിർണ്ണയിക്കുമെന്ന് ഓർക്കുക. നീ ഏറ്റവും കൂടുതൽ ശ്രദ്ധയർപ്പിക്കുന്ന ജീവിതത്തിന്റെ മേഖലകളാണ് വലിയ അദ്ഭുതങ്ങളായി പുഷ്പിക്കുക. അതുകൊണ്ട് ജീവിതത്തിന്റെ നന്മകളിൽ കേന്ദ്രീകരിക്കുക. നിനക്കത് വികസിക്കുന്നതായി കാണാം. *നീ സങ്കല്പിക്കുന്ന തരത്തിലുള്ള കാര്യ ങ്ങളും അവയിലുള്ള രീതിയും തമ്മിലുള്ള അന്തരം മാത്രമാണ് ജീവിതത്തിലെ ദുരിതങ്ങൾ. മറ്റുള്ളവരുടെ ജീവിതവുമായി താരതമ്യം ചെയ്യുമ്പോൾ തന്റേത് പൊള്ളയാണെന്ന് കരുതാതെ ഇപ്പോഴത്തെ യഥാർത്ഥ അനുഗ്രഹങ്ങളെ അംഗീകരിക്കാൻ കഴിഞ്ഞാൽ ബോധോദയത്തിലേയ്ക്ക് നീ വലിയൊരു കാൽ വെയ്പ് നടത്തി കഴിഞ്ഞു.* കടപ്പാടിന്റെയും ക്രിയാത്മകമായ പ്രതീക്ഷകളുടേയും

സുസ്ഥിരമായ അവസ്ഥയിൽ ജീവിക്കുന്ന മനുഷ്യനാകാൻ സ്വയം സമർപ്പിക്കുക. വലിയ സ്വപ്നങ്ങൾ കാണുക. അതെ സമയം, എവിടെയാണൊ സ്വയം നിൽക്കുന്നത് അവിടം ആസ്വദിക്കുക. അവസാനം പോലെതന്നെ മനോഹരമാണ് പാതയും. മനസ്സിന്റെ ഇത്തരം ചട്ടക്കൂട് നിലനിർത്താൻ സാധിച്ചാൽ പ്രപഞ്ചം നിന്നിൽ സമൃദ്ധി ചൊരിയും. സിസിറൊവിന്റെ വാക്കുകൾ എനിക്ക് ഇഷ്ടമാണ്. അതിങ്ങനെയാണ്: കടപ്പാട് നന്മകളിലേറ്റവും മഹത്തരം മാത്രമല്ല, അവശേഷിക്കുന്നവയുടെ മാതാവ് കൂടിയാണ്."

ജൂലിയൻ ഉദ്യാനമദ്ധ്യത്തിലേയ്ക്ക് നടക്കാൻ തുടങ്ങി. ഞാനുമായി പങ്കുവച്ച സ്നേഹത്തിനും അറിവിനും സ്വർഗ്ഗത്തിൽ നിന്നുമെന്തോ സമ്മാനം പ്രതീക്ഷിക്കുന്നതുപോലെ അവൻ കരങ്ങൾ മുകളിലേയ്ക്ക് നീട്ടി പിടിച്ചിരുന്നു. അവന്റെ കരങ്ങൾ ഉയരത്തിലെത്തിയതോടെ ആകാശത്തിലൂടെയൊരു പ്രകാശം വിസ്ഫോടനത്തോടെ പ്രവഹിച്ചു. നീയതു കണ്ടോ?" മുഖം പൂർണ്ണമായി സജീവവും കണ്ണുകൾ വിശാലവുമായി അവൻ ആശ്ചര്യപ്പെട്ടു.

"അവിശ്വസനീയം, എന്തായിരുന്നുവത്?"

"എനിക്കുറപ്പില്ല," ജൂലിയൻ മറുപടി പറഞ്ഞു. "പക്ഷെ, കാതറിൻ, രാവിലെ മുഴുവൻ നീയുമായി പങ്കുവയ്ക്കണമെന്ന് ഞാനാശിച്ച ഒരു കാര്യമാണ് അത് സൂചിപ്പിക്കുന്നത്."

"അതെന്താണ്?"

"ഒരു പ്രകാശമാകുക. കുട്ടികൾക്ക് വെളിച്ചമായി അവരുടെ വഴികാട്ടിയാകുക. ജോണിനും തന്റെ ജീവിതത്തെ പ്രകാശിപ്പിക്കുന്ന വെളിച്ചമായിരിക്കണം നീ. ഈ ലോകം കൂടുതൽ മെച്ചപ്പെട്ടതും വിവേകപൂർണ്ണവും സമാധാനപരവുമായൊരിടമാക്കി മാറ്റാനുള്ള പ്രകാശമാകണം. ഞാൻ പഠിപ്പിച്ച പാഠങ്ങൾ ഉൾക്കൊണ്ട് അവ പ്രയോജനപ്പെടുത്തുക. അങ്ങനെ, നീയാകുമെന്നന്റെ മനസ്സിൽ തോന്നിയിരുന്ന വ്യക്തിയായി മാറുക. ഇപ്പോൾ മുതൽ ചെയ്യുന്ന പ്രവർത്തികളിലെല്ലാം മികവ് പ്രകടിപ്പിക്കുകയും പൂർണ്ണത കൈവരിക്കുകയും ചെയ്യുക. അന്ധകാരമുള്ളിടത്തൊക്കെ പ്രകാശമാകുക. മറ്റുള്ളവർക്ക് തെറ്റുമ്പോൾ അവർക്ക് വഴികാട്ടിയാകുക. സ്നേഹസമ്പന്നമായ ഹൃദയവും സമ്പുഷ്ടമായ

ഹൃദയവും നിനക്ക് സങ്കല്പ്പാതീതമായ രീതിയിൽ ഭൂഗ്രഹത്തെ മെച്ചപ്പെടുത്തുമെന്ന് മറക്കാതിരിക്കുക."

അതോടെ ജൂലിയൻ താഴെ കുനിഞ്ഞിരുന്ന് മണ്ണ് മാന്താൻ തുടങ്ങി. അവൻ ആഴത്തിൽ കുഴിച്ചു കൊണ്ടെയിരുന്നു. ജീവിത കാലത്തിലുടനീളം അവൻ നേടിയിരുന്ന അദ്ഭുതാവഹമായ വിജ ത്തിന്റെ താക്കോലുകളിലെന്ന് ഏകാഗ്രതയാണെന്ന് അവന്റെ മുഖ ഭാവം വെളിപ്പെടുത്തുന്നുണ്ടായിരുന്നു.

വിക്ഷുബ്ധമായ പ്രവർത്തനത്തിന്റെ കുറച്ചു നിമിഷങ്ങൾ ക്കുശേഷം ജൂലിയൻ നിർത്തി. അവന്റെ പുരികത്തിൽനിന്നും വിയർപ്പുതുള്ളികളിറ്റി, വസ്ത്രത്തിൽ അഴുക്കിന്റെ ശകലങ്ങൾ തെറിച്ചു. താൻ കുഴിച്ചെടുത്ത കുഴിയിൽനിന്നും ഞാനിതു വരെ കാണാത്ത ഒരു വസ്തു അവൻ പുറത്തെടുത്തു അതിന് അഞ്ചിഞ്ച് നീളമുണ്ടായിരുന്നു. കല്ലിൽ കൊത്തിയതാണെന്ന് തോന്നിപ്പി ക്കുന്ന ആ വസ്തുവിന് കൈനീട്ടി നില്ക്കുന്ന മനുഷ്യനോട് സാദൃ ശ്യമുണ്ടായിരുന്നു.

"അതെന്താണ്?" വർദ്ധിച്ച ഹൃദയമിടിപ്പോടെ ഞാൻ ചോദിച്ചു.

"ഇനുക്ഷുക് എന്നാണിതിന്റെ പേര്. ഭൂഖണ്ഡത്തിൽ ജന സാന്ദ്രത ഏറ്റവും കുറഞ്ഞ സ്ഥലങ്ങളിലൊന്നായ ആർട്ടിക്കിൽ നിന്നുമാണ് ഇതിന്റെ ഉത്ഭവം. പക്ഷെ മനുഷ്യസമുദായം എങ്ങനെ ജീവിക്കണമെന്നതിനെക്കുറിച്ച് ഒരുപാട് പാഠങ്ങൾ ഇത് നല് കുന്നു. ഇതിഹാസം അനുസരിച്ച് ജീവിതയാത്രകളിൽ നമ്മെ സുര ക്ഷിതരാക്കുന്ന വഴികാട്ടിയാണ് ഇനുക്ഷുക്. വഴിതെറ്റിയിട്ടുണ്ടാ കാൻ സാധ്യതയുള്ളവരുടെ പാതകളിൽ വെളിച്ചം വീശുകയെന്ന നമ്മുടെ കർത്തവ്യത്തിന്റെ പ്രതീകമാണത്. നൂറ്റാണ്ടുകളായി, ഈ മനുഷ്യന്റെ മാതൃകയിലുള്ള കൽപ്രതിമകൾ ആർട്ടിക്കിന്റെ വിജന പ്രദേശങ്ങളിലൂടെയുള്ള യാത്രികർക്ക് വഴികാട്ടിയാകുകയും ദിശ ബോധം വേണ്ടവർക്ക് ആശ്വാസമാകുകയും ചെയ്യുന്നു. അനി യത്തി, നീയൊരു വെളിച്ചമായി വളരുകയാണ്- ഒരു തരത്തിലുള്ള വെളിച്ചം. സ്വന്തം കുടുംബത്തെയും നീ സ്പർശിക്കുന്ന മറ്റുള്ളവരു ടെയും ജീവിതത്തെ കൂടുതൽ ശോഭനതയിലേയ്ക്ക് നീ നയിക്കും. അത്തരമൊരു ദിവസമുണ്ടാകുമെന്ന് എനിക്ക് അറിയാമായിരുന്നു. അതുകൊണ്ടാണ് ഭാരതത്തിൽവെച്ച് പൂർണ്ണമായും പുതിയൊരു യാഥാർത്ഥ്യത്തിലേയ്ക്ക് എന്റെ കണ്ണുകൾ തുറന്നപ്പോൾ ഇവിടെ സമ്മാനം നിനക്കുവേണ്ടി ഞാൻ ഒരുക്കിയത്. അപ്പോഴൊന്നും

നിനക്കിത് എപ്പോൾ സമ്മാനിക്കാൻ കഴിയുമെന്നും ഇതിവിടെ തന്നെ കാണുമൊവെന്നുപ്പോലും എനിക്ക് അറിയില്ലായിരുന്നു. കൃത്യമായി അതെവിടെയുണ്ടാകുമെന്ന് എനിക്ക് പറഞ്ഞുതന്ന എന്റെ ഹൃദയത്തെ വിശ്വസിക്കുകയും ഞാനത് കണ്ടെടുക്കുകയും ചെയ്തു." എത്തിപ്പിടിച്ച് ജൂലിയന്റെ തുറന്ന കൈകളിൽ നിന്നും ഇനുക്ഷുക് കരസ്ഥമാക്കിയപ്പോൾ കല്ലിന്റെ പ്രതലത്തിൽ നാലു വാക്കുകൾ കുത്തിക്കുറിച്ചിട്ടുള്ളത് ഞാൻ കണ്ടു, ജീവിതത്തിന് ശ്രദ്ധ കൊടുക്കുക എന്ന് മാത്രമായിരുന്നു അത്. മച്ചിന്റെ നടുവിലായി ജൂലിയൻ എഴുതി വെച്ചിരുന്ന ഹെൻറി മില്ലറിന്റെ വാക്കുകളാണ് ഞാനോർത്തു പോയത്.

എന്തിനെങ്കിലും, ഒരു പുൽക്കൊടിയ്ക്കുപ്പോലും അതീവശ്രദ്ധ നല്കുമ്പോൾ നിഗൂഢവും അദ്ഭുതകരവും അവർണ്ണനീയവും അവശ്വസനീയവുമായൊരു ലോകമായി അത് സ്വയം മാറുന്നു.

കുടുംബനായകന്റെ അഞ്ചാമത് ആധിപത്യം

പാരമ്പര്യമെന്ന സമ്മാനത്തിലൂടെ
നിങ്ങളുടെ മക്കൾക്ക് അമരത്വം നല്കുക

പൈതൃകമാകുന്ന സമ്മാനത്തിലൂടെ മക്കൾക്ക് അമരത്വം നൽകുക ചിലർക്ക് ചരിത്രത്തെ വളച്ചൊടിക്കാനാകും. പക്ഷെ നമ്മളൊരോരുത്തർക്കും സംഭവങ്ങളുടെ ചെറിയ ഭാഗത്തെ മാറ്റി മറിക്കാനാകും. ഇത്തരം പ്രവർത്തികളുടെ ആകെ തുകയാണ് ഈ തലമുറയുടെ ചരിത്രത്തിൽ എഴുതപ്പെടുക.

റോബർട്ട് എഫ്. കെന്നഡി

എല്ലാവരുടേയും ജീവിതത്തിൽ ഒരു പ്രത്യേക നിമിഷം വരും ആ നിമിഷത്തിനു വേണ്ടിയാണ് നാം ജന്മമെടുത്തിട്ടുള്ളത്. ആ അവസരത്തെ പ്രയോജനപ്പെടുത്തുന്നതിലൂടെ അവന്റെ ദൗത്യത്തെ അവൻ സഫലീകരിക്കും - അവന് മാത്രം അർഹത പ്പെട്ട ആ ദൗത്യം. ആ നിമിഷം അവൻ തന്റെ മഹത്വം തിരിച്ച റിയും. അതാണ് അവന്റെ ഉൽകൃഷ്ടമായ നിമിഷം.

വിൻസ്റ്റൺ ചർച്ചിൽ

ഓക്സ്ഫോർഡ് സിനിമാശാലയിലേയ്ക്ക് ഞാൻ പോയിട്ട് വർഷങ്ങളായി. അതിന്റെ യൗവനകാലത്ത് പടം കാണാനും അഭി നേതാക്കൾക്കൊപ്പം മുട്ടിയുരുമ്മാനും ശനിയാഴ്ച രാത്രികൾ അവിസ്മരണീയമായി ചിലവിടാനും പറ്റിയ ഏറ്റവും നല്ല സ്ഥലമാ

യാണ് അറിയപ്പെട്ടിരുന്നത്. പക്ഷെ ത്വര പിടിച്ച ജനക്കൂട്ടം മറ്റു വേദികളിലേയ്ക്ക് മാറിയതോടെ അതിന്റെ ഉടമസ്ഥൻ ആ സിനിമാ ശാലയെ ക്ഷയിപ്പിച്ചു. അവിടെ പടങ്ങളിപ്പോഴുമോടുന്നുണ്ടെ ങ്കിലും വലിയ പടങ്ങളൊന്നുമുണ്ടായിരുന്നില്ല. അതുകൊണ്ട് അവിടെ എപ്പോഴും പകുതിയെ നിറഞ്ഞിരിക്കാറുള്ളൂ.

ഒരു ചൊവ്വാഴ്ച രാത്രിയാണ് ജൂലിയൻ *ദി വാഷർ വുമൺ ഹു ടച്ച്ഡ് ദ വേൾഡ്* (ലോകത്തെ സ്പർശിച്ച അലുക്കുകാരി) എന്ന ഡോക്യുമെന്ററി കാണാനായി അവിടെ ഏഴ് മണിക്കെത്താൻ എന്നോട് പറഞ്ഞത്. ഒസിയോള മക്കാർട്ടിയെന്നൊരു സ്ത്രീയെ ക്കുറിച്ചായിരുന്നു ആ ചിത്രം. ഡോക്യുമെന്ററിയെക്കുറിച്ചോ അതിലെ കഥാപാത്രമായ സ്ത്രീയെക്കുറിച്ചൊ എനിക്കൊന്നും അറിയില്ലായിരുന്നു. പക്ഷെ, ആ സ്ത്രീയുടെ ജീവിതത്തെക്കുറിച്ച് പഠിക്കുന്നത് പ്രധാനമാണെന്നു പറഞ്ഞു ഞാനും സഹോദര നൊപ്പം സിനിമ കാണുന്നതിലെ രസം ആസ്വദിച്ചു.

മിസ്സ് വില്യംസണിന്റെ പിന്നാമ്പുറത്തുനിന്നും കുടുംബനാ യകന്റെ നാലാം ആധിപത്യം പഠിച്ചു കഴിഞ്ഞിട്ട് ആറാഴ്ചയാ കുന്നു. ഈ കാലഘട്ടത്തിലാണ് അദ്ഭുതകരമെന്ന് വർണ്ണിക്കാ വുന്ന പല മാറ്റങ്ങളും എന്റെ ജീവിതത്തിലുണ്ടായത്. ജൂലിയന്റെ ഉപദേശപ്രകാരം അഞ്ചുമണി സംഘത്തിൽ ചേരാനുള്ള പാത യിലാണ് ഞാൻ. എല്ലാദിവസവും അഞ്ചുമണിയ്ക്ക് എഴു ന്നേൽക്കാനുള്ളത് എന്നിലുണ്ടൊവെന്ന് ആദ്യമൊക്കെ എനിക്ക് സംശയമായിരുന്നു. പക്ഷെ, വേദനാജനകമായ ആദ്യ കുറെയാഴ്ച അതിജീവിച്ചു കഴിഞ്ഞപ്പോൾ ആ സ്വഭാവമെന്നിൽ കൈയുറ പ്പോലെ പറ്റിപ്പിടിച്ചു. നേരത്തെ എഴുന്നേൽക്കുന്നതിലൂടെ ഞാൻ ലഭിച്ച അധിക മണിക്കൂറുകൾ ഞാൻ പ്രകൃതിയുമായി സംവദി ക്കുകയോ ധ്യാനിക്കുകയൊ സൽക്കാരമുറിയിലെ ചായ മേശമേൽ ജൂലിയനിട്ടിട്ടു പോയ തത്വശാസ്ത്ര പുസ്തകം വായിക്കുക യൊവൊക്കെ ചെയ്യും. ദിവസത്തെ ആസൂത്രണം ചെയ്യുന്നതും ജീവിത തന്ത്രങ്ങളുണ്ടാക്കിയെടുക്കുന്നതിനും എന്റെ ജീവിത സ്വപ്നങ്ങളെ നിർവ്വഹിക്കുന്നതിനുമൊക്കെ ഞാനാ സമയത്തെ പ്രയോജനപ്പെടുത്തും. പല പ്രഭാതങ്ങളിലും കോലാഹലമില്ലാത്ത മടകളിരുന്ന് ജോണും ഞാനും ഏറെ സ്നേഹിച്ചിരുന്ന റോസാ പൂക്കളുടെ ഉദ്യാനത്തിലേക്ക് നോക്കികൊണ്ട് നിശ്ശബ്ദതയെ നുകർന്നും ശാന്തത കാഞ്ഞും ഞാനിരിക്കും. ഏകാന്തതയുടെ

ആ വേളകൾ അവശേഷിക്കുന്ന ദിനങ്ങൾ എങ്ങനെ ജീവിച്ചു തീർക്കണമെന്നതിൽ ആഴമേറിയ ഉൾക്കാഴ്ചകൾ എനിക്ക് നല്കി. ആ സമയങ്ങളിൽ എന്റെ കുടുംബം അർഹിക്കുന്ന മാർഗ്ഗദർശിയായി ഞാൻ മാറിയാൽ ലോകത്തിലേയ്ക്ക് കൂട്ടിചേർക്കാവുന്ന മൂല്യത്തെ കുറിച്ചും ഞാൻ ചിന്തിച്ചു. തനിച്ചൊരു മുറിയ്ക്കകത്ത് ഒറ്റയ്ക്കിരിക്കാൻ സാധിക്കാത്തതിൽ നിന്നുമാണ് എല്ലാവരുടെയും ദുരിതങ്ങൾ ആരംഭിക്കുന്നതെന്ന്, ഫ്രഞ്ച് തത്ത്വചിന്തകനായ ബ്ലെയ്സ് പാസ്ക്കൽ പറഞ്ഞത് വളരെ ശരിയാണ്.

ചിന്തകളുടെ ഉന്നതമായ നിലകളിലേയ്ക്ക് ഞാൻ ഉയർന്നു. ആഴ്ചകളോളം കഴിഞ്ഞതോടെ എന്റേതാണെന്നറിയാതിരുന്ന പല ചിന്തകളും വികാരങ്ങളും ഞാൻ അനുഭവിച്ചു. മെച്ചപ്പെട്ടതും കൂടുതൽ സന്തോഷദായകവുമായൊരു സ്ഥലമായി ഞാൻ ലോകത്തെ കാണാൻ തുടങ്ങി. പണ്ടൊരിക്കലും നല്കാത്തത്ര സ്നേഹം ഞാൻ ജോണിനും മക്കൾക്കും നൽകി. എനിക്ക് ചിന്തിക്കാൻ പോലും പറ്റാത്തത്ര സ്നേഹം എനിക്ക് തിരിച്ച് ലഭിക്കുകയും ചെയ്തു. ഹൃദയം വലയം ചെയ്തിരുന്നുവെന്ന് എപ്പോഴും തോന്നിയിരുന്ന അന്ധകാരം ശമിച്ചതോടെ ചുറ്റിലുമുള്ള വസ്തുക്കളിൽ ഞാൻ അദ്ഭുതം കണ്ടെത്താൻ തുടങ്ങി. അത് സംഭവിക്കുമെന്ന് ജൂലിയൻ പറഞ്ഞിരുന്നു. അത് സംഭവിക്കുകയും ചെയ്തു.

ക്ഷേത്രത്തെ സംരക്ഷിക്കണമെന്നതു സംബന്ധിച്ച ജൂലിയന്റെ ഉപദേശം അനുസരിച്ചപ്പോൾ എന്റെ ഊർജ്ജവും മനോഭാവവുമെല്ലാം നന്നായി മെച്ചപ്പെട്ടു. ജോണിനും മക്കൾക്കുമൊപ്പം കൂടുതൽ ചെയ്യാനുള്ള കഴിവ് എനിക്ക് അനുഭവപ്പെട്ടു. ഞാൻ തനിയെയിരുന്ന് കൂടുതൽ സമയം ആസ്വദിക്കാൻ തുടങ്ങി. ഓരോ ദിവസത്തെ ജീവിതത്തെക്കുറിച്ചുള്ള അവബോധം ഉയർത്താനും വരാനിരിക്കുന്ന സ്വഭാവരീതികളെ ബുദ്ധിപരമായി നയിക്കാനും രേഖാപുസ്തകം എന്നെ സഹായിച്ചു. വർഷങ്ങൾക്കുമുമ്പ് എനിക്ക് കൈമോശം വന്ന ആത്മാവിന്റെയും സന്തോഷത്തിന്റെയും ആന്തരികമായ അനുഭവവുമായുള്ള ബന്ധം ആഴ്ചതോറുമുള്ള ശബാത്തെന്ന ആശയം പുനഃസ്ഥാപിച്ചു. ജൂലിയൻ പറയുന്നതുപോലെ ഞാൻ മഹത്വത്തെ ശോഭിപ്പിക്കുന്നത് അനുഭവിക്കാൻ തുടങ്ങി. ആ പ്രക്രിയയിലൂടെ ഏറ്റവും മികച്ച എന്നെയാണ് ഞാൻ മോചിപ്പിക്കുന്നത്. സഹോദരൻ വാക്കു തന്നതുപോലെ മെച്ചപ്പെട്ടൊരു വ്യക്തിയാകുന്നതിലൂടെ തീർച്ചയായും ഞാനൊരു മെച്ചപ്പെട്ട രക്ഷിതാവായി മാറി.

പക്ഷെ, എനിക്ക് കുറച്ച് സങ്കടവുമുണ്ടായെന്ന് സമ്മതിച്ചേ പറ്റൂ. നേരിട്ട് പറഞ്ഞില്ലെങ്കിലും ജൂലിയൻ ഞങ്ങളെ വിട്ടുപോകാൻ പോകുകയാണെന്ന് എനിക്ക് തോന്നി. ഒരു ദിവസം കുടുംബമൊന്നിച്ച് ഭക്ഷണത്തിനിരുന്നപ്പോൾ മെക്സിക്കോവരെ ബസ്സിലെത്ര സമയമെടുക്കുമെന്ന് അവൻ ജോണിനോട് ചോദിച്ചു. മറ്റൊരു ദിവസം രാത്രി ഇന്റർനെറ്റിൽനിന്നും കാനഡയുടെ ഭൂപടം അച്ചടിക്കാൻ അവൻ പോർട്ടറോട് പറഞ്ഞു. വേറൊരു പ്രാവശ്യം ഇറ്റലിയെക്കുറിച്ചുള്ള വിവരണക്കെട്ട് ഇതോടാപ്പമെന്ന സന്ദേശത്തോടെയൊരു ഫെഡ്എക്സ് പൊതി ജൂലിയന് വന്നു. ജീവിതത്തിൽ ഞാൻ പഠിക്കേണ്ടതായ പാഠങ്ങൾ പഠിപ്പിച്ചു തരാൻ വേണ്ടിയാണ് ജൂലിയൻ വന്നതെന്നും അതു ഞാൻ പഠിച്ചു കഴിഞ്ഞതോടെ അടുത്ത ദൗത്യത്തിനായി അയാൾ പുറപ്പെടുമെന്നും എനിക്കറിയാമായിരുന്നുവെന്ന് ഞാൻ കരുതുന്നു. പക്ഷെ ഞാൻ വളരെയേറെ സ്നേഹിച്ചിരുന്ന, ബോധോദയം സിദ്ധിച്ച സഹോദരന്റെ അഭാവത്തിൽ ഇനിയുള്ള കാലം ജീവിക്കേണ്ടി വരുമെന്ന വസ്തുത എന്റെ മനസ്സിന് അംഗീകരിക്കാനായില്ല.

വാഹനപ്പുരയുടെ മുകളിൽനിന്നും പ്രസരിക്കുന്ന വിചിത്രങ്ങളായ ശബ്ദങ്ങൾ എന്റെ അസ്വസ്ഥത വർദ്ധിപ്പിച്ചു. ചുറ്റികയുടെയും അറക്കലുകളുടേയും മണൽതരികൾ വീഴുന്നതിന്റേയും ശബ്ദം മണിക്കുറുകളോളം തുടർന്നു. അതിന്റെയൊക്കെ അവസാനം ഈർച്ചപൊടിയിൽ മുങ്ങിയ വസ്ത്രവുമായി അവൻ വന്നു ചിരിച്ച് നിൽക്കുന്നതായിരുന്നു. എന്താണ് ചെയ്യാൻ പോകുന്നതെന്നും അവിടെയെന്താണ് നടക്കുന്നതെന്നും ഞാൻ അവനോട് ചോദിച്ചു. സഹചാരിക്കൊപ്പമല്ല ഒരോ വ്യക്തിയും നീങ്ങുന്നതെങ്കിൽ അവൻ മറ്റൊരു ചെണ്ടക്കാരനെയാണ് ശ്രവിക്കുന്നത്. അകലമേറെയുണ്ടെങ്കിലും, എങ്ങനെ വന്നാലും അവൻ കേൾക്കുന്ന സംഗീതത്തിന് നേരെ അവൻ നീങ്ങട്ടെയെന്ന് ഹെൻറി ഡേവിഡ് തൊറ്യൂ ഒരിക്കൽ പറഞ്ഞിട്ടുണ്ട്. ജൂലിയന്റെ സ്വാതന്ത്ര്യം നല്കുന്നത് എന്നെ സംബന്ധിച്ച് അവന്റെ സ്വന്തം സംഗീതത്തിലേയ്ക്ക് അവനെ ചുവട് വെയ്ക്കാൻ അനുവദിക്കുകയെന്നാണ്.

സിനിമാശാലയുടെയുള്ളിലേയ്ക്ക് നടന്നിട്ടും ജൂലിയന്റെ സൂചനയൊന്നുമുണ്ടായില്ല. ഏഴാമത് നിരയിലിരിക്കാനും വൈകുകയാണെങ്കിൽ അവന് വേണ്ടിയൊരു ഇരിപ്പിടം പിടിച്ചുവെ

യ്ക്കാനും അവനെന്നോട് പറഞ്ഞിട്ടുണ്ടായിരുന്നു. വെളിച്ചം മങ്ങിയതോടെ മുറിയുടെ നടുവിലേയ്ക്കൊരു ദ്വാരപാലകൻ കടന്നു വന്നു. അയാളെ കേന്ദ്രീകരിച്ചുള്ള വൈദ്യുതദീപത്തിൽ നിന്നും വന്ന പ്രകാശം യുവത്വം തുളുമ്പുന്ന അയാളുടെ മുഖത്തെ സ്ഫുരിപ്പിച്ചു. അയാൾ സംസാരിക്കാൻ തുടങ്ങി. മാന്യരെ, നിങ്ങൾക്ക് ഞാൻ നല്ലൊരു സായാഹ്നം ആശംസിക്കുന്നു. ദയവായി സെൽ ഫോണുകൾ പ്രവർത്തനരഹിതമാക്കിയശേഷം ഈ പ്രകടനം ആസ്വദിക്കുക. സിനിമാശാല പൂർണ്ണമായും ഇരുട്ടിലാണ്. സിനിമയുടെ ആമുഖ സംഗീതം തുടങ്ങി. അപ്പോഴാണ് ഞാനെന്റെ കൈയിലാരൊ തട്ടിയത് അറിഞ്ഞത്. ഞാൻ തലയുയർത്തി നോക്കിയപ്പോൾ കണ്ടത് ജൂലിയനെയാണ്. ചോളത്തിന്റെ രണ്ടു വലിയ സഞ്ചിയും ഊറ്റുവെള്ളത്തിന്റെ രണ്ട് വലിയ കുപ്പികളും അമര സത്തിന്റെ ഒരു പൊതിയും അവന്റെ കൈയ്യിലുണ്ട്. പുറകിലേയ്ക്ക് തൂക്കിയിട്ടിരുന്ന മാറാപ്പ് അവന്റെ വസ്ത്രത്തിൽ ചുളുക്കുകൾ വീഴ്ത്തുന്നുണ്ടായിരുന്നു.

"അനിയത്തി, ഞാൻ വൈകിയതിന് ക്ഷമിക്കണം. വീട്ടിൽ കുറച്ചു സാധനങ്ങൾ വൃത്തിയാക്കി കൊണ്ടിരിക്കുകയായിരുന്നു." വിശാലമായ പുഞ്ചിരിയോടെ അവൻ പറഞ്ഞു.

"സാരമില്ല. ജൂലിയനെ രാത്രി മുഴുവൻ കാത്തു നിൽക്കേണ്ടി വരുമൊവെന്ന് ഞാൻ ആലോചിക്കുകയായിരുന്നു." അവനിരുന്നു. അവനെന്റെ സാധനങ്ങളുടെ പങ്കു നീക്കി തരുമ്പോഴും ഞാൻ ചിരിച്ചു.

"കാതറിൻ, അതിന് സാധ്യതയില്ല. കഴിഞ്ഞയാഴ്ച മുഴുവൻ ഞാനീ രാത്രിയ്ക്ക്വേണ്ടി ആശിച്ചിരിക്കുകയായിരുന്നു. ഇത് മനോഹരമായൊരു കഥയാണ്." അവൻ എത്തിപ്പിടിച്ച് എന്റെ നെറ്റിത്തടത്തിലൊരു ചുംബനം നൽകികൊണ്ട് പറഞ്ഞു.

ഒസിയോള മാക്കാർട്ടിയുടെ കഥ ശരിക്കും അദ്ഭുതമായിരുന്നു. ദാരിദ്ര്യത്തിലേയ്ക്ക് ജനിച്ചുവീണ അവർ വളർന്നത് ഒരു കൊച്ചുവീട്ടിലാണ്. പലചരക്ക് വാങ്ങാനും പള്ളിയിലേയ്ക്കുമല്ലാതെ അവൾ പുറത്തേയ്ക്കിറങ്ങിയതേയില്ല. മറ്റുള്ളവരുടെ അഴുക്കുവസ്ത്രങ്ങൾ അലക്കിയും അവർ പ്രതിഫലമായി നൽകുന്ന ഒറ്റയും മുക്കാലും നാണയങ്ങൾ ശ്രദ്ധയോടെ സൂക്ഷിച്ചു വെച്ചുമാണ് അവൾ ജീവിച്ചു പോന്നത്. വാഹനം ഓടിക്കാൻ അവൾ പഠിച്ചില്ല. വിവാഹവും കഴിച്ചില്ല. ഇപ്പോൾ നല്ലൊരാൾക്ക് വേണ്ടി നോക്കുന്നുണ്ടെന്നാണ് എൺപതുകളുടെ അവസാനത്തി

ലുള്ള അവർ ഒരു ലേഖകനോട് പറഞ്ഞത്. ഓരോ ദിവസവും, ഓരോ ആഴ്ചയും സമ്പാദിക്കുന്നത് കർത്തവ്യനിരതയായി മാറ്റി വെച്ചു കൊണ്ട് ലളിതവും മാന്യവും മിതവ്യയശീലവുമുള്ളതായ ജീവിതമാണ് ഒസിയോള നയിച്ചത്.

എൺപത്തിയേഴു വയസ്സുള്ളപ്പോൾ അവളൊരു പ്രാദേശിക ബാങ്കിലേയ്ക്ക് ചെന്നു. ജീവിതകാലം മുഴുവനും ദിവസേന നടത്തിയ ചെറിയ സംഭാവനകളിലൂടെ താൻ ശേഖരിച്ചതെത്രയാണെന്ന് വല്ല ബോധമുണ്ടോയെന്ന് ചോദിച്ചു കൊണ്ടാണ് അവിടത്തെ കാര്യനിർവ്വാഹകൻ അവളെ സ്വാഗതം ചെയ്തത്. അവളുടെ ഇല്ലയെന്ന ഉത്തരത്തിന് അയാൾ ചിരിച്ചു. എന്നിട്ട് അയാൾ അവളുടെ പേരിൽ രണ്ടരലക്ഷം ഡോളറുണ്ടെന്ന് അറിയിച്ചു. അതെത്ര പണമുണ്ടെന്ന അവൾക്ക് അറിയില്ലെന്ന് മനസ്സിലാക്കിയ കാര്യനിർവ്വാഹകൻ പത്ത് നാണയങ്ങളെടുത്ത് മേശപുറത്തു വച്ച് ഒസിയോള, ഈ പത്തുനാണയങ്ങൾ നിന്റെ സമ്പാദ്യത്തെ സൂചിപ്പിക്കുന്നു. നീയിതെന്തു ചെയ്യാൻ പോകുന്നുവെന്ന് ചോദിച്ചു. ആദ്യത്തെ നാണയത്തെ ചൂണ്ടികൊണ്ട് അവളത് പള്ളിയിലേയ്ക്ക് നല്കുമെന്ന് ശപഥം ചെയ്തു. അടുത്ത മൂന്നു നാണയങ്ങൾ തന്റെ മരുമക്കൾക്ക് വേണ്ടി നീക്കിവെച്ചതാണ്. എന്തെങ്കിലും സവിശേഷമായ കാര്യത്തിന് നീക്കിവയ്ക്കാനുള്ളതാണ് അവശേഷിക്കുന്ന നാണയങ്ങളെന്ന് പറഞ്ഞപ്പോൾ ഒസിയോളയുടെ മുഖത്ത് ചിരി പടർന്നു.

ഒരു മാസത്തിന്ശേഷം ഒസിയോളയുടെ നാട്ടിലെ പ്രാദേശിക സർവ്വകലാശാലയ്ക്ക് അവളുടെ ഒരു ലക്ഷത്തി അമ്പതിനായരം ഡോളറിന്റെ ചെക്ക് ലഭിച്ചു. പാവപ്പെട്ട കുട്ടികൾക്ക് തങ്ങളുടെ സ്വപ്നത്തെ സഫലീകരിക്കാനുള്ളയൊരു പഠനവേതനമുണ്ടാക്കിയെടുക്കാനുള്ള അപേക്ഷയും അതോടൊപ്പമുണ്ടായിരുന്നു. ആ ഡോകുമെന്ററിയിൽ നിന്നും മനുഷ്യത്വപരമായ ആ പ്രവർത്തി ലോകത്താകമാനമുള്ള ജനങ്ങളെ സ്പർശിച്ചുവെന്ന് ഞാൻ മനസ്സിലാക്കി. ഒസിയോളയെ രാഷ്ട്രപതികളും പ്രധാനമന്ത്രിമാരും ആദരിച്ചു. ജൂലിയൻ പഠിച്ച ഹാർവാർഡ് സർവകലാശാലയിൽനിന്നും ആദരസൂചകമായി അവൾക്കൊരു ഡോക്ടറേറ്റും ലഭിച്ചു. കോലാഹലങ്ങൾക്കിടയിലും ഇപ്പോഴും തത്ത്വാധിഷ്ഠിതവും ലളിതവുമായ ജീവിതം അവൾ നിലനിർത്തി പോന്നു. പക്ഷെ, അവൾക്കൊരു ആഗ്രഹമുണ്ടായിരുന്നു. താൻ

സൃഷ്ടിച്ച പഠനവേതനത്തിന്റെ പ്രഥമ സ്വീകർത്താവിന് ബിരുദം ലഭിക്കുന്ന കാഴ്ച കാണണമെന്നതായിരുന്നു അത്. പക്ഷെ, പ്രായാധിക്യത്താൽ അത് കാണാൻ സാധിക്കുമെന്ന് അവരൊരിക്കലും കരുതിയില്ല. എന്തായാലും ഒസിയോള മരിക്കുന്നതിന് ഒരു മാസം മുമ്പ് അവരുടെ പഠനവേതനത്തിന്റെ പ്രഥമസ്വീകർത്താവ് അവളുടെ പ്രതിഫലം വാങ്ങാൻ വേദിയിൽ കയറി.

ഒസിയോളയുടെ മരണശേഷം ആ പഠനവേതനം നേടിയെടുത്ത ആ യുവാവിനെ ഒരു ലേഖകൻ വിളിച്ച് അവരുടെ ഗുണഭോക്താവിനെക്കുറിച്ചൊരു അഭിപ്രായം പറയാൻ പറഞ്ഞു. വിദ്യാർത്ഥിയുടെ പ്രതികരണം ഇതായിരുന്നു: ഇതിലും മെച്ചപ്പെട്ടൊരു മാലാഖയെ സ്വർഗ്ഗരാജ്യത്തിന് ലഭിക്കാനില്ല. പ്രപഞ്ചത്തിലുടനീളം അവരൊരു പ്രചോദനവും അനുഗ്രഹവും നിധിയുമായിരുന്നു.

ഡോക്യുമെന്ററി അവസാനിച്ച് ജനക്കൂട്ടം സ്ഥലംവിട്ടതോടെ ശൂന്യമായ സിനിമാശാലയ്ക്കുള്ളിൽ ജൂലിയൻ സംസാരിക്കാൻ തുടങ്ങി. "യാഥാർത്ഥ്യത്തിന് വേണ്ടിയുള്ള മനുഷ്യവംശത്തിന്റെ പൊതുവായ സഹജവാസനയാണ് ലോകത്തെ അനിവാര്യമായും ധീരതയുടെ സിനിമശാലയാക്കി നിലനിർത്തുന്നത്."

ഇരുപതാം നൂറ്റാണ്ടിന്റെ തുടക്കത്തിലുണ്ടായിരുന്ന മനഃശാസ്ത്രവിശകലന വിദഗ്ദ്ധൻ വില്യം ജെയിംസിന്റെ ഉദ്ധരണിയിലേക്കായിരുന്നു അവന്റെ അവസാനവാക്കുകൾ. "നമ്മുടെ നഗരം മറന്നുപോയ ഇക്കാര്യം ഓർമ്മപ്പെടുത്താനാണ് നിന്നെ ഞാനീ പഴയ സിനിമാശാലയിലേയ്ക്ക് കൂട്ടിക്കൊണ്ട് വന്നത്."

"കാതറിൻ, നിന്റെ ജീവിതം ആത്യന്തികമായി ധീരതയുടെ സിനിമശാലയാണ്. അവശേഷിക്കുന്ന ദിവസങ്ങൾ - അത് ധാരാളമുണ്ട്- മാർഗ്ഗദർശിത്വത്തിന്റെയും അനുകമ്പയുടെയും മഹത്വപൂർണ്ണമായ പ്രവർത്തനങ്ങളുടെ വേദിയാകണം." വികാരവിക്ഷുബ്ധതയോടെ ജൂലിയൻ പറഞ്ഞു. തടസ്സപ്പെടുത്താൻ എനിക്ക് ധൈര്യമുണ്ടായില്ല.

"ഒസിയോള മക്കാർട്ടിയുടെ ജീവിതം നോക്ക്." അവൻ തുടർന്നു. "ജീവിക്കാൻവേണ്ടി അവൾ ആളുകളുടെ അഴുക്കുവസ്ത്രങ്ങൾ അലക്കി. ലോകത്തിനറിയാത്തൊരു കൊച്ചു വീട്ടിൽ ജീവിച്ചു. എന്നിട്ടും നിത്യേനയുള്ള സംഭാവനയുടെ ചെറിയ പ്രവർ

ത്തനങ്ങളുടെ - മൂല്യവത്തായ കാര്യത്തിന്വേണ്ടി ആ നാണയങ്ങൾ സൂക്ഷിച്ച്വെച്ച് - ലോകത്തെ ആശിർവദിച്ച് ആ സ്ത്രീ അവശേഷിപ്പിച്ച് പോയ പാരമ്പര്യം എത്ര ശോഭനീയം."

"ഇത്തരമൊരു പാരമ്പര്യത്തെ അവശേഷിപ്പിക്കാനുള്ളത് നമ്മിലുണ്ടോ?" ഞാൻ മൃദുവായി ചോദിച്ചു.

"തീർച്ചയായും. വസ്തുനിഷ്ഠമായി പറഞ്ഞാൽ, നമ്മുടെ ജീവിതംകൊണ്ട് എന്തെങ്കിലുമൊക്കെ സവിശേഷമായി ചെയ്ത് വിടവാങ്ങുമ്പോൾ മറ്റുള്ളവരുടെയെല്ലാം ഹൃദയങ്ങളിൽ ജീവിക്കാനുള്ള തയ്യാറെടുപ്പോടെയാണ് നമ്മൾ ജനിക്കുന്നതെന്ന് ഞാൻ മുനിമാരിൽനിന്നും പഠിച്ചു. പക്ഷെ, സാരവത്തായ പാരമ്പര്യത്തെ അവശേഷിക്കണമെങ്കിൽ എന്തോ മഹത്തായ പ്രവൃത്തി ചെയ്യണമെന്ന ധാരണയാണ് സങ്കടകരം. അപ്പോഴെ നമ്മുടെ ജീവിതം സാധുവാകുവെന്നും ഉന്നതമായ ചുമതലകൾ നിറവേറ്റപ്പെടുവെന്നും നമ്മൾ കരുതുന്നു. പക്ഷെ അതെല്ലാവരിൽനിന്നും വേണ്ടതല്ല. ഓരോ ദിവസവും മഹത്വത്തിന്റേതായ ചെറിയ പ്രവർത്തികൾ ചെയ്യുന്നതിൽ ശ്രദ്ധ കേന്ദ്രീകരിച്ച് ലോകത്ത് അർത്ഥസമ്പൂർണ്ണമായ അടയാളം അവശേഷിക്കുകയാണ് നമ്മൾ ചെയ്യുന്നത്. അത് ചെയ്യുമ്പോൾ പൈതൃകം സ്വയം തന്റെ കാര്യം നോക്കികൊള്ളും. അപ്രധാനമെന്നു തോന്നുന്ന പ്രവർത്തനങ്ങൾ- ഒസിയോള മക്കാർട്ടി നിത്യേന തന്റെ പേരിൽ നാണയങ്ങൾ നിക്ഷേപിച്ചതു പോലെയുള്ള പ്രവർത്തികൾ - ജീവിതാവസാനം എന്തോ വലുതായി കുമിഞ്ഞു കൂടുന്നതിന് സമാനമായ പ്രവർത്തികളെ?" ഞാൻ ചോദിച്ചു.

"അതെ." തൃപ്തിയോടെ ജൂലിയൻ മറുപടി പറഞ്ഞു. "ചെറിയ കാര്യങ്ങൾ വലിയ ശ്രദ്ധയോടും താല്പര്യത്തോടെയും ചെയ്യുക. വലിയ കാര്യങ്ങൾ സ്വന്തം കാര്യം നോക്കിക്കൊള്ളും. അതു തന്നെയാണ് കുടുംബനായകന്റെ അഞ്ചാം ആധിപത്യം പറയുന്നതും - *പാരമ്പര്യമെന്ന സമ്മാനത്തിലൂടെ മക്കൾക്ക് അമരത്വം നല്കുക.*"

"അവിശ്വനീയമെന്ന് തോന്നുന്നു." ആവേശവും സങ്കടവും സങ്കൽപിച്ച് ഞാൻ പറഞ്ഞു. "അതായിരുന്നു ജൂലിയനിൽ നിന്നും ഞാൻ പഠിക്കാനിരുന്ന അവസാന പാഠം."

"കാതറിൻ, എല്ലാ, ആധിപത്യങ്ങളിലും വെച്ചേറ്റവും പ്രധാനപ്പെട്ടതാണത്. തങ്ങളെക്കാൾ പ്രാധാന്യമുള്ള മറ്റെന്തിനോ

വേണ്ടി ജീവിക്കുകയെന്നതാണ് തങ്ങളുടെ നിയോഗമെന്ന് പോർട്ട റെയും സരിതയെയും പഠിപ്പിച്ചു കൊടുക്കേണ്ടത് നീയാണ്. അവരാ വെല്ലുവിളി സ്വീകരിക്കുമെന്ന് എനിക്കറിയാം. അങ്ങനെ വന്നാൽ അവർ സ്പർശിച്ചിട്ടുള്ള ജീവിതങ്ങളുടെ ഹൃദയത്തിലൂടെ അവർ അമരത്വം കൈവരിക്കും."

അപ്പോഴാണ് തിരശ്ശീലയിലൂടെ ഡെസ്റ്റിനി പിക്ച്ചേഴ്സ് എന്ന വാക്കുകൾ മിന്നിമറഞ്ഞത്. "അതും നീ സജ്ജീകരിച്ച താണോ, ജൂലിയൻ?"

"അല്ല." അവൻ പ്രതികരിച്ചു. "പക്ഷെ, അതെന്റെ ആശ യത്തെ വ്യക്തമാക്കുന്നു. ഉന്നതമായ ജീവിതം നയിക്കണമെങ്കിൽ നാം പിന്തുടരേണ്ടതായൊരു കർത്തവ്യബോധം ആവശ്യമുള്ള ജീവിത നിയോഗമുണ്ട്. വാക്ളവ് ഹാവൽ പറഞ്ഞതോർക്കുക: തനിക്ക് വേണ്ടഭാഗം അഭിനയിക്കുന്നതിലല്ല, വിധി തനിക്കായി ഒരുക്കിയ ഭാഗം നടിക്കുന്നതിലാണ് ഒരു വ്യക്തിയുടെ ശരിയായ പരീക്ഷ. ജീവിത നിയോഗം കണ്ടുപിടിക്കാൻ പോർട്ടറെയും സരി തയേയും എനിക്കെങ്ങനെ സഹായിക്കാനാകും?"

"അതെളുപ്പമാണ്. ഹൃദയത്തിലെ പരിശുദ്ധമായ സ്ഥാന ങ്ങളിൽനിന്നും വരുന്ന മൃദുവായ അടക്കം പറച്ചിലിന് ചെവി യോർക്കാൻ പരിശീലിപ്പിക്കുക."

"ദയവായി വിശദീകരിച്ചാലും." തറ വൃത്തിയാക്കാനായി തൂപ്പുകാരൻ വന്നു കയറി കൊണ്ടിരിക്കുമ്പോൾ ഞാൻ അപേ ക്ഷിച്ചു.

"ഗുഡ് ഈവനിങ്ങ്, മിസ്റ്റർ മാന്റിൽ" അയാൾ പറഞ്ഞു. "ജൂലിയൻ, നിന്നെ എല്ലാവർക്കും അറിയാമല്ലോ?" ഞാൻ ആശ്ച ര്യത്തോടെ ചോദിച്ചു. "ഈ സിനിമാശാലയിലെ നിശാതൂപ്പുക്കാ രൻ വരെ നിന്നെ അറിയുന്നതെങ്ങനെ?"

"കഴിഞ്ഞ കുറെയാഴ്ചകളായി ഇതേ ഡോക്യുമെന്ററി കാണാൻ ഞാൻ പത്തോളം പ്രാവശ്യം ഇവിടെ വന്നിട്ടുണ്ടെന്നത് തന്നെ കാരണം." അവൻ ചിരിച്ചുകൊണ്ട് മറുപടി പറഞ്ഞു. "ഒസി യോളയുടെ കഥ എനിക്ക് നല്ലൊരു പാഠമാണ്. സംഭാവനയുടെ മഹാത്മ്യവും മറ്റുള്ളവർക്ക് വേണ്ടി ജീവിക്കുന്നതിലും തന്റെ ജീവിതം ലോകത്തിന് ഗുണത്തിനായി പകർന്നു നൽകുന്നതി ലുമുള്ള പ്രാധാന്യം എന്നെയത് ഓർമ്മിപ്പിക്കുന്നു. എന്തായാലും നിന്റെ ചോദ്യത്തിനുള്ള ഉത്തരം ഗാഢതയിൽനിന്നും വരുന്ന വിളി കൾ തിരിച്ചറിഞ്ഞ് അതിനെ വകവെയ്ക്കുയെന്നാണ്. ഹൃദയ

ത്തിലെ പരിശുദ്ധമായ സ്ഥലങ്ങളിൽ നിന്നും വരുന്ന അടക്കം പറച്ചിലുകൾക്ക് കാതോർക്കുക. പ്രകൃതിയുമായി സംവദിക്കുമ്പോഴാണ് നാം ചിലപ്പോൾ ആ ശബ്ദം കേൾക്കുക. ഉദാഹരണത്തിന്, മനോഹരമായ ശരത്കാലത്തിലെയൊരു ദിവസം നടക്കാനിറങ്ങുമ്പോഴായിരിക്കും അത് കേൾക്കുന്നത്. മറ്റു ചിലപ്പോൾ ധ്യാനത്തിനിടയിലൊ ധ്യാനത്തിന്റെ മറ്റേതെങ്കിലും രൂപത്തിലൂടെയൊ നിശ്ശബ്ദത അനുഭവിക്കുമ്പോഴായിരിക്കും നാം അടക്കംപറച്ചിൽ കേൾക്കുക. നമ്മൾ സ്നേഹിക്കുന്നയാരെങ്കിലും മരിക്കുമ്പോഴൊ നമ്മുടെയേതെങ്കിലും സ്വപ്നം തകരുമ്പോഴൊ പോലുള്ള ജീവിതത്തിലെ കഠിനവും ആശയറ്റതുമായ നിമിഷങ്ങളിലും ചിലപ്പോളത് സംഭവിക്കും. അതിലെ അറിവിന്റെ അംശം ഇത്രയേയുള്ളൂ. നിന്റെ നിയോഗത്തിന്റെ പാതയിലൂടെ നയിക്കുന്ന ആന്തരികമായ ശബ്ദങ്ങൾക്ക് ചെവിയോർക്കുക. ഹൃദയമെന്താണൊ പറയുന്നത് അതിൽ ശ്രദ്ധകൊടുക്കുക. കൂടാതെ സ്വന്തം നിയോഗം അനുഭവിച്ച് ജീവിക്കുന്നതിൽ സ്വയം സമർപ്പിക്കുന്നത് വഴി നീ അർത്ഥസമ്പൂർണ്ണമായൊരു പൈതൃകത്തെ അവശേഷിപ്പിക്കും."

"കുട്ടികളുടെ ഇപ്പോഴത്തെ പ്രായത്തിൽ ഇതൊക്കെയെങ്ങനെ പഠിപ്പിക്കാനാകുമെന്ന് തീർച്ചയില്ല."

"അതിന്റെ ഏറ്റവും നല്ല വിധികർത്താവ് നീയാണ്, കാതറിൻ. അവർ ചെറുപ്പമാണെന്നതു ശരി തന്നെ. തങ്ങളുടെ ഹൃദയത്തിന് കാതോർക്കുന്നതിലും മറ്റുള്ളവർക്ക് ഉപകാരപ്രദമായ രീതിയിൽ ജീവിക്കുന്നതിലുമുള്ള പ്രാധാന്യം അവരെ കൊണ്ട് അംഗീകരിപ്പിക്കാൻ പറ്റിയ സമയമാണിതെന്ന് നീ അധികം വൈകാതെ തിരിച്ചറിയും. ഒന്നുമില്ലെങ്കിലും ശാന്തമായ വേളകൾ ആസ്വാദ്യകരമാക്കുന്നതിന്റെ പ്രാമുഖ്യമെങ്കിലും മനസ്സിലാക്കി കൊടുക്കുക. വളരുന്തോറും ജീവിക്കാനെന്തു തൊഴിൽ ചെയ്താലും നിന്റെ സ്നേഹവും പിന്തുണയുമുണ്ടാകുമെന്ന് അവരറിയട്ടെ. തുടർച്ചയായ പരിണാമത്തിന് ആത്മാവിനെ അന്വേഷിച്ചു കൊണ്ടുള്ള കൃത്യമായ കാലപരിധിയുടെ അനിവാര്യത അവരുമായി പങ്കുവയ്ക്കുക. സ്വപ്നങ്ങൾ കാണാനും ഏതെങ്കിലും തരത്തിൽ ലോകത്തിന് സംഭാവന ചെയ്യുന്ന സുപ്രധാനമായ രീതിയിൽ ജീവിക്കുന്നതിലൂടെയാണ് ജീവിതവിജയമുണ്ടാകുകയെന്ന് അവർക്ക് കാണിച്ചു കൊടുക്കുക. സ്വപ്നങ്ങൾ കാണാനും അവരെ നന്നായി പ്രോത്സാഹിപ്പിക്കുക. ലോകത്തിന് ഞാൻ മൂല്യവത്തും പ്രയോജനപ്രദവുമാകുന്നതെങ്ങനെയെന്ന ലളിതവും ഉത്കൃഷ്ടവുമായ

ചോദ്യമെപ്പോഴും സ്വയം ചോദിക്കാൻ അവരെ പ്രേരിപ്പിക്കുക. എന്റെ സമയത്തിന്റെയും കഴിവിന്റെയും ഉന്നതമായ വിനിയോഗമെന്ത്? എന്നതാണ് മറ്റൊരു നല്ല ചോദ്യം. ജീവിക്കാനും മരിക്കാനും നല്ലൊരു ആശയം കണ്ടെത്തുകയെന്നതാണ് ഓരോ മനുഷ്യന്റെയും പ്രധാന ചുമതലയെന്ന് കിയർക്കെഗാർഡ് ഒരിക്കൽ നിരീക്ഷിച്ചിട്ടുണ്ട്. മരിക്കാൻ സ്വയം തയ്യാറായേക്കാവുന്നയൊരു ജീവിതത്തെ മെച്ചപ്പെടുത്താനുതകുന്നയൊരു ലക്ഷ്യം തന്റെ ആത്മാവിനെ ജ്വലിപ്പിക്കുന്നുവെങ്കിൽ അത് ശരിയായി ജീവിക്കാൻ തുടങ്ങുന്നതിന്റെ ലക്ഷണമാണ്. അങ്ങനെ വരുമ്പോൾ ഈ പ്രപഞ്ചം മുഴുവൻ നിങ്ങളുടെ വിജയത്തിന് ഹേതുവാകും."

"ശരിക്കും?"

"വളരെയധികം ഉറപ്പ്." പൂർണ്ണമായ വിശ്വാസത്തോടെ ജൂലിയൻ മറുപടി പറഞ്ഞു.

"നമ്മിലോരുത്തരെക്കുറിച്ചും ഈ പ്രപഞ്ചത്തിനൊരു പദ്ധതിയുണ്ട്. അതെന്താണെന്ന് മനസ്സിലാക്കി, അതുമായി സഖ്യത്തിലായി കഴിഞ്ഞാൽ തീക്കനലുകൾ പറക്കാൻ തുടങ്ങും. തങ്ങളോടൊപ്പം അവസാനിക്കാത്തതെന്തെങ്കിലും ആരംഭിക്കുന്നതിലൂടെയാണ് മനുഷ്യന് മാഹാത്മ്യം കൈവരുന്നതെന്ന് നിന്റെ മനോഹരവും അതുല്യരും ബുദ്ധിമാന്മാരുമായ മക്കളെ പഠിപ്പിച്ചു കൊടുക്കുന്നതാണ് നിനക്കുള്ളയെന്റെ അവസാന പാഠം."

"ജീവിതം അവസാനിച്ചാലും തുടരുന്നയെന്തിനെയെങ്കിലും കുറിച്ചാണൊ നീ പറയുന്നത്? ഒരു പൈതൃകം?"

"അതെ. നോക്കുക, നമ്മളെക്കാൾ പ്രധാനപ്പെട്ടയെന്തിനോ വേണ്ടി ജീവിക്കാനുള്ള അനിവാര്യതയാണ് മനുഷ്യഹൃദയത്തിന്റെ ഏറ്റവും വലിയ ആവശ്യം. മറ്റൊന്നും മനസ്സിലാക്കാതെ ഇത് മനസ്സിലാക്കിയാൽ മാത്രം മതി, നിന്നെ അദ്ഭുതപ്പെടുത്തുന്ന രീതിയിൽ പോർട്ടറും സരിതയും വിജയിക്കാൻ. യഥാർത്ഥ രീതിയിലുള്ള വിജയത്തെപ്പറ്റിയാണ് ഞാൻ പറയുന്നത്. വഴിയിൽ നിർത്തിയിട്ടുള്ള മനോഹരമായ ബി.എം. ഡബ്ള്യുവിനും ഉദ്യോഗത്തിന് പോകാനുള്ള അഴകുള്ള കോട്ടുകൾക്കും അപ്പുറമുള്ള വിജയം. ലോകത്തിൽ പ്രകാശവും കൂടുതൽ സ്നേഹവുംകൊണ്ട് നിറയ്ക്കുന്ന രീതിയിലുള്ള വിജയം. കൂടുതലായിട്ടെന്തോവാകാനും മറ്റുള്ളവർക്കുവേണ്ടി കൂടുതലെന്തോ ചെയ്യാനും തോന്നുന്ന വിജയത്തെക്കുറിച്ചാണ് ഞാൻ സംസാരിക്കുന്നത്. ഭൂഗ്രഹത്തിലെ

ഏറ്റവും അഭിമാനിയായ രക്ഷിതാവാക്കി നിന്നെ മാറ്റുന്ന രീതിയിലുള്ള വിജയമാണത്."

"എനിക്ക് വാക്കുകളില്ല." കണ്ണുകളിൽ കണ്ണുനീർ നിറഞ്ഞപ്പോൾ ഞാൻ പറഞ്ഞു.

"മരണശേഷം എന്റെ ജീവിതം എന്തിനായി നിലകൊള്ളും? രക്ഷകർത്താവിനെപ്പോലെയല്ല, മനുഷ്യരെന്ന നിലയിൽ ഓരോരുത്തരുമീ ചോദ്യം സ്വയം ചോദിക്കണം. തങ്ങൾ അവശേഷിപ്പിക്കാൻ പോകുന്ന കാലടികളെക്കുറിച്ചും ഭാവിതലമുറ നമ്മൾ ജീവിച്ചിരുന്നത് എങ്ങനെയെന്നതിനെക്കുറിച്ചും സ്വയം ചിന്തിക്കണം. എല്ലാവരും ഗാന്ധിമാരും മദർ തെരേസമാരുമാകണമെന്നല്ല ഞാൻ പറയുന്നത്. അതവർക്കുവേണ്ടി വരച്ചിട്ടുള്ള ഭൂപടമാണ്. നമ്മളെ സ്വയം ഉയർത്തുന്ന രീതിയിൽ വേണം ജീവിക്കാനെന്നാണ് ഞാൻ പറയുന്നത്. ഗാഢത കുറച്ച് ലോകം നമ്മെ സംരക്ഷിക്കില്ലയെന്ന് പരാതിപ്പെടുന്നത് ഒഴിവാക്കണം. പകരം മറ്റുള്ളവരോടെ ദയയും, ശ്രദ്ധയും ഉത്കണ്ഠയും കാണിക്കുന്ന രീതിയിൽ ജീവിക്കുകയും ലോകത്തെ സംരക്ഷിക്കുകയും വേണം. നമ്മുടെ പ്രവർത്തികളെ ചെറുതും ചിന്തകളെ വിലക്കുകയും ചെയ്യുന്ന തടസ്സങ്ങളിൽ നിന്നും മോചനം നേടി നമ്മുടെ മികച്ച അസ്തിത്വത്തിന്റെ യഥാർത്ഥ കാഴ്ച കാണാനുള്ള ധൈര്യം സംഭരിക്കണം. കാതറിൻ, അതു ചെയ്യുകയെന്നു വച്ചാൽ, ശരിക്കും ജീവിക്കുകയെന്നാണ്. ഈ അറിവിന്റെ സമ്മാനം മക്കൾക്ക് നല്കുന്നതുവഴി നീ രക്ഷകർത്താവെന്ന നിലയിൽ മഹത്തായ പ്രവർത്തിയാണ് ചെയ്യുന്നത്. ജീവിതത്തെ അങ്ങനെ നിയന്ത്രണവിധേയമാക്കിയാൽ നീയെപ്പോഴും വലിയൊരു വ്യക്തിയാകുമെന്ന് നിനക്ക് ഉറപ്പാക്കാം."

"നന്ദി, ജൂലിയൻ." താപവും തീവ്രവുമായ വികാരവും എന്നിൽ നിറഞ്ഞപ്പോൾ അവന്റെ ആലിംഗനത്തിനിടയിൽ ഞാൻ വാത്സല്യത്തോടെ മറുപടി പറഞ്ഞു.

"കാതറിൻ."

"പറയൂ." ഏറ്റവും നികൃഷ്ടമായതിനെ ഭയപ്പെട്ടുകൊണ്ട് ഞാൻ പ്രതികരിച്ചു.

"ഇന്നാണ് നിന്നോടൊപ്പമുള്ളയെന്റെ അവസാന രാത്രി. ഞാൻ ജോണിനോടും മക്കളോടും യാത്ര പറഞ്ഞു കഴിഞ്ഞു. അതുതന്നെയാണ് എനിക്ക് നിന്നോടും പറയാനുള്ളത്. എന്റെ ജീവിതത്തിലെ ഏറ്റവും വേദനാജനകമായ വേർപാടാണിത്. മരിക്കുന്നതുവരെ നിന്നോടൊപ്പം കഴിയണമെന്ന് ഞാൻ ശരിക്കും

ആശിക്കുന്നു. പക്ഷെ, അതല്ല എന്റെ നിയോഗം. ശിവാനയിലെ മുനിമാരെന്നോടു നിസ്സാർത്ഥപരമായി പങ്കുവെച്ച അറിവ് അത് കേൾക്കാൻ താല്പ്പര്യമുള്ളവർക്കായി പ്രചരിപ്പിക്കുമെന്ന് ഞാൻ അവർക്ക് വാക്ക് നല്കിയിരുന്നു. ഞാൻ തുടരേണ്ട പ്രവർത്തിയു മതാണ്. എനിക്ക് നിന്നെ വളരെയധികം ഇഷ്ടമാണ്. നീ ചെയ്യുന്ന പ്രവർത്തികൾപോലെ തന്നെ നീയായി തീർന്ന സ്ത്രീയെക്കു റിച്ചും എനിക്ക് മതിപ്പുണ്ട്. അഞ്ചു ആധിപത്യങ്ങളെയും തുറന്ന കൈകൾകൊണ്ട് സ്വീകരിച്ച് നീ സ്വന്തം കുടുംബത്തെ മഹത്വ ത്തിലേയ്ക്ക് നയിക്കുകയാണ്. നീയൊരു വിവേകിയായ മാർഗ്ഗ ദർശിയായും ലോകത്ത് വസിക്കുമ്പോൾ നാമാരായി തീരാനാണോ നിയോഗിക്കപ്പെട്ടിട്ടുള്ളത് അതിന്റെയൊരു ധാരണയിലേയ്ക്ക് മറ്റു ള്ളവരെയും നിന്റെ വാത്സല്യഭാജനങ്ങളെയും നയിക്കാനുള്ള ശക്തിയേറിയ പ്രകാശമായും നീ വളർന്നു കഴിഞ്ഞു.”

ജൂലിയൻ കണ്ണടച്ചുകൊണ്ട് പരമ്പരാഗത ഭാരതീയ രീതി യിൽ കൈകൂട്ടിപിടിച്ചു.

“നിന്നിലെ മികവിനെ ഞാൻ അംഗീകരിക്കുന്നു. അനിയത്തി, ജീവിതപാതയിലൂടെ സഞ്ചരിക്കുമ്പോൾ ഞാൻ നിന്നോടൊപ്പം എപ്പോഴുമുണ്ടാകും. ജീവിതത്തിലെ വെല്ലുവിളികൾ നേരിടേണ്ടി വരുമ്പോഴൊക്കെ ഞാൻ നിന്റെ കൂടെയുണ്ട്. നിന്റെ സ്നേഹം കുടുംബവുമായി പങ്കുവെയ്ക്കുമ്പോൾ ഒരു സഹോദരന്റെ കളങ്ക മറ്റ സ്നേഹം ഞാൻ നിനക്ക് നല്കികൊണ്ടിരിക്കും. വലിയൊരു വിരാമത്തിന് ശേഷം അവൻ കൂട്ടിച്ചേർത്തു. ഭാവിയിലെ ദുഃഖകര മായ ദിവസങ്ങൾ കഴിഞ്ഞുപോയ സന്തോഷകരമായ ദിവസങ്ങളെ ക്കാൾ ആനന്ദകരമാകട്ടെ, അനിയത്തി. ഞാൻ നിന്നെ സ്നേഹി ക്കുന്നു. അതു പറഞ്ഞുകൊണ്ട് ജൂലിയൻ എന്റെ നെറ്റിത്തടത്തിൽ ചുംബിച്ചു. ചോളത്തിന്റെ വീണുപോയ ശകലങ്ങളെ വസ്ത്രത്തിൽ നിന്നും തട്ടി നീക്കി അവൻ സിനിമാശാലയ്ക്ക് പുറത്തേക്കോടി. ജീവിതമെന്ന് നമ്മൾ വിളിക്കുന്ന ആ സമ്മാനത്തിലെ നായകത്വം ഞാൻ പഠിച്ചത് അവിടെ നിന്നുമാണ്.”

“ശാശ്വതമെന്ന് എനിക്ക് തോന്നിയ ആ ഇരിപ്പിടത്തിൽ ഞാനിരുന്നു. എനിക്ക് വന്ന നഷ്ടത്തിലെന്റെ ഹൃദയം ദുഃഖത്താൽ നിറഞ്ഞു. അവസാനം ഞാനെഴുന്നേറ്റു പോകാനൊരുങ്ങി. ഞാനെ വിടെപ്പോയെന്ന് ജോൺ ആശ്ചര്യപ്പെടുന്നുണ്ടാകും. കുട്ടികൾക്ക് പിറ്റേന്നത്തെയ്ക്കുള്ള ഉച്ചയൂണ് തയ്യാറാക്കണം. വാതിലിലേയ്ക്ക്

നീങ്ങുമ്പോൾ ജൂലിയൻ ഇരുന്നിരുന്ന ഇരിപ്പിടത്തിൽ നിന്നുമൊരു ശബ്ദത്തോടെയെന്തോ താഴെ വീണു. ഞാനെതെടുത്ത് തെരുവിലേയ്ക്ക് നടന്നു. പൂർണ്ണചന്ദ്രന്റെ വിസ്മയിപ്പിക്കുന്ന പ്രകാശം അവിടെന്നെ വരവേറ്റു. അത് വണ്ടിപ്പുരയ്ക്കു മുകളിലുള്ള ജൂലിയന്റെ മുറിയുടെ താക്കോലായിരുന്നു. അതിൽ അച്ചടിച്ചൊരു ചീട്ട് ചേർത്തു വെച്ചിരുന്നു. അതിലിങ്ങനെ എഴുതിയിരുന്നു: *അറിവിലേയ്ക്കുള്ള താക്കോൽ സ്വന്തം വീട്ടിൽ തന്നെ സ്ഥിതിചെയ്യുന്നു.* ജൂലിയൻ എന്താണ് ഉദ്ദേശിച്ചതെന്ന് എനിക്ക് മനസ്സിലായില്ല. പക്ഷെ ഞാനാ താക്കോലെടുത്ത് പേഴ്സിൽവച്ചു. കണ്ണുനീർ തുടച്ചുകൊണ്ട് ഞാൻ വീട്ടിലേയ്ക്ക് പോയി. വീട്ടിലേയ്ക്ക് കയറുന്നതിന് മുമ്പ് പെട്ടെന്നുണ്ടായ ബോധോദയത്തിൽ ഞാൻ ജൂലിയന്റെ മുറിയിലേയ്ക്ക് പോകാൻ തീരുമാനിച്ചു. പടി കയറി ഞാൻ താക്കോൽ പൂട്ടിലേയ്ക്കിട്ടു. അവനെനിക്ക് വേണ്ടി പ്രകാശം തെളിയിച്ചിട്ടിരുന്നു. ചെറുതെങ്കിലും കുറ്റമറ്റ ആ മുറിയിൽ കണ്ട കാഴ്ച എന്നെ വിസ്മയിപ്പിച്ചു.

ആ മുറി മനോഹരമായൊരു ഗ്രന്ഥശാലയായി പരിവർത്തനം ചെയ്യപ്പെട്ടിരുന്നു. ഞാൻ കണ്ടിട്ടുള്ളതിൽ വെച്ചേറ്റവും സുന്ദരമായ അറകളിൽ അലങ്കാരപൂർവ്വം പുസ്തകങ്ങൾ അടുക്കി വെച്ചിരുന്നു. വായുവിലൂടെ ചന്ദനത്തിന്റെ ഗന്ധം ഒഴുകി വന്നതോടെ അഗാധമായൊരു ശാന്തത എന്റെ ശരീരത്തിലൂടെ സ്പന്ദിച്ചു. എപിക്റ്ററ്റസിന്റെ *എ മാനുവൽ ഫോർ ലിവിങ്* (ജീവിതത്തിനൊരു ലഘുഗ്രന്ഥം) *ദി മെഡിറ്റേഷൻസ് ഓഫ് മാർക്കസ് ഒറീലിയസ്* (മാർക്കസ് ഒറീലിയസിന്റെ ധ്യാനങ്ങളും) സെനക്കയുടെ *ലെറ്റേഴ്സ് ഫ്രം എ സ്റ്റോയിക്ക്* (ഒരു സമചിത്തനിൽ നിന്നുമുള്ള കത്തുകൾ) എന്നീ പേരുകളുള്ള പുസ്തകങ്ങളിലേയ്ക്ക് ഞാൻ നോക്കി.

ആ ശേഖരത്തോട് അവൻ വാത്സല്യപൂർവ്വമായാണ് പെരുമാറിയിരുന്നതെന്ന് വ്യക്തം. അത് വളരെ സൂക്ഷമതയോടെയാണ് അടുക്കി വെച്ചിരുന്നതും.

അതിൽ നിന്നും ജൂലിയന്റെയൊരു കുറിപ്പ് ഞാൻ കണ്ടു. വായിച്ചപ്പോൾ അതിങ്ങനെയാണ്:

നിന്നോടും പോർട്ടർ, സരിത, ജോൺ എന്നിവരോടും എനിക്കുള്ള സ്നേഹം വാക്കുകളാൽ പ്രകടിപ്പിക്കാവുന്നതല്ല. അതുകൊണ്ട് ഞാനതിന് ശ്രമിക്കുന്നുപോലുമില്ല. പകരം എന്റെ

പ്രിയപ്പെട്ട സോദരി കാതറിന് എനിക്കറിയാവുന്നതിൽ വെച്ചേറ്റവും വലിയ സമ്മാനം – അറിവിന്റെ സമ്മാനം – ഞാൻ നല്കാം. എഴുതപ്പെട്ടിൽ വെച്ചേറ്റവും പ്രാധാന്യം അർഹിക്കുന്ന ചില പുസ്തകങ്ങൾ അടങ്ങിയ ഈ ഗ്രന്ഥശാല പോർട്ടറിനും സരിതയ്ക്കുമുള്ളതാണ് ആ രണ്ട് വിശിഷ്ടമായ പ്രത്യേകതകളുള്ള കുട്ടികൾക്കൊപ്പം നീയും ജോണും ധാരാളം സന്തോഷകരവും മഹത്വപൂർണ്ണമായ നിമിഷങ്ങൾ ഇവിടെ ചിലവിടണമെന്നാണ് എന്റെ വലിയ ആഗ്രഹം. അതിവിശിഷ്ടമായ ഈ പുസ്തകങ്ങളുടെ താളുകളിൽ നിന്നും നിങ്ങളെല്ലാം പഠിക്കുമ്പോൾ എന്നെ നിങ്ങൾ ചിലപ്പോൾ ഓർത്തു പോകും.

മാർഗ്ഗദർശിയായി സ്നേഹത്തോടെ, നിന്റെ സഹോദരൻ ജൂലിയൻ എന്ന് ആ കുറിപ്പിൽ ഒപ്പിട്ടിരുന്നു.

ഞങ്ങളുടെ പുതിയ ഗ്രന്ഥശാലയിൽ നിന്നും അടുത്തിടെ ഛായം പൂശിയ ഗോവണിയിലൂടെ താഴോട്ടിറങ്ങുമ്പോൾ എന്റെ ഹൃദയം സന്തോഷംകൊണ്ട് തുള്ളിച്ചാടി. എനിക്ക് ഉന്മേഷം തോന്നി. എന്റെ കുടുംബത്തിന്റെ ഭാവി വാഗ്ദാനത്തെ കുറിച്ചോർത്ത് ഞാൻ ആവേശം പൂണ്ടു. പണ്ടത്തെക്കാൾ ബുദ്ധിയും സന്തോഷവും വിവേകമുള്ളതുപോലെ എനിക്ക് തോന്നി. പോകുമ്പോൾ അവൻ സിഡി പ്ലയർ പ്രവർത്തനസജ്ജമാക്കി വെച്ചാണ് പോയത്. അതുകൊണ്ട് ഞാൻ വീട്ടിലേയ്ക്ക് കയറുമ്പോൾ ജൂലിയന്റെ മുറിയുടെ തുറന്ന ജാലകത്തിലൂടെ വന്ന പാട്ട് ആസ്വദിക്കാൻ ഞാൻ നിന്നു. എന്ത് മനോഹരമായ ലോകം എന്ന് ഞാൻ കേട്ട വാക്കുകൾ എന്നെ കരയിപ്പിച്ചു. എന്നിട്ടതെന്നെ ചിരിപ്പിച്ചു.

ഗ്രന്ഥകാരനെക്കുറിച്ച്

റോബിൻ ശർമ്മ ആഗോള തലത്തിൽ ആദരിക്കപ്പെടുന്ന മനുഷ്യസ്നേഹിയും ഒരു കൈത്താങ്ങ് ആവശ്യമുള്ള കുട്ടികൾക്ക് മെച്ചപ്പെട്ട ജീവിതത്തിന് സഹായം ലഭ്യമാക്കാൻ ലാഭേച്ഛയില്ലാതെ പ്രവർത്തിക്കുന്ന ഒരു സംരംഭത്തിന്റെ സ്ഥാപകനുമാണ്.

ലോകത്തിലെ ഏറ്റവും മികച്ച നേതൃത്വ പരിശീലന വിദഗ്ധരിൽ ഒരാളായി പരക്കെ പരിഗണിക്കപ്പെടുന്ന, മറ്റുള്ളവർക്കായി വഴി തെളിക്കുകയും മറ്റുള്ളവരെ കൈ പിടിച്ച് നടത്തുകയും ചെയ്യുന്ന ഇദ്ദേഹത്തിന്റെ സേവനം ഉപയോഗപ്പെടുത്തുന്നവരിൽ ഫോർച്ച്യൂൺ 100 കമ്പനികൾ, പ്രശസ്തരായ ശതകോടീശ്വരന്മാർ, ലോക പ്രസിദ്ധരായ കായിക താരങ്ങൾ, സംഗീത പ്രതിഭകൾ, രാജകുടുംബാംഗങ്ങൾ, പ്രശസ്തരായ രാഷ്ട്രീയ വ്യക്തിത്വങ്ങൾ എന്നിവർ ഉൾപ്പെടുന്നു.

വളരെ സങ്കീർണ്ണമായ ഇക്കാലത്ത് ജീവനക്കാർക്ക് പുതിയ ഊർജ്ജം പകർന്നു നൽകി പദവികളോ തലക്കെട്ടുകളോ ഇല്ലാതെ കാര്യക്ഷമമായി പ്രവർത്തിക്കുന്ന ജീവനക്കാരെ വാർത്തെടുക്കാൻ, അസാധാരണമായ തൊഴിൽ അന്തരീക്ഷം സൃഷ്ടിടിച്ചെടുക്കാൻ, ആളുകളിൽ കാതലായ മാറ്റം കൊണ്ടുവരാൻ സഹായം തേടി റോബിൻ ശർമ്മയെ സമീപിക്കുന്ന ലോകത്തിലെ വിവിധ സ്ഥാപനങ്ങളിൽ നാസ, മൈക്രോസോഫ്റ്റ്, നൈക്കി, ജിഇ, ഫെഡെക്സ്, എച്ച്പി, സ്റ്റാർബക്സ്, ഓറക്കിൾ, യേയ്ൽ യൂണിവേഴ്സിറ്റി, ഐബിഎം വാട്ട്സൺ, യങ് പ്രസിഡന്റ്സ് ഓർഗനൈസേഷൻ എന്നിവയും ഉൾപ്പെടുന്നു.

റോബിൻ ശർമ്മ ലോകത്തിലെ ഏറ്റവും തിരക്കുള്ള ഒരു പ്രഭാഷകൻ കൂടിയാണ്. നിങ്ങളുടെ അടുത്ത കോൺഫറൻസിന് റോബിൻ എസ്. ശർമ്മയെ ലഭിക്കുന്നത് സംബന്ധിച്ച അന്വേഷണങ്ങൾക്ക് ദയവായി താഴെ കാണുന്ന വെബ്സൈറ്റ് സന്ദർശിക്കുക : robinsharma.com/speaking

ഈ ഗ്രന്ഥകാരന്റെ *ദ മങ്ക് ഹു സോൾഡ് ഹിസ് ഫെറാറി, ദ ഗ്രെയ്റ്റ്നസ് ഗൈഡ്, ദ ലീഡർ ഹു ഹാഡ് നോ ടൈറ്റിൽ* എന്നിവ പോലുള്ള #1 ബെസ്റ്റ്സെല്ലറുകൾ 92 ഭാഷകളിലായി കോടിക്കണക്കിന് കോപ്പികൾ വിൽക്കപ്പെട്ടിട്ടുണ്ട്. ഇത് റോബിൻ ശർമ്മയെ ഇന്ന് ജീവിച്ചിരിക്കുന്നവരിൽ ഏറ്റവും വ്യാപകമായി വായിക്കപ്പെടുന്ന എഴുത്തുകാരിൽ ഒരാളാക്കിയിരിക്കുന്നു.

കൂടുതൽ വിവരങ്ങൾക്ക് സന്ദർശിക്കുക:

robinsharma.com

റോബിൻ ശർമ്മയുടെ ബെസ്റ്റ്സെല്ലറുകൾ വായിച്ച് നിങ്ങളുടെ ഉയർച്ചയ്ക്ക് ഇന്ധനം പകരൂ

ജീവിതത്തിൽ നിങ്ങൾ കണ്ടുമുട്ടിയ ചിന്താശക്തിയുള്ള, സ്വന്തം കാഴ്ചപ്പാടുകൾ സ്പഷ്ടമായി അവതരിപ്പിക്കുന്ന, വിജയികളും ആകർഷകരുമായ എല്ലാ ആളുകൾക്കും പൊതുവായ ഒരു ശീലം ഉണ്ട് എന്നത് നിങ്ങൾ എപ്പോഴെങ്കിലും ശ്രദ്ധിച്ചിട്ടുണ്ടോ? അവരുടെ കൈയ്യിൽ കിട്ടുന്നത് എന്തും അവർ വായിക്കുന്നു.

നിങ്ങൾ നിങ്ങളുടെ ലക്ഷ്യത്തിന്റെ കൊടുമുടിയിൽ എത്തി നിൽക്കുന്ന വ്യക്തിയോ കയറ്റം ആരംഭിക്കുന്ന വ്യക്തിയോ ആകട്ടെ, മഹാന്മാരുടെ ഏറ്റവും പ്രധാനപ്പെട്ട ശീലം വായനയായിരുന്നുഎന്ന കാര്യം ഓർക്കുക.

അതിനാൽ, നിങ്ങളുടെ ആരോഹണത്തെ ഫലപ്രാപ്തിയുടെ കൊടുമുടിയിലെത്തിക്കുന്നതിനും, നിങ്ങളുടെ ആകെക്കൂടിയുള്ള നൈപുണ്യം വർദ്ധിപ്പിക്കുന്നതിനും, ചരിത്രത്തിൽ നിങ്ങൾ സ്വയം അടയാളം രേഖപ്പെടുത്തുമ്പോൾ തന്നെ സുന്ദരമായി ജീവിക്കുന്നതിനും നിങ്ങളെ സഹായിക്കുന്ന, റോബിൻ ശർമ്മയുടെ അന്താരാഷ്ട്രതലത്തിൽ പ്രശംസ നേടിയിട്ടുള്ള പുസ്തകങ്ങളുടെ പട്ടിക താഴെ കൊടുക്കുന്നു-

[ ] The 5 AM Club
[ ] The Monk Who Sold His Ferrari
[ ] The Greatness Guide
[ ] The Greatness Guide, Book 2
[ ] The Leader Who Had No Title
[ ] Who Will Cry When You Die?
[ ] Leadership Wisdom from The Monk Who Sold His Ferrari
[ ] Family Wisdom from The Monk Who Sold His Ferrari
[ ] Discover Your Destiny with The Monk Who Sold His Ferrari
[ ] The Secret Letters of The Monk Who Sold His Ferrari
[ ] The Mastery Manual
[ ] The Little Black Book for Stunning Success
[ ] The Saint, the Surfer, and the CEO

നിങ്ങളുടെ ഏറ്റവും ഉയർന്ന വിജയത്തിന്

ഇനി എന്ത് ചെയ്യും?

നിങ്ങൾ ചലിക്കുന്നതുവരെ ഒന്നും പരിണമിക്കുകയില്ല. യഥാർത്ഥ ഫലം അനുഭവിക്കുന്നു എന്ന് ഉറപ്പാക്കുന്നതിന് ഉപയോഗിക്കാവുന്ന ഒരു പ്രബലമായ ഓൺലൈൻ സംവിധാനം റോബിൻ ശർമ്മ നിങ്ങൾക്കായി ഒരുക്കിയിട്ടുണ്ട്. അത് നിങ്ങളെ ശക്തമായും ശ്രേഷ്ഠമായും ചിന്തിക്കാനും വൈദഗ്ധ്യത്തോടെ പ്രവർത്തിക്കാനും സഹായിക്കും.

മുന്നോട്ട് പോകൂ, ഈ ഓഫർ അവസാനിക്കുന്നതിന് മുമ്പ്
അത് പൂർണ്ണമായി ഉപയോഗപ്പെടുത്തൂ:

TheMentalMasteryToolkit.com

JAICO PUBLISHING HOUSE

Elevate Your Life. Transform Your World.

1948-ൽ സ്ഥാപിതമായ ജയ്കോ പബ്ലിഷിംഗ് ഹൗസ് ശ്രീ ശ്രീ പരമഹംസ യോഗാനന്ദ, ഓഷോ, ദലൈലാമ, ശ്രീ ശ്രീ രവിശങ്കർ, റോബിൻ ശർമ്മ, ദീപക് ചോപ്ര, ജാക് കാൻഫീൽഡ്, ഏക്നാഥ് ഈശ്വരൻ, ദേവ്ദത്ത് പട്നായിക്, ഖുശ്വന്ത് സിംഗ്, ജോൺ മാക്സ്വെൽ, ബ്രയൻ ട്രേസി, സ്റ്റീഫൻ ഹോക്കിംഗ് മുതലായ ലോകം മാറ്റിമറിച്ച എഴുത്തുകാരുടെ കൃതികൾ പ്രസിദ്ധീകരിച്ചിട്ടുണ്ട്.

ഞങ്ങളുടെ യശഃശരീരനായ സ്ഥാപകൻ ശ്രീ. ജമൻ ഷാ ഒരു പുസ്തക വിതരണ കമ്പനിയായാണ് ആദ്യം ജയ്കോ സ്ഥാപിച്ചത്. സ്വാതന്ത്ര്യം എത്തിച്ചേരാറായി എന്ന് തിരിച്ചറിഞ്ഞ അദ്ദേഹം തന്റെ കമ്പനിക്ക് ജയ്കോ എന്ന ഉചിതമായ പേര് നൽകി. ('ജയ്' എന്നാൽ ഹിന്ദിയിൽ വിജയം എന്നാണ് അർത്ഥം). ഒരു വികസ്വര രാഷ്ട്രത്തിൽ താങ്ങാവുന്ന വിലയ്ക്കുള്ള പുസ്തകങ്ങൾ ലഭ്യമാക്കുന്നതിനായി, ശ്രീ. ഷാ ജയ്കോയുടെ സ്വന്തം പുസ്തകങ്ങൾക്ക് തുടക്കം കുറിച്ചു. ഇന്ത്യയിൽ ആദ്യമായി ഇംഗ്ലീഷ് ഭാഷയിലുള്ള പേപ്പർബാക്ക് പുസ്തകങ്ങൾ പ്രസിദ്ധീകരിച്ചത് ജയ്കോയാണ്.

ഞങ്ങളുടെ കഥേതര (നോൺ ഫിക്ഷൻ) പുസ്തകങ്ങളുടെ പട്ടികയിൽ സ്വയം സഹായിക്കൽ (സെൽഫ് ഹെൽപ്), മതവും തത്ത്വചിന്തയും, മനസ്/ശരീരം/ആത്മാവ്, ബിസിനസ് എന്നീ വിഷയങ്ങളിലുള്ള പുസ്തകങ്ങൾക്കാണ് പ്രമുഖ സ്ഥാനമെങ്കിലും സഞ്ചാരം, ആനുകാലിക വിഷയങ്ങൾ, ജീവചരിത്രം, ജനപ്രിയശാസ്ത്രം എന്നീ വിഷയങ്ങളിലും ആവേശജനകമായ പുസ്തകങ്ങളുടെ ഒരു നിരയും പ്രസിദ്ധീകരിക്കുന്നുണ്ട്. ജനപ്രിയ സാഹിത്യത്തിലും ഞങ്ങളിപ്പോൾ ശ്രദ്ധവെയ്ക്കുന്നു. ഇന്ത്യയിലും വിദേശത്തുമുള്ള അനേകം പ്രതിഭാശാലികളായ ചെറുപ്പക്കാരുടെ പുതിയ പുസ്തകങ്ങൾ പ്രസിദ്ധീകരിക്കുന്നതിൽ നിന്ന് ഇത് വ്യക്തമാണ്. ജയ്കോയുടെ അടുത്തകാലത്ത് സ്ഥാപിതമായ പരിഭാഷാ വിഭാഗം തെരഞ്ഞെടുത്ത ഇംഗ്ലീഷ് പുസ്തകങ്ങൾ ഒമ്പത് പ്രാദേശിക ഭാഷകളിലേക്ക് വിവർത്തനം ചെയ്യുന്നു.

സ്വന്തം പുസ്തകങ്ങളുടെ പ്രസിദ്ധീകരണവും വിതരണവും നടത്തുന്നതിന് പുറമേ ജയ്കോ പ്രമുഖ ഇന്ത്യൻ, അന്താരാഷ്ട്ര പ്രസാധകരുടെ ഇന്ത്യയിലെ ഒരു പ്രമുഖ വിതരണക്കാർ കൂടിയാണ്. മുംബൈ കേന്ദ്രമാക്കി പ്രവർത്തിക്കുന്ന ജയ്കോയ്ക്ക് അഹമ്മദാബാദ്, ബാംഗ്ലൂർ, ഭോപ്പാൽ, ചെന്നൈ, ഡൽഹി, ഹൈദരാബാദ്, കൊൽക്കത്ത, ലക്നൗ എന്നിവിടങ്ങളിൽ ശാഖകളും വിൽപ്പന കേന്ദ്രങ്ങളും ഉണ്ട്.

SINCE 1946